தமிழ் மந்திரம்

மூலமும் விளக்கமும்

உரை ஆசிரியர்:

பாலூர் கண்ணப்ப முதலியார்

Title: Tamizh Manthiram

Author: Thiru. V. Kalyanasundaram

Language: Tamil

First Published on: 1965

Year of Publication: 2025

Book Format: Paperback

*Page Size: 6inch * 9inch*

Category: Religious

Subject: Religious Essays

No. of pages: 374

ISBN: 978-81-689231-7-1

Published by: Nilan Publishers, Madurai, Tamilnadu, India

பொருளடக்கம்

முன்னுரை

தமிழ் மந்திரம் என்னும் இந் நூல், திருமூலர் திருவாய் மலர்ந்தருளிய திருமந்திர நூலிலிருந்து தேர்ந்தெடுக்கப்பட்ட மந்திரங்களைக் கொண்ட ஒரு தொகுப்பு நூலாகும். சைவ மரபுப்படி திருமந்திரம் மூவாயிரம் என்பது நம் இராமலிங்க வள்ளலார் திருமூலர் பாடியவை எண்ணாயிரம் திருமந்திரங்கள் என்று குறிப்பிடுகின்றனர். ஆனால், இத் தொகுப்பு நூலுள் முந்நூற்று அறுபத்தைந்து திருமந்திரங்களே தொகுக்கப் பட்டுள்ளன. இங்ஙனம் 365 மந்திரங்களை மட்டும் தொகுத் திருப்பதன் கருத்து, ஆண்டு முழுதும் தினம் ஒரு மந்திரமாக ஒவ்வொருவரும் படித்து உணரவேண்டும் என்னும் நோக்கமே அன்றி வேறன்று. இவ்வாறு தினம்தினம் திருமந்திரத்தை ஓத வேண்டும் என்னும் கருத்தைத் திருமந்திர நூல் "மூலன் உரை செய்த மூவாயிரம் தமிழ், ஞாலம் அறியவே நந்தி அருளது, காலை எழுந்து கருத்தறிந்தோதிடில் ஞாலத் தலைவரை நண்ணுவர் அன்றே" என்று உணர்த்துதல் காண்க. இம்மந்திரத்தில் திருமந்திரம், மூவாயிரம் தமிழ் என்றும், சேக்கிழார் பெருமான், தமிழ் மூவாயிரம் என்றும் சுட்டி இருப்பது இந்த நூலுக்குத் தமிழ் மந்திரம் என்று பெயர் சூட்டப்பட்டிருப்பதற்கு அரண் செய் கிறது என்பதையும், பணிவுடன் அறிவித்துக்கொள்கின்றேன்

திருமூலர் திருமந்திரம் உண்மையில் பொருள் அறிதற்குக் கடினமானதே என்றாலும், அனைத்து மந்திரங்களும் கடின மானவை என்று கூறிவிட முடியாது. எளிய மந்திரங்களும் திருமந்திரத்தில் உள்ளன. திருமந்திரம் உணர்தற்குக் கடின மானது என்று மக்கள் பயந்து ஓடாது, எளிமையான மந்திரங்களும் அத் திருமந்திர நூலில் உண்டு என்பதை மக்களுக்கு உணர்த்தவே, எளிதாகப் பொருளைத் தெரிந்து

கொள்ளுதற்குரிய மந்திரங்களை இத்தொகுப்பு நூலில் சேர்த்துள்ளேன்.

இத் தொகுப்பு நூலில் எடுத்துக் கொடுக்கப்பட்ட மந்திரங்களின் பொருளைப் படிப்பவர்கள் நன்கு அறியும் பொருட்டு, ஒவ்வொரு மந்திரத்தின் தலைப்பில் அம்மந்திரக் கருத்தையும், அதன்பின் மந்திரத்தின் பொருளை எளிய உரைநடையிலும், அவ்வம் மந்திரத்தில் வரும் கடின சொற்களுக்குரிய பொருளை யும், இன்றியமையாத விளக்கங்களையும் தந்துள்ளேன். மந்திரத்தைத் தங்குதடை இன்றி வாசிக்கக் கடின சக்திகளைப் பிரித்தும் மந்திரங்களை அச்சிட்டுள்ளேன்.

இத் தொகுப்பு நூலில் என்னால் எழுதப்பட்ட பதினைந்து கட்டுரைகள் இத்தொகுப்பு நூலுக்கு அணி செய்யும் முறையில் இணைக்கப்பட்டுள்ளன. இக்கட்டுரைகள் திருமந்திரத்தைப் பற்றி ஆராய்ச்சி செய்வார்க்குப் பயன்படும் என்பது எனது கருத்து. இக் கட்டுரைகளின் வழி, தமிழில் மந்திரம் உண்டு என்பதும், தமிழ்த் தோத்திரப் பாடல்களால் கோவில்களில் அர்ச்சனைகளை நடத்தலாம் என்பதும் உணர்த்தப் பட்டுள்ளன. திருமூலர் வரலாற்று மாண்பு, காலம், திருமந்திரச் சிறப்பு முதலானவை பற்றிய கட்டுரைகளும் இணைக்கப்பட்டுள்ளன. திருவள்ளுவரும் திருமூலரும் ஒத்த கருத்துடையவர் என்பதும் ஒரு கட்டுரை வாயிலாக விளக்கப் பட்டுள்ளது. இவையே அன்றித் திருமந்திரத்தில் வரும் பலவகைச் சக்கரங்களுள் வயிரவச் சக்கரம் பற்றி விளக்கும் கட்டுரையும் அமைந்துள்ளது. திருவாவடுதுறை திருமந்திர மா நாட்டில் திருமந்திரம் பற்றிப் பேசிய எனது பேச்சும் கட்டுரை வடிவில் சேர்க்கப்பட்டுள்ளது.

தமிழ்மந்திரமாகிய இத்தொகுப்பு நூலில், எந்த எந்தக் கருத்துக்கள் அடங்கிய திருமந்திரங்கள் தேர்ந்தெடுக்கப்பட்டுத் தரப்பட்டுள்ளன என்பதை அறிய அவாவுவோர், இறுதியில் திருமந்திரக் கருத்துத் தலைப்பு

என்னும் பகுதியைச் சிறிது உற்று நோக்கின் நன்கு உணர்ந்து கொள்வர்.

இத்தொகுப்பு நூலில் சைவத் திருமுறைகள் பன்னிரண் டனுள் பத்தாவது திருமுறையாகத் திகழும் திருமந்திர நூலில் இருந்து 340 திருமந்திரங்களும், திருமூலர் பாடியதாகக் கருதப்படுகின்ற வைத்தியப் பகுதி என்னும் நூலிலிருந்து 25 மந்திரங்களும் தொகுத்துக் கொடுக்கப்பட்டுள்ளன.

இத்தகைய அரிய சீரிய தமிழ்மந்திரமாம் இத்தொகுப்பு நூலைத் தொகுக்க எனக்கு உணர்வைத் தந்த அம்மை அப்பரது பொன்னார் திருவடிகட்கு என் வாழ்த்தும் வணக்கமும் முதற்கண் உரியன ஆகும். இதற்குப் பாராட்டுரைகளைத் தந்து என்னை ஊக்குவிக்கும் சிவவேடப் பொலிவு பெற்ற மெய்ஞ் ஞான சீலர்கட்கும், எனது இயற்றமிழ் ஆசிரியர்க்கும், பேரறிவு படைத்த பேரறிஞர்கட்கும் எனது பணிவான வணக்கம் உரித்தாகும்.

இந்தத் தொகுப்பு நூலில் ஒவ்வொரு மந்திரங்களின் தலைப்பிலும் உள்ள கருத்து வரிகளையும், மந்திர முதற்குறிப் புக்களையும் அகர வரிசைப்படுத்தித் தந்த எனது மகளிர் திருவளர் செல்விமார் கற்பகாம்பிகை, தமிழ் அரசி, இசை அரசி ஆகிய இவர்கள், அம்மையப்பரது ஆர் அருள் பெற்றுச் சீரும் சிறப்புடன் பல்லாண்டு வாழ அவனது பொன்னார் திருவடிகளை வந்தித்து வாழ்த்தி வணங்குகின்றேன்.

-பாலூர் கண்ணப்ப முதலியார்

சிவமயம்

திருச்சிற்றம்பலம்

பாராட்டுரைகள்

திருவருள் தவயோக மதுரை ஆதீனம் ஸ்ரீலஸ்ரீ சோமசுந்தர ஸ்ரீ ஞானசம்பந்த தேசிக பரமாசாரிய சுவாமிகள்

எல்லாம் வல்ல எம்பெருமானது இன்னருளால் எல்லா நலங்களும் எய்துக.

தங்களுடைய ஏப்ரல் 28 ஆம் தேதி கடிதம் கிடைத்தது. நம்மை ஆண்டுவருகிற கருணா மூர்த்தியாகிய கடவுள், யாரைக் கொண்டு மக்களுக்கு என்ன நன்மைகளைச் செய்விக்க வேண்டுமென்று கற்பிக்கின்றனரோ, அந்தப்படியே தகுதி வாய்ந்தவர்கள் உள்ளத்தில் அதனைத் தோற்றுவித்து, அது நிறைவேறும்படியும் செய்கிறார். அவ்வாறு செயல்படக் கூடிய தகுதி வாய்ந்த ஒரு சிலரில் தாங்களும் ஒருவராக அமைந்து திகழத் திருவருள் கூட்டியிருக்கிறதென்பதை நாம் அகக்கண்ணால் கண்டு மகிழ்கின்றோம்.

தங்களுடைய பல நூல்களையும் பார்வையிட்டிருக்கின்றோம். தங்களுடைய சொற்பொழிவுகளையும் நேரில் கேட்டி ருக்கிறோம். ஆதலால், தங்களது எழுத்து வன்மையையும் சொல்லாற்றலையும் நாம் நன்கறிவோம் சொல்லாற்றல் பெற்ற பலர், தங்களது அரிய கருத்துக்களையும் அனுபவங்களையும், பின் சந்ததியார்களுக்குப் பயன்படுமாறு எழுத்தில் அமைத்துக் கொடுப்பதில்லை. அவ்வாறில்லாமல், தாங்கள், திருவருளால் பெற்ற தங்களது ஆராய்ச்சிகளை எழுத்தில் அமைத்து உலகிற்குக் கொடுத்திருப்பது பாராட்டற்குரியது.

திருமூலரது திருமந்திரத்தில் முக்கிய 365 பாடல்களுக்குத் தாங்கள் விளக்கவுரை எழுதியிருப்பதைப் பார்வையிட்டோம். பாமர மக்களும் படித்துப் பொருளுணர்ந்து கொள்ளும் வகையில் எழுதப் பெற்றுள்ளது போற்றற்குரியதாகும்.

தங்களுடைய நூல்களை எல்லாம் தமிழுலகம் பேணிப் போற்றிப் பயன் பெறவும், தாங்கள் இன்னும் அரிய நூல்கள் பல வெளியிடுவதற்குரிய வாய்ப்புக்கள் அனைத்தும் பெற்றுத் திகழவும் திருவருள் பாலிக்குமாறு. எல்லாம் வல்ல அங்கயற் கண்ணி பங்கனாம் ஆலவாய் அண்ணலைப் பிரார்த்தித்து ஆசீர்வதித்த விபூதி குங்குமப் பிரசாதமும் இத்துடன் எழுந் தருளச் செய்திருக்கிறோம். திருவருட் கவசமாக அணிந்து மேன்மையடைவீர்களாக.

சென்னை, வேப்பேரி,

ஆனந்தாஸ்ரம ஸ்ரீலஸ்ரீ வீர சுப்பைய்ய சுவாமிகள்

மடாலய மடாதிபதி

ஸ்ரீலஸ்ரீ வித்தியானந்தகிரி சுவாமிகள்

திருமந்திரம் என்பது நிறைமொழி மாந்தர் ஆணையில் கிளந்த மறைமொழி ஆகும். அஃது இலை மறை காய் போன்று, அரிதில் காணும் அரும் பொருளைத் தன்னகத்தே கொண்ட சக்தி வாய்ந்தது. இதனைத் தமிழ் மொழியில் திருமூலர் என்னும் அரும்பெரும் தவயோகப் பெரியார் ஆண்டுக்கு ஒவ்வொரு மந்திரமாக தமது அருந்தவயோகக் காட்சியில் கண்ட உண்மையை மூவாயிரம் மந்திரங்களாகப் பாடியுள்ளார் என்பது தெய்வப்புலவர் சேக்கிழார்பெருமான், உமாபதி சிவாச்சாரியார் போன்றோர்களின் கருத்தாகும். இம்மந்திரம் ஒன்பது தந்திரங்களைக் கொண்டது. வடமொழியிலும் தேவியைப் பற்றிக் கூறும் தந்திர நூல்கள் பல உண்டு. அவைகட்குத் தந்திர சாஸ்திரங்கள் என்பது பெயர். இத் திருமந்திர நூலிலும் தேவியைப் பற்றியும், இறைவனாம் சிவபெருமானைப் பற்றியும், ஸ்ரீ சக்கரம், திரு அம்பலச்சக்கரம் முதலான பல சக்கரங்களைப் பற்றிய அரிய செய்திகளும் காணக் கிடக்கின்றன. வடமொழியில் உள்ள மந்திர மஹோத்தி முதலான மந்திரநூல்கள் போன்று, தமிழில் இத் திருமந்திரம் நற்றமிழ் யாப்பால் நன்முறையில் யாக்கப் பட்டுள்ளது. இத் திருமந்திரத்திற்குத் தமிழ் மந்திரம் எனப் பெயர் சூட்டப்பட்டிருப்பது சாலப் பொருத்தமானது.

இத் தமிழ் மந்திரத்திற்குக் கற்றோர் போற்றும் அரும் பெரும்புலவர் பேராசிரியர் வித்துவான் பாலூர் கண்ணப்ப முதலியார் அவர்கள் தாம் தேர்ந்தெடுத்த 365 மந்திரங் களுக்குத் தெளிபொருள், அருஞ்சொல் உரை, விளக்கம் எழுதிப் பண்டிதர் முதல் பாமரர் யாவரும் உள்ளங்களைக்

கவரும் வகையில் உலகிற்கு அளித்திருப்பது மிக மிகப் போற்றற்கும் பாராட்டற்கும் உரியது. இவ்வுரை சாலச் சிறந்ததாகும். மந்திரத்தைப் புரிந்துகொள்ள இயலாது திகைப்புக் கொள்ளும் மக்களுக்கு இவ்வுரை ஒரு பெருந்துணை யாகும் எனில் அது மிகையாது. ஒரு சிலர் 'தமிழில் மந்திர நூற்கள் இல்லை' ஒன்று கூறும் கூற்றுக்கு இந் நூல் "இதோ உளது" என்று எடுத்துக் கூறுதற்கு ஏற்ற சான்றாக அமைந்துளது. இத் தமிழ் மந்திர நூலில் எல்லாச் செய்திகளையும் கருத்துக்களையும் தெள்ளதெளியக் காணலாம்.

கொள்கை, மேன்மை, கட்டுரை வன்மை, கலையில் தெளிவு முதலான உயர்வு அமைவுகளுடன் அன்பு, அறிவு, பண்பு, அடக்கம், சீலம் முதலான சிறந்த குணச் செல்வங்களுடன், எழுதும் வன்மையும் சொற்பொழிவு ஆற்றும் ஆற்றலும் ஒருங்கே அமையப் பெற்றவர்; திரு ஈங்கோய் மலை எழுபது உரை, சேக்கிழார் பிள்ளைத் தமிழ் பெருவிளக்க உரை, திரு வெம்பாவை, திருப்பாவை, திருப்பள்ளி எழச்சி முதலான உரைகளையும், பொய்யடிமை இல்லாத புலவர் யார் என்னும் ஆராய்ச்சி நூலையும் எழுதியவர்; தமிழ் நூல் வரலாறு என்னும் இலக்கண இலக்கிய வரலாற்று நூலையும் எழுதிப் பேரறிவு படைத்த பெருமக்களின் உள்ளங்களைக் கவர்ந்தவர்; இத்தகைய பேரறிவும் பேராற்றலும் படைத்த திரு. முதலியார் தமிழ் மந்திரத்திற்கும் உரை கண்டனர் எனில், அவ்வுரை நூலின் மாண்பைச் சொல்லவும் வேண்டுமோ? இதுபோன்ற ஏனைய அரிய பெரிய நூல் களுக்கும் உரையியற்றியருள எல்லாம் வல்ல முழுமுதற் பரம் பொருள் அறிவு, ஆற்றல், ஊக்கம், பொருள்வளம், நீடிய ஆயுள் இனிதருள்வு தாக.

சென்னை, புரசைவாக்கம்

மகா வித்துவான் மே.வீ. வேணுகோபாலப் பிள்ளை

திருமூலர் என்னும் சித்த புருடர், ஆண்டுக் கொன்றாப் மூவாயிரம் ஆண்டுகள் வரை மூவாயிரம் மந்திரங்களை அருளிச் செய்தனர் என்றும், அவை 'திருமந்திர மாலை' என வழங்கப்பட்டுச் சைவத்திருமுறைகளுள் ஒன்றாகக் கொண்டாடப்பட்டு வருகின்ற தென்றும் அறிகிறோம். சித்த புருடரான திருமூலர் திருமந்திரங்களுக்கு உண்மைப் பொருள் கண்டறிவது எளிய செயலன்று.

இத்தகைய மந்திர நூலுக்குத் துணிந்து உரை கண்ட சைவப் பேரறிஞர்களைப் பின்பற்றி, எனது அன்பிற்குரிய இயற்றமிழ் மாணவரும், செந்தமிழ்ச் செல்வர், சைவ சமய சிரோமணி, பேராசிரியர் என்னும் சிறப்புகளையுடையவரும், சென்னைப் புதுக்கல்லூரித் தமிழ்த்துறைத் தலைவருமாகிய வித்துவான் பாலூர் கண்ணப்ப முதலியார், எம். ஏ., பி.ஓ எல் சித்த புருடர் ஆண்டுக் கொன்றாகப் பாடியருளிய அருமந்திரமாகிய திருமந்திரத்தைத் தம் ஆன்ம ஈடேற்றத்திற் கருத்துடைய அன்பர் பலரும் நாளுக்கொன்றாகப் பயின்று ஓராண் டிற்குள் உறுபயன் பெறக்கருதி 365 மந்திரங்களைத் தேர்ந் தெடுத்து, அவற்றுக்கு விரிவான முறையில்' உரை விளக்கஞ் செய்து, இந்நூலை வெளி பிட்டிருக்கிறார். அவரது நன்முயற்சியை நான் பெரிதும் பாராட்டுகிறேன்.

அன்பரவர்கள், அண்மையில் மகாவித்துவான் மீனாட்சி சுந்தரம் பிள்ளையவர்கள் இயற்றிய சேக்கிழார் பிள்ளைத் தமிழுக்கு விளக்க உரைகண்டு, தொள்ளாயிரத்தெட்டுப் பக்கங்கள் கொண்ட பெருநூலைத் திருப்போரூர் ஸ்ரீகந்தப்பெருமான் தேவத்தான வெளியீடாக வெளியிடச் செய்தார். அவ்வெளி யீட்டைச் சென்னை முதலமைச்சர், சென்னைப் பல்கலைக்கழகத் துணைவேந்தர் தலைமையில் வெளியிட்டருளினார். உரையா சிரியருக்கு அவ்வமயம்

பொற்கிழியளித்துப் பொன்னாடை போர்த்தித் தேவத்தானத்தவரால் பாராட்டு வழங்கப்பட்டது.

திருநூல்களை இடையறாது ஓதுவதும், பொருள் காண்பதும், உரைவிளக்கம் செய்வதும், சொற்பொழிவாற்றுவதும் கடமைத் திருப்பணியெனக் கருதிச் செய்துவரும் அன்பரவர் களுக்குச் செல்வமுங் கல்வியும் நீடிய ஆயுளும் இறைவன் திருவருளால் ஓங்கவேண்டுமென அன்பு கனிந்து வாழ்த்து கிறேன்.

சென்னைப் பல்கலைக்கழகத் தத்துவத்துறைத் தலைவர், பேராசிரியர்

டாக்டர் டி எம் பி. மகாதேவன், எம். ஏ., பி எச். டி

சைவத் திருமுறைகள் பன்னிரண்டில் ஒன்றான திருமந்திரம் ஸ்தோத்திர நூலாகக் கருதப்படினும், சாஸ்திர நூலாகவும் விளங்கும் பெருமையுடையது. இதன் ஆசிரியராகிய திருமூலர் மூவாயிரம் ஆண்டுகள் ஞான நிஷ்டையிலிருந்து, வருஷத்திற்கொரு பாசுரமாக மூவாயிரம் பாசுரங்கள் அடங்கிய திருமந்திரத்தை அருளிச்செய்தார் என்று கூறப்படுகிறது. இதனால் நாம் தெரிந்து கொள்ளக்கூடிய உண்மை ஒன்று உண்டு. பொருளுணர்ந்தோ உணராமலோ பல்லாயிரக் கணக்கில் சொற்களைப் பேசுவது பொதுமக்கள் வழக்கம். ஆனால், ஞானவான்களோ எனில், பலகாலும் ஞான நிஷ்டையிலிருந்து எதைச் சொல்ல வேண்டுமோ, எவ்வாறு சொல்ல வேண்டுமோ அதை மட்டுமே சொல்பவர்களாவர். அவர்கள் கூறுவது உலக வாழ்க்கைக்கும் உறுதுணையாக அமையக் கூடுமெனினும், அவர்கள் நோக்கம் மக்கள் நிலையான இன்பத்தைப் பெறச் செய்வதாகும். ஆகையால், மக்கள் சிந்தித்துப் பார்க்கும் வகையில் அவர்களுடைய எண்ணத்தைத் தூண்டி, அவர்களைப் படிபடியாக உயர்நிலைக்கு அழைத்துச் செல்லும் வகையில், ஞானவான்களின் அறிவுரைகள் அமைந் திருக்கின்றன. வெளிமுகமாகச் செல்லும் ஆன்மாவை உள்முகப் படுத்தி, அங்கே இன்ப ஊற்றைக் காணச் செய்வது திருமூலர் போன்ற மஹான்களின் உத்தேசம்.

உடம்பினை முன்னம் இழுக்கென் றிருந்தேன்
உடம்பினுக் குள்ளே உறுபொருள் கண்டேன்
உடம்புளே உத்தமன் கோயில் கொண் டான்என்று உடம்பினை
யானிருந் தோம்புகின் றேனே.

உண்ணாது பட்டினி கிடந்தால் உயிர் உடலை விட்டு நீங்குமே யன்றி, ஆன்மாலயம் கிட்டாது. ஆகையால், உடம்பை ஓம்ப வேண்டும். எனினும், உடம்பை ஓம்புவதன் உத்தேசம் அதனுள் இலங்கும் உறு பொருளைக் காண்பதாகும். இந்தச் சிறந்த உண்மையை உலகியலை ஒட்டிச் செல்லுகையில் திருமூலர் உணர்த்துகிறார்.

உடல் சார்பான வாழ்க்கையிலிருந்து ஆன்மிக வாழ்க்கையின் உச்ச நிலைக்குச் செல்வதற்குச் செய்ய வேண்டிய முயற்சிகள் யாவை என்று வழிகாட்டிச் செல்கிறார் திருமூலர். ஒழுக்கம் இல்லாமல் ஆன்மிக வாழ்க்கை அமைய முடியாது என்பது மஹான்கள் அனைவர்க்கும் ஒப்ப முடிந்த கொள்கை. 'எவன் கெட்ட காரியங்களிலிருந்து விலகவில்லையோ, எவனுக்குச் சாந்தி ஏற்பட வில்லையோ, எவனுக்குச் சமாதி நிலைக்கவில்லையோ, எவனுடைய மனம் அமைதியைப் பெற வில்லையோ, அவனால் ஞானத்தினால் கூடப் பரமாத்மாவை அடைய முடியாது' என்று உபநிஷதம் கூறுகிறது. திருமூலர் ஒழுக்கத்தை வற்புறுத்திச் செய்ய வேண்டுவன எவை, தவிர்க்க வேண்டியவை எவை என்றெல்லாம் விளக்கிச் சொல்கிறார்.

அறிவார் அமரர் தலைவனை நாடிச்
செறிவார் பெறுவர் சிலர்தத் துவத்தை
நெறிதான் மிகமிக நின்றருள் செய்யும்
பெரியா ருடன்கூடல் பேரின்ப மாமே.

என்று பெரியாருடன் கூடுவதால் பெறக்கூடிய பேரின்பத்தை எடுத்துக் காட்டுகிறார். ஆன்மிக வாழ்க்கைக்குப் பெரியோர்களின் துணை இன்றியமையாதது என்பது மஹான்கள் அனைவர்க்கும் உடன்பாடு.

இனி யோகப் பயிற்சியின் நெறிமுறைகளை விளக்கிச் சொல்வதுடன் அமையாது, அதன் முடிந்த நோக்கம் யாதாயிருக்க வேண்டும், பயிற்சியின் இடையிலே ஏற்படும்

சிறு விளைவுகளை ஏன் கைவிட வேண்டும் என்பவற்றையும், திருமூலர் சுருக்கமாகக் கூறுகிறார்.

அந்நெறி இந்நெறி என்னாது அட்டாங்கத்து
அந்நெறி செநன்று சமாதி.யிலே நின்மின்
நன்னெறி செல்வார்க்கு ஞானத்தில் ஏகலாம்
புன்னெறி யாகத்திற் போக்கில்லை யாகுமே.

சிறந்த ஞான நூலான திருமந்திரத்தை நாள்தோறும் ஓதி நன்மை பெறவேண்டும் என்னும் சிறந்த நோக்கத்தோடு, பேராசிரியர் வித்துவான் பாலூர் கண்ணப்ப முதலியார் அவர்கள் இத்தகைய நூலுக்கு உரை யெழுதியுள்ளார்கள் சிறந்த தமிழ்ப் புலமையோடு ஆன்மிக நெறியில் அயராது தொண்டு செய்யும் ஆர்வமும் வாய்ந்த அவர்கள் பல வருஷங் களாகத் தாம் ஆய்ந்தறிந்த உண்மைகளைத் திரட்டிக் கட்டுரைகளாக முன்னர்ச் சேர்த்துள்ளார்கள். மூவாயிரம் பாசுரங்களைப் படிப்பதற்குத் தூண்டுதலாகவும், நாளுக்கொரு பாசுரமாக எளிதில் படிப்பதற்கு ஏற்றதாகவும், 365 பாசுரங்களைத் தேர்ந்தெடுத்து விளக்கக் குறிப்புகளுடன் அமைத்துள்ளார்கள். ஆன்மிக நெறியில் பயிலுவோர்க்கு இந்நூல் உரை பேருதவியாயிருக்கும் என்று கருதுகிறேன். இந்நூலா சிரியர் தொடர்ந்து இன்னும் பல சிறந்த நூல்களுக்கு உரை எழுதுவதற்கு இறைவன் திருவருள் துணை நிற்குமாக!

சென்னைக் கீழ்ப்பாக்கம், மருத்துவக் கல்லூரிச் சித்த வைத்தியப் பகுதிப் பேராசிரியரும், சித்த மருத்துவாங்கச் சுருக்க நூல் ஆசிரியரும் ஆகிய,

டாக்டர் க.சு. உத்தமராயன்

செந்தமிழ்ச் செல்வர், தமிழ்ப் பேராசிரியர், சைவ சமய சிரோமணி உயர்திரு. பாலூர் கண்ணப்ப முதலியார் அவர்களை நான் கடந்த முப்பது ஆண்டுகளாக நன்கு அறிவேன். அவர் சிறந்த தமிழ் நூலாராய்ச்சியுடையார் என்பதை அவருக் குள்ள பட்டங்களாலும், இப்போது சென்னை இராயப் பேட்டை புதுக்கல்லூரித் தமிழ்த்துறைத் தலைவராகப் பணி யாற்றி வருவதாலும் அறியலாம்.

சைவத்தில் மிக்க ஆர்வமும், அதை மென்மேலும் வளர்க் கவும் பரவவும் செய்யவேண்டும் என்னும் அவாவுமுடைய வரென்பது அவர் பல சைவசமய நூற்களை வெளியிட்டும், சைவசமயச் சொற்பொழிவுகளை ஆற்றியும் வருவதால் புலனா கின்றது.

இப்போது அவர்கள், தமிழில் மந்திரம் இல்லை, வட மொழியில்தான் உண்டு என்பது தவறானது, தமிழிலும் உண்டு என்று காட்டுதற்குத் "தமிழ் மந்திரம்" என்ற பெயரால் இந்த நூலை உலகுக்களித்து, அதன் மூலம் யாவரும் அறிய விளங்கவைக்கின்றார். இந்நூலில் திருமூலர் திருமந்திரத்தினின்று 365 மந்திரங்களைத் தேர்ந்தெடுத்திருக்கின்றார்.

இந்நூலின் தொடக்கத்தில் இவ் உரையாசிரியர் எழுதியுள்ள 15 ஆராய்ச்சிக் கட்டுரைகளுள் ஒன்றில் நம், சைவசமய குரவர்கள் பாடியருளிய பாக்களை விரிவுபட ஆராய்ந்து, தமிழ் மொழியிலும் அர்ச்சனை வழிபாடு செய்யலாம் என்பதைத் தெள்ளத் தெளிய எழுதி இருப்பது ஊன்றிக் கவனித்தற் குரியது.

திருமூலர் திருமந்திரத்தில் இந்நூலாசிரியர் தேர்ந் தெடுத்த 365 மந்திரங்களில் 32 செய்யுட்கள் மருத்துவம் பற்றியனவாகும். (123 முதல் 131 வரையிலும் 341 முதல் 365 வரையிலுமுள்ள மந்திரங்களைப் பார்க்க) மற்ற மந்திரங்கட்கு உரை எழுதி விளக்கம் செய்துள்ளது போல மருத்துவப் பகுதிக்கும் நல்ல பொருள் விளக்கம் எழுதியுள்ளனர். அதனை எழுதுவதற்குச் சித்தநூற்களையும் ஆராய்ந்து பொருள் கூறியுள்ளனர். தமிழ்த்துறையல்லாத மற்றத்துறையினையும் ஆய்ந்து, அதைத் தக்காங்கு எழுதி அமைத்திருப்பது போற்றற்கும் பாராட்டுதற்கும் உரியதாகும்.

மருத்துவத்துறையில் திருமூலர் 18 சித்தர்களில் ஒருவராக வைத்தெண்ணப்படுகிறார். இவர் செய்த திருமந்திரத்தில் மருத்துவப் பகுதியும், கருத்தோற்றம், கருவளர்ச்சி அமைப்புப் பற்றியும், மூன்று நாடிகளாகிய வாத, பித்த, சிலேத்து மங்களைப் பற்றியும் மூச்சுப்பழக்கம், அதாவது இடகலை, பிங்கலை, சுழுமுனை இவைகளில் மூச்சு எவ்வாறு மாறிமாறிப் பாய்கிறது என்பதையும், மூச்சின் அளவைக்கொண்டு கருத் தோற்றத்தினால் வாழ்நாள் விவரம் அறிய முடியமென்பதை யும், அப்பயிற்சியைப் பற்றி எவ்வளவு ஒருவன் அறிய வேண்டுமோ அவ்வளவும் கூறப்பட்டிருக்கின்றன. இவருடைய சமாதி சிதம்பரத்தில் உள்ளதென்று கூறுவாருமுளர்.

திரு. பாலூர் கண்ணப்ப முதலியார் சரித்திர வாயிலாகவும், கல்வெட்டு வாயிலாகவும், மற்றும் பல சான்று களாலும் திருமூலரைப் பற்றிப் பல்வகையாலும் ஆராய்ந்து, அவருடைய காலவரையறை, நூல் செய்த காரணம், வாழ்க்கை வரலாறு, இன்னோரன்ன பிறவற்றை நன்றாக ஆராய்ந்து, இந்நூலின் முதலில் தனித்தனிக் கட்டுரையாக 15 கட்டுரைகள் வரைந்துள்ளனர். இக்கட்டுரைகளால் அநேக நுட்பமான கருத்துக்கள் நமக்கு நன்கு தெரியவருகின்றன.

இந்நூலைச் சைவசமயத்தவர்களேயன்றித் தமிழ் மக்கள் ஒவ்வொருவரும் படித்தறிந்தால், சமய அறிவு வளர்வதுடன்

தமிழ் மந்திரத்தை ஓதியும் உணரலாம். மேலும், இந்த உரை விளக்கம் யாவர்க்கும் எளிதில் மந்திரத்தின் பொருளை நன்கு தெரிந்து கொள்வதற்குப் பேருதவியாய் இருக்குமென்பதில் எள்ளளவும் ஐயமில்லை என்பதையும் தெரிவித்துக் கொள்ள விரும்புகிறேன்.

தமிழ் மந்திரம்

1. தமிழ் மந்திரம் உண்டா?

நம் இந்தியா தேசத்து மக்களுக்கு ஒரு தவறான எண்ணம் இருந்து வருகிறது. அதாவது மந்திரம் என்பது ஒரு குறிப்பிட்ட மொழியில் அமைந்ததுதான் என்பதும், அதுவும் அம் மந்திரம் வட மொழியில்தான் உண்டு என்பதும் ஆகும். இவ் வெண்ணம் தவறான எண்ணம். மந்திரத்தின் இலக்கணம் கூறவந்த தொல்காப்பியர்,

நிறைமொழி மாந்தர் ஆணையில் கிளந்த
மறைமொழி தானே மந்திரம் என்ப

என்றனர். இத் தொல்காப்பியம் தமிழர்களுடைய மிக மிகத் தொன்மை வாய்ந்த நூல். கிறித்துப் பிறப்பதற்கு முன் பல்லாயிர ஆண்டுகட்கு முன்தோன்றிய நூல். அகத்திய முனிவரது 'மாணவரான தொல்காப்பியர் செய்தது தொல் காப்பியம் ஆதலின், அதன் தொன்மையைக் கூறவும் வேண்டுமா? இதன் காலத்தை அறிய அவாவுவோர், யான் எழுதியுள்ள 'தமிழ் நூல் வரலாறு' என்னும் நூலில் காண்பாராக.

மேலே காட்டிய நூற்பாவின் பொருள், எல்லாப் பண்புகளும் நிறைந்து மொழியவல்ல பெருமக்கள், ஆணையிட்டுக் கூறிய வாய்மொழிகள் யாவும் மந்திரம் ஆகும் என்பதாம். இந் நூற்பாவில் இன்ன மொழியில்தான் மந்திரம் இருக்க வேண்டும் என்பது குறிப்பிடாமையினை உணரவும். ஆனால், சொல்பவர் இன்னாராய் இருக்கவேண்டும் என்னும் குறிப்பு மட்டும் இருப்பதை நோக்கவும். அதாவது, மந்திரம் கூறுபவர் நிறைமொழி மாந்தராகவும், ஆணையில் கூறுபவராகவும் மட்டும் இருக்கவேண்டும் என்பது புலனாகிறது. இக் கருத்தை நன்கு வற்புறுத்துவார் போன்று, திருவள்ளுவரும்,

"நிறைமொழி மாந்தர் பெருமை நிலத்து
மறைமொழி காட்டி விடும்"

என்றனர். இதனால், எம்மொழியிலேனும் மறைமொழியும் மந்திர மொழியும் இருக்கலாம் அன்றோ? என்பது புலப்படுகிறது

தொல்காப்பியர் பொதுப்பட மந்திரத்திற்கு இலக்கணம் கூறினாரேனும், சிறப்பாகத் தமிழ் மந்திரத்திற்கே இலக்கணம் கூறினார் என்பது தெளிவாகிறது. தமிழில் மறைநூல்களும் மந்திரங்களும் உண்டு என்பதை மேலும் வெளிப்பட உரைக்க எண்ணிய தொல்காப்பியர்,

"பாட்டுரை நூலே வாய்மொழி" என்றும்,

"மறைமொழி கிளந்த மந்திரத்தான"

என்றும் குறிப்பிடுதல் காண்க.

மந்திர மொழிகட்கு ஒரு தனி ஆற்றல் உண்டு. அம் மந்திர மொழிகள் ஆக்கவும் அழிக்கவும் செய்யும். இதனை "உச்சிமேற் புலவர்கொள்" நச்சினார்க்கினியர், 'நிறைமொழி' என்று தொடங்கும் நூற்பாவினை விளக்கி, அதற்கு எடுத்துக் காட்டை இயம்ப வரும்போது,

"ஆரியம் நன்று தமிழ்தீ தெனஉரைத்த
காரியத்தால் காலக்கோட் பட்டானைச்-சீரிய
அந்தண் பொதியில் அகத்தியனார்
ஆணையால் செந்தமிழே தீர்க்க சிவா"

என்ற தமிழ்ப் பாட்டை வாழவைத்த மந்திரமாகவும்,

"முரணில் பொதியின் முதற்புத்தேள் வாழி
பரண கபிலரும் வாழி-அரணியல்
ஆனந்த வேட்கையான் வேட்கோக் குயக்கொண்டான்
ஆனந்தம் சேர்க சிவா"

என்ற தமிழ்ப் பாட்டை அழிக்கச் செய்த மந்திரமாகவும் காட்டினர். விளக்கம் கூறிய இடத்து, "இவை வாயில் திறவாப்பட்டி மண்டபத்தார் பொருட்டு, நக்கீரர் ஒருவன் "வாழவும் சாவவும் பாடிய மந்திரம்" என்று விளக்கம் காட்டினர். ஈண்டு, தீர்க்க என்பது உயிர்பெற்று எழுக என்பதையும், ஆனந்தம் சேர்க என்பது இறக்க என்பதையும் குறித்து நிற்கின்றன.

திருஞானசம்பந்தர் பாடல்களில் ஒன்றாம்,

செய்ய னேதிரு வாலவாய் மேவிய
ஐய னேஅஞ்சல் என்றருள் செய்யெனைப்
பொய்ய ராம் அம ணர்கொளு வும்சுடர்
பைய வேசென்று பாண்டியற் காகவே

என்பது, பாண்டியனை வெப்பு நோய் பற்றுமாறு பணித்த பாடலாகும்.

வாழ்க அந்தணர் வானவர் ஆனினம்
வீழ்க தண்புனல் வேந்தனும் ஓங்குக
ஆழ்க தீய தெலாம்அரன் நாமமே
சூழ்க வைய கமும்துயர் தீர்கவே

என்பது, பாண்டியன் நெடுமாறனது கூன்நிமிரக் கருணையுடன் கூறியதாகும்.

வேதங்களால் பூசிக்கப்பட்டுப் பின் சாத்தப்பட்ட திருமறைக்காட்டுக் கோயில் கதவை, அப்பர்,

அரக்க னைவிர லால்அடர்த் திட்டநீர்
இரக்கம் ஒன்றிலீர் எம்பெரு மான்நீரே
சுரக்கும் புன்னைகள் சூழ்மறைக் காடரோ
சரக்க இக்கத வம்திறப் பிம்மினே

என்று பாட, மூடி இருந்த கதவு திறக்கப்பட்டது.

சுந்தரர் அவிநாசி என்னும் தலத்தைத் தரிசிக்க வந்த போது, தம் பிள்ளையை முதலை உண்ட காரணத்தால் அழுது கொண்டிருந்த பெற்றோர்கள் மகிழும் வண்ணம், இறைவனை நோக்கி,

உரைப்பார் உரையுகந் துள்கவல்லார் தங்கள் உச்சியாய்
அரைக்கா டரவா ஆதியும் அந்தமும் ஆயினாய்
புரைக்காடு சோலைப் புக்கொளி யூர்அவி நாசியே
கரைக்கால் முதலையைப் பிள்ளைதரச் சொல்லுகா லனையே

என்று பாடுதலும், முதலை, தான் உண்ட பாலனைக் கரையில் கக்கிச் சென்றது.

இங்ஙனம் பல அற்புதங்களைத் தமிழ்ப் பாடல்களைக் கொண்டே நம் முன்னோர்கள் செய்துள்ளனர். இதனால் நாம் அறிவது யாது? மந்திர சக்தி தமிழ் மொழிக்கு உண்டு என்பதும், தமிழ் மொழி மந்திரங்களைக் கொண்டுள்ளது என்பதும், நமது சமயாசிரியர்கள் வாக்கெல்லாம் தமிழ்மறை என்பதும் புலனாதல் காண்க. நால்வர் வாக்குகளும் வேத வாக்கு என்பதை ஒரு புலவர்,

"சொற்கோவும் தோணிபுரத் தோன்றலும்நம் சுந்தரனும்
சிற்கோல வாதவூர்த் தேசிகனும்—முற்கோலி
வந்திலரேல் நீறெங்கே மாமறைநூல் தான்எங்கே
எந்தைபிரான் ஐந்தெழுத்தெங் கே?"

என்றனர்.

இதுவரை விளக்கிய செய்திகளால் நாம் அறிவது யாது? அதுதான் தமிழ் மொழியிலும் மந்திரங்கள் உண்டு என்பதன்றோ?

வடமொழி வேத மந்திரங்களில் காணப்படாத அரிய பெரிய குறிப்புக்களைத் தமிழ்வேதமாகத் திருமாலியர்கட்குரிய (வைஷ்ணவர்) ஆழ்வார்களின் தமிழ்த் திருப்பாட்டாகிய மந்திரங்களில் கண்டதை, அவர்கள் "தெளியாத ஐயங்களைச்

செந்தமிழில் தெளியக் காணலாம்" என்றும் அறுதியிட்டு உறுதியாகச் சொல்லியுள்ளனர்.

2. திருமூலர் வாழ்க்கை வரலாறு

திருமூலர் நந்தியம் பெருமான் திருவருள் பெற்ற நான்கு மறைகளை அறிந்த யோகியருள் ஒருவர். இவர் அணிமா. மகிமா, லகிமா, கரிமா, பிராத்தி, பிராகாமியம், ஈசத்துவம், வசித்துவம் ஆகிய எண்வகைச் சித்திகளையும் கைவரப் பெற்றவர். (இவற்றின் விளக்கத்தை நூல்விளக்கத்தில் காண்க) இவர் பொதிகை மலையில் உள்ள அகத்திய முனிவரு டன் சின்னாள் தங்குதற்குக் கயிலையினின்றும் புறப்பட்டனர்.

இங்ஙனம் புறப்பட்ட திருமூலர், வரும் வழியில் திருக் கேதாரம் வழிபட்டு வணங்கி, நேபாள தலத்தையும் பணிந்து, கங்கைக்கரை வழியே வந்து, அக்கங்கையில் நீராடிப் பின் காசிப்பதியை வந்தித்து வணங்கி, ஸ்ரீசைலத்தையும் போற்றிப் புகழ்ந்து, திருக்காளத்தித் திருமலையை வந்து அண்மினார். அங்கு அத்தலப் பெருமானைப் பணிந்து, அதன்பின் திருவாலங் காட்டை அடைந்து, அதனையும் வணங்கிக் காஞ்சியம்பதியை உற்று, அங்குச் சிலநாள் தங்கி ஏகாம்பரநாதனைப் பணிந்து வரும் நாட்களில், அங்கு இருந்த யோக முனிவர்களோடு அளவளாவித் திருவதிகை வீரட்டானத்தை அடைந்தனர்.

அங்கிருந்து சிதம்பரம் வந்து சேர்ந்தனர். தில்லையம்பதியில் திருக் கூத்தாடும் கூத்தப் பெருமானாரது குஞ்சித பாதத்தைப் போற்றிப் பணிந்து, அத்தலத்தைவிட்டுப் பிரிய மனம் இன்றி அங்குத் தங்கி இருந்தார். என்றாலும், பொதிகை மலையை அடைய வேண்டுமென்ற குறிக்கோளினால் அத் தலத்தை அரிதின் நீங்கிக் காவிரியாற்றின் கரையினை அண்மினார்; அண்மியவர் அவ்வாற்றில் நீராடினார்; பின் திருவாவடுதுறையை அடைந்தனர். இத் தலத்தை அடைந்த

திருமூலர், திருத்தலத்தை வலங்கொண்டு, அத்தலத்துப் பெருமானார்மீது விருப்பம் மிகக் கொண்டனர்,

திருவாவடுதுறையினை வந்தடைந்த திருமூலர் அத்தலத்தை விட்டு நீங்காத நிலைமைத்தான ஒரு குறிப்பினால் இருந்தாரானா லும், அத்தலத்தையும் விட்டுப் புறப்பட்டுச் சென்றவர் கண் முன், காவிரிக் கரையின் கண்ணே பசுக்கூட்டங்கள் புலம்புவதைக் கண்ணுற்றனர். பசுக்கூட்டங்கள் அழுவதை மட்டும் காணாமல், அவ் ஆன் நிரைகளை மேய்க்கும் இடையன் வாழ் நாள் முடிந்த காரணத்தால் அக் காவிரிக்கரையின் மீதே இறந்துபட்டு இருப்பதையும் கண்ணுற்றனர். அவ்விடையன் மூலன் என்னும் பெயருடையன். அவன் சாத்தனூர் அந்தணர்களின் பசுக்கூட்டங்களை மேய்க்கும் குடியில் தோன்றியவன். இடையன் வழக்கம் போல் பசுக்கூட்டங்களை மேய்க்க வந்தவன் அன்று இறந்து விட்டனன்.

பசுக்கள் தம்மைப் பசும்புல் தரையில் மேயவிட்டு, நன்னீர் பருகச் செய்து, மாலை நேரத்தில் தம் தம் இடத்திற்கு அழைத்துச் செல்லும் ஆயன் கீழே விழுந்து கிடப்பதைக் கண்டதும், அவனைச் சுற்றிக் கொண்டு கதறின; சுற்றிச்சுற்றி வந்தன; மோந்து மோந்து பார்த்தன. இந்த நிலையினை யோகியரான திருமூலர் கண்டனர். கண்டதும் அவரது உள்ளத்தில் இறைவன் திருவருளால் இப்பசுக் கூட்டங்களுக்கு நேர்ந்த துன்பத்தை ஒழிப்பேன் என்னும் உறுதி பிறந்தது. அதற்கு என் செய்தால் இப்பசுக்களின் துயர் நீங்கும் என்று சிறிது சிந்தித்து, "இவ்விடையன் உயிர் பெற்று எழுந்தால் தான் அக் கோக்குலங்கள் துன்பம் நீங்கும்" என்று முடிவு கட்டினார். இங்ஙனம் முடிவுகட்டிய திருமூலர், தமது உடம்பை ஓர் இடத்தில் பத்திரப்படுத்தி, இறந்து பட்ட மூலன் உடலில் தம் உயிரைத் செலுத்தினார். இதுவே கூடுவிட்டுக் கூடு பாய்தல் எனப்படும். இவ்வாறு செய்வதும் ஒரு சித்தே. இங்ஙனம் தம் உயிர் செலுத்தப்பட்டதும் மூலன் என்னும் இடையன் உயிருடன் எழுந்தனன். உண்மையில் மூலன் எழவில்லை. யோகியே எழுந்தனர். உடம்பு மூலன் உடம்பு; உயிர் யோகியர்

உயிர் தம்மை மேய்க்கும்இடையன் உயிருடன் எழுந்ததும் பசுக்கள் கொண்ட மகிழ்ச்சிக்கு அளவே இல்லை. அவைகள் தம் நாக்குத் தழும்பு ஏறும் வண்ணம், அம்மூலனாம் இடையனை நக்கின; மோந்தன; அணைந்தன, கனைத்தன; தமக்கு ஏற்பட்ட மகிழ்ச்சியினால் வாலைத் தூக்கிக் கொண்டு துள்ளி ஓடிப் பசியாறப் புல்லை மேயலாயின. பசுக்கூட்டங்கள் மகிழ்வுற்றுப் புல்லை மேயத் தொடங்கியதைக் கண்டு யோகிராம் திருமூலர் உளம் களித்து அவற்றின் முன் சென்றனர். அவை தம் வயிறாரப் புல்லை மேய்ந்து காவிரியின் நீரை அருந்திக் கரை ஏறின: பின் திருமூலர் அவற்றை மரநிழலில் கூட்டி இளைப்பாறச் செய்தனர்; இதற்கிடையில் சூரியனும் மறையத் தொடங்கினான். அது போது பசுக்கூட்டங்கள் மென் மெலத் தம் கன்றை நினைந்து சாத்தனூருக்குச் செல்லும் வழியில் நடக்கையில், திருமூலரும் அவற்றின் பின் போயினர்.அங்ஙனம் போனவர், பசுக்கள் தாம் தாம் சேரவேண்டிய இல்லங்களில் புகுவதைப்பார்த்து நின்றார்.

இந்நிலையில், இடையனாம் மூலனது மனையாள், பொழுது சாய்ந்தும் தன் கணவனார் வந்திலரே என்ற ஏக்கத்தால் வெளியே வந்து பார்த்தபோது, யோகியாம் திருமூலர் நிற்பதைக் கண்டாள். கண்டவள், "இவர் ஏன் வீட்டிற்கு வரத் தயங்குகின்றார்? இவருக்கு என்ன தீட்டு நேர்ந்தது?" என்று சிந்தித்து, அவரைத் தீண்ட நெருங்கினாள். ஆனால், திருமூலர் அதற்கு இடம் கொடுத்திலர். மூலனாம் இடையனது மனைவி தன் கணவனைத் தவிர்த்து வேறு சுற்றமும் மக்களும் இல்லாதவள். தம்மைத் தீண்டக் கூடாது எனத் தன் கணவன் வடிவில் நிற்கும் திருமூலர் கூறியது, அவளுக்கு வியப்பை உண்டாக்கியது. அவள் மயங்கினாள். 'நான் உங்களைத் தீண்டக் கூடாதா? என்ன இப்படிச் செய்து விட்டீரே?' என்று வருந்திக் கூறினாள். அதுபோது திருமூலராம் யோகியார், "என் உடல் உன்னுடன் அணை தற்கு உரியது அன்று" என்றுகூறி, அங்குள்ள ஒரு பொது மடத்தை அடைந்தனர்.

இடையன் மனைவிக்கு இன்னது செய்வது என்பது புரிய வில்லை. தன் கணவனது மனத்தன்மை மாறினதைக் கண்டு இரவெல்லாம் பேசிலள்; யோகியரிடமும் சென்றிலள்; உறங்கிலள், பொழுது விடிந்ததும் அவள் நேரே சாத்தனூர்ப் பெரியோர்களிடம் நடந்த நிகழ்ச்சியினைக் கூறினாள். அவர்கள் இரக்கங் கொண்டு யோகியர் இருந்த இடத்திற்குச் சென்றனர். யோகியர் யோக நிலையில் இருப்பதைக் கண்டனர். அவரை யாதொன்றும் வினவிலர். ஒருவர்க்கொருவர். "இவரை நோக்கும்போது இவர் பித்த மயக்கினால் இவ்வாறு இருக்கிறார் என்று கருதுதற்கு இல்லை. வேறு சார்பினால் ஏற்பட்ட நிலை என்று கூறுதற்கும் இல்லை. இவர் மனச்சேட்டைகளின் வேறு பாட்டை நீக்கித் தெளிந்த சிவயோகத்தில் அமர்ந்துள்ளார். இவரது நிலைமையினை அளவிட்டுச் சொல்ல இயலாது'' என்று பேசிக் கொண்டனர், பின்னர் அந்த இடையர்குல மாதினை நோக்கி, "அம்மா! இவர் பற்று நீங்கியவர் போல் காணப்படுகிறார். உபதேசம் பெற்ற போகியர் போல் தோன்றுகின்றார். இறைவன் திருவடி இன்பத்தில் ஆழ்ந்தவர் போல் காட்சியளிக் கின்றார். எல்லாம் அறிந்த சித்தர்போலப் பொலிகின்றார். முன்போல உறவுமுறை கொண்டாடத் தக்க இயல்பினர் அல்லர். உனக்கு அவர் கணவராக அமையார்'' என்று கூறினர். யோகியாரது தோற்றப் பொலிவையும் பெரியவர்கள் கூறிய மொழிகளையும் கேட்ட இடையர் குல மாது வருந்தினாள். அவளை அங்கு வந்தவர்கள் அழைத்துச் சென்றனர்.

யோகியராம் திருமூலர், தம்மைக் காணவந்தவர்கள் யாவரும் சென்ற பின்பு, தம் யோக நிலையினைக் கலைத்துக் கொண்டு பசுக் கூட்டங்கள் வந்த வழியே நடந்து வந்து, தமது உடலைச் சேமமுறவைத்த இடத்தில் தம் உடலைத் தேடியபோது, அவ்வுடல் அங்கு இல்லாமைபினை அறிந்தார். அறிந்த அவர், தமது மெய்ஞ்ஞான உணர்ச்சியினால்,"இறைவர் தாம் அருளிச் செய்த ஆகம சாத்திர நுண்பொருள்களைத் தம்மால் நில உலகில் தமிழ் மொழியின் மூலம் பரவச் செய்யத் தம் உடலை

மறைத்தார் போலும்" என்று உணர்ந்தார். இஃது ஈசன் அருள்போலும் என்றும் அறிந்து கொண்டனர்.

பல யாதவக்குல மக்கள் யோகியரைத் தொடர்ந்து வந்தனர். அவர்களை நோக்கி, 'நீங்கள் என்னைத் தொடர்வது வீண். உங்கட்கும் எனக்கும் தொடர்பு இல்லை' என்று கூறி விட்டுத் திருவாவடு துறையினை அடைந்தார். அப்படி அடைந்தவர், திருவாவடுதுறைச் செம்பொன் தியாகரை வணங்கி, வெளியே மேற்குத் திசையில் அரசமரத்தடியில் இறைவனைத் தம் உள்ளக்கமலத்தில் கொண்டு சிவயோக நிலையில் அமர்ந்திருந்தார். அப்படி அமர்ந்து, ஊன் உடம்பில் இருந்து கொண்டே பிறவித் துன்பத்தைப் போக்கலாம் என்பதை உலகத்தார் அறியச் செய்து, சரியை கிரியை யோகம் ஞானம் ஆகிய நான்கும் தெரிய வரும் முறையில், ஆண்டுக்கு ஒரு மந்திரமாக, மூவாயிரம் மந்திரங்கள் அடங்கிய திருமந்திர மாலை என்னும் நூலைச் செய்தருளினர். அம்மூவாயிர மந்திரங்களில் முதல் மந்திரத்தின் தொடக்கமாக,

ஒன்றவன் தானே இரண்டவன் இன்அருள்
நின்றனன் மூன்றினுள் நான்குணர்ந் தான்ஐந்து
வென்றனன ஆறு விரிததனன் ஏழுபார்
சென்றனன் தான்இருந் தான்உணர்ந் தெட்டே

என்று பாடி, மூவாயிரம் ஆண்டுகள் இந்நில உலகில் வாழ்ந்து, அதன் பின் திருக்கயிலை அடைந்தனர். இந்த வரலாறு சேக்கிழார் பாடிய பெரியபுராணத்தைத் தழுவி எழுதப் பட்டது.

3. திருமூலரின் சிறப்பு

சுந்தரமூர்த்தி சுவாமிகள் 'நம்பிரான் திருமூலர்,' என்று பாடி, இவரை "நம்பிரான்" என்று உரிமை கொண்டாடினர். நம்பியாண்டார் நம்பிகள், "முழுத் தமிழின்படி மன்னு வேதத்தின் சொற்படியே பரவிட்டு என் உச்சி அடிமன்ன வைத்த பிரான் மூலன் ஆகின்ற அங்கணனே" என்று மொழிந்து, அவரது திருவடிகளைத் தம் சிரமேல் வைத்துப் போற்றினர்.

பாடியவர் இன்னார் என்று அறியக் கூடாத புலவர் ஒருவர், "திருமூல தேவனையே சிந்தை செய்வார்க்குக் கருமூலம் இல்லையே காண்" என்று பாடித் திருமூலரைச் சந்தித்து வந்தாலே பிறவிக்கு ஏதுவில்லை என்பதை வற்புறுத்திச் சென்றிருக்கின்றனர். தாயுமான சுவாமிகள், "சக்கரவர்த்தி தவராச யோகி எனும் மிக்க திருமூலன் அருள் மேவுநாள் எந்நாளோ" என்று பாடி, அவரைச் "சக்கரவர்த்தி தவராச யோகி" "மிக்க திருமூலன்" என்று போற்றிய தோடன்றி, 'அவரது அருளை மேவும் நாள் எந்நாளோ' என்று பாடித் தம் அவாவினையும் கூறிப் போற்றியுள்ளனர். மூலர் மரபு தனிச்சிறப்புடையது என்பதைத் தாயுமானவரின் மாணவராகிய அருளையர் என்பவர்,பெருமிதத்துடன், "மூலன் மரபில் முளைத்த மௌனிதன் பாலன் யான் எனவும் பரி வோடும் பகர்ந்தோன்" என்று பகர்ந்துள்ளனர்.

சேக்கிழார் பெருமானார் திருமூலரை, "நந்தி அருள்பெற்ற நான்மறை யோகிகள்" என்றும், "அணிமாதி வரும் சித்தி பெற்றுடையார்" என்றும், "அருள் புரியும் தவ முனிவர்" என்றும் 'சைவ நெறி, மெய்யுணர்ந்தோர்' என்றும், "பொங்கு தவத்தோர்" என்றும், "எண் நிறைந்த உணர்வு டையார்"

என்றும், “பெருகு ஆர்வச் செற்ற முதல் தடிந்தவர்," என்றும், 'நலம் சிறந்த ஞானயோகக் கிரியா சரியை எலாம் மலர்ந்த மொழித் திருமூலத் தேவர்" என்றும், “உள் உணர்வை ஞானம் முதலிய ஒரு நான்குண்மை தெள்ளூ தீந்தமிழால் கூறும் திருமூலர்" என்றும் கூறித் திருமூலர் சிறப்பினைப் போற்றியுள்ளனர். சேக்கிழார் திருவாய் மூலம், திருமூலர் நந்தி அருள் பெற்றவர், நான்கு வேதங்களை உணர்ந்த யோகிகள், எண்வகைச் சித்திகள் கைவரப் பெற்றவர், தவ முனிவர், அருள் உள்ளம் படைத்தவர், சைவநெறியின் உண்மையினை உணர்ந்தவர், மேல்மேல் ஓங்கும் தவச் சிரேட்டர், நல்லெண்ணமும் மதிப்பும் நிறைந்த உணர்ச்சியுடையவர், ஆர்வம் கோபம் முதலானவற்றை ஒழித்தவர், சரியை, கிரியை, யோகம், ஞானம் ஆகியவற்றைத் தம் திரு மந்திரம் மூலம் மொழிந்தவர், அந் நால் நெறிகளைத் தெளிந்த தமிழ் மொழியால் மொழிந்தவர் என்பன போன்ற கருத்துக்கள் வெளியாகின்றன.

4. திருமூலர் வரலாற்றைப் பற்றிய ஆய்வுரை

திருமுலர் வரலாற்றை அறிந்து கொள்வதற்குத் துணை செய்வன, சுந்தரர் பாடிய திருத்தொண்டைத் தொகை, நம்பி ஆண்டார் செய்த திருத்தொண்டர் திருவந்தாதி, சேக்கிழார் செய்த பெரிய புராணம், உமாபதி சிவாசாரியர் பாடிய திருத் தொண்டர் புராண சாரம் என்பன.

சுந்தரர் வாக்கால் திருமூலன் வாழ்க்கையைப் பற்றிய குறிப்பு ஒன்றும் கிடைத்திலது. அவரது வாக்கின் மூலம் திருமூலர் என்னும் பெயர் மட்டும் அறிய வருகிறது. அத்துடன் நம்பிரான் திருமூலன் என்பதும் அறிய வருகிறது. சுந்தரருக்குப் பின்வந்த நம்பி ஆண்டார் நம்பிகள் மூலம், திருமூலர் வரலாறு,

குடிமன்னும் சாத்தனூர்க் கோக்குலம் மேய்ப்போன் குரம் பைபுக்கு
முடிமன்னு கூனல் பிறையாளன் தன்னை முழுத்தமிழின்
படிமன்னு வேதத்தின் சொற்படி யேவர விட்டெடன்உச்சி
அடிமன்ன வைத்த பிரான்மூலன் ஆகின்ற அங்஢ணனே

என்பது. இதன்வழி அறியும் வரலாறு, "சாத்தனூர்ப் பசுக் களை மேய்த்தவன் உடம்பில் புகுந்து சிவபெருமானைப் பற்றி வேதத்தில் சொன்னபடி தமிழில் பரப்பியவர் திருமூலர்" என்பது.

நம்பியார் வாக்கில், 'சாத்தனூர்ப் பசுக்களை மேய்த்தவன் யாவன்? அவன் பெயர் யாது? ஏன் அவன் உடலில் திருமூலர் புக்கனர்?' போன்ற வினாக்கட்கு விடைகள் காணப்பட்டன. ஆனால், சேக்கிழார் இவ் வினாக்களுக்கு எல்லாம் ஏற்ற விடைகளை விளக்கியுள்ளனர். அதனைத் திருமூலர்

வாழ்க்கை வரலாறு என்ற இடத்துக் காணவும். இதனால் திருமூலர் வரலாற்றின் முழு அமைப்பையும் அறியச் சேக்கிழார் நூலே வழிகாட்டி ஆகும் என்பது புலனாயிற்று. உமாபதியார் வாக்கான திருத்தொண்டர் புராணசாரம் என்னும் நூல் வழி காணும் திருமூலர் வரலாற்றுக் குறிப்பு, சேக்கிழார் கூறியுள்ள குறிப்பை அப்படியே அடி ஒற்றியதாகும். அப்பாடலைப் பார்ப்பின் அது நன்கு விளங்கும். அதாவது,

கயிலாயத் தொருசித்தர் பொதியில் சேர்வார்
காவிரிசூழ் சாத்தனூர் கருதும் மூலன்
பயிலாநோ யுடன்வீ யத்துயர் நீடும்
பசுக்களைக்கண் டவன்உடலில் பாய்ந்து போத
அயலாகப் பண்டைஉடல் அருளால் மேவி
ஆவடுதண் டுறைஆண்டுக் கொருபா வாகக்
குயிலாரும் அரசடியில் இருந்து கூறிக்
கோதிலா வடகயிலை குறுகி னாரே.

என்பது.

இப்பாடலில் இடையன் இறந்தமைக்குக் காரணம், நோய் என்பது குறிக்கப்பட்டுள்ளது. ஆனால் சேக்கிழார் வாக்கு, "மேய்க்கின்றான் வினைமாள வாழ்நாளை வெந்தொழில்வன் கூற்றுண்ண வீடி நிலத்திடை வீழ்ந்தான்" என்பது. அதாவது 'அவனது வினை அவனது வாழ்நாட்களை மாளச் செய்ததால், இயமனும் அதற்குத் துணையாக நின்று, அவன் உயிரை உண்ண இடையன் இறந்தான்!' என்பதாம்.

இதுவரை நாம் கண்ட திருமூலர் வரலாற்றுக் குறிப்புக்கள், புறச் சான்றுகளாகும். இனி அவரது வரலாற்றிற்குத் துணை செய்யக்கூடிய அகச் சான்றுகள் எவையேனும் உண்டா என்பதையும் ஆய்தல் வேண்டும்.

திருமூலரது வரலாற்றை அறிதற்கு அவரது வாக்குகளே அகச் சான்றாக இருந்து துணை புரிகின்றன. அவ்வாக்குகளை அவர் பாடியுள்ள திருமந்திர நூலில் திருமூலர் வரலாறு என்னும் தலைப்பின் கீழ்க் காணலாம். இனி அதனை ஆராய்வோமாக.

திருமூலர் வரலாற்றைக் கூறும் தலைப்பின் கீழ் இருபத்திரண்டு பாடல்கள் உள்ளன. சேக்கிழார் மூலரது இயற்பெயர் இன்னது என்பதைக் குறித்திலர். அவர் அவரை 'நான்மறை யோகிகள் ஒருவர்' என்றனர். ஆனால், மந்திரம் முந்நூறு என்னும் நூலின் சிறப்புப் பாயிரத்துள், அவரது பெயர் "சுந்தரநாதன்", "சுந்தரம்'என்று குறிக்கப்பட்டுள்ளது. "இதனை மந்திரம் கொண்டு வழிபடுவோர்க்குச் சுந்தரநாதன் சொல்லிய மந்திரம்" என்றும், "தந்திரம் ஒன்பது சார்வு மூவாயிரம், சுந்தரன் ஆகமச் சொல்மொழிந் தானே" என்றும் குறிக்கப்படுதல் காண்க, இவருக்கு 'நாதன்' என்னும் பட்டம் இருந்ததாகவும் புலனாகிறது. இதனை அவரே 'குரு பாரம்பரியம்' என்னும் பகுதியில், "நந்தி அருளாலே நாதனாம் பேர் பெற்றோம்" என்று கூறுதலால் அறியலாம். "நந்தி அருளால்" என்பதால், இவரது ஞானாசாரியர் நந்தியம் பெருமான் என்பது பெற்றாம். இதனைப் பலமுறை அவரே, "நந்தி அருளால் மூலனை நாடினேன்.", "நந்தி வழி காட்ட நான் இருந்தேனே.", "நந்தி அருளாலே, சதாசிவன் ஆயினேன்"., "நந்திதாள் பெற்றுத் தப்பிலா மன்றில் தனிக்கூத்துக் கண்டபின் பிதற்றுகின்றேன்', "பேர்நந்தி தன்னை",

நந்தி அருளாலே மூலனை நாடிப்பின்
நந்தி அருளாலே சதாசிவன் ஆயினேன்
நந்தி அருளாலே மெய்ஞ்ஞானத்துள் நண்ணினேன்
நந்தி அருளாலே நான்இருந் தேனே.

"அடியேன் சிரத்தினில், நற்பதமும் அளித்தான் எங்கள் நந்தியே! "நந்தி இணையடியான் தலைமேல் கொண்டு" என்று கூறியிருத்தலைக் காணவும்.

சேக்கிழாரும் "நந்தி திருவருள் பெற்ற நான்மறை யோகிகள் ஒருவர்" என்று குறிப்பிடுகின்றனர்.

திருமூலர் என்னும் பெயர், காரணப் பெயர். மூலனாம் இடையனது உடலில் புகுந்த பின்னரே இவருக்கு இப்பெயர்

ஏற்பட்டது. இவரது அருமை பெருமை நோக்கித் திருமூலர் என்னும் பெயர் வழங்கப்பட்டது.

திருமூலர் திருக் கயிலாயத்தினின்று புறப்பட்டனர் என்பர் சேக்கிழார். அங்ஙனம் அவர் திருக்கயிலையினின்று புறப்பட்டதாகத் திருமூலர் வாக்கியங்களில் இல்லை. திருக்கயிலையினின்று புறப்பட்டுப் பொதிகையில் அகத்தியருடன் தங்க உளம் கொண்டார் என்னும் அருள் மொழித்தேவர் கருத்துக்குத் திருமூலர் வாக்கு அரணாக இல்லை.

ஒரு சிலர், 'வளப்பில் கயிலை வழியில் வந்தேனே' என்னும் அடியைக்காட்டி, 'இது கயிலையிலிருந்து அவர் புறப்பட்டதைக் காட்டாதோ?'' என்னலாம். ஈண்டு, கயிலையில் வந்தேனே என்பது "திருக்கயிலாய பரம்பரையின் வழி வந்தேனே?" என்னும் பொருள் தரும் அடியாகும். சேக்கிழார் திருக்கயிலை மலையினின்று புறப்பட்டுப் பொதிகை நோக்கித் திருமூலர் புறப்பட்டா ரென்பதை,

மற்றவர்தாம் அணிமாதி வருஞ்சித்தி பெற்றுடையார்
கொற்றவனார் திருக்கயிலை மலைநின்றும் குறுமுனிபால்
உற்றதொரு கேண்மையினால் உடன்சிலநாள் உறைவதற்கு
நற்றமிழின் பொதியமலை நண்ணுதற்கு வழிக்கொண்டார்.

என்று கூறியுள்ளனர்.

திருமூலர் புறப்பட்டு இடையே பலதலங்களைக் கண்டு வணங்கினார் என்பர் சேக்கிழார். ஆனால் திருமூலர் சிதம்பரத் தலத்தைத் தாம் வணங்கியதாகக் கூறுகின்றனரே ஒழிய ஏனைய தலங்களைக் குறிப்பிட்டிலர். சிதம்பரத் தலத்துப் பொன் மன்றைக்கண்டு வணங்கியதை, "மன்று தொழுத பதஞ்சலி வியாக்ரமர் என்றவர் என்னோடு எண்மருமாமே" என்றும், "தப்பிலா மன்றில் தனிக் கூத்துக் கண்டபின்'' என்றும்கூறுதல் காண்க. ஈண்டு எண்மர் ஆவார், சனகர், சனந்தர், சனாதரர். சனற்குமாரர், பதஞ்சலி, வியாக்ரபாதர், திருமூலர் என்போர் சேக்கிழார் திருமூலன் சிதம்பரத்தை

அடைந்து ஆனந்தக் கூத்தைக் கண்டு களித்து இன்புற்றார் என்பதை,

**"அற்புதக்கூத் தாடுகின்ற அம்பலம்சூழ் திருவீதிப்
பொற்பதியாம் பெரும்பற்றப் புலியூரில் வந்தணைந்தார்"**

என்றும்,

**எவ்வுலகும் உய்யஎடுத் தருளியசே வடியாரைச்
செவ்வியஅன் புறவணங்கிச் சிந்தைகளி வரத்திளைத்து
வவ்வியமெய் உணர்வின்கண் வரும்ஆனந் தக்கூத்தை
அவ்வியல்பில் கும்பிட்டங் காராமை அமர்ந்திருந்தார்.**

என்றும் அறிவித்திருப்பதை அறியலாம்.

சிதம்பரத்தினின்று புறப்பட்ட திருமூலர், திருவாவடு துறையை அடைந்தார் என்றனர் தொண்டர் சீர்பரவுவார். இதனை அவர்,

**காவிரிநீர்ப் பெருந்தீர்த்தம் கலந்தாடிக் கடந்தேறி
ஆவின்அரும் கன்றுறையும் ஆவடுதண் துறைஅணைந்து
சேவில்வரும் பசுபதியார் செழுங்கோயில் வலம்வந்து
மேவுபெருங் காதலினால் பணிந்தங்கு விருப்புறுவார்**

என்றனர். இக்கருத்துக்கு அரணாகத் திருமூலரும் 'சிவன் ஆவடு தண் துறை சீருடையான் பதம் சேர்ந்திருந்தேனே' என்றும், "சேர்ந்திருந்தேன் சிவன் ஆவடு தண்துறை" என்றும் கூறுதல் காண்க.

திருமூலர் மூலன் என்னும் பெயரிய இடையனது உடலில் புகுந்தனர் என்பதை, நம்பி ஆண்டார் நம்பிகளும், சேக்கிழாரும் கூறுகின்றனர். திருமூலரும், "நந்தி அருளாலே மூலனை நாடினேன்'' என்றும், ''நந்தி அருளாலே மூலனை நாடிப்பின், நந்தி அருளாலே சிவன் ஆயினேன்'' என்றும் கூறுகின்றார். "மூலனை நாடினேன்'' என்னும் தொடருக்கு, மூலப் பொருளாகிய இறைவனைத் தேடினேன் என்று பொருள்

கொள்ள இருந்தாலும், வரலாற்றிற்கும் அத் தொடர் பொருத்தமாக இருத்தலின், மூலன் உடலில் புகுந்தமையினையே ஏற்றுக்கொள்ளுதல் வேண்டும். என்றாலும், ஏன் புகுந்தார் என்பதற்குத் திருமூலர் வாக்கில் சான்றில்லை. ஆனால், அங்ஙனம் புகுந்ததற்குக் காரணம் நந்தி அருள் என்பது மட்டும் அவரால் கூறப்பட்டுள்ளது. மூலன் உடலில் புகுந்த பின்னரே திருமூலர் ஆயினார் என்பதை, "தம்முயிரைப் பாய்த்தினார்; பாய்த்தியபின் திருமூல ராயெழலும்" என்னும் சேக்கிழார் வாக்கால் அறிகிறோம். சுந்தரர் இவரைத் திருமூலர் என்கிறார். நம்பியாண் டாரும் மூலன் என்கிறார். தமிழ் மூவாயிரத்தின் சிறப்புப் பாயிரச் செய்யுள் வழியும், இவரது பெயர் மூலர் என்றாயது என்பதை, "மூலன் உரை செய்த மூவாயிரம் தமிழ்" என்ற அடியில் காணலாம். என்றாலும், மாடுகளின் துயரம் நீங்க இச் செயலினைச் செய்தார் என்று திருமூலர் வாக்கால் அறிதற்கு இல்லை.

திருமூலர் தம்முடம்பைத் தக்க இடத்தில் இட்டு, அதன் பின்னர்த் தம் முயிரை மூலன் உடலில் புகுத்தினர் என்பதைச் சேக்கிழார் வாக்காகிய,

**"தவமுனிவர் தம்உடம்புக் கரண்செய்து தாம்முயன்ற
பவனவழி அவன்உடலில் தம்முயிரைப் பாய்த்தினார்"**

என்று பாடிய அடிகளால் அறிகிறோம்.

பின்னர்த் தம்முடம்பைத் தேடியபோது, அஃது இருந்த இடத்தில் இராமையை அறிந் தார் என்பதைச் சேக்கிழார், "வைத்த யாப்பினுள் உய்த்த முந்தை உடல் பொறை காணார்" என்று செப்புகின்றார். இவ்வாறு தம் உடல் காணக் கிடத்திலது என்பதைத் திருமூலர், "புகலிடத்து எம் மெய்யைப் போகவிட்டானை" என்று கூறுதல் காண்க,

திருமூலர் திருவாக்கால் அவர் திருவாவடுதுறையை அடைந்ததைக் கண்டோம். அங்ஙனம் அடைந்தவர்,

அரசமரத்தடியில் சிவயோக நிலையில் இருந்தனர் என்பதைச் சேக்கிழார்,

"ஆவடுதண் துறை அணைந்தங் கரும்பொருளை உறவணங்கி மேவுவார் புறக்குடபால் மிக்குயர்ந்த அரசின்கீழ்த் தேவிருக்கை அமர்ந்தருளிச் சிவயோகம் தலைநின்று பூவலரும் இதயத்துப் பொருளோடும் புணர்ந்திருந்தார்."

என்று கூறுகிறார்.

திருமூலரும் போதியின் அடியில் இருந்ததை,

***"சேர்ந்திருந் தேன்சிவ மங்கைதன் பங்கனைச்
சேர்ந்திருந் தேன்சிவன் ஆவடு தண்டுறை
சேர்ந்திருந் தேன்சிவ போதியின் நீழலில்
சேர்ந்திருந் தேன்சிவன் நாமங்கள் ஓதியே"***

என்றும், "நானும் இருந்தேன் நற்போதியின் கீழே" என்றும் அறிவித்தல் காண்க.

இவையே திருமூலர் வரலாற்றிற்குரிய அகச்சான்றுகள். அங்கிருந்து, அவர் பொதிகை காணச் சென்றதாக அவர் வாக்கில் இல்லை. திருவாவடுதுறையிலிருந்து கயிலாயம் சென்றார் என்ற குறிப்புமட்டும் சேக்கிழார் வாக்கில்,

***சென்னிமதி அணிந்தார்தம் திருவருளால் திருக்கயிலை
தன்னில்அு ணந் தொருகாலும் பிரியாமைத் தாளடைந்தார்.***

என்று காணப்படுகிறது.

திருமூலரது மாணாக்கர்கள் யாவர் என்னும் விளக்கம் பெரிய புராணத்துள் இல்லை. ஆனால் திருமூலர் கூறும் குரு பரம்பரை என்னும் இடத்து, அவரது மாணவர்கள் மாலாங்கன், இந்திரன், சோமன், பிரமன், உருத்திரன், கந்துரு, காலாங்கி, கஞ்சமலையன் என்பவர்கள் என்பது தெரிகிறது. இதனை அவரே,

மந்திரம் பெற்ற வழிமுறை மாலாங்கன்
இந்திரன் சோமன் பிரமன் உருத்திரன்
கந்துரு காலாங்கி கஞ்ச மலையனோ
டிந்த எழுவரும் என்வழி யாமே.

என்கின்றனர். இம்மந்திரத்தில் வரும் "மந்திரம் பெற்ற வழி முறை" என்னும் தொடரும்," இந்த எழுவரும் என் வழியாமே" என்பதும், அவரது பரம்பரையின் விளக்கம் தெளிவித்தல் காண்க.

இத்துடன் இன்றி,

"வந்தமடம் ஏழும் மன்னும்சன் மார்க்கத்தின்
முந்தி உதிக்கின்ற மூலன் மடவரை
தந்திரம் ஒன்பது சார்வுமு வாயிரம்
சுந்தர ஆகமச் சொல்மொழிந் தானே."

மாலாங்க னே இங்கு யான்வந்த காரணம்
நீலாங்க மேனியன் நேரிழை யாளொடு
மூலாங்க மாக மொழிந்ததிருக் கூத்தின்
சீலாங்க வேதத்தைச் செப்பவந் தேனே.

திருமூலர் தமது ஏழு சீடர்கட்கும் உபதேசம் செய்த நிலையினை, அவரே "இருந்த அக்காரணம் கேள் இந்திரனே" என்றும்,

நேர்ந்திடு மூல சரியை நெறியிதென்று
ஆய்ந்திடும் காலங்கி கஞ்ச மலையமான்
ஓர்ந்திடும் கந்துரு கேண்மின்கள் பூதலத்
தேர்ந்திடும் சுதத சைவத்துக்கு யிரதே.

என்று நேர்முகமாகவும், தம் மாணவர்களை முன்னிலைப்படுத்திக் கூறியதைக் காண்க.

திருமூலர் பெயரால் பல இடங்களில் மடங்கள் இருந்தமையினையும் அறிகிறோம். அவ்விடங்கள் இன்ன

என்பதைக் கோகழி அடிகள் பாடிய தத்துவ ரத்தினாகரம் என்னும் நூல்,

"கயிலையில் இமயம்தன்னில் கங்கையில் கூவம்தன்னில்
பயிலுமா முண்ட மான மடத்துடன் பருப்பதத்தில்
இயலுகா எத்திதன்னில் பெருமதில் காஞ்சிதில்லை முயலுதண்
துறையே தென்றல் கிரியிடை,"

என்று அறிவித்தல் காண்க.

5. திருமூலர் காலம்

திருமூலர் வாழ்ந்த காலம் யாது என்பதையும் ஒருவாறு உணர்தல் இன்றி அமையாதது. சுந்தரர் வாழ்ந்த காலம் கி.பி. ஒன்பதாம் நூற்றாண்டு. அவர்தம் வாக்கில் 'நம்பிரான் திருமூலர்' என்று திருமூலரைப் பாடிப் போற்றியுள்ளனர். ஆகவே சுந்தரருக்கு முற்பட்டவர் திருமூலர் என்பது எளிதில் புலனாகிறது.

திருஞான சம்பந்தர் சிறுத்தொண்டரைச் சந்தித்ததாகப் பெரிய புராணம் கூறுகிறது. சிறுத்தொண்டரின் இயற்பெயர் "பரஞ்சோதியார்" என்பது. அப்பெயர் பெற்றிருந்த போது முதலாம் நரசிம்மவர்ம பல்லவனது படைத்தலைவராக இருந்தார் என்றும், அதுபோது அரசாண்ட இரண்டாம் புலிகேசி யுடன் போரிட்டு வெற்றி பெற்றார் என்றும் சேக்கிழார் கூறுவர். முதலாம் புலிகேசி பரஞ்சோதியாருடன் எதிர்த் ததைப் புலிகேசியின் வாதாபி நகரத்துக் கல்வெட்டும் சான்றாக நின்று மொழிந்து கொண்டிருக்கிறது. அப் புலி கேசியின்காலம் கி. பி. ஏழாம் நூற்றாண்டின் பிற்பகுதி என்பது வரலாற்றாசிரியர்களின் முடிந்த முடிபு. நரசிம்மவர்ம பல்லவன் மகேந்திரவர்ம பல்லவன் மகன். அம் மகேந்திரவர்ம பல்லவன் திருநாவுக்கரசர் காலத்தவன். அதாவது கி.பி. ஏழாம் நூற்றாண்டின் முற்பகுதி. அவன் காலத்தவரான திருநாவுக்கரசரைத் திருஞான சம்பந்தர் சந்தித்தார் என்று பெரிய புராணம் பேசுகிறது. இக்காரணங்களால் திருஞான சம்பந்தர் காலம் கி. பி. ஏழாம் நூற்றாண்டு என்பறு உறுதி ஆகிறது.

திருஞான சம்பந்தர் திருவாவடுதுறைக்குச் சுவாமியின் வழிபாட்டிற்கு வந்திருந்தபோது, திருக்கோயிலின் பலி

பீடத்தின் அருகுவணங்கி வரும்போது, "இங்குத் தமிழ்மணம் கமழ்கின்றது. தோண்டிப் பாருங்கள்" என்று கட்டளையிட, அவ்வாறே தோண்டிப் பார்க்கும்போது, திருமூலரின் திருமந்திரப் பாடல்கள் கண்டெடுக்கப்பட்டனவாக ஒரு செவிமரபு வரலாறு கேட்கப்படுகிறது. இதனை உற்று நோக்கும்போது, கி.பி. ஏழாம் நூற்றாண்டினரான திருஞான சம்பந்தருக்கு முற்பட்டவர் திருமூலர் என்பது பெறப்படுகிறது.

கி.பி. ஏழாம் நூற்றாண்டினரான திருநாவுக்கரசர் தமக்கு முன்னிருந்த மாணிக்கவாசகர் வாழ்க்கை வரலாற்றைப் பற்றிய குறிப்புக்களில் ஒன்றான, 'நரிகள் குதிரைகள் ஆனதை' "நரியைக் குதிரை செய்வானும்" என்று குறிப்பிடுகின்றனர். ஆகவே, திருநாவுக்கரசருக்கு முன்பு மாணிக்கவாசகர் இருந்தார் என்பது தெரிகிறது மாணிக்கவாசகர் காலத்தில் விநாயகர் வணக்கம் குறிக்கப்படவில்லை. மேலும், அவர் பாட்டில் சண்டேசுர நாயனார் குறிப்பும், கண்ணப்பர் குறிப்பும் மட்டும் காணப்படுகின்றன. ஏனைய நாயன்மார்களைப் பற்றிய குறிப்புக்கள் காணப்பட்டில. மேலும், கி.பி. ஏழாம் நூற் றாண்டிரான அப்பர், சம்பந்தர் வாழ்க்கை வரலாற்றில் பல்லவர்களைப்பற்றிய தொடர்பு உளது. பல்லவர்களின் குறிப்பு மாணிக்கவாசகர் வாக்கில் யாண்டும் இல்லை. பல்லவர்களைப் பற்றிய செய்தியே கி. பி. நான்காம் நூற்றாண்டில் தொடங்கியது என்பது வரலாற்று உண்மை. சங்க நூற்களிலும் பல்லவர்களைப் பற்றிய குறிப்புக்கள் காணப்படவில்லை. எனவே, மாணிக்கவாசகர் கி. பி. நாலாம் நூற்றாண்டின் தொடக்கத்தில் வாழ்ந்தவர் ஆதல் வேண்டும். மாணிக்கவாசகர் காலத்தைப் பலதடை விடைகளால் அறிய அவாவுவோர் யான் எழுதியுள்ள 'பொய்யடிமை இல்லாத புலவர் யார்?' என்னும் நூலில் பரக்கக் காண்பாராக. கி. பி. நான்காம் நூற்றாண்டு மணிமொழியார் குறிப்பிட்ட பழம்பெரும் அடியார்களான கண்ணப்பர், சண்டேசுவரர் இருவர்களுள் திருமூலர் சண்டேசுரரை மட்டும் குறிப்பிட்டுக் கண்ணப்பரைக் குறிப்பிடாததை உற்று நோக்கும்போது, கண்ணப்பருக்கு

முற்பட்டவர் திருமூலர் என்பது பெறப்படுகிறது. அதாவது கி. பி. நான்காம் நூற்றாண்டு திருவாதவூரருக்கும் முற்பட்டவர் திருமூலர் என்பது புலப்படுகின்றது.

திருமூலர் சண்டேசுவரரைக் குறிப்பிட்ட திருமந்திரப் பாடல்,

உறுவ தறிதண்டி ஒண்மணல் கூட்டி
அறுவகை ஆனைந்தும் ஆட்டச்சன் தாதை
செறுவகை செய்து சிதைப்ப முனிந்து
மறுமழு வால்வெட்டி மாலைபெற் றானே.

என்பது.

சங்க காலத்தில் புலவர்கள் பலவகை யாப்பு முறைகளைக் கையாளாமல் தாம் பாடப்புகுங் காலத்து ஒரே வகையான யாப்பையே கையாண்டனர். விருத்த பேதங்கள் அப்போது காணப்படவில்லை. அக் காலப் புலவர்களைப் போலவே திரு மூலரும் கலிப்பாவின் உறுப்புக்களில் ஒரு பிரிவினையை மேற் கொண்டு அப் பாவின் மூலம் தம் நூல் முழுமையும் பாடி முடித்துள்ளனர்.

அதாவது நான்கடிகளைக் கொண்டு ஓர் அடிக்கு நான்கு சீர்கள் அமைந்த பாடல்களாகும். இதனை இக் காலத்தில் கலிவிருத்தம் என்பர். ஆனால் சங்க காலத்தில் இது கலித்தாழிசையாகக் கருதப்பட்டது. இப் பெயர் கொடுத்துப் பேசி இருப்பதைக் கலித்தொகைக்கு உரை கண்ட நச்சினார்க்கினியர் வாக்கால் தெளியவும்.

ஆகவே, திருமூலர் சங்ககாலத்துப் போக்கினை உடை யவர் என்பதை உற்று நோக்கும்போது, சங்க காலத்துப் புலவர் என்பது தெரிய வருகிறது.

சங்க காலம் என்னும்போது மூன்று சங்க காலங்கள் பெறப்படுகின்றன. முச்சங்கங்களைப் பற்றிய குறிப்பினை இறையனார் களவியல் உரையில் காண்கின்றோம். அவ்வுரையில் கடைச்சங்கம் இருந்து தமிழை ஆய்ந்த

காலத்தை ஆயிரத்து எண்ணூற்றைம்பது ஆண்டுகள் என்றும், இடைச்சங்கம் மூவாயிரத்து எழுநூறு ஆண்டுகள் தமிழை ஆய்ந்தது என்றும், தலைச்சங்கம் நாலாயிரத்து நானூற்று நாற்பது ஆண்டுகள் நின்று தமிழ் ஆய்ந்தது என்றும் காண்கின்றோம். ஆக மொத்தம் முச்சங்கம் இருந்து தமிழ் ஆய்ந்த காலம் ஒன்பதினாயிரத்துத் தொளாயிரத்துத் தொண்ணூறு ஆண்டுகள் என்பது தெரிகிறது.

ஆகவே திருமூலரும் தலைச் சங்கக் காலத்தவராகக் கருதப்பட்டால், *9990*-ஆண்டுகட்கு முற்பட்டவர் என்பது தெரிகிறது. மற்றும் பல சான்றுகளைக் காட்டியும் திருமூலர் பற்பல ஆயிரங்கட்கு முற்பட்டவர் என்பதை நிறுவலாம் என்றாலும், இத்துடன் இது நிறுத்தப்பட்டது.

6. திருமூலர் நில உலகில் பிறக்கக் காரணம்

உலகப் பெரியவர்களின் தோற்றத்திற்குப் பல காரணங்கள் உண்டு. இதனைச் சேக்கிழார் திருஞான சம்பந்தர், திருநாவுக்கரசர், சுந்தரர் போன்றார் தோற்றத்திற்குரிய காரணங்களில் நன்கு விளக்கியுள்ளார்.

தொண்டர்மனம் களிசிறப்பத் தூயதிரு நீற்றுநெறி
எண்திசையும் தனிநடப்ப ஏழுலகும் குளிர் தூங்க அண்டர்குலம்
அதிசயிப்ப அந்தணர்ஆ குதிபெருக வண்டமிழசெய்
தவம்நிரம்ப மாதவத்தோர் செயல்வாய்ப்ப தி சைஅனைத்தின்
பெருமைஎலாம் தென்திசையே வென்றேற மிசைஉலகும்
பிறஉலகும் மேதினியே தனிவெல்ல அசை.பில்செழுமதமிழ்வழக்கே அயல்வழக்கின்
துறைவெல்ல
இசைமுழுதும் மெய்அறிவும் இடங்கொள்ளும் நிலைபெருக
அவம்பெருக்கும் புல்லறிவின் அமண்முதலாம் பரசமயம்
பவம்பெருக்கும் புரைநெறிகள் பாழ்படநல் ஊழிதொறும்
தவம்பெருக்கும் சண்பையிலேதாவில் சரா சரங்கள்எலாம்
சிவம்பெருக்கும் பிள்ளையார் திருஅவதா ரம்செய்தார்.

என்று திருஞான சம்பந்தரின் தோற்றத்திற்குரிய காரணத்தைக் காட்டினர்.

திருநாவுக்கரசரின் பிறப்பிற்குரிய காரணத்தைத் "திருத் தொண்டின் நெறிவாழ வருஞானத் தவமுனிவர் வாகீசர்" என்றும் சுந்தரரின் தோற்றத்திற்குரிய காரணத்தை,

"மாத வம்செய்த தென்திசை வாழ்ந்திடத்
தீதி லாத்திருத் தொண்டத் தொகைதரப் போதுவார்"

என்றும் கூறினர். ஆனால், திருமூலர் வந்த காரணம் சொல்கிறபோது, "குறுமுனிபால் உற்றதொரு கேண்மையினால் உடன் சிலநாள் உறைவதற்கு நற்றமிழின் பொதியமலை நண்ணுதற்கு வழிக்கொண்டார்" என்கிறார், இக் கருத்துக்கு ஏற்ற குறிப்புத் திருமூலர் வாக்கில் இல்லை. ஆனால் வேறு சிறந்த குறிப்புக் காணப்படுகிறது.

இறைவன் இவரை நில உலகில் வேத ஆகமங்களின் கருத்தைத் தமிழ் மொழியில் ஆக்கச் செய்யவே, படைத்தனனாம். இக் கருத்தைத் திருமூலர் வாக்கைக் கொண்டே நன்கு நிறுவலாம்.

“என்னைநன் றாக இறைவன் படைத்தனன்
தன்னைநன் றாகத் தமிழ்செய்யும் ஆறே''

என்பதைக் காண்க.

ஈண்டுத் தமிழ் என்றது, தமிழால் அமைந்த வேதத்தின் கருத்தும் ஆகமத்தின் கருத்தும் ஆகும். இதனை வெளிப்பட "அரன் அடி நாள்தொறும் சிந்தை செய்து ஆகமம் செப்ப லுற்றேனே" என்றும், "சீலாங்க வேதத்தைச் செப்ப வந்தேனே" என்றும் திருமூலரே கூறுவது காண்க.

இறைவன் திருமூலரை வேதாகமங்களைத் தமிழில் விளக்கவே வந்தவதரிக்க செய்தார் என்பதைத் திருமூலர் வாக்கில் இருப்பதை உய்த்து உணர்ந்துதான் சேக்கிழாருந்

"தண்ணில வார் சடையார்தாம் தந்த ஆகமப்பொருளை
மண்ணின்மிசைத் திருமுலர் வாக்கினால் தமிழ் வகுப்ப"

என்று உணர்த்தினர்.

ஈண்டு ஒரு சிலருக்குத் திருமுலர் கூறியவை ஆகமத்தின் சாரமா? அன்றி வேதத்தின் சாரமா? என்னும் ஐயம் எழக் கூடும்.

திருமூலர் திருமந்திர வாக்குகளை நன்கு அலசிப் பார்க்கும் போது, வேதசாரம் பொதுவாகவும், ஆகமச்சாரம் மிகுதி யாகவும் காணப்படும். தம் திருவாயால் ஆகமத்தைப் பற்றியே மிகுதியாகப் பேசுகிறார்.

அஞ்சன மேனி அரிவையோர் பாகத்தான்
அஞ்சொடு இருபத்து மூன்றுள ஆகமம்

என்கிறார். பின்னர்,

அண்ணல் அருளால் அருளும் சிவா கமம்
எண்ணில் இருபத்தெண் கோடிநூ றாயிரம்

என்பர். இத்துடன் இன்றி, "அண்ணல் அருளால் அருளும் சிவாகமம்" என்றும் குறிப்பிடுவர்.

வேதம் பொது என்றும், ஆகமம் சிறப்பு என்றும், இவை ஒன்றுக்கொன்று பேதம் அற்றவை என்றும், திருமூலரே,

வேதமோ டாகமம் மெய்யாம் இறைவன்நூல்
ஓதும் சிறப்பும் பொதுவும் என்றுள்ளன நாதன்
உரைஅவை நாடில் இரண்டந்தம் பேதம
தென்பர் பெரியோர்க் கபேதமே

என்பர்.

ஆகமத்தைச் செப்ப வந்ததை அவரே,

நந்தி இணைஅடி யான்தலை மேற்கொண்டு
புந்தியின் உள்ளே புகப்பெய்து போற்றிசெய்
தந்தி மதிபுனை அரனடி நாள்தொறும்
சிந்தைசெய் தாகமம் செப்பலுற் றேனே

என்றும், 'சுந்தர ஆகமம் சொல் மொழிந்தானே' என்றும் உணர்த்தி அருளினர்.

இன்னோரன்ன காரணங்களால் திருமூலர் சைவ ஆகமங்களை நில உலகில் பரப்பத் தோன்றினார் என்பது பெறப்படுதல் காண்க.

7. திருமந்திரம் பற்றிய சில அரிய குறிப்புக்கள்

திருமூலர் செய்த திருமந்திரத்தின் உண்மைப் பெயர் யாது என்பதையும் அறிதல் இன்றிமையாதது. திருமந்திரம் திருமந்திர மாலை, மூவாயிரம் தமிழ், தமிழ் மூவாயிரம் என்பன திருமந்திர நூலைக் குறிப்பன. இதற்குச் சான்றாகத் திருமூலர் வாக்குகளான "மந்திரமாலை உறைப்பொடுங் கூடி நின் றோதலும் ஆமே" என்றும், "மூலன் உரைசெய்த மூவாயிரம் தமிழ்" என்றும், "முத்தி முடிவது மூவாயிரத்திலே" என்றும் வருதல் காண்க. சேக்கிழார் வாக்கில் திருமந்திரம் திருமந்திரமாலை என்றும், தமிழ் மூவாயிரம் என்றும் கூறப் பட்டுள்ளன. "ஞாலம் முதல் நான்கும் மலர் நல் திருமந்திர மாலை" என்றும், "தமிழ் மூவாயிரம் சாத்தி சாத்தி" என்றும் வருவதைக் கவனிக்கவும். பதிபசுபாச விளக்கம் என்னும் நூல், "மையல் தீர் திருமந்திரம்" என்று பகர்கிறது.

இப்போதுள்ள திருமந்திர நூல் வெளியீடுகள் பலவற்றில் முதல் பாடல் விநாயகர் வணக்கமாக,

ஐந்து கரத்தனை யானை முகத்தனை
இந்தின் இளம்பிறை போலும் எயிற்றனை
நந்திம கன்தனை ஞானக் கொழுந்தினை
புந்தியில் வைத்தடி போற்றுகின் றேனே

என்று உளது. சேக்கிழார் கருத்து, முதற்பாட்டு ஐந்து கரத்தனை என்பது அன்று. அவரது கருத்தின்படி,

ஒன்றவன் தானே இரண்டவன் இன்னருள்
நின்றனன் மூன்றினுள் நான்குணர்ந் தான்ஐந்து
வென்றனன் ஆறு விரிந்தனன் ஏழும்பார்ச்
சென்றனன் தானிருந் தான்உணர்ந் தெட்டே

என்பது,

இதனை அவர் அறுதி இட்டு உறுதியாகக் கூறுபவராய் "பரம்பொருளாம் ஏன எயிறு அணிந்தாரை "ஒன்றவன்தான்" என எடுத்து முன்னிய அப்பொருள் மாலைத்தமிழ் மூவாயிரம் சாத்தி" என்று பாடியுள்ளனர். இதற்குக் காரணம் திருமூலர் காலத்தில் விநாயகர் வணக்கம் தமிழ் நாட்டில் இல்லாமையே ஆகும். இக் கருத்தைச் சங்க நூற்களின் துணை கொண்டும், மாணிக்கவாசகர் வாக்கைக் கொண்டும் நிலை நாட்டலாம். சங்க நூற்களிலும் திருவாசகத்தும் விநாயகப் பெருமானைப் பற்றிய பாடல்களோ தொடர்களோ பெயரோ இல்லாமை அப் பாடல்களை ஊன்றிப் படிக்குங்கால் உணரவரும் உண்மையாகும்.

இனித் திருமந்திரங்களை எம்முறையில் பாடினார் என்பதை யும் சிறிது ஆராய்வோமாக. சேக்கிழார் பெருமானார் திருமூலர் திருமந்திர மூவாயிரம் பாடல்களையும் ஒவ்வோர் ஆண்டுக்கு ஒவ்வோர் மந்திரமாக மூவாயிரம் மந்திரப் பாடல் களைப் பாடினார் என்பர். இதனை,

"பான்மைமுறை ஓர்ஆண்டுக் கொன்றாகப் பரம்பொருளாம்
ஏனஎயி றணிந்தாரை ஒன்றவன்தான் எனஎடுத்து "

என்றும்.

முன்னியஅப் பொருள்மாலைத் தமிழ்முஆ யிரம்சாத்தி
மன்னியமூ ஆயிரத்தாண் டிப்புவிமேல் மகிழ்ந்திருந்து

என்றும் கூறுதல் காண்க,

இவ்வாறு சேக்கிழார் கூறுதற்குத் திருமூலர் வாக்கு இடந்தருகிறதா என்பதை ஆராய்வோமாக. சேக்கிழார் கூறுவது போல ஆண்டுக்கு ஒரு மந்திரமாக மூவாயிரம் மந்திரங்களைப் பாடினார் திருமூலர் என்பதற்கு அவர் வாக்கில் சான்றில்லை. ஆகமப் பொருளைத் தமிழில் செய்தார் என்றதற்கு அவர் வாக்கில் சான்று உண்டு. அதனை முன்னே

கண்டோம். ஆனால், பல்லாயிரம் ஆண்டு நில உலகில் இருந்தார் என்பதற்கு அவர் வாக்கில் பல சான்றுகள் உள்ளன.

இதனை "இருந்தேன் இக்காயத்தே எண்ணிலி கோடி" என்றும், 'ஒப்பில் ஒருகோடி யுகம் இருந்தேனே' என்றும்,

ஞானத் தலைவிதன் நந்தி நகர்புக்கு ஊனமில்
ஒன்பது கோடி உகம்தனுள் ஞானப்பால்
ஊட்டிஎன் நாதனை அர்ச்சித்து நானும்இருந்
தேன்நல் போதியின் கீழே

என்றும் அவர் கூறுதல் காண்க. ஈண்டு எண்ணிலிகோடி, எழு கோடி, ஒன்பது கோடி என்னும் எண்கள் உயர்வு நவிற்சி அணி என்னும் அலங்காரத்தில் அடங்குவதாயினும், பற்பல ஆண்டுகள் வாழ்ந்தார் என்பதை அறிவித்து நிற்கின்றன என்று கூறுவதில் ஐயம் இல்லை. ஒருசிலர் எப்படிப் பற்பல ஆண்டுகள் உயிருடன் வாழலாம் என்று வினவக்கூடும். அதற்குரிய வழிவகைகளையும் அவரே கூறியுள்ளனர். இக்கருத்தினை ஆணையிட்டும் அவர் வற்புறுத்தி மொழிகின்றனர்.

"ஞாலம் அறிய நரைதிரை மாறிடும்
பாலனும் ஆவர் பராநந்தி ஆணையே"

என்று ஆணையுடன் கூறுதல் காணவும். பல்லாயிர ஆண்டுகள் உயிருடன் இருக்க உபாயம் யாது எனக் கூறுமிடத்து,

நாட்டம் இரண்டும் நடுமூக்கில் வைத்திடில்
வாட்டம் இல்லை மனைக்கும் அழிவில்லை

என்றும்,

காற்றைப் பிடிக்கும் கணக்கறி வாளர்க்குக்
கூற்றை உதைக்கும் குறிஅது ஆமே

என்றும்,

வளியிடை வாங்கி வயத்தில் அடக்கில்
பளிங்கொத்துக் காயம் பழுக்கினும் பிஞ்சாம்

என்றும்,

ஈராறு கால்கொண்டு எழுந்த புரவியைப்
பேராமல் கட்டிப் பெரிதுண வல்லீரேல்
நீரா யிரமும் நிலம்ஆயிரத் தாண்டும்
பேராது காயம் பிரான்நந்தி ஆணை

என்றும் கூறுதலை உணரவும். இப்படிப் பல மந்திரங்களைத் திருமூலர் பாடியுள்ளார். ஆகவே அவர் பல்லாயிரம் நிலஉலகில் வாழ்ந்தார் என்பதில் ஐயம் ஆண்டுகள் வேண்டா.

திருமூலர் மூவாயிரம் மந்திரங்களைச் செய்ததோடு இன்றி, முந்நூறு மந்திரம், முப்பது உபதேசம் என்னும் நூல்களைச் செய்திருப்பதாகவும் அறிகின்றோம். இதற்குச் சான்று,

மூலன் உரைசெய்த மூவா யிரம்தமிழ்
மூலன் உரைசெய்த முந்நூறு மந்திரம்
மூலன் உரைசெய்த முப்பது பதேசம்
மூலன்உரை செய்த மூன்றும் ஒன்றாமே.

என்னும் பாடல் ஆகும். இந்நூல்களோடு இன்றி, வைத்தியம் பற்றியும் ஒரு நூல் செய்துள்ளனர்.

8. திருமூலர் சமாதியுள்ள திருவாவடுதுறையின் சிறப்பு

திருவாவடுதுறை என்னும் இத்தலம் மாயூரம் கும்பகோண ரயில் மார்க்கத்தின் இடையில் உள்ள நரசிங்கன் பேட்டை இரயில் அடியிலிருந்து தென் கிழக்கே ஒரு கல் தொலைவில் உளது. பேருந்து *(Bus)* வழியாகவும் இத்தலத்தை அடைய லாம். திரு *x* ஆ× அடு துறை என்று இப் பெயர் பிரிக்கப் படும். அதாவது இறைவி பசுவடிவுடன் இத்தலத்தினை அடைந்து இறைவனைப் பூசித்தனள். பின் பசு வடிவம் நீங்கப் பெற்றனள். ஆகவே, திருவாவடுதுறை என்ற பெயர் இத்தலத்துக்குப் பெயராக அமைந்தது. ஆ என்பது பசு. வடமொழியில் இத்தலத்தைக் கோமுக்தி க்ஷேத்திரம் என்பர். இதனால் இத்தலம் 'கோகழி' என்றும் கூறப்படும். அதாவது கோவாகிய (பசுவாகிய) வடிவம் நீங்கப் பெற்ற தலமாகும். இங்கு இத்தலத்துப் புராண ஆசிரியர், இறைவர் இறைவியை நோக்கி "மாடேபோ" என்று கூறியதாகச் செய்யுள் யாத்துள்ளனர். அதன் பொருள் மாடாகப்போ என்பதோடன்றி, என் பக்கத்தே எப்போதும் இருப்பாயாக என்பதும் ஆகும்.

மற்றும் இத்தலத்துக்குப் பல சிறப்புக்கள் உண்டு. இங்குப் போகநாத சித்தரின் மாணவர் திருமாளிகைத் தேவர் ஆசிரியருக்குத் தொண்டு செய்து அருள்பெற்றுச் சைவ சமய நிரூபணம் செய்து, பல அற்புதங்களைச் செய்துள்ளனர். நவகோடி சித்தர்கள் சிவஞானம் பெறத் தவம் செய்துள்ளனர். அதனால் இதற்கு நவகோடி சித்தபுரம் என்னும் பெயரும் உண்டு. திருஞான சம்பந்தர் தன் தந்தையார் யாகம் செய்யும் பொருட்டு இத்தலத்து இறைவரிடம் ஆயிரம் பொன் பெற்றனர். தேவர்கள் இத்தலத்தில் படர் அரசு மயமாக

இலங்குகின்றனர். இப்படர் அரசைக் கோயில் முன் நன்கு காணலாம். இம்மரத்தின் நிழலில் இறைவர் வீற்றிருக்கின்றனர்.

தருமதேவதை இங்குள்ள மாசிலாமணி ஈஸ்வரரை வழிபட, அதன் வழிபாட்டிற்கு இரங்கி அதனை வாகனமாகக் கொண்டதோடன்றி, அரச மரத்தடியில் அமர்ந்திருக்கும்படி இறைவர் கட்டளையிட்டருளினர். அதனையும் ஈண்டு நன்கு காணலாம். நந்தி பெரியது. இத்தலத்தில் போதி அம்பலம் என்னும் பெயரிய திருச்சபை உண்டு. இங்கு இறைவர் தேவர்களின் வேண்டுகோட் கிணங்கி மகா தாண்டவம் புரிந்தருளினர். இங்குள்ள இறைவர் முனிவர்கட்குச் சிவஞான உபதேசம் செய்து அந்தணர்கட்கு வேதத்தின் பொருளை அருளிச் செய்தனர். போகசித்தர், நவகோடி சித்தர் முதலியோர்கட்கு அட்டமா சித்திகளையும் அருளிச் செய்தனர்.

இதனால் சித்தர்கள் இங்கு எப்போதும் வசிப்பதாகக் கூறுவர் இத்தலத்துக் கோயில் மதில்கள் மீது நந்தி வடிவம் ஒன்று கூட இல்லாமல் இருப்பதை இன்றும் காணலாம். அதற்குக் காரணமும் கூறப்படுகிறது. அக்காரணம் பின்வருமாறு :

நரசிங்க மன்னன் என்பவன் நடு நாட்டையும், சோழ நாட்டையும் ஆண்டு வந்தவன். நடு நாடென்பது சோழ நாட்டிற்கும் தொண்டை நாட்டிற்கும் இடைப்பட்ட நாடாகும்.இம்மன்னன் நரசிங்கமுனை அரையன் என்றும் கூறப் பட்டவன். திருமுனைப்பாடி நாட்டைத் தலை நகரமாகக் கொண்டு ஆண்டு வந்தமையின் இப்பெயர் பெற்றவன். இவன் சோழநாடு செல்ல வேண்டுமானால் திருவாவடுதுறைக்கு அடுத்த பேட்டையில் தங்குவான். அங்ஙனம் அவன் தங்கிய இடமே நரசிங்கன் பேட்டையாகும். அதுவே இது போது ரயில் ஸ்டேஷனாக விளங்குகிறது. இம்மன்னன் பெரும் சித்தராகிய திருமாளிகைத் தேவரது பெருமையினை உணராமல், அவர்மீது போருக்குப் புறப்பட்டபோது, அவர் அவனது அறியாமையை நினைந்து

இறைவியிடம் விண்ணப் பித்துக் கொள்ள, இறைவி கோவில் மதில்களில் இருக்கும் இடபங்களை அழைத்து, அவற்றின் முதுகைத் தடவிக் கொடுத்து, அவற்றைத் தரும தேவதையாம் பெரிய நந்தியில் ஐக்கியம் ஆகுமாறு பணித்துப் பின் அப் பெரிய நந்தியை நரசிங்க மன்னனை எதிர்க்கக் கட்டளை பிறப்பித்தனள். இக் காரணங்களால் மதின்மீது நந்திகள் இல்லை என்பர்.

இத்தலத்தில் அருள்துறை என்னும் பெயரிய ஒருதிருமடம் இருந்ததாகத் தெரிகிறது; இங்கு அப்பர் பெருமானார் தங்கி இருந்தார் என்று புராணம் கூறும். இம் மடத்தில்தான் மாணிக்கவாசகர் தாம் பாடிய திருவாசகத்தை ஒழுங்கு முறை யாகக் கோவைப் படுத்தினார் என்றும் புராணம் கூறும். இங்கு மாணிக்கவாசகர்க்கு இறைவர் திருப்பெருந்துறையில் குருந்த மரத்தடியில் காட்டிய கோலத்தைக் காட்டினார் எனவும், இவ்வாறே சுந்தரமூர்த்தி சுவாமிகட்கும் திருவாரூர்க் காட்சியைக் காட்டினார் என்றும் புராணம் கூறும். சுந்தரர் நண்பரான சேரமான் பெருமாள் நாயனார் இங்கு சிவலிங்கத் தாபனம் செய்து பூசித்துள்ளனர். அச் சிவலிங்கம் லிங்கம் என்னும் பெயருடன் இன்றும் இத்தலத்து வடக்குத் திக்கில் வாயு மூலையில் இருப்பதைக் கண்டு தரிசிக்கலாம். இச் சேரலிங்கத்திற்குப் பக்கத்தே சோழலிங்கம் என்ற பெயரில் ஒரு லிங்கம் உளது. அது கோச்செங்கட் சோழ மன்னனால் பூசிக்கப் பெற்றதாகும்.

இத்தலத்தில் செம்பொன் தியாகர் வீற்றிருக்கின்றார். அவ்விடம் நவநிதி அம்பலம் எனப்படும். இவ்வம்பலத்தின் கீழ் இறைவர் பதுமநிதி, கச்சபநிதி, மாசங்கநிதி, மாபத்மநிதி, கனக நிதி, மகாநிதி, முகுந்தநிதி, சங்கநிதி, குந்தநிதி, ஆகிய ஒன்பது நிதிகளையும் புதைத்து வைத்துள்ளார் என்பர். இதனால் இது நவநிதி அம்பலம் ஆயிற்று. மற்றும் இத்தலத்தைப் பற்றி அறிய அவாவுவோர் துறைசைப் புராண வசன நூல் கொண்டு அறியலாம்.

இங்குள்ள விநாயகர், துணைவந்த விநாயகர்; அழகிய பிள்ளையார். இங்குள்ள இறைவர் மாசிலாமணி ஈசுவரர்.

மூலத்தானத்தில் விளங்குபவர் முசுகுந்தச் சக்ரவர்த்திக்குத் திருவாரூர்த் தரிசனம் தந்த இறைவர். திருப்பெயர் செம்பொன் தியாகர். செம்பொன் தியாகர் சிங்கா தனம் வீரசிங்காதனம். இவரது நடனம் சுந்தர நடனம். திருத்தேர் உற்சவம் இவருக்கு உரியது. இங்குள்ள இறைவியின் திருப் பெயர் ஒப்பிலாமுலை அம்மை என்பது. இங்குள்ள தீர்த்தங்கள் கோமுத்தி தீர்த்தம், பத்ம தீர்த்தம், கைவல்ய தீர்த்தம் என்பன. இவை முறையே திருக்கோவிலுக்கு எதிரிலும், கொங்கணேசுரர் ஆலயத்தின் பக்கலிலும், திருக்காவிரியிலும் உள்ளன. இத்தலத்தில் தை மாதம் பெருவிழா நடக்கும்.

தைமாத பிரம்மோற்சவத் திருவிழாவின் இரண்டாம் நாள் தனிச் சிறப்புடையது. அன்று காலை இறைவருடன் திருமூலர் திருவுருவமும் எழுந்தருளும். திருமூலர் திருவுருவத்தின் முன் ஒரு பசுவும் கன்றும் கொண்டு செல்லப்படும். சுவாமி திருமூலருடன் வீதிவலம் வந்து சந்நிதியை அடைந்த போது, திருமூலர் வரலாறு வாசிக்கப் பெறும். பின்பு பசுவுக்கும் பூசை நடைபெறும். அதன்பின் தீபாராதனை நிகழும். இக் காட்சியினை இன்றும் திருவாவடுதுறையில் காணலாம்

இத்தலம் தில்லைச் சிற்றம்பலத்தைப் பொன் வேய்ந்த முதல் பராந்தக சோழ மன்னனால் கற்கோயிலாகக் கட்டப் பட்டதாகும். இக் கோயிலைக் கல்லால் கட்டிய கற்சிற்பி, கற்றளிப் பிச்சை என்பவர். இவரது உருவம் இன்றும் மூலத் தானத்தின் தென்பக்கம் இறைவனைத் தொழுதவண்ணம் இருப்பதைக் காணலாம். இவருக்குக் கிழக்குப் பக்கத்தில் இவரது இளைய திருநாவுக்கரைய தொண்டர் என்பார் உருவம் உளது. இவ்வுருவங்களே அன்றி இக்கோயிலின் சிற்சில பகுதி களைச் செய்வித்தவர் உருவங்களும் உள்ளன. அவற்றைக் கல்வெட்டு வாயிலாக அறியவும்.

கல்வெட்டுகளின் மூலம் திருவாவடுதுறைத் தேவர்,

இறைவர் திருப்பெயர்கள் திருவாவடுதுறை ஆழ்வார், திருவாவடுதுறை உடையார், திருவாவடுதுறைப் பெருமான் அடிகள் என்றும், இறைவியின் திருப்பெயர் அதுலகுசநாயகி என்றும் தெரியவருகின்றன. கல்வெட்டு மூலம் பலசெய்திகள் அறிய வருகின்றன. இங்குப் புரட்டாசி மாதத்தில் ஏழு நாட்கள் திருவிழா நடந்ததாகத் தெரிகிறது. அத்திருவிழா மூல நட்சத்திரத்தில் கொடி ஏறிப் பூரட்டாதி நட்சத்திரத்தில் தீர்த்தம் ஆடலோடு முடிவுறும். பூரட்டாதி நட்சத்திரம் அன்று, திருமூல நாயனார் நாடகமும், ஆரியக் கூத்தும் நடத்தப்பட்டன.

முதல் குலோத்துங்கன் காலத்தில் திருநீலவிடங்கன் மடம், திருவீதி மடம், நாற்பத்தெண்ணாயிரவர் மடம் இருந்தன. இராஜேந்திரன் கல்வெட்டின் மூலம் சர்வ தேவன் திருமடம் என்னும் ஒரு மடம் இருந்ததாக அறிகிறோம். இம் மடங்களே அன்றி, விக்கிரம சோழன் காலத்தில் பெருந்திருவாட்டி அறச் சாலை, சங்கரதேவன் அறச்சாலை, முந்நூற்று அறுபத்து நால்வன் அறச்சாலை என்னும் பெயரில் அறச்சாலைகள் இருந்தன. இவ்வறச்சாலைகளிலும் திருமடங்களிலும் திருவா வடுதுறை உடையார் திருநாளில் அடியார்கட்கும், தபசிகட்கும், பிராமணர்கட்கும், அநாதைகட்கும் அமுது அளிக்கப்பட்டது. ஆனால் முந்நூற்று அறுபத்து நால்வன் அறச்சாலையில் மட்டும் மருத்துவ நூல் படிப்பவர்கட்கும் இலக்கண நூல் படிப்பவர் கட்கும் உணவு அளிக்கப்பட்டு வந்தது. இதை நோக்கும்போது இக்காலத்து (College Hostel) முறை அக்காலத்தும் இருந்தது என்பதை எண்ணி மகிழ்வோமாக. ஆனால் இக் காலத்தில் மாணவர் விடுதியில் மாணவர்களிட மிருந்து பணம் பெறுகின்றனர். அக்காலத்தில் மாணவர்கட்கு இலவசமாக உணவு கொடுக்கப்பட்டது. இங்கு நடனசாலை ஒன்று இருந்ததாகத் தெரிகிறது. அது நானாவித நடனசாலை என்னும் பெயருடையது.

திருமூலர் வரலாற்றில் சாத்தனூர் இடையனைப் பற்றிக் குறிப்பிடப்பட்டுள்ளது. இச்சாத்தனூர் திருவாவடுதுறைக்குத் தெற்கே இரண்டு கல் தொலைவில் உள்ளது.

இன்னோரன்ன சிறப்புடைய திருவாவடுதுறைக் கோயிலுக்குப் பக்கத்தே இதுபோது திருக்கயிலாய பரம்பரையைச் சார்ந்த திருமடம் ஒன்று உளது. இத்திருமடம் மானிடப் பிறவியைப் பெற்ற மக்கள் ஒவ்வொருவரும் கண்டு தரிசிக்க வேண்டிய திருமடம் ஆகும். கண்கவர் வனப்பிதான ஓவியங்கள் பல இங்குக் காட்சி அளிக்கின்றன. இது, பஞ்சாட்சர தேசிகர் ஆதீனம் எனப்படும். இங்குக் கொற்றவங்குடி உமாபதி சிவம் பூசித்து வந்த நடராசர் உருவம் பூசிக்கப்பட்டு வருகின்றது. நமசிவாய மூர்த்தியின் திருவுருவம் அமைந்த கோயில் சிறப் புடன் திகழ்கிறது. ஒவ்வோர் ஆண்டும் தை மாதத்தில் இங்குக் குருபூஜை பெருஞ் சிறப்புடன் நடத்தப்படுகிறது.

இத்தகைய ஆதீனத்தில் இதுபோது இருபத்தோறாவது குரு மகாசந்நிதானமாக விளங்கும் ஸ்ரீல ஸ்ரீ சுப்பிரமணிய தேசிக பரமாசாரிய சுவாமிகள் அருள் செங்கோல் நடத்தி வருகின்றார்கள். நமச்சிவாய மூர்த்தியின் குருபூசைப் பெரு விழாவில் பத்து நாட்களிலும் திருமந்திர மாநாட்டை நடத்தி, திருமந்திரார்த்தங்களைத் தக்க பேரறிஞர்களைக் கொண்டு சொற்பொழிவு ஆற்றுமாறு செய்து, உள்ளி உள்ள எலாம் ஈயும் வள்ளியோராய் இருந்து, பொருள் தானமும் ஞானதானமும் அருள் தானமும் செய்துவருகின்றார்கள். இவற் றோடு திருமந்திரத்திற்கு உரை எழுதுமாறு பணித்து, அந்நூல் களை வெளியிட்டும் வருகின்றார்கள்.

இவர் தமிழ்நாடு முழுவதும் அறச்சாலைகளை அமைத்துள்ளனர். பல்வேறு இடங்களில் திருமுறை வகுப்புக்களையும் சமய மாநாடுகளை நடத்தி வருகின்றனர். தமது திருமடத்தின் வழி வெளியாகும் நூற்களைத் தக்கார்க்கு இலவசமாக வழங்கி வருகின்றனர். உயர்நிலைப்பள்ளி ஒன்றும் நிறுவப்பெற்றுத் திருவிடைமருதூரில் சீரும் சிறப்புடன் பேரும் புகழுடன் நடந்து வருகின்றது. குருமகா சந்நிதானத்தின் திருவருள் காரணமாக வெளிவந்துள்ள கணபதி, முருகன் என்னும் நூல் ஒவ்வொருவர் கையகத்தும்

இருக்கவேண்டியவையாகும். நடராசர் என்னும் நூல் விரைவில் வெளிவர இருக்கின்றது.

குருமகா சந்நிதானம் அவர்கள் நூல் வழி செய்துவரும் ஞானதானத்திற்கு அளவே இல்லை.

இத்தகைய மாண்புகள் எல்லாம் ஒருங்கே கொண்ட திருவாவடுதுறையாம் திருத்தலத்தின் வெளிப் பிராகாரத்தின் வடமேற்கு மூலையில் திருமூலர் திருக்கோயில் கொண்டு எழுந் தருளி இருக்கின்றனர்.

9. திருமந்திரச் சிறப்பு

திருமந்திரம் வேதத்தின் பிரிவு என்பது நம்பி ஆண்டார் நம்பிகளின் கருத்து. அதனை அவர் "முழுத் தமிழின்படி மன்னு வேதத்தின் சொல்படியே பரவிட்டு" என்று மொழிந்துள்ளார். சேக்கிழார், இதனை ஆகமத்தின் பொருள் என்பர். "தண்ணில வார் சடையார் தாம் தந்த ஆகமப் பொருளை மண்ணின் மிசைத் திருமூலர் வாக்கினால் தமிழ் வகுப்ப" என்று கூறி இருப்பதைக் காண்க. இத்துடன் இன்றி இத்திருமந்திரங்கள் ஞானம், யோகம், கிரியை, சரியை இவற்றை உணர்த்துவன என்பதை, "ஞான முதல் நான்கும் மலர் திருமந்திர மாலை" என்று நவின்றுள்ளது சித்தாந்த தரிசனம் என்னும் நூல். பிறப்பாகிய கடலைக் கடத்தற்குத் திருமூலர் திருமந்திரம் தெப்பமாக உதவவல்லது என்ற கருத்தில் "திருமூலர் மாலை எனும் தெப்பத்தைப் பற்றிக்கருவேலையைக்கடப்போம் காண்" என்று கூறுகிறது. திருமுறை கண்ட புராணம் இதனை, "சிவ போகம் மிகுமந்திரம்" என்று சிறப்பிக்கிறது. அதாவது சிவ பெருமான் மீது இன்பத்தை மிகுவிக்கும் மந்திரமாம். ஔவையார் ஒத்த கருத்துடைய நூல்கள் இன்னின்ன என்று கூறவந்த இடத்துத் திருமூலர் திருமந்திரத்தையும் தேர்ந்து குறிப்பிட்டுள்ளனர்.

அப்பாடல்,

தேவர் குறளும் திருநான் மறைமுடிவும்
மூவர் தமிழும் முனிமொழியும்-கோவை
திருவா சகமும் திருமூலர் சொல்லும்
ஒருவா சகம்என் றுணர்.

என்பது, தனிப்பாடல் ஒன்று திருமந்திரதின் சிறப்பை,

திருமந்திரமே சிவகதிக்கு வித்தாம்
திருமந் திரமே சிவமாம் - அருமந்த
புந்திக் குளேநினைந்து போற்றும்அடி யார்தமக்குச்
சந்திக்கும் தற்பரமே தான்.

என்று மொழிகிறது. அதாவது திருமந்திரம் சிவகதிக்கு வித்துமாய்ச் சிவமாய், அடியார்கட்கு மேம்பட்ட பொருளுமாய் விளங்குவது என்பதாம்.

திருமந்திரத்தின் பொருட்சிறப்பைத் தவராச சிங்கமாம் தாயுமானார், தம் வாக்கில்,

திரைஅற்ற நீர்போல், தெளிய எனத்தேர்ந்த
உரைபற்றி உற்றங் கொடுக்கும்நாள் எந்நாளோ,

என்று போற்றிப் பாடியுள்ளார். இக் கருத்துக்கு அரண் செய்யும் திருமந்திரம்,

திரை அற்ற நீர்போலச் சிந்தை தெளிவார்க்குப்
புரையற்றிருந்தான் புரிசடை யோனே.

என்பது.

10. திருமந்திரம் அமைந்துள்ள முறை

திருமந்திர நூல் பாயிரம் என்னும் ஒருதனிப் பகுதியையும், முதல் தந்திரம், இரண்டாம் தந்திரம், மூன்றாம் தந்திரம், நான்காம் தந்திரம், ஐந்தாம் தந்திரம், ஆறாம் தந்திரம், ஏழாம் தந்திரம், எட்டாம் தந்திரம், ஒன்பதாம் தந்திரம் என்று ஒன்பது பிரிவுகளையும் கொண்டுள்ளது.

பாயிரத்தில் அமைந்துள்ள தலைப்புக்கள் பதிப்புக்கள் தோறும் வேறுபட்டுள்ளன. பாயிரத்தில் உள்ள சில தலைப்புக்கள் முதல் தந்திரத்தில் அமைந்துள்ளன. முதல் தந்திரத்தில் உள்ளவை சில பாயிரத்தில் உள்ளன.

தந்திரம் என்பது ஆகமமாகும். ஆகவே ஒன்பது ஆகமங்களின் கருத்துத் திருமூலர் திருமந்திர நூலில் உள என்னலாம். அவ்வொன்பது ஆகமங்கள் :

பெற்றநல் ஆகமம் காரணம், காமிகம்,
உற்றநல் வீரம், உயர்சிந்தம், வாதுளம்,
மற்றவ் வியாமளம், ஆகும்கா லோத்தரம்,
துற்றநல் சுப்பிரம் சொல்லும் மகுடமே.

இவற்றுள் முதல்தந்திரம் காரணாகமத்தின் சாரத்தையும், இரண்டாம் தந்திரம் காமிகாகமத்தின் சாரத்தையும், மூன்றாம் தந்திரம் வீராகமத்தின் சாரத்தையும், நாலாம் தந்திரம் சித்தா கமத்தின் சாரத்தையும், ஐந்தாம் தந்திரம் வாதுளாகமத்தின் சாரத்தையும், ஆறாம் தந்திரம் வியாமளாகமத்தின் சாரத்தை யும், ஏழாம் தந்திரம் கலோத்தராகமத்தின் சாரத்தையும், எட்டாம் தந்திரம் சுப்பிர ஆகமத்தின் சாரத்தையும், ஒன்பதாம் தந்திரம் மகுடாகமத்தின் சாரத்தையும் அறிவிக்கின்றன. இதனைப் பாயிரச் செய்யுள்,

வந்த மடம்ஏழு மன்னுஞ்சன் மார்க்கத்தின்
முந்தி உதிக்கின்ற மூலன் மடவரை
தந்திரம் ஒன்பது சார்வு மூவாயிரம்
சுந்தரன் ஆகமச் சொல்மொழிந் தானே.

என்று கூறுதல் காண்க.

திருமூலர் தாம் பாடிய ஒன்பது தந்திரங்களிலும் எவ்வெவற்றைச் சுருக்கமாக விளக்கிவிட்டனர் என்பதை அவரே,

ஞேயத்தை ஞானத்தை ஞாதுரு வத்தினை
மாயத்தை மாமாயை தன்னில் வரும்பரை
ஆயத்தை அச்சிவன் தன்னை அகோசர
வீயத்தை முற்றும்வி ளக்கியிட் டானே.

என்று கூறியுள்ளனர்.

ஞேயமாவது அறியப்படும் பொருள். ஞானமாவது அறிவு ஞாதுருவம் என்பது அறிபவன். மாயை மாயைகள். அவை உலகத் தோற்றத்திற்கு முதற்காரணமாகிய சுத்தமாயை, அசுத்தமாயை, பிரகிருதிமாயை என்பன. மாமாயை தன்னில் வரும்பரை என்பது சுத்தமாயையில் வசிக்கும்பரை. ஆயமாவது ஆதிசத்தி, திரோதாயிசத்தி, இச்சாசத்தி, ஞானசத்தி, கிரியா சத்தி முதலான சத்திகளின் கூட்டம். சிவமாவது அப்பரம் பொருளாய சிவம். தன்னையாவது சீவான்மா. வீயமாவது பீஜாட்சரம்.

திருமந்திர நூலில் பல சக்கரங்களும், பீஜாட்சர மந்திரங்களும் கூறப்படினும், அவற்றிற்கெல்லாம் மூலமாய் வித்தாய் இருப்பது பஞ்சாட்சர மந்திரமே என்பது அறுதியிட்டு உறுதி யாகக் கூறப்பட்டுள்ளன.

முதல் தந்திரத்தில் மக்கள் கடைப்பிடிக்க வேண்டிய ஒழுக்கங்கள் பலவும கூறப்பட்டுள்ளன. இத் தந்திரத்தை உற்று நோக்கினால் திருக்குறட் கருத்துக்கள் பலவற்றை அறிந்து

கொள்ளலாம். உதாரணமாகப் பிறர் மனை நயவாமை புலால் மறுத்தல் முதலான தலைப்புக்களைக் கொண்டு உணரலாம். இத் தந்திரத்தில் இருபத்து நான்கு தலைப்புக்கள் உள்ளன.

இரண்டாம் தந்திரத்தில் இருபத்தைந்து தலைப்புக்கள் உள. இதில் சிற்சில புராண வரலாற்றுக் குறிப்புக்களும், கரு எப்படி உண்டாகிறது என்பதும், இறைவனது படைத்தல் முதலான ஐவகைத் தொழில்கள் இன்ன என்ன பேசப்பட்டுள்ளன.

மூன்றாம் தந்திரத்தில் இருபத்தொரு தலைப்புக்கள் உள்ளன. இதில் அட்டமாசித்தி, அட்டாங்கயோகம், பிராணா யாமம், யோகம், ஆயுள் பரீட்சை முதலான பல்வகைச் செய்திகள் அடங்கியுள்ளன.

நான்காம் தந்திரத்தில் பதின் மூன்று தலைப்புக்கள் உள்ளன. இதில் பல சக்கர அமைப்புக்களும், வயிரவி மந்திரம் போன்ற பல மந்திரங்களுக்கான மார்க்கமும் குறிக்கப்பட்டுள்ளன.

ஐந்தாம் தந்திரம் இருபது தலைப்புக்களைக் கொண்டது. இதில் சரியை, கிரியை, யோகம், ஞானம் பற்றியும், சத்புத்திர மார்க்கம், தாச மார்க்கம், சகமார்க்கம், ஞானமார்க்கம் பற்றியும், சாலோக சாமீப சாருப சாயுச்சிய நிலைகளைப் பற்றியும், சைவத்தின் வகைகள் பற்றியும் கூறப்பட்டுள்ளன.

ஆறாம் தந்திரத்தில் சீடனது இலக்கணம், சிவவேடம், அவவேடம், தவவேடம், திருநீற்று மாண்பு, துறவு, பக்குவன் முதலான பல செய்திகள் குறிக்கப்பட்டுள்ளன. பதினான்கு தலைப்புக்கள் உள.

ஏழாம் தந்திரத்தில் முப்பத்தெட்டுத் தலைப்புக்கள் உள்ளன. இதில் அடியார் பெருமை, சற்குருவாக அமையா தவர், லிங்க வகைகள், பசுவின் (ஆன்மாவின்) இலக்கணம், அடியார்கட்கு அன்னம் இடலின் சிறப்பு, சமாதி அமைய வேண்டிய முறை, குருபூசை விதி முதலான பல குறிப்புக்கள் பேசப்பட்டுள்ளன.

எட்டாம் தந்திரத்தில் நாற்பத்து மூன்று தலைப்புக்கள் உள்ளன. இஃது எல்லாத் தந்திரங்களைக் காட்டிலும் மிகுதியான தலைப்புக்களைக்கொண்ட தந்திரம் ஆகும். தத்துவமசி வாக்கியம், ஞானி செயல், பதி பசு பாச விளக்கம், முக்குற்றம், முக்கரணம், முப்பரம், முப்பாழ், வாய்மை,பக்தி முதலானவை இதில் கூறப்பட்டுள்ளன.

ஒன்பதாம் தந்திரத்தில் இருபத்து மூன்று தலைப்புக்கள் உள்ளன. அதிசூக்கும பஞ்சாட்சரம், சிவதரிசனம், சிவசொரூப தரிசனம், சூக்கும பஞ்சாட்சரம், ஞானோதயம், ஞானகுரு தரிசனம், தூல பஞ்சாட்சரம். திருக்கூத்துத் தரிசனம் முதலானவை பேசப்பட்டுள்ளன.

11. மறைபொருள் அமைந்த மந்திரங்கள்

திருமந்திர நூல் மந்திரம் என்பதற்கு ஏற்பப் பல மந்திரங்கள் மறை பொருள்களைத் தம்மிடத்தே கொண்டு திகழ்கின்றன. அவற்றுள் சிலவற்றை ஈண்டு எடுத்துக் காட்டுவது தக்கதாகும்.

***1.* வழுதலை வித்திடப் பாகல் முளைத்தது**
புழுதியைத் தோண்டினேன் பூசணி பூத்தது
தொழுதுகொண் டோடினார் தோட்டக் குடிகள்
முழுதும் பழுத்தது வாழைக் கனியே.

இம்மந்திரம் தோட்டப் பயிரைப் பற்றிய சொற்களைக் கொண்டு திகழ்கிறது. இத் தோட்டப் பயிர்ப் பொருள்களின் மூலம், அரிய குறிப்பை மறைபொருளாகக் குறித்துள்ளனர். இம்மந்திரப் பாட்டின் பொருளை மேல் போக்காகப் பார்க்கும் போது, "வழுதலங் கத்தரிக்காய் விதையை விதைத்தேன்; விதைக்கு ஏற்பக் காய்க்காமல் பாகல்காய் முளைத்தது. பின் மண்புழுதியைத் தோண்டினேன். பூசணி பூத்தது. இந்த மாறுபாடான நிகழ்ச்சியைக் கண்ட தோட்டக்காரர்கள் ஓடி விட்டனர். பின்னர் வாழைப்பழம் பழுத்தது" என்பது புலப் படும்.

ஆனால், இப்பாட்டின் உள் பொருள், "யோகப் பயிற்சியினை மேற்கொண்டேன். அதனால் வைராக்கியம் வளர்ந்தது. தத்துவங்களை ஆராயத் தொடங்கினேன். இவ் வாராய்ச்சியின் பயனாகச் சிவம் வெளிப்பட்டது. சிவம் வெளிப்பட்டதும் ஐந்து இந்திரியங்களும் தொண்ணூற்றாறு தத்துவங்களும் நீங்கின. அதன்பின் திருவடிப் பேறாகிய "ஆன்ம லாபம்" கிடைத்தது என்பது.

ஈண்டு வழுதலை வித்து யோகப் பயிற்சியினையும், பாகல் வைராக்கியத்தையும், புழுதியைத் தோண்டல் தத்துவ ஆராய்ச்சியையும், பூசணி சிவத்தையும், தோட்டக்குடிகள் இந்திரியாதி விடயங்களையும், வாழைக்கனி ஆன்ம லாபத்தை யும் உணர்த்தி நிற்கின்றன.

2. இரண்டு கடாஉண்டு இவ்வூரின் உள்ளே
இரண்டு கடாவுக்கும் ஒன்றே தொழும்பன்
இரண்டு கடாவும் இழுத்துப் பிடிக்கில்
இரண்டு கடாவும் ஒருகடா ஆகுமே.

இந்த மந்திரத்தின் மேற்பொருள், இவ்வூரில் இரண்டு கடா மாடுகள் உள்ளன. கடாக்களை மேய்ப்பவன் ஒருவனே. இவ்விரண்டு கடாக்களையும் இழுத்துப் பிடித்தால், அவ்விரண்டு கடாக்களும் ஒரு கடாவாக மாறும் என்பது. ஆனால் இதன் உள்பொருள் வேறு. அதாவது இவ்வுடம்பில் இரேசக பூரகம் என்னும் இரண்டு கலைகள் உள. இக்கலைகளை நடத்துவது சீவான்மா. இச் சீவான்மா இருகலைகளைத் தம் போக்கில் போகவிடாமல் தடுத்துக் கும்பகத்தில் அமைத்தல் வேண்டும் என்பது. இதனை மேலும் விளக்கப் புகுந்தால், இட கலை, பிங்கலை வழியே வரும் காற்றை அடக்கி யோகம் புரிதல் வேண்டும் என்பது போதரும்.

3. பார்ப்பான் அகத்திலே பாற்பசு ஐந்துண்டு
மேய்ப்பாரும் இன்றி வெறித்துத் திரிவன
மேய்ப்பாரும் உண்டாய் வெறியும் அடங்கினால்
பார்ப்பான் பசுஐந்தும் பாலாய்ச் சொரியுமே.

இதன் வெளிப் பொருள் பார்ப்பானுடைய வீட்டில் பால் தரும் பசுக்கள் ஐந்து உள. அவை மேய்ப்பார் இல்லாத காரணத்தால் வெறித்துத் திரிகின்றன. அப்பசுக்களை அடக்கி மேய்க்கும் இடையன் ஏற்பட்டால் அவை பாலை நன்கு சொரியும் என்பதாம்.

இதன் உள் பொருள்: உடலில் ஐந்து இந்திரியங்கள் உள்ளன. அவை தம்மில் உலக விஷயத்தில் ஈடுபட்டு உழல்கின்றன. அவற்றை அவ்வாறு போக ஒட்டாமல்படி ஞானா சாரியன் வந்து உபதேசிக்கில் ஆனந்தம் பிறக்கும் என்பதாம்.

ஈண்டுப் பார்ப்பான் பிரமனையும், அகம் அவனால் படைக்கப்பட்ட சரீரத்தையும், ஐந்து பசுக்கள் மெய், வாய், கண், மூக்கு, செவி ஆகிய ஐந்து இந்திரியங்களையும், வெறித்துத் திரிவது உலகப் பற்றில் ஈடுபடுவதையும், பாலாய்ச் சொரிதல் ஆனந்தம் விளைதலையும் உணர்த்தி நிற்கின்றன.

இவை போன்ற மந்திரங்கள் பல திருமந்திர நூலில் உள. ஆண்டுக் காண்க.

12. தமிழ் மந்திர அர்ச்சனை

தமிழ் வேதமுடைத்து; மந்திரம் உடைத்து என்று கண்டோம். இங்ஙனம் தமிழ் மந்திரங்களை உடையதாய் இருந்ததனால் தான் வழிபாடுகள் (அதாவது அர்ச்சனை) தமிழ் மொழியிலும் நடந்துள்ளன. இதனைத் திருஞானசம்பந்தர் தெள்ளத் தெளிய, "தம்மலர் அடி ஒன்றடியவர் பரவத் தமிழ்ச் சொலும் வடசொலும் தாள்நிழல் சேர, அம்மலர்க் கொன்றை அணிந்த எம் அடிகள் அச்சிறு பாக்கமதாட்சி கொண்டாரே" என்று அருளிச் செய்துள்ளார். இங்குத் தமிழ்ச்சொலும் வட சொலும்தாள் நிழல்சேர என்பது தமிழாலும் வடமொழி யாலும் மந்திரங்களைச் சொல்லி மலரைத் திருவடிகளில் சூட்டிய குறிப்பை உணர்த்துவதாகும். இதனால்தான் அப்பரும் இறைவரை "ஆரியன் கண்டாய், தமிழன் கண்டாய்" என்று போற்றித் துதித்தனர்.

தமிழ் மொழியின் அர்ச்சனையே இறைவனுக்கும் பிடித்தம் என்பதைச் சுந்தரர் வாழ்க்கை வரலாற்றில் இறைவர் உணர்த்துவார் ஆயினர். இவ்வுண்மையினைச் சேக்கிழார்,

மற்றும்நீ வன்மைபேசி வன்தொண்டன் என்னும் நாமம்
பெற்றனை நமக்கும் அன்பில் பெருகிய சிறப்பில்மிக்க
அர்ச்சனை பாட்டே ஆகும் ஆதலால் மண்மேல் நம்மை
சொற்றமிழ் பாடுகென்றார் தூமறை பாடும் வாயார்.

என்று அறிவித்துள்ளனர்.

வடமொழியில் "ஏகதந்தாயநம" என்பதை 'ஒற்றைக் கொம்பனே போற்றி' என்று கூறினும் விநாயகப் பெருமான் ஏற்பான் அல்லனோ? திருநாவுக்கரசரது போற்றித் திருத்தாண்டகங்களும் மணிமொழியாரது போற்றித் திரு

அகவலும் தமிழால் அர்ச்சனை நடத்தலாம் என்பதையே உணர்த்துவன வாகும்.

"எல்லாரும் சிவன்என்ன நின்றாய் போற்றி
எரிசுடராய் நின்ற இறைவா போற்றி
கொலலார் மழுவாள் படையாய் போற்றி
கொல்லும் கூற்றொன்றை உதைத்தாய் போற்றி
கல்லாதார் காட்சிக கரியாய் போற்றி
கற்றார் இடும்பை களைவாய் போற்றி
வில்லால் வியன்அரணம் எய்தாய் போற்றி
வீரட்டம் காதல் விமலா போற்றி"

இது திருவீரட்டானத் திருத்தாண்டகம். இது பத்துப் போற்றித் தாண்டகப் பாடல்களை யுடையது.

"கற்றவர்கள் உண்ணும் கனியே போற்றி
கழல்ஆடைந்தார் செல்லும் கதியே போற்றி
அற்றவர்கட் காரமுதம் ஆனாய் போற்றி
அல்லல்அறுத் தடியேனை ஆண்டாய் போற்றி
மற்றொருவர் ஒப்பில்லா மைந்தா போற்றி
வானவர்கள் போற்றும் மருந்தே போற்றி
செற்றவர்தம் புரம்எரித்த சிவனே போற்றி
திருமூலத் தானனே போற்றி போற்றி"

என்பது திருவாரூர்ப் போற்றித் திருத்தாண்டகம். இதில் பத்துப் போற்றித் திருத்தாண்டகப் பாடல்கள் உண்டு.

"வேற்றாகி விண்ணாகி நின்றாய் போற்றி
மீளாமே ஆள் என்னைக் கொண்டாய் போற்றி
ஊற்றாகி உள்ளே ஒளித்தாய் போற்றி
ஓவாத சுத்தத் தொளியே போற்றி
ஆற்றாகி அங்கே அமர்ந்தாய் போற்றி
ஆறங்கம் நால்வேதம் ஆனாய் போற்றி
காற்றாகி எங்கும் கலந்தாய் போற்றி
கயிலை மலையானே போற்றி போற்றி."

என்பது திருக்கயிலாயம் போற்றித் திருத்தாண்டகம். திருக்கயிலாயப் போற்றித் திருத்தாண்டகப் பாடல்கள் முப்பது உள்ளன.

திருவாதவூரர், போற்றித் திருவகவல் என்றும் ஒரு ஒரு பாடலையே பாடியுள்ளனர். அப்போற்றித் திருவகவல்,

தாயே ஆகி வளர்த்தனை போற்றி
கைதர வல்ல கடவுள் போற்றி
ஆடக மதுரை அரசே போற்றி
கூடலில் இலங்கும் குருமணி போற்றி
தென்தில்லை மன்றினுள் ஆடி போற்றி
இன்றெனக் காரமுதம் ஆனாய் போற்றி
மூவா நான்மறை முதல்வா போற்றி
சேவார் வெல்கொடிச் சிவனே போற்றி.

என்று நூற்று முப்பத்து மூன்று அடிகள் போற்றி போற்றி என்று முடியும் அடிகளைக் கொண்டுள்ளது.

சிவபுராணப் பகுதியில்,

ஈசன் அடிபோற்றி எந்தை அடிபோற்றி
தேசன் அடிபோற்றி சிவன்சே அடிபோற்றி
நேயத்தே நின்ற நிமலன் அடிபோற்றி
மாயப் பிறப்பறுக்கும் மன்னன் அடிபோற்றி
சீரார் பெருந்துறைநம் தேவன்அடிபோற்றி
ஆராத இன்பம் அருளும் மலை போற்றி.

என்றும் பரவிப் போற்றி வணக்கம் செய்துள்ளார். திருவண்டப் பகுதியிலும்

இன்றெனக் கெளிவந் திருந்தனன் போற்றி
அளிதரும் ஆக்கை செய்தோன் போற்றி
ஊற்றிருந் துள்ளம் களிப்போன் போற்றி,

என்றும் போற்றிப் பாடியுள்ளனர்.

இத்துடன் இன்றித் திருச்சதகப் பகுதியில் ஒன்றான காருண்யத்திரங்கல் என்னும் தலைப்பின் கீழ் அமைந்த பத்துப் பாடல்கள் போற்றிப் பாடல்களாகவே அமைந்துள்ளன.

எம்பிரான் போற்றி வானத்
தவரவர் ஏறு போற்றி
கொம்பரார் மருங்குல் மங்கை
கூறவெண் ணீற போற்றி
செம்பிரான் போற்றி தில்லைத்
திருச்சிற்றம் பலவ போற்றி
உம்பரா போற்றி என்னை
ஆளுடை ஒருவ போற்றி

என்பது அப்பகுதியில் ஒரு போற்றிப் பாடல்,

போற்றிஓம் நமச்சிவாய
புயங்கனே மயங்குகின்றேன்
போற்றிஓம் நமச்சிவாய
புகலிடம் பிறிதொன்றில்லை
போற்றிஓம் நமச்சி வாய
புறம்எனைப் போக்கல் கண்டாய்
போற்றிஓம் நமச்சி வாய
சயசய போற்றி போற்றி.

ஈண்டு நம என்னும் பொருளுக்குரிய போற்றி எனும் சொல் முன்னும் பின்னும் அமைந்துள்ளதைக் காண்க.

இவ்வாறான போற்றி அமைந்த தொடர்களுள் நமக்கு வேண்டியவாறு நூற்றெட்டு வரிகளையோ, ஆயிரத்தெட்டு அடிகளையோ அமைத்துக் கொண்டு, அர்ச்சனை புரியலாம்; போற்றி என்று அமையாமல் காண், தோன்றும் கண்டாய். தாமே, நீயே, போலும் என்று முடியும் தாண்டகங்களும் உள்ளன. அவற்றையும் அர்ச்சனைக்குப் பயன்படுத்தலாம், திருவாசகத்திலும் காண்க, வாழ்க, வெல்க என்னும் தொடர்கள் உள்ளன. அவற்றையும் எடுத்துக் கொள்ளலாம்.

“நாரணன் காண் நான்முகன் காண் நால்வேதன் காண்"

‘காண்'என முடியும் தாண்டகம்.

"வடிவேறு திரிசூலம் தோன்றும் தோன்றும்

வளர்சடைமேல் இளம்மதியம் தோன்றும் தோன்றும்"
'தோன்றும்' என்று முடியும் தாண்டகம்.

“தூண்டு சுடர்அனைய சோதிகண்டாய்

தொல்அமரர் சூளாமணிதான் கண்டாய்’”

‘கண்டாய்' என்று முடியும் தாண்டகம்.

"அலையார் கடல்நஞ்சம் உண்டார்தாமே

அமர்களுக்கு அருள்செய்யும் ஆதிதாமே”

'தாமே' எனமுடியும் தாண்டகம்.

“ஓசை ஒலிஎலாம் ஆனாய் நீயே

உலகுக் கொருவனாய் நின்றாய் நீயே"

‘நீயே' என்று முடியும் திருத்தாண்டகம்.

நீறணிந்த திருமேனி நிமலர்போலும்

நேமிநெடுமாற் கருளிச்செய்தார் போலும்"

"போலு’ம் என்று முடியும் தாண்டகம். மேலே குறிப்பிட்ட தாண்டகங்கள் பத்துப் பத்துப் பாடல்கட்குக் குறையாமல் உள்ளன. இவற்றோடும் இறைவனைப் பற்றிக் கூறும் தொடர்களுடனும் போற்றி என்பதைச் சேர்த்தும் அர்ச்சனை புரியலாம்.

மாணிக்கவாசகர் "வாழ்க" என்றும், வெல்க என்றும் காண்க என்றும் கூறியதை;

நமச்சி வாய வாழ்க நாதன்தாள் வாழ்க
இமைப்பொழுதும் என்னெஞ்சில் நீங்காதான் தாள் வாழ்க.

என்றும்,

வேகம் கெடுத்தாண்ட வேந்தன் அடிவெல்க பிறப்பறுக்கும்
பிஞ்ஞகன்தன் பெய்கழல்கள் வெல்க.

என்றும்,

பரமன் காண்க பழையோன் காண்க
பிரமன்மால் காணாப் பெரியோன் காண்க

என்னும் அடிகளில் காண்க, என்றும் கூறியவற்றையும் சேர்க்கலாம்.

இவ்வாறெல்லாம் சேர்த்து இலட்சம் போற்றித் தொடர்களை அமைத்துத் தமிழில் லட்சார்ச்சனை நடத்தலாம். இவ்வாறே, ஒவ்வொரு தெய்வத்தின் மீதும் பாடப்பட்ட பாடல்களுள், அந்தந்தத் தெய்வத்தின் மீது பாடப்பட்டுள்ள தொடர்களுடன் போற்றியைச் சேர்த்து அர்ச்சனை மந்திரமாக கூறி வழிபடலாம். ஒவ்வொரு அடிகளைச் சொல்லி மலரைத் திருவடிகளில் இடுவதுதானே அர்ச்சனை!

தமிழ் மொழியில் அர்ச்சனை நடத்தவேண்டுமெனக் கோயில் குருக்களிடம் வற்புறுத்தி வந்தால், அவர்கள் தேவைக்கு ஏற்பத் தமிழ் மொழியில் அர்ச்சனையை அப்படியே நடத்துவர். கேட்காதது, வற்புறுத்தாதது, பொதுமக்களுடைய குற்றமே ஆகும்.

பெரிய திருக்கோயில்களில் இறைவன் திருஉலாப் போதுங் கால், பின்னால் வடமொழி வேதபாராயணம் செய்துகொண்டு வருவதை இன்றும் காணலாம்.

அவ்வாறே தென்மொழி வேதமாகிய திருவாசகத்தில் உள்ள நான்கு பாடல்களை வேதம் போலப் பாராயணம் செய்து

கொண்டு வரலாம்; நிறுத்தி நிதானமாக நமச்சிவாய வாழ்க, நாதன்தாள் வாழ்க, என்று சொல்லிப் பாருங்கள். வேத ஒலி போல இனிதாக ஒலிப்பதை உணர்வீர்கள். ஆகவே, தமிழ் மொழி வேதங்களை ஓதவும், தமிழால் அர்ச்சனை நடக்கவும் ஒவ்வொருவரும் முயற்சி எடுத்தல்வேண்டும்.

தமிழிலும் வேதாகமவிதிகள் நடக்கவேண்டும் என்ற கருத்தில்தான், கண்ணுதல் பரமனும் திருமூலரைத் தமிழில் திருமந்திரம் பாடுமாறு செய்தனர். இதனைத் திருமூலரே,

என்னை நன்றாக இறைவன் படைத்தனன்
தன்னை நன் றாகத் தமிழ்ச் செய்யு மாறே.

என்று கூறி இருப்பதைக் காண்க.

13. ஒத்த கருத்துடைய ஓர் இருபுலவர்கள்

சீரும் சிறப்பும், பேரும் புகழும் பெற்ற நந்தம் செந்தமிழ் மொழியில் புலவர் என்னும் சொல், பொருளாழம் பெற்ற சொல்லாகும். புலமை எவர்க்கு உளதோ, அவரே புலவர் என்று புகலப் படுதற்குரியவர். இது குறித்தே பொய்யா மொழிப் புலவர்,

"அறமுறைத் தானும் புலவன்முப் பாலின்
திறமுறைத் தானும் புலவன்குறுமுனி
தானும் புலவன் தரணி பொறுக்குமோ
யானும் புலவன் எனில்."

என்று விளக்கமுற விளம்பிச் சென்றுள்ளார். ஆகவே, புலமை வன்மை படைத்த இருபெரும் புலவர்களைக் குறித்துப் புகலப் புகுவதே இக்கட்டுரையின் நோக்கம் ஆகும்.

அவ்விரு புலவர்கள் யாவரெனில், அவர்கள் திருமூலரும் திருவள்ளுவருமே ஆவர். திரு என்னும் அடைமொழி இவ்விரு புலவர் பெருமக்கள் பெயர்க்குமுன் அமைந்திருப்பது கொண்டே, இவர்களது மாண்பினை நன்குணர்ந்து கொள்ளலாம். திரு என்னும் மொழி பல பொருள்களைக் குறிக்கும் பான்மை பெற்ற சொல்லே ஆயினும், பேராசிரியர் கொண்ட பொருள், "கண்டாரால் விரும்பப்படும் தன்மை" என்பது. எனவே, இவ்விரு புலவர் மணிகளும் கண்டாரால் விரும்பப் படுபவர் என்பதில் ஐயம் எழ இடம் இல்லை அன்றோ? இவர்கள் ஒப்பற்ற அறிவு ஒளி பெற்றவர். ஆதலின் "ஓர்" என்ற அடைமொழி "இருபுலவர்" என்பதற்கு முன் கொடுக்கப்பட்டுள்ளது. ஆகவே ஈண்டு ஓர் என்பது எண்ணைக் குறிக்காமல், ஒப்பற்ற என்ற பொருளைக்

குறிக்கிறது என்பதையும் நாம் அறிதல் வேண்டும். இன்னோரன்ன இயல்புகட்கு இடனாக உள்ள இவ்விரு புலவர்களின் கருத்துக்களும் ஒற்றுமையுடையன வாகவே இருக்கின்றன. இதில் எள்ளளவும் ஐயமில்லை. இனி, எவ்வெம் முறையில் கருத்து ஒப்புமை காணப்படுகிறது என்பதை ஆராய்வோமாக. இவ்விரு பெரும் புலவர்களின் கருத்து ஒற்றுமையினை இவர்கள் யாத்துள்ள நூலின் வாயிலாக தான் நன்கு உணரலாம்.

திருமூலர் திருவாய் மலர்ந்த நூல் திருமந்திரம். திருவள்ளுவர் திருவுளம் கொண்டு யாத்த நூல் திருக்குறள். இவ்விரு ஆசிரியர்கள் தம் பெயர் முன் 'திரு' என்னும் அடை மொழிச் சிறப்புடன் திகழ்வது போலவே, இவ்விருவர் செய்த நூல்களும் 'திரு' என்ற அடைமொழியுடன் அமைந்திருப்பது கொண்டே இந்நூற்களின் ஏற்றத்தை இனிதின் உணரலாம்.

கருத்து ஒற்றுமைகளை நாம் காணும் முன், இவ்விரு நூல்களின் காலத்தையும் சிறிது அறிந்து கொள்ளுதல் சாலவும் பொருத்தமானது. சிலப்பதிகாரத்தில் திருக்குறள் ஆட்சி காணப்படுவதே சிலம்புக்கு முற்பட்டது குறள் என்பது பெறப்படும். சிலம்பின் காலம் செங்குட்டுவன் காலமாகும். செங்குட்டுவன் இலங்கை முதலாம் கயவாகுவின் காலத்தவன். இம் முதலாம் கயவாகு திகழ்ந்த காலம் இற்றைக்குச் சற்றேறக் குறைய 1820 ஆண்டுகட்கு முற்பட்டது என்பதை இலங்கைச் சரித்திரம் கூறுகிறது. இக் கயவாகு கண்ணகிக்குக் கோவில் எடுத்த விழாவில் கலந்து கொண்டனன் எனச் சிலப்பதிகார மும் கூறுகிறது. இதனை,

"அருஞ்சிறை நீங்கிய ஆரிய மன்னரும்
பெருஞ்சிறைக் கோட்டம் பிரிந்த மன்னரும்
குடகக் கொங்கரும் மாளுவ வேந்தனும்
கடல்சூழ் இலங்கைக் கயவாகு வேந்தனும்."

என்ற சிலப்பதிகார வரிகளைக் கொண்டு நிறுவலாம். இந்தச் சான்றுகளால் திருக்குறள் 1820 ஆண்டுகட்கு முற்பட்டது

என்பது தெளிவு. ஆகக் குறளின் காலம் கி. பி. இரண்டாம் நூற்றாண்டுகட்கு முற்பட்டதென்க.

திருக்குறள் காலத்தை வரையறை செய்து சரித்திரச் சான்று கொண்டு நிறுவியது போலத் திருமந்திரம் தோன்றிய காலத்தை நிலைநாட்டல் என்பது அரியதொரு செயலாகும். ஆனால், சிற்சில குறிப்புக்களைக் கொண்டு திருமூலர் காலத்தை ஒருவாறு குறிப்பிடலாம். சுந்தரமூர்த்தி சுவாமிகள் தமது திருத்தொண்டத் தொகையில் "நம்பிரான் திருமூலன் அடியார்க்கும் அடியேன்" என்று திருமூலரைக் குறிக்கின்றார். சுந்தரர் இதே திருத்தொண்டத் தொகையில் கழற்சிங்கரைக் குறிக்கும்போது, "கடல் சூழ்ந்த உலகெலாம் காக்கின்ற பெருமான் காடவர்கோன் கழற்சிங்கன்" என்று குறிப்பிட்டுள்ளார். காக்கின்ற என்ற பெயரெச்சச் சொல் நிகழ் காலத்தினை காட்டுகின்றது. இதனால் சுந்தரர் காலத்திலே தான் இக் கழற்சிங்கன் வாழ்ந்திருக்க வேண்டும் என்பது தெளிவா கின்றது. இக்கடவர்கோன் காலம் கி.பி. 840 முதல் 865 ஆகும். ஆகவே சுந்தரர் காலம் கி. பி. 9 ஆம் நூற்றாண்டென்பது புலனாகின்றது.

ஒன்பதாம் நூற்றாண்டினரான சுந்தரர் திருமூலரைக் குறிப்பிடுதலின் திருமூலர் சுந்தரருக்கு முற்பட்டவர் என்பது பெறப்படுகிறது. திருநாவுக்கரசர், திருஞானசம்பந்தர் பாடல்களில் திருமூலரைப் பற்றிய குறிப்பு இலது என்றாலும், அவர்கள் பாடிய பாடல்கள் பற்பல அழிந்து பட்டமையின் அவற்றுள் ஒருவேளை இவரைப் பற்றிக் குறிப்பிடப்பட்டிருக்கலாம் எனக் கொள்ளின் இழுக்கு ஆகாது. சம்பந்தரும் அப்பரும் வாழ்ந்த காலம் கி. பி. 7ஆம் நூற்றாண்டு என்பது அறிஞர் துணிவு. மகேந்திரவர்ம பல்லவன் கி.பி. 7ஆம் நூற்றாண்டினன். இவன் காலத்தவரே அப்பர். இரண்டாம் புலிகேசியின் காலமும் ஏழாம் நூற்றாண்டு. இப்புலிகேசியை வென்றவர் சிறுத்தொண்ட நாயனார். இந்நாயனார் சம்பந்தரை வரவேற்று உபசரித்துள்ளார். ஆகவே, சம்பந்தர் அப்பர் காலம் கி. பி. 7 ஆம் நூற்றாண்டே என உறுதியுடன் கூறலாம். இச்சான்றுகள் சரித்திரச் சான்றுகள் ஆகும். *(Historical evidence)*

இவ்விரு பெருமக்களும் கணபதியினைத் தமது பாடலில் குறிப்பிட்டுள்ளனர். திருமூலர் தம் மந்திரங்களில் எந்த இடத்திலும் பிள்ளையாரைக் குறித்து ஒரு வார்த்தை கூடக் கூறிற்றிலர். சங்க நூல்களிலும் பிள்ளையாரைப் பற்றிப் பாடல் இல்லை. ஆனால், ஒரு சிலர் திருமூலர் திருமந்திரத்தில் 'ஐந்து கரத்தனை ஆனைமுகத்தனை' என்ற பாடல் உள்ளதே எனக் கூறலாம். அப்பாடல் திருமூலர் வாக்கன்று என்பது ஆராய்ச்சி யாளர் துணிபு. திருமூலரின் முதல்பாடல் 'ஒன்றவன் தானே' என்று தொடங்கும் பாடலே ஆகும். “இதனை ஏன எயிறு அணிந்தாரை 'ஒன்றவன் தானே' என எடுத்து” எனச் சேக்கிழார் செப்பும் ஆற்றால் உணரலாம். திருஞான சம்பந்தர் திருவாவடுதுறையினை வணங்கச் சென்றபோது, பலிபீடத்தின் அருகு மலர் மணம்வீச, அதன் காரணம் என்ன எனப் பலி பீடத்தை ஆய்ந்தபோது, திருமந்திரப் பாடல்கள் இருப்பதை அறிந்தார் எனச் செவி மரபுவழி அறிந்த உண்மையாகும். இன்னோரன்ன காரணங்களால் கி. பி. 7 ஆம் நூற்றாண்டில் திகழ்ந்த அப்பர் சம்பந்தருக்கு முற்பட்டவர், திருமூலர் என்று கொள்ளலாம்.

மாணிக்கவாசகர் அப்பர் பெருமானுக்கு முற்பட்டவர் என்பது, அப்பர் 'நரியைக் குதிரை செய்வானும்' என்று பாடுதல் கொண்டு தெளியலாம். இறைவன் நரியைக் குதிரை செய்தது மாணிக்கவாசகரின் பொருட்டே ஆகும். "நரியைக் குதிரைப் பரியாக்கி" என்பது திருவாதவூரர் வாக்கு; மேலும், மாணிக்கவாசகர் பாடல்களில் விநாயகர் பற்றிய குறிப்பே இல்லை.

வாதவூரர் தம் பாடல்களில் கண்ணப்ப நாயனாரையும் சண்டேசுவர நாயனாரையும் மட்டுமே குறிப்பிட்டுப் பாடியுள்ளார். திருமூலரும் விநாயகரைப் பற்றி யாதொன்றும் குறிப்பிட்டிலர். அடியார்களுள் சண்டேசுரரை மட்டும் குறிப் பிட்டுள்ளார்; இதனை,

"உறுவ தறிதண்டி ஒண்மணற் கூட்டி
அறுவகை ஆன்ஐந்தும் ஆட்டத்தன் தாதை

செறுவகை செய்து சிதைப்ப முனிந்து
மறுமழு வால்வெட்டி மாலைபெற் றானே."

என்று திருமூலர் வாக்கைக் கொண்டு அறியலாம், இவ்விரு காரணங்களால் கி. பி. நான்காம் நூற்றாண்டினரான மாணிக்க வாசகர் காலத்திற்கு முற்பட்டவர் திருமூலர் என்று கூறலாம்.

திருமூலர் தம் கருத்தை வெளியிட ஒரே வகையான யாப்பு முறையினைப் பின்பற்றியுள்ளார். இம்முறை கடைச் சங்கப் புலவர்களின்பால் அமைந்த முறையாகும். இதனை அக்காலத்து எழுந்த நூல்களைக் கண்டு தெளியலாம். அம்முறைக்கு இணங்கத் திருமூலர் கலிப்பாவின் ஒரு பிரிவினை எடுத்துக் கொண்டு அப்பிரிவின் யாப்பினையே தம் நூலில் தொடக்க முதல், இறுதிவரையில் கையாண்டுள்ளார். இது நான்கடியும் ஓர் அடிக்கு நான்கு சீரும் பெற்றுவரக் கூடிய பாட்டாகும். இப்பொருத்தத்தைத் திருமந்திரத்தில் காணலாம். ஆகவே திருமூலர் சங்க காலத்தை ஒட்டி வாழ்ந்தவர் என ஒருவாறு கூறலாம். எனவே, திருமூலரும் திருவள்ளுவரும் கடைச் சங்கக் காலத்துப் புலவர் ஆவர் என்பதை நிலைநாட்டலாம்.

ஆனால், ஈண்டொரு கருத்தை வெளியிடாமல் மேலே செல்லுதற்கில்லை. அதாவது, திருமூலர் பல்லாண்டுகள் வாழ்ந்தனர் என்பது. இத்துடன் மற்றுமொரு கருத்து, ஓர் ஆண்டுக்கு ஒரு திருமந்திரமாக மூவாயிரம் திருமந்திரங்களைப் பாடினர் என்பது. இக்காலத்தவர் இதனை ஏற்க மறுத்தாலும், திருமூலர் பற்பல ஆண்டுகள் உயிருடன் வாழ்ந்தவர் என்பதை எவரும் மறுக்க இயலாது. இவர் பல ஆண்டுகள் தாம் வாழ்ந்தமையைத் தமது பாடல்கள் வாயிலாகவே அறிவித்துள்ளார்.இதனை, "ஒப்பில் எழுகோடி யுகம் இருந்தேனே" என்றும், "இருந்தேன் இக்காயத்தே எண்ணிலி கோடி" எனவும் பாடியுள்ளனவற்றைக் கொண்டு தெளியலாம். ஈண்டு "எழுகோடி" என்பதும், 'எண்ணிலிகோடி' என்பதும் ''பல ஆண்டுகள்'' என்ற குறிப்பினைக் காட்ட வந்த

உயர்வு நவிற்சியணி அமைந்த தொடராகக் கொள்வதில் இழுக்கில்லை.

இங்ஙனம் பலப்பல ஆண்டுகள் உயிருடன் நிலவ இயலுமா என்ற ஐயம் எழக்கூடும். இவ்வையத்தையும் திருமூலர் வாக்கைக் கொண்டே நீக்கிக் கொள்ளலாம். இந்த உண்மை யினை "வளியினை வாங்கி வயத்தில் அடக்கில், பளிங்கொத்துக் காயம் பழுக்கினும் பிஞ்சாம்'' எனவும், "நாட்டம் இரண்டும் நடுமூக்கில் வைத்திடில், வாட்டமும் இல்லை மனைக்கும் அழிவில்லை" எனவும், ‘‘ஈராறு கால் கொண்டு எழுந்த புரவியைப், பேராமல் கட்டிப் பெரிதுண வல்லீரேல், நீராயிர மும் நிலம் ஆயிரத்தாண்டும் பேராது காயம்" எனவும், "காற்றைப்பிடிக்கும் கணக்கறிவாளர்க்குக் கூற்றை உதைக்கும் குறியது வாமே'' எனவும், ‘‘மேலைவாயில் வெளியுறக் கண்ட பின் காலன் வார்த்தை கனவிலும் இல்லையே'' எனவும் வரும் வரிகளால் உணரலாம்.

இனி நாம் இம் மாபெரும் புலவர்களின் பாடல்களில் அமைந்த ஒத்த கருத்துக்களைக் காண்போமாக. திருமந்திரம், திருக்குறள் நூல்களில் அமைந்த தலைப்புக்களின் அமைப்பு இவ்விரு நூற்களிலும் ஒத்துக் காணப்படுகிறது. இதனை கடவுள் வாழ்த்து, அன்புடைமை, கல்லாமை, கல்வி, கள் ளுண்ணாமை, கொல்லாமை, நடுவுநிலைமை, புலால் மறுத்தல், பிறர்மனை நயவாமை, வானச் சிறப்பு, பொறையுடைமை, பெரியாரைத் துணைக்கோடல், தவம், துறவு, கூடாஒழுக்கம், வாய்மை, ஊழ், நல்குரவு, அவா அறுத்தல், புறங்கூறாமை வாய்மை, என்ற தலைப்புக்களைக் கொண்டு உணர்ந்து கொள்ள லாம். நிலையாமை என்ற தலைப்பில் திருவள்ளுவர் அமைத் தனர்; திருமூலர் உயிர் நிலையாமை, இளமை நிலையாமை, யாக்கை நிலையாமை என்று பிரித்துப் பாடினர்.

இறைவனைப் பற்றி இவ்விரு புலவர்களும் குறிப்பிடும் போது திருமூலர் "அறிவுடையார் நெஞ்சொடு", "ஆதி பகவனும்," கமலமலர் உறைவான் அடி,'' ‘‘போது உகந்தேறும்

புரிசடையான் அடி," "தன்னை ஒப்பார் ஒன்றும் இல்லாத் தலை மகன்," "ஒப்பிலி வள்ளலை", "அற ஆழி அந்தணன், "ஆதி பராபரன்," "கொடையுடையான் குணம் எண்குணம் ஆகும்," "பொறிவாயில் ஒழிந்து எங்கும்தானான போதன்," "பொருள் அதுவாய் நின்ற புண்ணியன்." "ஆரும் அறியார் அகாரம் அவன்" என்றும்; திருவள்ளுவர், "ஆதிபகவன் முதற்றே உலகு," "மலர் மிசை ஏகினான் மாணடிஎன்," 'குணத்தான் தாள்," தனக்கு உவமை இல்லாதான் தாள் "அற ஆழி அந்தணன் தாள், "அகர முதல் எழுத்தெல்லாம், ஆதிபகவன்" "பொறிவாயில் ஐந்தவித்தான் பொய்தீர் ஒழுக்கம்," "இறைவன் பொருள் சேர் புகழ்" என்று பாடியுள்ளார்.

சொற்றொடர் ஒற்றுமையினை 'ஆனமே சுவை ஒளிஊறு ஓசை நாற்றம்' 'உடம்பொடு உயிரிடை நட்பு' என்று திரு மந்திரத்திலும், 'சுவை ஒளி ஊறு ஓசை நாற்றம் என்று ஐந்தின்' 'உடம்பொடு உயிரிடை நட்பு' என்று திருக்குறளிலும் வருவது கொண்டு தெளியலாம்.

பொருள் ஒற்றுமைகளைக் கீழ்வரும் எடுத்துக் காட்டுகளின் மூலம் நன்கு தெரிந்து கொள்ளலாம்.

திருமூலர் "ஒருமையுள் ஆமைபோல் உள் ஐந்து அடக்கி' ஆமை அகத்தினில் அஞ்சும் அடங்கிடும்' "கூற்றல் வருங்கால் குதித்தலும் ஆமே", "காக்கை கரைந்து உண்ணும்", "பற்றது பற்றின் பரமனைப் பற்றுமின்", "காமம் வெகுளி மயக்கம் இவை கடிந்து", "அந்தண்மை பூண்ட அருமறை அந்தத்துச் சிந்தை செய் அந்தணர்", "பார்த்திருந்துஉண்மின்", "காமமும் கள்ளும் கலதிகட்கே ஆகும்" "வாணாள் அடைக்கும் வழி அது ஆமே' "தத்துவ ஞானம் தலைப்பட்டவர்க்கே' தத்துவ ஞானம் தலைப் படலாய் நிற்கும்", "அடக்க அறிவெனும் தோட்டியை வைத் தேன்", "ஆவையும் காவலன் காப்பவன்", 'அமுதூறும் மாமழை' என்று கூறியது போலத் திருவள்ளுவரும், "ஒருமை யுள் ஆமைபோல் ஐந்தடக்கல்', 'கூற்றம் குதித்தலும் கை கூடும்', "காக்கை கரவா கரைந்துண்ணும்", "பற்றுக பற்றற்றான்

பற்றினை", "காமம் வெகுளி மயக்கம் இவை மூன்றும் நாமம் கெட", "அந்தணர் என்போர் அறவோர் மற்றெவ்வுயிர்க்கும் செந்தண்மன பூண்டு ஒழுகலான்'', வரு விருந்து பார்த்திருப்பான்" "இருமணப் பெண்டிரும் கள்ளும் கவறும் திருநீக்கப்பட்டார் தொடர்பு', 'வாழ் நாள்வழி அடைக்கும் கல்', "தவமும் தவமுடையார்க்கு ஆகும்' "உரன்" என்னும் தோட்டியால் ஓர் ஐந்தும் காப்பான்'' ''ஆபயன் குன்றும்'', ''தான் அமிழ்தம் என்று உணரல் பாற்று'' என்று தம் நூலில் கூறியுள்ளார்.

இங்கு எடுத்துப் பேசப்பட்ட இருபெரும் புலவர்களும் மிகமிகப் பேரறிவு படைத்த பெருமக்கள் ஆவர். சிறந்த சித்தர்களும் ஆவர். திருமூலர், "நம்பிரான் திருமூலன்'' என்று சுந்தரராலும், ''என் உச்சி அடிவைத்தபிரான் மூலனாகின்ற அங்கணனே'' என்று நம்பியாண்டார் நம்பிகளாலும், ''அருள் மூலர்" என்று சிவஞான முனிவராலும், "திருமூல தேவனையே சிந்தை செய்வார்க்குக் கருமூலம் இல்லையே காண்'' என்று பெயர் அறிய ஒண்ணா ஒரு பெரியாராலும் போற்றப்பட்ட மாபெரும் புலவர் ஆவார். திருமந்திரத்தின் மாண்பினைப் பற்றிப் பேசவந்த ஒரு பெரியார்,

"திருமந் திரமே சிவகதிக்கு வித்தாகும்
திருமந் திரமே சிவமாம்-அருமந்த
புந்திக்கு ளேநினைந்து போற்றுமடி
யார்தமக்குச் சந்திக்கும் தற்பரமே தான்."

என்று உண்மை தெரிந்து ஓதியுள்ளார்.

திருவள்ளுவர் பெருமையினைத் திருவள்ளுவமாலை என்னும் நூல் கொண்டு உணர்ந்து கொள்ளலாம். "பாமுறை தேர் வள்ளுவர்" எனச் சீத்தலைச் சாத்தனாரும், புலவன் வள்ளுவன் என இறையனாரும், "நான்முகத்தோன் தான் மறைந்து வள்ளு வனாய்" என உக்கிரப் பெருவழுதியாரும், ''வால் அறிவில் வள்ளுவன்'' எனப் பரணரும், ''முப்பால் மொழிந்த முதற் பாவலர் ஒப்பார் எப்பாவலரினும் இல்'' என

ஆசிரியர் நல்லந்து வனாரும், 'தெய்வத் திருவள்ளுவர்' எனக் கீரந்தையாரும், 'மறுவில் புலச் செந்நாப் போதார்' என நல்கூர் வேள்வி யாரும், 'தேவில் சிறந்த வள்ளுவர்' என உறையூர் முதுகூற்றனாரும், "தெய்வத் திருவள்ளுவர்" எனத் தேனீக் குடிக்கீரனாரும், "நாப்புலமை வள்ளுவனார்" எனக் கவுணியனாரும் புகழ்ந் துள்ளனர். தெய்வப் புலமைத் திருவள்ளுவனார் எனத் துறை மங்கலம் சிவப்பிரகாச சுவாமிகளும் போற்றியுள்ளார். திருக் குறளின் சிறப்பைக் கூற வந்த திருவள்ளுவ மாலை என்னும் நூல் "அப்பால் ஒருபாவை ஆய்பவோ வள்ளுவனார் முப்பால் மொழி மூழ்குவார்" என்னும் "மண் இன்று அளந்தது குறள்" என்றும்,

"ஆயிரத்து முந்நூற்று முப்ப தருங்குறளும்
பாயிரத்தி னேடு பகர்ந்ததன்பின்-போயொருத்தர்
வாய்கேட்க நூலுளவோ? மன்னு தமிழ்ப்புலவ
ராய்க்கேட்க வீற்றிருக்க லாம்."

மொழியுண்டு,

என்றும், "வள்ளுவனார் முப்பாலின் மிக்க எனப் பகர்வார் எப்பாவலரினும் இல்", "உள்ளுதொறுளம் உருக்குமே வள்ளுவர் வாய்மொழி மாண்பு" என்றும், "எல்லாப் பொருளும் இதன்பால் உள; இதன்பால் இல்லாத எப்பொருளும் இல்லையால்" எனவும், "வள்ளுவர் முப்பால் மதிப்புலவோர்க்கு ஆய்தொறும் ஊறும் அறிவு" எனவும், திருவள்ளுவர் குறள் வெண்பாவில் சிறந்திடும் முப்பால்', எனவும், "உள்ளுநர் உள்ளும் பொருள் எல்லாம் உண்டெென்ப வள்ளுவர் வாய்மொழி மாட்டு." எனவும், உள்ளிருள் நீக்கும் விளக்கு' எனவும், "உள்ளக் கமலம் மலர்த்தி உளத் துள்ள தள்ளற்கு அரியஇருள் தள்ளுதலால்-வள்ளுவனார் வெள்ளைக் குறட்பாவும் வெங்கதிரும் ஒக்கும்" எனவும், "சிந்தைக் கினிய செவிக்கினிய வாய்க்கினிய வந்த இரு வினைக்கு மா மருந்து-வள்ளுவனார் பன்னிய இன்குறள் வெண்பா" எனவும், "வள்ளுவர் பன்னிய இன்குறள் வெண்பா அகிலத்தோர் உள்ளிருள் நீக்கும் ஒளி" எனவும், "வள்ளுவர் பாட்டின் வளம்

உரைக்கின் வாய்மடுக்கும் தென் அமுதின் தீஞ்சுவையும் ஒவ்வாதால்'' எனவும் வாயாரப் போற்றிப் புகழ்கிறது.

ஆகவே, இவ்விரு பெரியோர்களின் ஒத்த கருத் துக்களை நாம் நன்கு உணர்ந்து அவற்றின்படி ஒழுகல் நம் கடனாகும்.

14. உபதேசம்

ஸ்ரீ-ல-ஸ்ரீ மகா சந்நிதானத்தின் பொன்னார் திருவடிட்கும் முனிபுங்கவர்கட்கும், அவைத் தலைவர் அவர்கட்கும், சிவநேயச் செல்வர்கட்கும் அன்பு கலந்த வணக்கம் உரித்தாகுக.

திருமந்திரம் முழுமையுமே ஆகமத்தின் சாரமாகும் இதனை ஆசிரியர் திருமூலர்,

"சிந்தைசெய் தாகமம் செப்பலுற் றேனே"

என்று கூறியிருத்தலாற் காணலாம். ஆகவே முதல் தந்திரம் காரணாகமத்தின் சாரமாகும். உபதேசம் என்பதற்குப் பொருள் உடன் இருந்து உணர்த்துவது என்பதாம். காட்டுவது என்று கூறினும் அமையும். சிவஞான சித்தியார், உபதேசம் இன்னது என்பதை விளக்குகையில்,

"தனாதியீ றிலாதான் தன்மை
உணர்த்துதல் உபதே சந்தான்"

என அறிவிக்கிறது. காட்டுவது, உணர்த்துவது என்னும் பிறவினைச் சொற்களால் இங்ஙனம் காட்டுபவனும் உணர்த்து பவனும் ஒருவன் இருத்தல் வேண்டும் என்பது புலனாகும். அவ்வொருவனே குருவாவான், இங்ஙனம் குருபரனாய் வருபவர் நந்தியே ஆவர் என்பதை ஆசிரியர் பல இடத்தும் பாடியுள்ளார். இதனை,

"நந்தி வழிகாட்ட நான்இருந் தேனே"

எனக் குருபரம்பரையிலும்,

"நந்தி அருளாலே நான்இருந்தேனே"

எனத் திருமூலர் வரலாறு என்ற இடத்தும் கூறுவதால் அறியலாம்.

நந்தி என்ற சொல் இறைவனுக்குத் தொண்டு செய்யும் அதிகார நந்தியை உணர்த்துவதன்றி, முழுமுதற் பரமனாம் முக்கண் மூர்த்தியை உணர்த்தி நிற்கிறதோ என்னும் ஐயமும் தோன்றக் கூடும். அந்த ஐயத்தினையும் நீக்கத் திருவுளம் கொண்ட திருமூலர், நந்தி எனக் கூறப்பட்டவர் ஈண்டு முக்கண் மூர்த்தியே ஆவார், அவரே குருவாக வந்து உபதேசம் புரிவார் என்பதை, உபதேசத்தில்,

"களிம்பறுத்தான் எங்கள் கண்ணுதல் நந்தி
களிம்பறுத் தான் அருள் கண்விழிப் பித்துக்
களிம்பணு காத கதிர்ஒளி காட்டிப் பளிங்கில்
பவளம் பதித்தான் பதியே"

என வரும் பாட்டால் அறிவிப்பர். களிம்பு என்பது ஆணவம் அருட்கண் விழிப்பித்தல் ஞானக் கண்ணை விழிக்கச் செய்வது; கதிர்ஒளி காட்டுதல் ஞான ஒளியினைக் காட்டுதல்; மலம் நீங்கப் பெற்ற மனம் தூயதாய்ப் பளிங்கு போல இருப்பினும், சிவபூசை, அடியார் வழிபாடு, ஆலயதரிசனம், ஐந்தெழுத்து ஓதுதல் முதலானவற்றைச் செய்யாமல் மறந்த போது, ஆணவ இருள் மீண்டும் வந்து சூழ்தல் இயல்பாதலின், அங்ஙனம் சூழ்ந்திருக்கவே ஞானாசிரியன் திருவருட் சத்தியைப் பதிய வைப்பன்; அப்படிப் பதிய வைத்தலையே ஈண்டும் 'பளிங்கில் பவளம் பதித்தான் பதியே' என்றனர். 'கண்ணுதல் நந்தி' என்னும் தொடரால், நந்தியாக வருபவன் கண்ணுதல் என்பது புலனாயிற்று. இக்கருத்தை மீண்டும் நன்கு நம் உள்ளத்தில் பதிய வைக்கவே,

"மலங்களைந் தாமென மாற்றி யருளித்
தலங்களைந் தான்நற் சதாசிவ மான
புலங்களைந் தான்நற் பொதுவினுள்
நந்தி நலங்களைந் தான்உள் நயந்தா னறிந்தே"

என்றும் உபதேசத்தில் உபதேசித்தார். 'சதாசிவம் ஆன பொதுவினுள் நந்தி' என்ற தொடர்களை நோக்கவும். மலங்கள் ஐந்தாவன ஆணவம், கன்மம், மாயை, திரோதாயி, மாயேயம், என்பன. மாற்றி அருளுதலாவது, ஆணவ வலியை ஒடுக்குதலும், கன்மம் ஆன்மாவைப் பற்றாவண்ணம் தடுத்தலும், மாயையை மயக்காதபடி கெடுத்தலும் திரோதாயியைக் கன்ம ஒப்பில் அறக் கருணையினால் சிவபெருமானை என்றும் தெரியும்படி செய்தலும், மாயேயத்தை அழித்தலும் ஆகும். தலம் களைதலாவது மண்ணுலக வாழ்வைச் சிவவுலக வாழ்வாகச் செய்தலாம். புலம் களைதல் என்பது ஆருயிரின் சிற்றறிவாகிய முனைப்புப் புலங்களை அகற்றுதல் ஆகும்.

நலங்களைதல் இன்பப்பற்றை நீக்குதல். நலம் என்பது நல்வினை. நல்வினையும் பிறவிக்கு ஏதுவாதலை, நன்கு தெளிவு படுத்தியுள்ளார், திருவள்ளுவரும். "இருள்சேர் இருவினை" என்றனர் அவர். இத்தொடருக்குப் பொருள் விளக்கவந்த பரிமேலழகர் 'மயக்கத்தைப் பற்றிவரும் நல்வினை, தீவினை என்று கூறியதோடன்றி, 'நல்வினையும் பிறத்தற்கு ஏது ஆகலான்' என்றும் கூறிப்போந்தார். ஆகவே அதனையும் களைய வேண்டியது ஞானாசிரியனது பொறுப்பாயிற்று. அன்பால் நினைவாரது உள்ளக் கமலத்தின்கண் அவர் நினைந்த வடிவோடு வரைந்து சேரல் இறைவன் இயல்பு. ஆதலின் 'உள் நயந்தான் அறிந்தே' என்றனர். வள்ளுவரும் இதனை ஒட்டியே "மலர்மிசை ஏகினான்" என்றார். பொது, ஈண்டுச் சிதாகாச மான பொற்சபை அஃது எல்லாச் சமயத்தவராலும் தொழு தற்குரியது. ஆதலின் பொது என்ற பெயரையே பூண்டுள்ளது.

கண்ணுதற் பரமனே ஞான குருவாக வந்து தமது இயற்கைத் திருவருளினால் ஆன்மாவைப் பக்குவப்படுத்தலைப் பற்றிப் பேசுகையில், மேலும் விளக்கமுற,

"விண்ணின் றிழிந்து வினைக்கீடாய் மெய்கொண்டு
தண்ணின்ற தாளைத் தலைக்காவல் முன்வைத்து

உண்ணின் றுருக்கியொ ரொப்பிலா ஆனந்தக்
கண்ணின்று காட்டிக் களிம்பறுத் தானே”

எனக் கூறப்பட்டுளது. கண்ணுதல் நந்தி, ஆன்மாக்களின் வினைக்கு ஈடாகத் தாம் குருமேனிதாங்கி, சிவலோகத்திருந்து பூலோகத்திற்கு வந்து, அருளுபதேசம் செய்து, தமது தண்ணிய திருவடிகளைத் தலைமைக் காவலாக வைத்து, உள்ளத்தை உருக்கி, இன்பமாம் அகக்கண்ணைக் காட்டி, ஆணவத்தை அறுத்தான் என்ற கருத்தே இப்பாடலின் கருத்தாகும். இறைவன் பக்குவப்பட்ட ஆன்மாக்களுக்கு 'விண்ணின்று இழிந்து வினைக்கீடா மெய்க் கொண்டு தண்ணின்ற தாளைத் தலைக்காவல் வைப்பன்' என்ற அனுபவத்தை, மணிமொழியார் மணிவாசகத்துள் "அருபரத்து ஒருவன் அவனியில் வந்து குருபரனாகி அருளிய பெருமை" எனப் பாடிப் பரவசம் உறுவர். இறைவன் திருவடி பிறவியாம் வெம்மைக்குத் தண்ணிழலாய் இருத்தலின் ‘தண்ணின்ற தாளை' என்றனர். காணும் பெற்றி சீவனுக்கு இன்மையானும், காட்டக் காணும் நிலையே அஃது உடைமையானும்' 'காட்டி' என்றனர். "காண்பார் ஆர் கண்ணுதலாய் காட்டாக்காலே" என்பது அப்பர் அருள்வாக்கு.

நமது சித்தாந்த சமயத்துள் திருவடியின் பெருமை குறித்துப் பேசப்படுவது போல வேறு எச்சமயத்தும் அத்துணைச் சிறப்புடன் பேசப்படுதல் இல்லை என்பதை அறுதி யிட்டுக் கூறலாம். பிற சமயத்தவர்கள் திருவடிகளைச் சிறப்பித்துக் கூறினும், சிவசமயத் திருவடிகளின் உருவம், குணம் முதலானவை அத்திருவடிகட்குக் கூறப்பட்டில. திருவடியே ஞானம் என்பதும், திருவடியே சிற்சக்தி என்பதும் சித்தாந்த செம்பொருட் கருத்துக்களாம்.

"திருவடி யேசிவ மாவது தேரில்
திருவடி யேசிவ லோகஞ் சிந்திக்கில்
திருவடி யேசெல் கதியது செப்பில்
திருவடி யேதஞ்சம் உள்தெளி வார்க்கே.

எனக் கூறப்பட்டுள்ளது. இதனாலேதான்

'தண்ணின்ற தாளைத் தலைக்காவல்' எனக் கூறவேண்டியதாயிற்று.

பொதுவினுள் நந்தி ஞான குருவாக வந்து அருள்புரிவன் என முன்னர்க் கண்டோம். அப்பொதுவினுள் நந்தி பக்குவப்பட்டவர்களுக்கு அளிக்கின்ற திறத்தை மேலும் தெளிவுபடுத்த உபதேசத்தில்,

"அளித்தா னுலகெங்குந் தானான உண்மை
அளித்தா னமர ரறியா உலகம்
அளித்தான் திருமன்று ளாடுந் திருத்தாள்
அளித்தான் பேரின்பத் தருள்வெளி தானே"

எனப் பாடப்பட்டுள்ளது. இறைவன் நீக்கமற நிற்கின்ற பரிபூரணானந்தன் ஆதலின், அந்த உண்மையினை உயிர்கள் அறிதல் மிக இன்றியமையாதது. ஆதலின் அதனையும் அளித்தான் என்பார். 'அளித்தான் உலகு எங்கும் தான் ஆன உண்மை,' என்று அருளினார்கள். அமரர் அறியா உலகமாவது சிவ உலகம். திருமன்றுள் ஆடும் திருவடி பிறவா நிலைக்கு ஓர் பெருமருந்து ஆகும். அதனையே அன்புடையார் வேண்டுவர்.

"இனித்த முடைய எடுத்தபொற் பாதமும், காணப் பெற்றால்
மனித்தப் பிறவியும் வேண்டுவதே இந்தமா நிலத்தே"

என்பர் அப்பர்.

அங்ஙனம் வேண்டும் திருவடியினை இறைவன் அன்பருக்கு அருளுதல் இயல்பு ஆதலின், "அளித்தான் திருமன்றுள் ஆடும் திருத்தாள்," எனப்பட்டது. பேரின்ப ஞானாகாச வீட்டினையும் அருளினன் என்பார், 'அளித்தான் பேரின்பத்து அருள் வெளி தானே' என்றனர்.

நந்தி யெம்பரமன் அளித்தவை இவை தாமோ? வேறு எவையேனும் உளவோ? என்று ஐயுறுவார்க்கு விடையளிப்பது போல,

"சிவயோக மாவது சித்தசித் தென்று
தவயோகத் துட்புக்குத் தன்னொளி தானாய்
அவயோகஞ் சாரா தவன்பதி போக
நவயோக நந்தி நமக்களித் தானே"

என்ற பாடலும் உபதேசத்தில் உள்ளது. அப்பாடலால் சிவயோகம் இன்னது என்பதும், அவன் பதிபோதலும் கூறப்பட்டதைக் காணலாம். சிவயோகமாவது, சித்து இவை அசித்து இவை என அறிந்து, யோகத்தின் வாயிலாகச் சிவ ஒளியுடன் கலந்திருப்பது. அவயோகம் என்பது சித்திகளைத் தந்து போகங்களைத் துய்க்க வழிவகுக்க வல்லது. அவன் பதிபோதல் இறைவன் திருவடியாம் கரையில் சேர்தல். இங்ஙனம் அவயோகம் புகாவண்ணம் செய்து, சிவயோகத்தில் புகுமாறும் செய்தவன் நந்தி ஆதலின், அவரை 'நவயோக நந்தி' என ஆசிரியர் பாராட்டிப் பேசினர்.

முப்பொருள் உண்மையை அறிவிப்பதே சைவ சித்தாந்தத்தின் அடிப்படைக் கொள்கை. அந்தப் முப்பொருள்கள் இறை, உயிர், தளை என்பன. இவற்றையே பதி, பசு, பாசம் என்பர். இவற்றையும் செம்மையுற உபதேசத்தில் கூறியுள்ளார். முப்பொருளுண்மையினை உணர்த்தியதோடன்றிப் பசுவின் தன்மை பாசத்தின் தன்மை இன்ன என்பனவற்றையும் அழகுற,

"பதியினைச் சென்று அணுகாப் பசுபாசம்"

என்று உபதேசித்தருளினர். இவ்வாறு அணுகா நிலையில் இருப்பின், அப்பசு பாசம் நீக்க வழியிலதோ என்ற ஐயம் எழும் ஆதலின், உடனே ஆசிரியர், இறைவனது அருட்பெருங் கருணையினை உணர்த்தும் நிலையில், 'பதி அணுகில் பசு பாசம் நிலாவே' என்று அருளிப் போந்தார்.

இன்னோரன்ன நுட்பங்களை அறியப் பெருந்துணையாவான் குருவே என்பதைப் பன்முறை கூறினும் பயனுடைத்தாகும் ஆதலின்,

"அறிவைம் புலனுட னேநான்ற தாகி
நெறியறி யாதுற்ற நீராழம் போல
அறிவறி வுள்ளே யழிந்தது போலக்
குறியறி விப்பான் குருபர னாமே"

என்றனர். இதன் பொருள் அறிவு ஐம்புலனுடனே கூடி, ஆழமான நீர் நிலையில் இறங்கி ஏறுதுறை சிறிதும் அறியாது செல்வாரைப் போலச் செல்லும்போது, அந்நிலையில், அம் மயக்க அறிவை அகற்றி நல்லறிவைத் தந்து, ஏறுதுறையாம் குறியினை அறிவிப்பவன் சிவகுரு ஆவான் என்பதாம்.

குறியினை அறிந்தபின் ஆன்மா அடையும் பேற்றைக் கூறவும் வேண்டுமோ? இதனையும் உபதேசத்தில்,

"தானே புலனைந்துந் தன்வச மாயிடும்
தானே புலனைந்துந் தன்வசம் போயிடும்
தானே புலனைந்துந் தன்னில் மடைமாறும்
தானே தனித்தெம் பிரான்றனைச் சந்தித்தே"

என்று பாடியுள்ளனர். தன்வசமாதலாவது நம் சொற்படி கேட்கும் என்பதாம். தன்வசம் போயிடும் என்பது முன்பு இந்த ஐந்து புலன்களும் நம்மை ஆட்டிவைத்த நிலையினின்று அகன்று நிற்கும் என்பதாம். தன்னில் மடைமாறுதலாவது முன்பு பிறப்புக்கு வித்தாம் பொருள்களில் வேட்கை கொள்ளுவித்து, அதுமாறி நிலைத்த பொருளாம் திருவடியில் வேட்கை யினை விளைவிக்கும் என்பதாம். தனித்துச் சந்தித்தலாவது மும்மலங்களை நீக்கி முழுமுதலாம் மூர்த்தியினைத் தனியே சந்தித்துச் சிவபோகம் துய்த்தலாகும்.

ஆக, சீவர்களாகிய நாம் ஞானகுருவின் திருவடிகளை வணங்கி, அவன் திருமேனியைத் தரிசித்து, ஐந்தெழுத்தை ஓதவும் வேண்டும். இங்ஙனம் செய்யின் நந்தியாம் குரு

நாதனது நளின பாதம் நம் மனத்தில் பதிந்து நிற்கும். இதனை ஆசிரியர்,

“சந்திப் பதுநந்தி தன்திருத் தாளிணை
சந்திப் பதுநந்தி செய்ய திருமேனி
வந்திப் பதுநந்தி நாமம்என் வாய்மையால்
புந்திக்குள் நிற்பது நந்திபொற் பாதமே"

என்றருளினர். இத்துணையும், குருவின் திருவருளால் அன்றிக் கிடைத்தல் அருமை என்பதைத் திருமூலர் 'சொரூப உதயம்' என்றவிடத்தில், அழகுற,

"உருவன்றி யேநின் றுருவம் புணர்க்கும்
கருவன்றி யேநின்று தான்கரு வாகும்
அருவன்றி யேநின்ற மாயப் பிரானைக்
குருவன்றி யாவர்க்குங் கூடவொண் ணாதே"

என்று உபதேசித்துள்ளார்.

இப்பகுதியில் இறைவனது திருநடனச் சிறப்பும் குறிக்கப் பட்டுள்ளது. நடன தரிசனம் ஆன்ம லாபத்திற்கு மிக இன்றி யமையாதது. ஆதலின், அதனையும் உபதேசப் பகுதியில் உரைக்க வேண்டியது ஆயிற்று. நடன தரிசனம் செய்யப் பெற்றவர் பெறும் பேற்றை வியக்கை பில், அந்நடனம் புரியும் பிரான் அம்மையப்பனாய் விளங்கும் அற்புதன் என்பர்.

"மாணிக்கத் துள்ளே மர கதச் சோதியாய்
மாணிக்கத் துள்ளே மரகத மாடமாய்
ஆணிப்பொன் மன்றினு ளாடுந் திருக்கூத்தைப்
பேணித் தொழுதென்ன பேறுபெற் றாரே"

என்றதைக் காண்க. ஈண்டு மாணிக்கம் இறைவன் திருமேனிக்கும், மரகதம் இறைவி திருமேனிக்கும் உவமையாக நிற்கின்றன. இவ்வாறு இறைவனும் இறைவியும் கலந்து விளங்கும் நிலையினை நம்

மணிமொழியார், "உடையாள் உன் தன் நடு இருக்கும் உடையாள் நடுவுள் நீ இருத்தி" எனப் போற்றினர். 'என்ன பேறு பெற்றாரே' என்று வியந்து நின்ற திருமூலர், அப்பேறு இன்னின்ன என்பதைத் தெளிவுபடுத்த,

"பெற்றா ருலகில் பிரியாப் பெருநெறி
பெற்றா ருலகில் பிறவாப் பெரும்பயன்
பெற்றா ரம்மன்றில் பிரியாப் பெரும்பேறு
பெற்றா ருலகுடன் போசாப் பெருமையே"

என்றும் அறிவித்தனர். பெருநெறி ஈண்டு இறவாத இன்ப அன்பு நெறி. இதனைச் சிவநெறி, செந்நெறி, நன்னெறி, திரு நெறி, ஒளிநெறி, வீட்டுநெறி, பொதுநெறி என்றும் கூறலாம். இந்த நெறியைப் பெற்றவர் பிறவாப் பெரும்பேறு பெற்றனர் என்று நாம் கூறவும் வேண்டுமோ? திருமன்றில் நடனத்தைக் கண்டவர் பிரியாப்பேறு பெறுவர் என்பது உண்மை.

உலகுடன் பேசாத பெருமையாவது, சிவத்துடன் ஒன்றி அனுபவிக்கும் நிலையில், பித்த உலகருடன் பேசாத பெருநிலை யாம். இதனாலன்றோ 'தனிமன்றில் தன்னம் தனி நித்தம்' என்றார் திருமூலர். நித்தமாவது நிருத்தம்; அதாவது நடனம். இந்த நடன தரிசனம் ஏழு பிறவிகளையும் போக்கும்; அதாவது தீயினைச் சார்ந்த வித்து, முளைக்கும் ஆற்றலை இழந்து விடுவது போல், பிறவிகளும் மேன்மேல் அங்குரியாது ஆற்றல் அற்று விடும் என்பதாம். இவ்வளவு கருத்தையும்,

"ஆமேவு பாலைப் பிரிக்கின்ற அன்னம்போல்
தாமே தனிமன்றில் தன்னந் தனிநித்தக் தீமேவு
பல்கர ணங்களு ளூற்றன
தாமே பிறப்பெரி சேர்ந்தவித் தாமே"

என்னும் திருமந்திரப் பாடலில் காணலாம். நிருத்த தரிசனம் ஆன்மாவினுடைய பாவங்களைக் கெடுத்துப் பதிபுண்ணியத்தையே மிகுவிக்கும் ஆதலின், 'ஆ மேவும்

பாலைப் பிரிக்கின்ற அன்னம்போல்' என்ற உவமையைப் பொருத்தினர்.

இவ்வுபதேசப் பகுதியில் சிவ சித்தர்கள் சிவ யோகியர் களின் இயல்புகள் இத்தகைய எனவும் பேசப்பட்டுள்ளன.

"வெளியில் வெளிபோய் விரவிய வாறும்
அளியில் அளிபோய் அடங்கிய வாறும்
ஒளியில் ஒளிபோய் ஒடுங்கிய வாறும்
தெளியு மவரே சிவசித்தர் தாமே"

என்பது சிவ சித்தர் இயல்பு. சிவ சித்தர் பொருள், சிவயோக நெறியில் நின்று நின்று சித்தி பெற்றவர் என்பதாம். வெளியில் வெளியாய் விரவுதல், திருவருள் வெளி சிவபெருமான் வெளியின் கண் சென்று ஒடுங்குதல். அளியில் அளிபோய் அடங்குதல், சிற்றுயிர்கள் மாட்டுவைக்கும் பேரன் பாகிய உயிரளி சிவபெருமானது பெரும் பேரின்ப அளியில் தங்கியவாறாம். ஒளியில் ஒளிபோய் ஒடுங்குதலாவது திருவடி உணர்வு கைவந்த அருள்ஒளி, உயிர் சிவ வொளியில் ஒடுங்குதலாகும்.

இச் சிவ சித்தர்களைச் செம்பொருட்டுணிவினர் என்றும் கூறவாம். இவர்கள் உலகில் சிவலோக தரிசனம் செய்து கொண்டும், நாதத்தையும் நாதாந்தத்தையும் தம்முள் கொண்டும், நித்தராகவும், மலம் அற்றவராகவும், உருவற்ற வராகவும் விளங்கிப் பரமுத்தியை அடைவர்.

மேலும், இந்தச் சித்தர்கள் உணர்வற்ற செயலற்ற நிலை யில் சிவமாகியும், தாமாகியும், சிவன் செயலால் யாவையும் நோக்கியும், முக்கால இயல்புகளை நன்கு அறிந்தும் இருப்பர். இதனை,

"இருந்தார் சிவமாகி யெங்குந் தாமாகி
இருந்தார் சிவன்செயல் யாவையும் நோக்கி
இருந்தார் முக்காலத் தியல்பைக் குறித்தங்கு
இருந்தார் இழவுவந் தெய்திய சோம்பே"

என்ற மந்திரத்துக் காண்க. இழவாவது யான் எனது என்னும் பற்று ஒழிந்த நிலையாம். சோம்பி இருத்தல் உணர்ச்சியற்று ஆனந்த வடிவாய் அமர்ந்திருத்தலாகும். இந்நிலையில் இவர்கள் இருத்தலின், இவர்களைத் திருமுலர் சோம்பர் என்கின்றார். தற்செயல் அற்றுச் சிவச் செயலாக இருப்பவர் என்பது இதன் பொருள். இவர்களைப் பற்றி மேலும்,

"சோம்பர் இருப்பது சுத்த வெளியிலே
சோம்பர் கிடப்பது சுத்த வெளியிலே
சோம்பர் உணர்வு சுருதி முடிந்திடஞ்
சோம்பர்கண் டாரச் சுருதிக்கண் தூக்கமே"

என்று பாடினர். அதாவது இவர்கள் ஞானாகாசமாகிய சுத்த வெளியில்தான் இருப்பதும் கிடப்பதும் ஆக இருப்பர். இவர்களது உணர்ச்சி வியாபிக்கும் இடம் வேதங்களின் முடிந்த இடமான நாதாந்தமாகும். அந்த வேத முடிவின் கண்ணே தான், சுவாநுபூதியாகிய தூக்கத்தைக் கண்டவர் ஆவர் என்பதாம். தூக்கமாவது மறைகடந்த இன்பத் துயிலாம். இந்த இன்பத் துயில்தான் தம்முள் சிவலோகம், சிவயோகம். சிவபோகம் கண்டவர் இவரே ஆவர்; ஆகவே இவர்கள் தூங்கப்பெறும் நிலையினைப் பேச ஒண்ணாது என்பர்

"தூங்கிக் கண்டார்சிவ லோகமுந் தம்முள்ளே
தூங்கிக் கண்டார்சிவ யோகமுந் தம்முள்ளே
தூங்கிக் கண்டார்சிவ போகமுந் தம்முள்ளே
தூங்கிக் கண்டார் நிலை சொல்வதெவ் வாறே"

என்று பாடினர் திருமூலர். இதனால்தான் பத்தரஹரியாரும் "தூங்காமல் தூங்கிச் சுகம்பெறுவது எக்காலம்" என்று பாடினர்.

இந்த உபதேசப் பகுதியிலேயே, சிவயோகியர்கள் எங்ஙனம் மேலும் விளங்குவர் என்பதை முடிவுகட்டிக் கூறுகின்றார் திருமூலர்.

**“வித்தைக் கெடுத்து வியாக்கிரத் தேமிகச்
சுத்தத் துரியம் பிறந்து துடக்கற ஒத்துப்
புலனுயிர் ஒன்றா யுடம்பொடு
செத்திட் டிருப்பர் சிவயோகி யார்களே”**

பிறவிக்கேதுவாகிய வினைகள் ஆன்மாவைச் சாராதவண்ணம் அருளினால் தடுத்தலே வித்தைக் கெடுத்தலாகும். இதனை ஆணவ மலத்தை அடக்கி என்று கூறினும் பொருந்தும். பின் ஐந்தெழுத்து உபதேச முறைப்படி உருவற்ற பேருறக்க மாகிய சுத்தத் துரியம் பிறக்கும். பிறக்கவே பாசப்பிணிப்பாம் பந்தம் அறும். பந்தம் அற உணர்வும் உயிரும் ஒன்றி உடம்புடன் கூடி யிருந்தும் சிவன் நினைவே அன்றி உலக நினைவு சிறிதும் இன்றி இருப்பர் சிவயோகியர் என்பதே இம்மந்திரப் பொருளாம். வியாக்கிரமாவது உபதேச மொழி.

இவ்வாறு பல்வேறு உபதேசங்களைச் செய்த திருமூலர், இப்பகுதியில் மற்றும் பல அரிய கருத்துக்களையும் அறிவுறுத்தி யிருக்கிறார். அவற்றையும் சிறிது காண்போமாக.

குருவாம் நந்தி யெம்பொருமான், உடம்பாகிய கோயி லுள் குடிகொண்டு மும்மலங்களை மாற்றுகின்றார் என்பதை,

**"வேயி னெழுங்கனல் போலேயிம் மெய்யெனும்
கோயி லிருந்து குடிகொண்ட கோனந்தி
தாயினு மும்மல மாற்றித் தயாவென்னுந்
தோயம தாயெழுஞ் சூரிய னாமே"**

என்று பாடியுள்ளார். இதில் பல உவமைகள் பொருந்தி நல்ல கருத்துக்களைத் தன்னகத்தே கொண்டிருப்பதை ஊன்றி நோக்குதல் வேண்டும். குருவாம் இறைவன் உடனே வெளிப் படாது மாணவன் பக்குவம் அறிந்தபோது வெளிப்பட்டு அருளுதலின், 'வேயின் எழுங்கனல் போல' என்ற உவமையைக் கூறினர். வேய்-மூங்கில். இதனை உட்கொண்டே அப்பர் பெருமானாரும், “விறகில் தீயினன்” என்று கூறியுள்ளார்.

சூரியனை ஞானாசிரியனுக்கு உவமை காட்டிய அழகு மிக மிகப் பாராட்டற் குரியதாகும். சூரியன் முன் பஞ்சு எரியுண்ணும். அது போலவே ஆசிரியனாம் சூரியன் தோன்றிய அளவில் மலங்கள் அற்றுப்போகும். ஆதலின் சூரியனை உவமை காட்டினர். அடுத்தாற்போல்,

"பெருமை சிறுமை யறிந்தெம் பிரான்போல்
அருமை யெளிமை யறிந்தறி வாரார்
ஒருமையு ளாமைபோ லுள்ளைக் தடக்கி
இருமையுங் கேட்டிருந் தார்புரை யற்றே"

என்ற திருமந்திரத்தை ஆய்வோம். இந்த மந்திரத்தில் வரும் 'ஒருமையுள் ஆமைபோல் உள் ஐந்து அடக்கி' என்னும் அடியுடன், திருவள்ளுவர் பாடியுள்ள,

ஒருமையுள் ஆமைபோல் ஐந்தடக்கல் ஆற்றின்
எழுமையும் ஏமாப் புடைத்து

என்ற குறட்பாவை நினைவுபடுத்திக் கொள்ளுதல் வேண்டும். ஐந்தடக்கலாவது ஐம்புலன்கள் தம் வழி ஆன்மாவை ஈர்த்துச் செல்லாது, நம்வழி அவற்றை அடக்கி ஆள்வதாகும். ஆமை தனது நான்கு கால்களையும் தலையையும் ஆபத்துக் காலத்தில் உள்ளிழுத்துக் கொண்டு அடக்குதலைக் காண்க. இறைவன் பெரியவற்றிற்கு எல்லாம் பெரியவன்; சிறியவற்றிற்கு எல்லாம் சிறியவன். இந்த உண்மையினை அறிதல் வேண்டும் என்பார். 'அறிந்து' என்றனர். பெருமை சிறுமை மட்டும் அறிதல் அமையாது, அவற்றின் அருமை எளிமைகளையும் அறிதல் வேண்டும் என்பார், 'அருமை எளிமை அறிந்து' என்றனர். இருமையும் கேட்டலாவது, இந்தப் பிறவி வந்த விதத்தையும், மறுபிறவி வருவதையும் அறிவன் நூலாலும் குருவினது உபதேசத்தாலும் அறிந்து கொள்ளுதலாம். இப்படி அறிதல் கடமையாக இருக்கவும், அங்ஙனம் கேட்டறியாது வீணே காலத்தைப் போக்குகின்றனரே மக்கள் என்ற காரணத்தால், 'புரையற்றே இருந்தார்' என அருளினர். குருவுபதேசப் பெருமையை உணர்த்தவந்த மந்திரம்,

"புரையற்ற பாலினுள் நெய்கலந் தாற்போல்
திரையற்ற சிந்தையுள் ஆரியன் செப்பும்
உரையற் றுணர்வோ ருடம்பிங் கொழிந்தார்
கரையற்ற சோதி கலந்தசத் தாமே"

என்பது. இந்தத் திருமந்திரத்தின் முதலடி "பாலில் படுநெய் போல் மறைய நின்றுளன் மாமணிச் சோதியான்" என்னும் அப்பர் திருவாக்கை நமக்கு நினைவூட்டுகின்றது. இறைவன், புரை இடாத பாலில் நெய் மறைந்து வெளிப்படையாகத் தோன்றாமலிருப்பது போல், எல்லா உயிரின் அகத்தும் மறைந்திருப்பினும், பதைப்பாகிய அலையற்ற ஆருயிரின் தூய உள்ளத்தில், தயிரின் நெய் போல் வெளிப்பட்டருள்வன் என்பதாம். அத்தகைய இறைவன் செய்யும் உபதேசம் அமைதிக்குக் காரணமாதலின், 'உரை அற்று' என்று உணர்த்தப்பட்டது. அக்காலத்தில் அவர்கள் சிவம் நினைவோர் ஆதலின் அவர்களின் வினைபோக உடல் நீங்கும். உடலை நீக்கித் திருவருள் ஒளியிற் கலந்து உலப்பிலா ஆனந்தமாய்ச் சிவத்தோடு கூடிய சத்துப் பொருளாவர். இதனைச் சிவஞான சித்தியார், "கண்ணுதல் தன் நிறைவதனில் கலந்து காயம் கழிந்தக்கால் எங்குமாய்க் கருதரன்பால் நிற்பன்" என்று குறிப்பிடுமாற்றாலும் நாம் அறியலாம்.

சுவை, ஒளி, ஊறு, ஓசை, நாற்றம் எனும் பூத முதலாகிய தன் மாத்திரைகள் ஐந்தும் ஒடுங்கும் முறையில், ஒன்றனுள் ஒன்றாய் ஒடுங்கும் முறைபற்றி விளக்கவந்த மந்திரம்,

"சத்தமுத லைந்துந் தன்வழித் தான்சாரில்
சித்துக்குச் சித்தன்றிச் சேர்விடம் வேறுண்டோ
சுத்த வெளியில் சுடரில் சுடர்சேரும்
அத்தம் இதுகுறித் தாண்டுகொள் அப்பிலே"

என்பது. சத்தமுதல் ஐந்து என்பன சப்த, பரிச, ரூப, ரஸ, கந்தம் என்பன. இவை தன் வழிச்சார்தல் என்பது பூதாதி அகத்தின் கண் ஒடுங்குதலாம். "ஓசைநற் பரிசரூப இரச கந்தங்கள் என்று,

பேசு மாத்திரைகள் ஐந்து பிறக்கும் பூதாதி கத்தின்" என்று சிவஞானசித்தி கூறுதல் இதற்குச் சான்றாம். எது எதனின்று தோன்றியதோ அது அதனுள் ஒடுங்கும் என்பது சித்தாந்த மரபு அன்றோ? 'சித்துக்குச் சித்தன்றிச் சேர்விடம் வேறு உண்டோ?' என்ற வினா உணர்த்த உணரும் சித்தாகிய ஆன்மாவுக்குச் சிவத்தோடன்றி வேறு சேருமிடம் இல்லை என்பது பெறப்படுகின்றது அன்றோ? சுடரில் சுடர் சேரும் என்றது திருவருள்வெளியில் விளக்க விளங்கும் அறிவொளியாகிய உயிரும், தானே விளங்கும் பேரறிவொளியாகிய சிவனும் ஓரினச்சுடர் ஆதலின் ஒன்றுசேரும் என்பதாம். இங்ஙனம் உணர்த்திய தோடன்றி நன்கு ஆய்ந்து தெளிந்த நீர் போல் அனுபவத்தில் இருந்து பார்க்கவும் கட்டளையிட் டருளினார். இதனை மேலும் நன்கு அறிவிக்க விரும்பிய ஆசிரியர் சீவன் சிவத்தோடு அடங்கும் விதத்தைக் கீழ்வரும் திருமந்திர வாயிலாகக் கூறலுற்றார்.

"அப்பினிற் கூர்மை ஆதித்தன் வெம்மையால்
உப்பெனப் பேர்பெற் றுருச்செய்த தவ்வுரு
அப்பினில் கூடிய தொன்றாகு மாறுபோல்
செப்பினில் சீவன் சிவத்து டங்குமே"

கூர்மையாவது கரிப்பு உப்பாம். ஆதித்தன்-சூரியன். அவ்வுரு-உப்பாகிய உரு. இவ்வாறு சூரியன் வெப்பத்தால் உப்பானாலும் நீருடன் கலந்தபோது நீரே ஆகும். அதுபோலச் சங்கார காலத்துத் தத்தம் கன்மங்கள் சூட்சும கன்மமாய்த் தன்னுள் அடங்க, ஆன்மாக்கள் அனைத்தும், சிவத்துடன் அடங்கி நின்று, இறைவன் மீட்டும் உயிர்களைத் தோற்றுவிக்கத் திருவுளம் கொண்டபோது, தத்தம் வினைக்கீடாக மேனியில் அடங்கி உலகத்தில் உலாவி, முத்தான்மாவாகச் சிவத்துள் அடங்கும் என்பதாம்.

இறைவனது திருவடியினைப் பெறத் திடஞானம் வேண்டும் என்று உபதேசிக்கும் மந்திரமே,

"அடங்குபே ரண்டத் தணுவண்டஞ் சென்றங்கு
இடங்கொண்ட தில்லை யிதுவன்றி வேறுண்டோ
கடந்தொறும் நின்ற வுயிர்கரை காணில்
திடம்பெற நின்றான் திருவடி தானே"

என்பது. மேலும் திருவடியே ஞானம் என்பது நமது சித்தாந்தத் துணிபு. இதனைத் திருவடிப்பேறு என்னும் பகுதியில்,

"திருவடி ஞானம் சிவமாக்கு விக்கும்
திருவடி ஞானம் சிவலோகம் சேர்க்கும்
திருவடி ஞானம் சிறைமலம் மீட்கும்
திருவடி ஞானமே திண்சித்தி முத்தியே"

என்று உணர்த்தினர். இங்ஙனம் கூறுமாற்றால் திருவடிஞானம் பெறத் திடஞானம் தேவை என்பது உறுதி ஆயிற்று. ஆகவே, ஆன்மாக்கள் தாம் எய்தும் இடம் ஆராயின் இறைவன் திருவடியே என்பர். இதனை "உயிர் கரைகாணில், திடம்பெற நின்றான் திருவடிதானே" என்ற அடிகளில் காண்க. உயிர்கள் உடல் தோறும் நிற்கும் நிலையையே ஈண்டுக் 'கடந்தொறும் நின்றஉயிர்' என்றனர். காரியம் காரணத்துள் அடங்குதல் அன்றிக் காரணம் காரியத்துள் அடங்குதல் இல்லை. ஆதலின் பிரமாண்டங்கள் அண்ட வடிவான அணுவுள் அடங்குமே அன்றி, அணுக்கள் அண்டங்களில் அடங்கா என்பதை, 'அணு அண்டம் சென்று அங்கு இடங்கொண்டதில்லை' என்ற அடியில் விளக்கினர் திருமூலர்.

வாழ்கவே வாழ்கஎன் நந்தி திருவடி
வாழ்கவே வாழ்க மலமறுத் தான்பதம்
வாழ்கவே வாழ்க மெய்ஞ்ஞானத் தவன்தாள்
வாழ்கவே வாழ்க மலமிலான் பாதமே.
தெளிவு குருவின் திருமேனி காண்டல்
தெளிவு குருவின் திருநாமம் செப்பல்
தெளிவு குருவின் திருவார்த்தை கேட்டல்
தெளிவு குருவுருச் சிந்தித்தல் தானே.

-திருமந்திரம்

இன்னோரன்ன அரிய குறிப்புக்களையும் கருத்துக்களையும் கொண்ட பகுதியே இவ்வுபதேசப் பகுதி ஆகும். இத்தகைய அரிய கருத்துக்களைக் குருமகா சந்நிதானத்தின் திருவருள் துணைக்கொண்டு இந்த அளவு கூறினேன் என்று தெரிவித்துக் கொண்டு என் உரையினை முடித்துக் கொள்கிறேன்.

15. வயிரவச் சக்கரம்

[இது திருவாவடுதுறை ஆதினத்தில் நடந்த ஐந்தாவது திருமந்திர மாநாட்டில் ஆற்றிய சொற்பொழிவு.]

குருமகா சந்நிதானத்தின் பொன்னார் திருவடிகட்கு என் பணிவான வணக்கம் உரித்தாகுக. சிவநேசச் செல்வராம் தலைவர் அவர்களுக்கும், சபையோர்கட்கும் என் வணக்கம் உரியது. பெரியோர்களே! குருமகாசந்நிதானம் அவர்களின் திருவடிகளை என் தலைமேற்கொண்டு, எனக்கு இட்ட கட்டளை யினை ஆற்றத் தொடங்குகிறேன்.

நான்காம் 'தந்திரத்தில் பதின்மூன்று பகுதிகள் இருந் தாலும், அவற்றுள் மிகச் சிறிய பகுதியாக, ஆறு திருமந்திரங்கள் மாத்திரம் அடங்கியுள்ள 'வயிரவச் சக்கரம்,' என்ற தலைப்பை எனக்குக் கொடுத்திருப்பதிலிருந்தே குருமகா சந்நிதானம் அடியேனிடத்தில் கொண்டுள்ள கருணை நன்கு புலனாகிறது. மணிவாசகப் பெருமானார்,

"பால் நினைந்து ஊட்டும் தாயினும் சாலப் பரிந்து"

என்று பாடித் தம்பால் இறைவன் காட்டிய பெருங் கருணை யினைப் புலப்படுத்தியது போலக் குருமகாசந்நிதானம் என்பால் கருணை காட்டி ஆட்கொண்டார்கள் என எண்ணி யான், பெரு மகிழ்ச்சி கொள்கின்றேன். மிகச் சின்னஞ்சிறு குழவி, முதன் முதலாக நம்முடைய சந்நிதானத்திலே இத் திருமந்திர மாநாட்டில் கலந்துகொள்ள வந்திருக்கிறது என்கிற பெருங் கருணையினால், பால் நினைந்து ஊட்டும் தாயினைப் போல், என்னுடைய பக்குவம் அறிந்து, இந்தச் சின்னஞ்சிறு தலைப் பிலே என்னைப் பேசும்படி அருளாணை பிறப்பித்திருப்பதை எண்ணி எண்ணி இன்புறுகிறேன்.

வயிரவச் சக்கரத்திலுள்ள மந்திரங்கள் சிறப்புடைய கருத்துக்கள் செறிந்தவை. குருமகாசந்நிதானம் அவர்கள் தம்முடைய திருத்தொண்டனாகிய அடியேனுக்கு, ஷடாக்ஷரமாகிய மந்திரத்தை உபதேசம் செய்து ஏற்றுக் கொள்கிறார்கள் என்கிற கருத்து அடியேனுக்குத் தோன்றும் வண்ணம், இவ் வயிரவச் சக்கரம் என்கிற தலைப்பிலே உள்ள ஆறு திருமந்திரங் கள் விளங்குகின்றன; ஆதலின் அடியேன் இன்று முதல் குருமகாசந்நிதானம் அவர்களின் அடித்தொண்டனாகி விட்டேன் என்று உன்னி உன்னி உளம் குளிர்கின்றேன்.

வயிரவர் யார்? அவரது சக்கரம் எது? அதன் பயன் யாது? அவரைப் பூசை செய்ய வேண்டியதன் அவசியம் என்ன? என்பனவற்றை இனிக் காண்போமாக.

இறைவனுடைய மூர்த்தங்கள் அறுபத்து நான்கு என்பதும், அவற்றில் 38ஆம் மூர்த்தம் வயிரவமூர்த்தம் என்பதும் தெரியவருகின்றன. இறைவன் எப்போது எதற்காக வயிரவத் திருக்கோலத்திலே எழுந்தருள வேண்டிய அவசரம் ஏற்பட்டது என்பதை அறிதல் வேண்டும்.

இரண்யாக்ஷன் என்ற ஓர் அசுரன் இருந்தான். அவனது மகன் அந்தகாசுரன் என்பவன். அவன் தேவர்களுக்கு மிகுந்த துன்பத்தைக் கொடுத்துவந்தான். அப்படி இறைவனிடத் திலிருந்து பெற்ற வரத்தைக் கொண்டு நல்லவர் களுக்கெல்லாம் துன்பத்தை உண்டாக்கி வந்த காரணத்தினால், அவனைச் சங்காரம் செய்வதற்காக இறைவன் வயிரவத் திருக்கோலம் கொண்டார். உலகத்து உயிர்களுக்கெல்லாம் வருத்தம் உண்டாக்கினான் என்று வானவர் யாவரும் இறைவனிடம் ஓடி வந்து முறையிட, அவனைச் சங்காரம் செய்வதற்காக இறைவர் வயிரவராகத் தோன்றினார் என்றும், சூலங் கைக்கொண்டு அவனைக் கொன்றார் என்றும், திருமந்திரத்திலேயே இரண்டாம் தந்திரத்தில் பதிவலியில் அட்ட வீரட்டத்தைப் பற்றிச் சொல்லும்போது திருமூலத் தேவர் குறிப்பிடுகின்றார்.

"கருத்துறை அந்தகன் தன்போல் அசுரன்
வரத்தின் உலகத் துயிர்களை எல்லாம்
வருத்தஞ்செய் தானென்று வானவர் வேண்டக்
குருத்துயர் சூலங்கை கொண்டு கொன்றானே"

அந்தகனை (இயமனை)ப் போலவே கொடுமை நிறைந்து இவ் வசுரன் விளங்கினான் என்பதை ஆசிரியர் 'அந்தகன் தன்போல் அசுரன்' என்று குறிப்பிடுவதை நாம் ஊன்றி நோக்கவேண்டும். அந்தகன் குணம் இவன்பால் அமைந்தமையினாலேயே இவன் அந்தகாசுரன் என்று அழைக்கப்பட்டனன். இறைவன் அந்த அந்தகாசுரனைக் கொன்ற முறை எப்படி? எதற்காகக் கொன்றார்? என்பனவற்றை ஈண்டுத் தெளிவாகச் சொல்லி யிருப்பதை உணர்வோமாக. இறைவனிடத்திலிருந்து பெற்ற வரங்களைக் கொண்டே உலகத்து உயிர்களுக்கு அவன் தீங்கு இழைத்தான் என்றால், இறைவன் அவனைக் கொல்ல வேண்டியது முறையே அன்றோ? இந்த அவசரத்தில் இறைவன் கொண்ட கோலமே வயிரவமூர்த்தி, கோலம் என்க. எனவே இறைவன் வயிரவக் கோலம் கொண்டதற்கு அகச்சான்று அமைந்திருப்பதையும் நாம் அறிந்தோம்.

வயிரவர் யார் என அறிவித்த திருமூலர், அவருக்கு உரிய பணி நகர்க் காவல் புரிவதாம் என்ற குறிப்பையும் உணர்த்தி, பொது மக்களுடைய நன்மைக்காக நகர்க்காவல் பணிபுரிகின்ற வயிரவ மூர்த்தியை வணங்குவதற்கு உரிய வழியையும் இந்த வயிரவச் சக்கரம் என்கின்ற பகுதியிலே அறிவித்திருக்கின்றார். இப்பகுதி ஆறு திருமந்திரங்களை உடையது என முன்பே நான் குறிப்பிட்டுள்ளேன். இவைகளைப் பற்றியெல் லாம் குருமகாசந்நிதானத்தின் அருளாணையினால் பேச முன் வந்துள்ளேனேயன்றி, அவைகளை எல்லாம் அறிந்தவன் என்ற முனைப்பினால் அன்று என்பதையும் அறிவித்துக் கொள்ளுகின்றேன்.

வயிரவச் சக்கரம் என்று இங்கே தலைப்புக் கொடுத்திருந்தாலும், சக்கரத்தைப்பற்றிய குறிப்பு எதுவுமே

ஈண்டு இல்லை என்று நான் கருதுகிறேன். நான் கூறும் இந்தக் கருத்துத் தவறாகவும் இருக்கலாம். சக்கரம் இல்லாத நிலைமையில் இந்த ஆறு திருப்பாடல்களும் அடங்கிய பகுதிக்குச் சக்கரம் என்ற தலைப்பு கொடுத்திருப்பது பொருத்தமில்லையே என்று நாம் நினைக்கக்கூடும். அந்த முறையில் நம் திருமூலர் விடுவரோ என்று ஆழ்ந்து சிந்தித்தல் வேண்டும்.

'சக்கரம் என்பது எது? வண்டியின் சக்கரம் போன்று உருளையாக இருப்பதா?, என்று நினைக்கக்கூடும். ஈண்டுச் சக்கரம் என்பது சித்திர வடிவில் இருக்கிற சதுர வடிவில் அமைந்த சக்கரமாக விளங்குவதே யாகும். இவ்வயிரவச் சக்கரத்தைப் பற்றிய வடிவக் குறிப்பு, மந்திரக் குறிப்பு இப் பகுதியில் இல்லாமற் போயினும், நான்காவது தந்திரத்தில் உள்ள திருவம்பலச் சக்கரம் என்ற பகுதியில், இரண்டு திருமந்திரங்களில் குறித்திருப்பதைக் காணலாம்.

"எட்டு வரையின்மேல் எட்டுவரை கீறி
இட்ட நடுவுள் இறைவன் எழுத்தொன்றில்
வட்டத்தி லே அறை நாற்பத்தெட் டுமிட்டுச்
சிட்டஞ் செழுத்தும் செபிசீக் கிரமே.

"தானவர் சட்டர் சதிரர் இருவர்கள்
ஆனஇம் மூவரோ டாற்றவர் ஆதிகள்
ஏனைப் பதினைந்தும் விந்துவும்
நாதமும் சேனையும் செய்சிவ சக்கரம் தானே"

இந்த இரண்டு திருமந்திரப் பாடல்களுள் முதல் மந்திரப் பாடலில் சக்கரத்தை அமைக்கவேண்டிய குறிப்பையும், இடையில் அமைக்க வேண்டிய இறைவன் எழுத்தையும், உச்சரிக்க வேண்டிய மந்திரம் இன்னது என்பதையும் குறிப் பிட்டிருப்பதைக் காண்க. இரண்டாம் திருமந்திரப் பாடலில், சிவசக்கரத்தில் அமையும் தெய்வங்களைப் பற்றிய விளக்கம் தந்திருப்பதைக் காணலாம். இதில் சட்டர் என்று குறிப்பிடப்பட்டவர் வயிரவர் ஆவர்.

இந்தத் திருவம்பலச் சக்கரம் என்கிற பகுதியை ஊன்றிப் பார்க்குமிடத்து, வயிரவச் சக்கரம் என்பது சிவசக்கரம் எனப் புலனாகிறது. இக்குறிப்பினை மேலே காட்டப்பட்ட இரு பாடல்கள் தெள்ளத் தெளியக் காட்டுகின்றன. திருமந்திரம் முழுவதும் பஞ்சாட்சரத்தைப் பற்றிப் பேசுவதிலிருந்து, சிவசக்கரத்தின் மந்திரமாக அதுதான் விளங்குகிறது என்பதில் எள்ளளவும் ஐயம் இல்லை. இந்த உண்மை,

"அஞ்செழுத் தாலே அமர்ந்தனன் நந்தியும்
அஞ்செழுத்தாலே அமர்ந்தபஞ் சாக்கரம்
அஞ்செழுத் தாகிய அக்கர சக்கரம்
அஞ்செழுத் துள்ளே அமர்ந்திருந் தானே"

என்று திருவம்பலச் சக்கரத்தில் வருகிற திருமந்திரத்தால் தெளியலாம்.

"வேதம் நான்கினும் மெய்ப்பொருள் ஆவது
நாதன் நாமம் நமச்சி வாயவே"

என்ற ஆளுடைய பிள்ளையார் அருள் வாக்கையும் ஈண்டு நினைவு கொள்வோமாக. ஆகவே, இதுவே உயர்ந்த மந்திரம் என்பது புலனாகின்றது. இந்த மந்திரத்திற்குரிய பெருமை அளவிடற்கரியது. இம்மந்திரத்தின் பெருமையினை அறிய அவாவுவோர், திருமந்திரத்தில் ஒன்பதாம் தந்திரத்தில் காணப்படும் தூல பஞ்சாக்கரம், சூக்கும பஞ்சாக்கரம், அதி சூக்கும பஞ்சாக்கரம் என்ற பகுதியில் காணலாம்.

"சிவாய நமஎனச் சித்தம் ஒருக்கி
அவாயம் அறவே அடிமைய தாக்கிச்
சிவாய சிவசிவ என்றென்றே சிந்தை
அவாயம் கெடநிற்க ஆனந்தம் ஆமே"

என்ற திருமந்திரத்தை இங்கு நோக்குக. நமது நாட்டில் எத்தனையோ கோயில்கள் இருக்கின்றன. பெரிய பெரிய தேவாலயங்கள் இருக்கின்றன. இங்ஙனம் பற்பல தலங்களில் எழுந்தருளி யிருக்கும் மூர்த்திகளுக்கு மூர்த்திகரமாகிய சக்தி

இருப்பதன் காரணத்தைச் சிந்தனை செய்து பார்க்கும்போது, அந்த மூர்த்தியின் சக்தி அங்கே அமைந்த சக்கரத்தில் அமைக்கப்பட்டிருக்கிறது என்பதைத் தெரிந்து கொள்ளலாம். மூர்த்தியைப் பிரதிஷ்டை பண்ணும்போது, சக்கரத்தையும் அமைத்து அங்கே மூர்த்தியைப் பிரதிஷ்டை செய்வார்கள். சக்கரத்தின் வாயிலாகத்தான் மூர்த்தத்தின் திருவருட் சக்தி அந்தத் தலங்களில் இன்றும் அருள் சுரந்து கொண்டிருக்கிறது. பசு நன்றாகப் பால்தரவேண்டும் என்றால் அதற்குரிய முறையினை அறிய வேண் டியது அவசியமாகும் அன்றோ? அப்படியே இறைவனுடைய திருவருளைப் பூரணமாகப் பெற வேண்டுமானால், அவனுக்கு உகந்த முறையில் எல்லா வகையிலும் நாம் வழிபட்டாக வேண்டும். அந்த வழிபாட்டுக்குரிய சாதனமாக அமைவதே சக்கரம். சக்கரத்தின் வாயிலாக அம் மூர்த்தியினுடைய மந்திரங்களைக் கூறி அருச்சனை செய்வது நமது முன்னோர்களுடைய மரபு. இந்தச் சீரிய கருத்தைப்பற்றி,

"நின்றது சக்கரம் நீளும் புவியெலாம்
மன்றதுவாய்நின்ற மாயநன் னாடனைக்
கன்றது வாகக் கறந்தனன் நந்தியும்
குன்றிடை நின்றிடுங் கொள்கைய னாமே"

எனத் திருவம்பலச் சக்கரத்தில் 35 ஆம் திருப்பாடலில் திருமூலர் பேசியிருக்கிறார். தாய்ப் பசுவின் பாலை அதன் கன்றின் மூலம் கறந்து கொள்வது போல, இறைவனுடைய அருளை இந்தச் சக்கரத்தின் வாயிலாகவே பெரியவர்கள் பெற்று அமைதி அடைந்திருக்கிறார்கள் என்பது நன்கு தெரிகிறது.

தனுகரண புவன போகங்களை எல்லாம் பெற்றிருக்கின்ற நாம், நம் புலன்களால் அந்த இறைவனை உணர்ந்து கொள்ள முடியாது என்றாலும், உருவம் அற்று விளங்குகின்ற இறைவனை உருவத்தில் வழிபடுவது சிறந்த எளிமையான முறையாகும் என்பதை முன்னோர் உணர்ந்து, உருவ வழிபாட்டிலே ஈடு பட்டிருந்தனர். இதனை வயிரவச் சக்கரம்

எடுத்துக் காட்டு கின்றது. இறைவனுக்கு வடிவம் உண்டு என்பதை நமக்குப் புலப்படுத்துவதற்கே, திருக்குறள் ஆசிரியருங்கூட,

"கற்றதனால் ஆய பயனென்கொல் வாலறிவன்
நற்றாள் தொழாஅர் எனின்"

எனத் திருவடியைச் சிறப்பித்துச் சொல்லியிருக்கிறார். வயிரவருக்கு உருவம் உண்டு என்பதைத் திருமூலரும் திருமந்திரத்தில் குறிப்பிட்டிருக்கின்றார். அவருடைய திருவுருவத்தையும், அவருடைய திருக்கரங்களில் அம்மூர்த்தி கொண்டுள்ள படைகளையும் விளக்குகின்றார். மேலும், அவர் நிறம் செம்மை என்பதாகவும் குறிப்பிட்டுச் சொல்கிறார். இவற்றைக் காட்டும் பாடல்கள்,

"ஆமே அப் பூண்டருள் ஆதி வயிரவன்
ஆமே கபாலமும் சூலமும் கைக்கொண்டங்கு
ஆமே தமருக பாசமும் கையது
ஆமே சிரத்தொடு வாடது கையே

"கையது ஆறும் கருத்துற நோக்கிடும்
மெய்யது செம்மை விளங்கு வயிரவன்
துய்ய ருளத்தில் துளங்கும்மெய் யுற்றதாய்ப்
பொய்வகை விட்டுநீ பூசனை செய்யே."

இங்கே திருமூலர் வயிரவருடைய திருமேனியைச் சொல்லும் போது, 'மெய்யது செம்மை விளங்கு வயிரவன்' என்கிறார். இதனால் இறைவரும் வயிரவரும் ஒருவரே என்பதை உளத்தில் கொள்ள வேண்டும்.

"சிவனெனும் நாமம் தனக்கே உரிய
செம்மேனி அம்மான்"

என்பது திருநாவுக்கரசு சுவாமிகளுடைய வாக்கு. வயிரவருக்கு ஆறு திருக்கரங்கள் இருப்பனவாகவும் சொல்கிறார். பகைவர்களை ஒறுப்பதற்காகவும், பக்தர்களைக் காப்பதற்காகவும் ஆறு திருக்கரங்களிலும் அவர் கொண்டுள்ள ஆயுதங்களையும் குறிப்பிடுகிறார். இவ்வாறு தெய்வங்கள் தம் திருக்கரங்களில் ஆயுதங்களைக் கொண்டு பகைவர்களை வென்று அன்பர்களைக் காத்து வருவர் என்பதை, நக்கீரர் தாம் அருளிய திருமுகாற்றுப்படையுள்,

"விண்செலல் மரபின் ஐயர்க்கு ஏந்தியது ஒருகை
உக்கம் சேர்த்தியது ஒருகை
நலம்பெறு கலிங்கத்துக் குறங்கின்மிசை
அசைஇயது ஒருகை
அங்குசம் கடாவ ஒருகை இருகை
ஐயிரு வட்டமொடு எஃகுவலம் திரிப்ப ஒருகை
மார்பொடு விளங்க ஒருகை
தாரொடு பொலிய ஒருகை
கீழ்வீழ் தொடியொடு மீமிசைக் கொட்ப ஒருகை
வானர மகளிர்க்கு வதுவை சூட்ட,
ஆங்கப் பன்னிரு கையும் பாற்பட இயற்றி"

என்று பாடியுள்ளதையும் ஈண்டு உணர்வோமாக. ஆகவே வயிரவ மூர்த்தியும் உருவத் திருமேனி கொண்டு படைகளைத் தாங்கி நகர்க்காவல் புரிந்து உலக மக்களைக் காத்து வருகின்றார்.

இந்த உருவத் திருமேனியுடைய பெருமானைப், பூசனை செய்வது என்றால், நாம் எந்நிலையில் ஒழுகுபவராக வேண்டும் என்பதையும் ஆசிரியர் குறிப்பிடுகின்றார். ஆண்டவனைப் பொய் வகைகளை விட்டுப் பூசனை செய்யவேண்டும் என்பது திருமூலர் உள்ளக் கிடக்கை. அதனால் தான் 'துய்யர் உளத்தில் துளங்குமெய்யுற்றதாய், பொய்வகை விட்டு நீ நீ பூசனை செய்யே' என்கிறார். தூயருளத்தில் வயிரவர் விளங்குவர் என்ற குறிப்பும் புலப்படுதலின், பூசனை புரிபவர்க்கு உள்ளத் தூய்மையும்

வேண்டும் என்பது புலனாகின்றதன்றோ? உள்ளம் தூய்மையுடையதாவதற்கு எளிய வழியினை,

"புறந்தூய்மை நீரான் அமையும் அகந்தூய்மை
வாய்மையால் காணப் படும்"

என்று வள்ளுவர் கூறும் வாய்மொழியால் அறியலாம். எனவே நாம் வாய்மையைக் கொண்டே ஒருவனது உள்ளத் தூய்மையைத் தெரிந்துகொள்ளலாம். தூய்மை ஏற்படும்போது வாய்மை ஏற்பட்டு விடுகிறது. ஆகவே தூய்மை வேண்டு மென்ற கருத்தை 'பொய்வகை விட்டு நீ பூசனை செய்யே' என்று இதனையே இன்றியமையாததாக எடுத்துரைக்கின்றார் ஆசிரியர். பொய்யுள்ளம் படைத்தவரின் பூசனையைக் கண்டு இறைவன் எள்ளி நகையாடி அவர்களை அணுகாது விலகுவான் என்பதை, ஆளுடைய அரசர்,

"பொக்க மிக்கவர் பூவும் நீரும்கண்டு நக்கு
நிற்பன் அவர்த மை நாணியே"

என்று குறிப்பிட்டுள்ளார். இனி வயிரவப் பெருமானைப் பூசிக்கும் முறைபற்றியும், அருச்சனை செய்கிற முறை பற்றியும் சிறிது சிந்திப்போமாக.

இந்தக் காலத்தில் கர்ப்பூரம் போன்ற ஒளிதரும் பொருளை இறைவனுக்குத் தீபாராதனை என்கிற முறையில் காட்டுகிறோம். மிகப் பழையகாலத்தில் இந்தக் கர்ப்பூர தீபாரானை இருந்ததாகப் புலனாகவில்லை. தூப தீபமே ஆராதனைக்குரியவையாக இருந்தன என்பதை, அப்பர் பெருமானார் திருவாக்கின் மூலம் தெரியலாம். அவர்,

"தூபமொடு தீபம்"

என்றுதான் குறிப்பிடுகின்றார். இதனால் கர்ப்பூரம் காட்டுவது பிற்காலத்திலெழுந்த வழக்கம் என்பது தெரிகிறது.

நான் டெல்லிக்குச் சென்றிருந்தேன். அங்குள்ள லட்சுமி நாராயணன் கோயிலில் கர்ப்பூரம் காட்டும் வழக்கம் இல்லை என்பதையும் அறிந்தேன். இந்த முறை நமது திருமந்திர ஆசிரியருடைய காலத்திலும், அப்பர் சுவாமிகள் காலத்திலும் இருந்தது என்றே குறிப்பிட விரும்புகிறேன்.

பொய்யை விட்டு மெய்யனாக எந்த வகையில் பூசிக்க வேண்டும் என்னும் வினா எழும் அன்றோ? அந்த வினாவிற்கு விடையாகத் திருமூலர் என்ன அறிவிக்கின்றார்?

பூசனை செய்யப் பொருந்தியோ ராயிரம்
பூசனை செய்யு மதுவுடன் ஆடுமா
பூசனை சாந்து சவாது புழுகு நெய்
பூசனை செய்துநீர் பூசலை வேண்டுமே

ஆயிரம் மலரெடுத்து இறைவனுடைய திருவடிகளில் தூவிப் பூசிப்பதும், ஆயிரந்தரம் நாவினால் அவனது திரு நாமத்தைச் சொல்லுவதும் பூசை முறைகளாம்.

"ஒருநாமம் ஓர்உருவம் ஒன்றுமில் லார்க்கு ஆயிரம்
திருநாமம் பாடிநாம் தென்னேணம் கொட்டாமோ"

என்பர் மணிமொழியாரும். இறைவனைத் தேனால் முழுக் காட்டுதலும் வேண்டும் என்பதனையும் இப்பாடலில் குறிப்பிடு கிறார்.

ஆண்டவனுக்குப் பாலாலும், தயிராலும், தேனாலும் அபிஷேகம் செய்வதும் பூசை முறைகளாம். இதனைச் சுந்தரர் வாக்காகிய "தேனோடு பால் தயிர் ஆட்டுகந்தானே" என்னும் அடிகளால் தெரியலாம். சாந்து, சவ்வாது, புனுகு முதலான வாசனைப் பொருள்களினால் வழிபடுகிற முறையையும் திருமூலர் குறிப்பிட்டிருப்பதை நாம் உணர்தல்வேண்டும். மேலும் பூசனை வந்தனை வழிபாடு அர்ச்சனை ஆகிய முறைகள் அழகு பட நான்காம் தந்திரத்தில் அருச்சனை என்ற பகுதியில் நன்கு விளக்கப்பட்டுள்ளன. பூசனைக்குரிய மலர்கள் இன்னின்ன என்பதை,

***"அம்புயம் நீலம் கழுநீர் அணிநெய்தல்
வம்பவிழ் பூகமும் மாதவி மந்தாரம்
தும்பை வகுளம் சுரபுன்னை மல்லிகை
செண்பகம் பாதிரி செவ்வந்தி சாத்திடே"***

என்ற பாட்டாலும், வாசனைப் பொருள்களை அணியும் முறையினை,

***"சாங்கம தாகவே சந்தொடு சந்தனம்
தேங்கமழ் குங்குமம் கர்ப்பூரம் காரகில்
பாங்கு படப்பனி நீரால் குழைத்து வைத்
தாங்கே அணிந்துநீர் அர்ச்சியும் அன்பொடே"***

என்ற பாட்டாலும் தெளியலாம். கர்ப்பூரம் ஈண்டுப் பச்சைக் கர்ப்பூரமாகும்.

மந்திரம் உச்சரிக்கும் முறையினையும் உணர்ந்து உச்சரிக்க வேண்டும். இதனை ஆசாரியர் வாயிலாக முன்னரே நன்கு உணர்ந்திருத்தல் வேண்டும். மந்திரத்தைப் பிறர் கேட்கும் வண்ணம் உச்சரிக்காமல், மனத்திற்குள்ளேயே உச்சரித்துக் கொள்ள வேண்டும். இம்முறைகளைப் பற்றிய குறிப்பை அசபை என்ற பகுதியில் திருமூலர் சொல்லும்போது,

***"பொன்னான மந்திரம் புகலவும் ஒண்ணாது
பொன்னான மந்திரம் பொறிகிஞ்சு கத்தாகும்
பொன்னான மந்திரம் புகையுண்டு பூரிக்கில்
பொன்னாகும் வல்லோர்க் குடம்புபொற் பாதமே"***

என்று சொல்கிறார். பிறர் காது கேட்கப் புகலாது உதட்டளவில் உச்சரிக்கவேண்டும் என்கிற கருத்தைப் பொன்னான மந்திரம் பொறி கிஞ்சுகத்தாகும் என்ற அடி நமக்கு விளக்கு கிறது.

"நாமுதல் மந்திரம் நவிலப்பாடி"

என்பது நக்கீரர் வாக்கு.

"நாவடியுள்ளே நவின்று நின்று ஏத்துவர்"

என்று நவாக்கரி சக்கரப் பகுதியில் கூறப்பட்டிருப்பதையும் நினைவு கொள்ளலாம். கிஞ்சுகம் உதடு. நா அசைய வேண்டுமே தவிர ஒலி வெளிப்படக்கூடாது.

இதுவரையில் கூறப்பட்டுவந்த முறைப்படி வயிரவச் சக்கரத்தை அமைத்து வழிபடுவதால் பயன் என்ன? அதுவும் கூறப்பட்டுள்ளது.

"வேண்டிய வாறு கலகமு மாயிடும்
வேண்டிய ஆறினுள் மெய்யது பெற்றபின்
வேண்டிய வாறு வரும்வழி நீநட
வேண்டிய வாறது வாகுங் கருத்தே"

வழிபாடு புரிபவர்களின் பகைவர்கள் தங்களுக்குள் கலகமிட்டு மாய்வர்; வேண்டியபடி நடக்கலாம்; எண்ணிய எண்ணங்கள் நிறைவேறும் என்னும் கருத்துக்களை இந்தப் பாடல் நமக்கு அறிவித்து நிற்கின்றது. வேண்டிய ஆறு என்பன தம்பனம், மோகனம், உச்சாடனம், வித்துவேடணம், வசியம், மாரணம் ஆகும். இவ்வாறனுள் மாரணம் ஒழிந்த ஏனைய ஐந்தும் பகையை ஒழிக்கப் பயன்படுவன. மேலும் திருமூலர்,

"நடந்த வயிரவன் சூல கபாலி
கடந்து பகைவனைக் கண்ணது போக்கித்
தொடர்ந்த உயிரது உண்ணும் பொழுது
படர்ந்த உடல்கொடு பந்தாட லாமே"

என்றும் கூறியுள்ளார். 'நாள் செய்வது நல்லோர் செய்யார்' ஆதலின், எதையும் காலம் அறிந்து செய்யவேண்டும். பகைவரை வெல்ல இந்த நாளில் புறப்படவேண்டும் என்பது இச் சக்கரப்பகுதியில் முதலில் குறிப்பிடப்பட்டுள்ளது.

“அறிந்த பிரத மையோ டாறு மறிஞ்சு
அறிந்தவச் சத்தமி மேலிவை குற்றம்
அறிந்தவை யொன்றுவிட் டொன்றுபத் தாக
அறிந்து வலமது வாக நடவே”

என்பது அம்மந்திரம், பிரதமை முதல் சஷ்டி வரையிலுள்ள ஆறு திதிகளிலும், அஷ்டமி, தசமி, துவாதசி, சதுர்த்தசி ஆகிய திதிகளிலும் புறப்பட்டுப் பகைவரை எதிர்த்தால், அப்பகைவர்களை வெல்லலாம் என்பதே இம்மந்திரப் பாடலின் கருத்து ஆகும். இங்ஙம் நாட்களை அறிந்து புறப்படும்போது தாம் எந்தப் புலத்தை நாடிச் செல்கின்றனரோ அந்தப்புலம் தமக்கு வலமாக அமையும் நிலையில் இருக்கவேண்டும் என்பது ஈண்டுக் குறிப்பிடப்பட்டு இருப்பதையும் உணர்தல் வேண்டும். மேலும் பல குறிப்புக்களை அறிய அவாவுவோர்க்கு பழநி சிவாசாரிய சுவாமிகள் வழி காட்டியாக விளங்குவார்கள்.

சொந்த அனுபவம் இல்லாவினும் குருமகா சந்நிதானத்தின் கருணாகடாக்ஷம் ஏற்பட்டு விட்டால் அனுபவத்திலும் இவ் உண்மைகளை நன்கு அறிந்து இறைவனை வழிபட்டு இன்ப நிலையைத் துய்ப்பறக்குச் சாத்தியமாகும் எனச் சொல்லிக் கொண்டு, இவ்வடியேனையும் ஆட்கொள்வதற்கு முன்வந்த குருமகா சந்நிதானத்தின் பொன்னார் திருவடிக் கமலங்களில் சென்னி தாழவணங்கி, என்னுடைய இந்த உரையை முடித்துக் கொள்ளுகிறேன்.

ஸ்ரீ சிவமயம்

திருச்சிற்றம்பலம்

தமிழ் மந்திரம்

விநாயகர் வணக்கம்

விநாயகனை உள்ளத்தில் அமர்த்திப் போற்றுதல்

1. ஐந்து கரத்தனை ஆனை முகத்தனை
இந்தின் இளம்பிறைபோலும் எயிற்றனை
நந்தி மகன்தனை ஞானக் கொழுந்தினைப்
புந்தியில் வைத்தடி போற்றுகின் றேனே.

(இதன் பொருள்) ஐந்து கைகளையும், யானை முகத்தையும், இளம்பிறைச் சந்திரனைப் போன்ற வளைந்த தந்தத்தையும் உடைய சிவபெருமானின் திருமகனும், அறிவுக் கொழுந்தாக உள்ளவனுமான விநாயகனை உள்ளத்தில் வைத்து, அவன் திருவடிகளையும் போற்றுகின்றேன்.

(அருஞ்சொல்) இந்து - சந்திரன். எயிறு - தந்தம். நந்தி- சிவபெருமான். புந்தி - மனம்.

(விளக்கம்) நான்கு கைகளுடன் தும்பிக்கையையும் விநாயகன் பெற்றிருத்தலின், ஐந்து கரத்தன் எனப்பட்டான். தந்தம் வளைந்து இருப்பதால் பிறைச்சந்திரன் போன்ற தந்தம் எனப்பட்டது. பிறைச்சந்திரன் வடிவம் வளைவுடையது. விநாயகர் என்பார் பிரணவ வடிவினர் ஆவர்.

ஒப்பற்ற சிவபெருமான் அன்பர் உள்ளத்தில் அமர்ந்திருப்பவன்

(இ-ள்) சிவபெருமானோடு ஒப்பாகும் தெய்வம் எங்குத் தேடினும் இல்லை. அச் சிவனுக்கு நிகரானவர் யாவரும் இலர். எல்லா உலகங்கட்கும் அப்பாற்பட்டுள்ளவன். அச்சிவம் பொன்போல ஒளிவிடும் தீவண்ணம் போன்ற சடைமுடி உடையவன். அவன் அன்பர்களின் மனத்தாமரையில் அமர்ந்திருப்பவன்.

(அ - சொ) புவனம் - உலகம். கடந்தன்று - கடந்தது. தவனம் - நெருப்பு. தாமரையான் - அன்பர்களின் மனமாகிய தாமரையில் இருப்பவன்.

(விளக்கம்) சிவத்தின் சடை செம்மை நிறம் வாய்ந்தது. ஆகவே, அச்சடைக்கு நெருப்பு உவமையாயிற்று. அச்சடை ஒளியுடைமையின் பொன்னொளியும் உவமை ஆயிற்று. இங்கு மங்கலம் என்பது சிவம் ஆகும். ஆகவே என்றும் மங்களமாக இருக்கும் பொருளைச் சிவம் என்றனர் முன்னோர்.

சிவபெருமானே யாவற்றிற்கும் காரணன்

3. அவனை ஒழிய அமரரும் இல்லை
அவன்அன்றிச் செய்யும் அருந்தவம் இல்லை
அவன்அன்றி மூவரால் ஆவதொன் றில்லை
அவன்அன்றி ஊர்புகும் ஆறறி யேனே.

(இ-ள்) சிவபெருமானைத் தவிர்த்து வேறு தேவர்கள் இலர். *(அவனேதான் தேவன்).* அவனை விடுத்துச் செய்யக் கூடிய அரிய தவங்கள் எவையும் இல்லை. அவனது துணை இன்றி மும்மூர்த்திகளால் ஆகக்கூடியது எதுவும் இல்லை. ஆகவே, அச்சிவபெருமானது துணை இல்லாமல் வீடாகிய ஊரை அடையும் வழி அறியாது இருக்கின்றேன். *(மங்கலத்தை அடைந்தால்தானே அமங்கலத்தை நீக்க முடியும்.)*

(அ - சொ) ஒழிய - தவிர்த்து. அமரர் - தேவர். மூவர்- பிரம்மா, விஷ்ணு, உருத்திரன். ஊர் - மோட்சமாகிய ஊர். ஆறு-வழி.

(விளக்கம்) ஏனைய தேவர்கள் இறைவனுக்கு அடக்கம் ஆதலின், அவன் அன்றி அமரர் இல்லை எனப்பட்டது. பிரம்மா, விஷ்ணு, உருத்திரர், முறையே, படைத்தல் காத்தல், அழித்தல் என்னும் தொழிலை மேற்கொண்டவர்கள். இத்தொழிலைச் செய்ய ஆற்றல் ஈந்தவன் பரமசிவம். ஆதலில், அவன் அன்றி மூவரால் ஆவது ஒன்றும் இல்லை. உருத்திர மூர்த்தி சிவபெருமான் அல்லன். அவன் மும்மூர்த்திகளில் அழிக்கும் தொழில் புரியும் ஒரு மூர்த்தி.

சிவபெருமான் தாயினும் அன்புடையன், பிள்ளையினும் நல்லவன்

4. தீயினும் வெய்யன் புனலினும் தண்ணியன்
ஆயினும் ஈசன் அருள் அறி வார் இல்லை
சேயினும் நல்லன் அணியன்நல் அன்பர்க்குத்
தாயினும் நல்லன் தாழ்சடை யோனே.

(இ - ள்) தாழ்ந்த சடையுடைய சிவபெருமான் நெருப்பைக் காட்டிலும் வெம்மையானவன். நீரைக் காட்டிலும் குளிர்ச்சியுடையவன். இங்ஙனம் இருப்பதை அறிந்தும், அவனது பேரருள் திறத்தை உணர்பவர் இல்லையே. பெற்ற பிள்ளைகளைக் காட்டிலும் நல்லவன். அன்பர்களின் பக்கத்தில் நெருக்கமாக இருப்பவன். பெற்ற தாயைக் காட்டிலும் நல்லவன்.

(அ - சொ) வெய்யன் - வெம்மையாக இருப்பவன். புனல்- நீர். தண்ணியன் - குளிர்ச்சியாய் இருப்பவன். சேய் - பிள்ளை. அணியன் - சமீபத்தில் இருப்பவன்.

(விளக்கம்) இயற்கைப் பொருள்களின் தன்மைக்கும் மேலான தன்மையன் சிவன் ஆதலின், தீயினும் வெய்யன் புனலினும் தண்ணியன் எனப்பட்டனன். இதனால் சிவபெருமானது பேர் ஆற்றல் வெளிப்படுத்தப்பட்டது. தாயே அன்பிற்கு

எடுத்துக்காட்டு. அத்தாயினும் சிவன் அன்புடையன் ஆவன். இதனால் அவனது பேரருள் உடைமை விளங்குகிறது.

சிவபெருமானால் தொழப்படும் தெய்வம் வேறு இல்லை

5. பொன்னால் புரிந்திட்ட பொன்சடை என்னப்
பின்னால் பிறங்க இருந்தவன் பேர்நந்தி என்னால்
தொழப்படும் எம்இறை மற்றவன் தன்னால்
தொழப்படு வாரில்லை தானே.

(இ-ள்) பொன்னால் அழகுறச் செய்யப்பட்டது போன்ற பொன்மயமான சடையானது பின்னால் விளங்க இருப்பவன் நந்தி என்ற பேருடையவன், என்னால் வணங்கப்படும் எம் இறைவன். ஆனால், அவனால் வணங்கப்படும் தெய்வங்கள் எவையும் இல்லை.

(அ - சொ) புரிந்திட்ட - செய்யப்பட்ட. பிறங்க - விளங்க. இறை - தலைவன்.

(விளக்கம்) இறைவன் சடை பொன்போல விளங்க வல்லது. இறைவன் ஈடும் எடுப்பும் இல்லாதவன். ஆதலின் அவனால் வணங்கப்படுதற்குரிய தெய்வம் எதுவும் இல்லை யாயிற்று. இதனால் இவனே வணங்குதற்குரிய தெய்வம் என்பது தெளிவாயிற்று.

எல்லாமாய் இருப்பவன் சிவனே

6. தானே இருநிலம் தாங்கிவிண் ணாய்நிற்கும்
தானே சுடும் அங்கி ஞாயிறு திங்களும்
தானே மழைபொழி தையலும் ஆய்நிற்கும்
தானே தடவரை தண்கடல் ஆமே.

(இ-ள்) சிவபெருமானே இப்பேருலகைத் தாங்குபவன். ஆகாயமாய் இருப்பவனும் அவனே. சுடுகின்ற நெருப்பும், சூரியனும் சந்திரனும் அவனே ஆவான். மழையாய்ப்

பொழிகின்ற அருளும் அவனே ஆகும். பெரிய மலைகளும் குளிர்ந்த கடலும் அவனே யாவன்.

(அ - சொ) இருநிலம் - பெரிய பூமி. விண் - ஆகாயம். அங்கி - நெருப்பு. ஞாயிறு - சூரியன், திங்கள் - சந்திரன். தடவரை - பெரியமலை. தண்கடல் - குளிர்ச்சியுடைய கடல்.

(விளக்கம்) உமையம்மையார் அருளே திருமேனியாக உடையவள். மழையும் அருளால் பெய்கிறது. ஆகவே, அம் மழை தேவியாக ஈண்டுக் குறிக்கப்பட்டது.

சிவன் ஒருவனே இறவாத தெய்வம்

7. **கண்ணுத லான்ஒரு காதலின் நிற்கவும்**
எண்ணிலி தேவர் இறந்தார் எனப்பலர்
மண்ணுறு வார்களும் வான்உறு வார்களும்
அண்ணல் இவன்என்று அறியகில் லார்களே.

(இ-ள்) நெற்றிக் கண்ணையுடைய சிவபெருமான் ஆருயிர்கட்கு அருள் செய்ய விருப்புடன் அழிவின்றி இருப்பவன். ஆனால் கணக்கற்ற தேவர்கள் இறந்து போயினர். இதை அறிந்தும், மண்ணுலகில் உள்ள பலரும், தெய்வ லோகத்தில் உள்ள பலரும் சிவபெருமானே, பெருமையில் சிறந்த மேலானவன் என்று அறியும் அறிவு இல்லாதவர் களாய் உள்ளார்களே!

(அ - சொ) நுதல் - நெற்றி. மண் - பூமி. வான் - தேவ லோகம். உறுவார் - வாழ்பவர். அண்ணல் - பெருமையிற் சிறந்த மேன்மையாளர்.

(விளக்கம்) நெற்றியில் கண்ணையுடைமையின் சிவ பெருமான் கண்ணுதல் ஆவான். தம்மைப் போல இறக்கும் தெய்வத்தை நாடாது இறவாத தெய்வத்தை நாட வேண்டு மென்ற உண்மையினை மக்களும் தேவரும் அறியாமல் இருக்கின் றனரே என்பது இம்மந்திரத்தால் விளங்கும் கருத்தாகும்.

உண்மை உறவினன் ஈசனே ஆவன்

8. காயம் இரண்டும் கலந்து கொதிக்கினும்
மாயம் கத்தூரி அதுமிகும் அவ்வழி
தேசம் கலந்தொரு தேவன்என் றெண்ணிலும்
ஈசன் உறவுக் கெதிர்இல்லை தானே.

(இ-ள்) வெங்காயம் பெருங்காயம் என்ற இரண்டும் உள்ளன. இவ்வாறான மாறுபட்ட காயங்கள் கலந்து இருந்தாலும் மணம் மிகாது. ஆனால் கஸ்தூரி மணம் தருவது போலக் குணமாகிய மணம் மிகுந்து காணப்படும். அந்த இடத்தில் எல்லாத் தேசங்களிலும் கலந்த ஒப்பற்ற தேவன் ஈசன் என எண்ணுதல் வேண்டும். அதுபோதுதான் அவனைப் போன்ற உறவினர் எவரும் இலர் என்பது பெறப் படும்.

(அ - சொ) காயம் - பெருங்காயம், வெங்காயம். மாயக் கத்தூரி - கரியநிறக் கத்தூரி; மாயம் - கருமை.

(விளக்கம்) பரகாயம், அபரகாயம் என்ற இரண்டு உடம்புகள் ஈண்டுப் பெருங்காயம், வெங்காயம் எனப்பட்டன. இதனால் இருவகை உடம்புகளுடன் பற்றற்று நின்றாலும், வீடு பெற இயலாது, இறையருளைச் சிறிது பெறினும் வீடுபெறலாம் என்பது கருத்து.

தன்னை நாடுகின்றவர்களைச் சிவன் நீங்கான் மறவான்

9. பிறப்பிலி பிஞ்ஞகன் பேரரு ளாளன்
இறப்பிலி யாவர்க்கும் இன்பம் அருளும்
துறப்பிலி தன்னைத் தொழுமின் தொழுதால்
மறப்பிலி மாயா விருத்தமும் ஆமே.

(இ-ள்) சிவபெருமான் என்றும் பிறவாதவன். பேரருளாளனும் அவனே ஆவன். இறப்பும் இல்லாதவன், எத்தகைய உயிர்கட்கும் இன்பம் அருள்பவன், அன்பர்களை விட்டு நீங்காதவன். இத்தகைய இயல்புடைய இறைவனைத்

தொழுங்கள்; அங்ஙனம் தொழுதால், அவன் உங்களை மறக்கமாட்டான். அழியாத ஞானமும் உண்டாகும்.

(அ - சொல்) பிஞ்ஞகன் - பின்னல் சடையுடைய சிவன்; சத்தியுடன் பின்னிக் கிடப்பவன். துறப்பிலி -நீங்காதவன். மாயா விருத்தம்-அழியா ஞானம். நீங்கான் - மறவான்.

(விளக்கம்) யார் அவனைத் தொழுகின்றார்களோ, அவர்களை என்பது கருத்து.

வணங்குபவர்க்கு ஈசன் வழித்துணைவன்

10. இணங்கிநின் றான்எங்கும் ஆகிநின் றானும்
பிணங்கிநின் றான்பின்முன் ஆகிநின் றானும்
உணங்கிநின் றான் அம ராபதி நாதன்
வணங்கநின் றார்க்கே வழித்துணை யாமே.

(இ-ள்) சிவபெருமான் எங்கும் கலந்து இருப்பவன். எங்குமாய் இருப்பவன். ஆனால், அவனது அருளைப் பெறாதார்க்கு அவர்கள் கண்முன் தோன்றாது மாறுபட்டு இருப்பவன். உலக ஒடுக்கத்திற்குப் பின்னும், உலகத் தோற்றத்திற்கு முன்னும் இருப்பவனும் அவனே. மறைந்து நிற்பவனும் அவனே. அவனே தேவர்களின் தலைவனான தேவேந்திரனுக்குத் தேவன் ஆவான். யார் தன்னை வணங்கி நிற்கின்றார்களோ அவர்கட்கு வழித்துணை அவனே ஆவான்.

(அ - சொ) இணங்கி -சேர்ந்து. பிணங்கி - வேறுபட்டு. உணங்கி - மறைந்து. அமராபதி - தேவேந்திரன். நாதன் - தலைவன்.

(விளக்கம்) தன் அருள் பெற்றவர்க்குத் தோற்றம் அளிப்பவனாகவும், அருள் பெறாதவர்க்கு மறைபொருளாகவும் இருப்பவன் ஈசன் என்பது கருத்து.

ஈசனைப் போற்றினால் அருள் பெறலாம்

***11.* அப்பனை நந்தியை ஆரா அமுதினை**
ஒப்பிலி வள்ளலை ஊழி முதல்வனை
எப்பரி சாயினும் ஏத்துமின் ஏத்தினால்
அப்பரி சீசன் அருள்பெற லாமே.

(இ-ள்) அப்பனும், நந்தியும், தெவிட்டா அமுதமும், ஒப்பற்ற வள்ளலும், ஊழிக்காலத்திலும் விளங்கும் முதல்வனும் ஆகிய அவனை, எவ்வாறேனும் போற்ற வேண்டும். போற்றினால், அந்த வகையால் அவ்விறைவன் திருவருளைப் பெறலாம்.

(அ-சொ.) ஆரா - பருகத் தெவிட்டாத. ஏத்துமின் - போற்றுமின். பரிசு - வகை.

(விளக்கம்) தன்னைப் போற்றுபவர்க்கு அருளும் தயாநிதி ஆதலின் அவன் வள்ளல் எனப்பட்டான். எல்லாமும் யாவரும் அழிவர்; இவன் அழியாது இருத்தலால் ஊழி முதல்வன் எனப்பட்டான்.

வாழ்த்துவோர் உள்ளத்து ஈசன் அமர்ந்து அருளுவன்

***12.* வாழ்த்தவல் லார்மனத் துள்ளுறு சோதியை**
தீர்த்தனை அங்கே திளைக்கின்ற தேவனை
ஏத்தியும் எம்பெரு மான்என் றிறைஞ்சியும்
அத்தம்செய் தீசன் அருள்பெற லாமே.

(இ - ள்) வாழ்த்த வல்லார் மனத்தினுள் பொருந்திய ஒளி வடிவினன்; தூய வடிவினன்; தூய மனத்தார் உள்ளத்தில் திளைக்கின்றவன். இத்தகைய இயல்புடைய ஈசனைப் போற்றி, எம்பெருமான் என்று சொல்லி வணங்கி, நண்பன் என்று கருதி வழிபட்டால், அவன் அருளைப் பெறலாம்.

(அ- சொ) தீர்த்தன் - பரிசுத்தன். ஆத்தன்- நண்பன்.

(விளக்கம்) ஈசன் அருள்பெற அவனை வாழ்த்த வேண்டும். மனத்தை தூயதாக்கிக் கொள்ளவேண்டும். அவனை நண்பனாக் கிக் கொள்ளவேண்டும்.

தேவரும் அசுரரும் அவன் அடி போற்றுவர்

***13.* போற்றிஎன் பார் அம ரர்புனி தன்அடி**
போற்றிஎன் பார் அசு ரர்புனி தன்அடி
போற்றிஎன் பார்மனி தர்புனி தன் அடி
போற்றிஎன் அன்புள் பொலியவைத் தேனே.

(இ-ள்) தேவர்கள் பரிசுத்தனான இறைவன் திருவடிகளைப் போற்றி என்பர். இராக்கதர்களும் அவன் பாதங்களைப் போற்றி என்பர். மண்ணுலக மக்களும் அவனைப் போற்றி என்பர். ஆகவே, யானும் என் அன்புடைய அகத்துள் அவன் திருவடிகள் விளங்கும்படி வைத்துப் போற்றி வணங்குவன்.

(அ- சொ) அமரர் - தேவர். அசுரர் - அரக்கர். பொலிய விளங்க.

(விளக்கம்) இறைவன் திருவடி அருளுக்கும் ஞானத்திற் கும் இடம்; ஆதலின் தேவர்கள், அசுரர்கள், மனிதர்கள் போற்றி வணங்குவர் என்பது கருத்தாம்.

இறைவனை நினையாதவர்கட்கு இன்பம் இல்லை

***14.* மனையுள் இருந்தவர் மாதவர் ஒப்பர்**
வினையுள் இருந்தவர் நேசத்துள் நிற்பர்
பனையுள் இருந்த பருந்தது போல
நினையா தவர்க்கிலை நின்இன்பம் தானே.

(இ - ள்) இல்லறத்திற்கு இடமான வீட்டில் இருப்பினும், தத்தம் கடமையினைச் செய்து வருவாராயின், பெருந் தவம் செய்யும் தவசிகட்கு ஒப்பாவர் இல்லறத்தார். இறை வனது நினைவாகவே இருந்தவர், இறைவனது நட்புரிமையில் நிற்பவர் ஆவர். இங்ஙனம் இறைவன் நினைவு இல்லாத வர்க்கு இன்பம் இல்லை. அது எதுபோல் எனின், பழத்தை

யுடைய பனை மரத்தில் பருந்து வந்து தங்கியும், அப்பழத்தை உண்ணவேண்டும் என்ற நினைவை அது பெறாதது போலாம்.

(அ - சொ) மனை - வீடு. மா - பெரிய.

(விளக்கம்) இல்லறத்தில் ஈடுபட்டாலும், இறைவனை மறவாது இருப்பின், அவர்கள் பெரியவர் ஆவர். மேலும் இறைவனுக்கு நண்பரும் ஆவர். ஈசன் ஒருவன் உளன், அவனை நினைக்க வேண்டும் என்னும் உணர்ச்சி பெறாதவர், பழம் இருந்தும் உண்ணவேண்டும் என்ற உணர்வு பெறாத பருந்துக்கு ஒப்பாவார் என்பதாம்.

இறைவன் அவியா விளக்காவான்

15. அடியார் பரவும் அமரர் பிரானை
முடியால் வணங்கி முதல்வனை முன்னிப்
படியார் அருளும் பரம்பரன் எந்தை
விடியா விளக்கென்று மேவிநின் றேனே.

(இ-ள்) அடியவர்கள் தேவர்களின் தலைவனைப் போற்றி என் சென்னியால் வணங்கினேன். அம் முதல் பரம்பொருள் என எண்ணினேன். அவனே உலகர்க்குத் தந்தையும், அருள் செய்யும் மேலான பரம்பொருள் அவனே தான் ஆவான். அவன் அணையா விளக்கு என்று உணர்ந்து, அவனை அடைந்தேன்.

(அ - சொ) பரவும் - வணங்கும். அமரர் - தேவர். பிரான் - தலைவன், முன்னி - நினைத்து. படியார் - உலகில் உள்ளவர்கள், விடியா - அணையாத.

(விளக்கம்) இறைவன் உலகுக்கெல்லாம் விளக்காய் இருப்பவன், அந்த ஒளியாம் விளக்கு விடியுமானால், உலகில் இருள் சூழ்ந்து விடும். ஆகவே இறைவனாம் விளக்கு விடியா விளக்கு எனப்பட்டது.

நாம் அறிய வேண்டுவது

***16.* சூடுவன் நெஞ்சி டை வைப்பன் பிரான்என்று**
பாடுவன் பல்மலர் தூவிப் பணிந்துநின்
றாடுவன் ஆடி அமரர் பிரான் என்று
நாடுவன் யான்நின் றறிவது தானே.

(இ-ள்.) இறைவன் திருவடிகளை என் சென்னியில் தரித்துக் கொள்வேன். மனத்தில் அமர்த்துவேன். அவனே தலைவன் என்று பாடுவேன். பல மலர்களையிட்டு வணங்கு வேன். நின்று ஆடுவேன். ஆடியபின், தேவர்களின் தலைவன் என்று சிந்தனை செய்வேன். இவையே யான் அறிந்தவை ஆகும்.

(அ - சொ) நாடுவன் - சிந்தை செய்வேன்.

(விளக்கம்) திருமூலர் தாம் அறிந்தவை அவன் திருவடியைச் சூடுதலும், மனத்தில் கொள்ளுதலும், பாடுதலும், மலர் சூடுதலும், ஆடுதலும் என்று கூறுவதால், நாமும் இவற்றை மேற்கொள்ள வேண்டும் என்பதாம்.

வேதமே அனைத்திற்கும் காரணம்

***17.* வேதத்தை விட்ட அறம்இல்லை**
வேதத்தின் ஓதத் தகும்அறம் எல்லாம் உள
தர்க்க வாதத்தை விட்டு மதிஞர் வளமுற்ற
வேதத்தை ஓதியே வீடுபெற் றார்களே.

(இ-ள்) வேதத்தை விட்டு நீங்கிய கருமம் எதுவும் இல்லை. வேதத்தில் சொல்லத்தக்க தருமங்கள் எல்லாம் உள்ளன. ஆகவே அறிஞர்கள், தர்க்க வாதத்தைக் கைவிட்டு, வளமான வேதத்தை ஓதியே மோட்ச வீட்டை அடைந்தனர்.

(அ - சொ) அறம் - தருமம். ஓத சொல்ல. மதிஞர்- அறிஞர்கள். வீடு - மோட்சம்.

(விளக்கம்) மக்கள் ஒழுகவேண்டிய முறைகளே ஈண்டு அறம் எனப்பட்டது. அம்முறைகள் அனைத்தையும் வேதத்தில்

காணலாம். அதனால்தான் வேதத்தில் அறம் எலாம் உள எனப்பட்டது. வேதத்தை ஓதுதல் ஆவது, வேதம் ஓதி அதன் படி நடத்தல் என்பது.

இறைவன் அறிவித்தால் அன்றி ஆகமப்பொருளை அறிய ஒண்ணாது

18. **அண்ணல் அருளால் அருளும் சிவாகமம்**
விண்ணில் அமரர் தமக்கும் விளங்கரிது
அண்ணல் அறைந்த அறிவறி யாவிடின்
எண்ணலி கோடியும் நீர்மேல் எழுத்தே.

(இ - ள்) இறைவன் ஆகமங்களை அருளிச் செய்தது அவனது பேர்அருள் காரணத்தால் ஆகும். இத்தகைய சைவ ஆகமத்தின் உட்பொருளைத் தேவலோகத்தில் உள்ள தேவர்களும் விளங்கிக்கொள்வது அருமையாகும். அண்ணலாம் சிவபெருமான் கூறியுள்ள சிவாகமத்தின் மெய்ப் பொருளை உணரவில்லை எனில், இந்த எண்ணற்ற பலவாகிய ஆகமங்கள், நீர் மேல் எழுத்துப்போலப் பயன் தராமல் போகும்.

(அ - சொ) அண்ணல் - பெருமையில் சிறந்த சிவபெருமான். விண்- தெய்வலோகம். அமரர் - தேவர். அறைந்த - அறிவித்த நுண் பொருள்கள்.

(விளக்கம்) ஆகமம் என்பது ஒரு சமயத்திற்குரிய சிறப்பு நூல் ஆகும். ஆகமத்தில் ஆலய அமைப்பு, இறை வழிபாடு.

திருவிழா நடத்தும் முறை முதலானவை குறிக்கப்பட்டிருக்கும். சைவ சமய விளக்கங்களைத் தெரிவிப்பது சைவ ஆகமம் ஆகும். அது சிவாகமம் என்றும் கூறப்பெறும். பல என்ற குறிப்பைக் காட்ட எண்ணிலி கோடி எனப்பட்டது. நீரில் எழுத்தை எழுதினால் பயன் தராது; அதுபோல ஆகமப் பொருள் அறியா விடில் பயன் தராது என்பதாம்.

இறைவன் ஆகமத்தைத் தமிழிலும் வடமொழியிலும் அருளிச் செய்தனன்

***19.* மாரியும் கோடையும் வார்பனி தூங்கநின்**
றேரியும் நின்றங் கிளைக்கின்றகாலத்து
ஆரிய மும்தமி ழும்உட னேசொலிக் காரிகை
யார்க்கும் கருணைசெய் தானே.

(இ - ள்) மழைக்காலம், வெயிற்காலம், பனிக்காலம் ஆகிய இவை எல்லாம் ஓய்ந்து உறங்க, உலகம் யாவும் ஒரே நீர்மயமாக இருக்கும் நீர்ப் பிரளயகாலத்தில், இறைவன் தனது இருட் சக்தியாகிய உமாதேவியார்க்கு வடமொழி யிலும் தென்மொழியிலும் ஆகமத்தை அருள் செய்தருளினன்.

(அ - சொ) மாரி - மழைக்காலம். கோடை-வெயிற்காலம். தூங்க-அடங்க. ஏரி - பிரளய வெள்ளம். ஆரியம்-வட மொழி; ஈண்டு, வடமொழி ஆகமங்கள். காரிகையார் - பேரழகுடைய தேவியார்.

(விளக்கம்) ஊழிக்காலத்தில் கார்காலம், வெயிற்காலம், பனிக்காலம் என்பது இன்றி, எல்லாம் அடங்கி இருக்கும் ஆதலின், தூங்க எனப்பட்டது. இறைவிக்கு அருள்செயின், அவள் வழியே உயிர்கள் பெற்றுக்கொள்வர். ஆதலின், முதற் கண் ஆகமங்களைத் தேவிக்கு அருள் செய்தனன்,

ஆகமங்களை அறிவித்தவனை நாம் அறிதல் வேண்டும்

***20.* அவிழ்க்கின்ற வாறும் அதுகட்டு மாறும்**
சிமிட்டலைப் பட்டுயிர் போகின்ற வாறும்
தமிழ்ச்சொல் வடசொல் எனும்இவ் விரண்டும்
உணர்த்தும் அவனை உணரலும் ஆமே.

(இ-ள்) உயிர்கள் பந்தத்தினின்று விடுபடுதலையும், உட்படுதலையும், பிறப்பினின்று உயிர் விடுபட்டுப் போகும் விதமும் ஆகிய இவை அனைத்தையும், தமிழ்மொழி

வடமொழி ஆகமங்களின் மூலம் அறிவிக்கும் இப்பரம் பொருளை நாம் உணர்தல் வேண்டும்.

(அ - சொ) சிமிட்டலைப்பட்டு -பிறப்பினின்று நீங்கும் விதமும் அறிந்து.

(விளக்கம்) ஆகமத்தை உணர்ந்தால், உயிர் பந்தபாசங்களால் கட்டுப்படும் காரணத்தையும், அக்கட்டினை நீக்கிக் கொள்ளும் வழி வகைகளையும், உயிர்கள் பிறப்பினின்றும் விலகி நற்கதி செல்லும் விதத்தினையும் அறிந்து கொள்ளலாம்.

நந்தியம்பெருமாள் அருள்பெற்றவர்கள் எண்மர்

**21. நந்தி அருள்பெற்ற நாதனை நாடினன்
நந்திகள் நால்வர் சிவயோக மாமுனி மன்று
தொழுத பதஞ்சலி வியாக்ரமர் என்றிவர்
என்னொடு எண்மரும் ஆமே.**

(இ - ள்) நந்தியம்பெருமானார் உபதேசம் பெறுதலாகிய திருவருளைப்பெற்ற தலைவர்கள் யாவர் என ஆராய்ந்தால், நந்தியம் பெருமான் போன்ற ஞானாசிரியர்களாக விளங்கும் நால்வர் சிவயோகமாமுனிவர், சிதம்பர ஞானசபையினை வணங்கிய பதஞ்சலி பகவான் வியாக்கிர பாத முனிவர் என்ற இவ்வெழுவருடன், என்னையும் சேர்க்க எண்மர் ஆவோம்.

(அ-சொ) நந்தி - இரண்டாம் சம்பு என்னும் நந்தி கேஸ்வரர். நாதர் - ஞானாசிரியர்கள். நாடினன் - நாடினன் -தேடினன். நந்திகள்- நந்திகேஸ்வரர் பரம்பரையினர்கள். நால்வர் - சனகர், சனந்தர், சனாதர், சனற் குமாரர். மா - பெரிய. சிறந்த மன்று - சிதம்பரப் பொற்சபை.

(விளக்கம்) இறைவனிடம் முதல்மாணவராக இருந்து அருள் பெற்றவர் நந்தியம்பெருமான். அவர் வழியே ஏனையவர் உபதேசம் பெற்றனர். ஆக நந்தி அருள் பெற்ற நாதர் எனப்பட்டனர். புலிக்காலுடைய முனி வியாக்ரபாதர்.

பாம்புக்காலுடையவர் பதஞ்சலி. இவர்கள் என்றும் ஆனந்தக் கூத்தைக் கண்டு தொழுபவர் ஆதலின் மன்று தொழுத என்ற அடையுடன் குறிக்கப்பட்டனர். என்னுடன் என்றது ஈண்டுத் திருமூலரையே ஆகும்.

திருமூலர் ஆகமப்பொருளை அறிவித்தமை

22. நந்தி இணையடி யான்தலை மேற்கொண்டு
புந்தியின் உள்ளே புகப்பெய்து போற்றிசெய்து
அந்தி மதிபுனை அரனடி நாள்தொறும்
சிந்தைசெய் தாகமம் செப்பலுற் றேனே.

(இ-ள்) நந்தியம்பெரு மானாம் ஆசாரியனுடைய இரண்டு திருவடிகளைச் சிரமேல் தாங்கி, உள்ளத்தில் அந்நந்தியம் பெருமான் திருவுருவம் புகச்செய்து போற்றி, மாலைக் காலத்தில். தோன்றும் பிறைச்சந்திரனைச் சடையில் தரித்த சிவ பெருமான் திருவடிகளைத் தினமும் மனத்தில் தியானம் செய்து, ஆகமத்தைச் சொல்லத் தொடங்கினேன்.

(அ - சொ) இணை - இரண்டாகிய. புந்தி - மனம். புகப் பெய்து- இருக்கவைத்து. அந்தி - மாலைவேளை. மதி - பிறைச் சந்திரன். புனை - தரித்த. அரன் - சிவபெருமான். செப்பல் - சொல்லல்.

(விளக்கம்) குருவினைப் போற்றாது சமய காரியங்களில் புகுந்தால்,ஒன்றும் கைகூடி வராது. ஆதலினால், நந்தியம் பெருமான் திருவடிகளைத் தலைமேலும் உள்ளத்திலும் கொண் டதாகக் கூறப்பட்டது.

குருவைப் போற்றுவது போல், அவனால் அறிவிக்கப்பட்ட இறைவனையும் இடைவிடாது சிந்தனை செய்ய வேண்டி இருத்தலின், 'அரனடி நாள் தொறுந் சிந்தனை செய்து' என்றனர்.

தக்கனால் தேயும் சாபம் பெற்ற சந்திரன், தேய்ந்து தேய்ந்து பிறையான போது, அவன் இறைவனை அடைக்கலம் புக,

அவனை ஏற்றுத் தன் சடையில் புனைந்து, சந்திரசேகரன் என்ற பெயரையும் பெற்று இறைவன் விளங்குகின்றான்.

திருமூலர் திருவாவடுதுறையில் இருத்தல்

***23. சேர்ந்திருந்தேன்சிவ மங்கைதன் பங்கனைச்
சேர்ந்திருந் தேன்சிவன் ஆவடு தண்துறை
சேர்ந்திருந் தேன்சிவ போதியின் நீழலில்
சேர்ந்திருந் தேன்சிவன் நாமங்கள் ஓதியே .***

(இ - ள்) அருளாகிய சிற்சத்தியின் மணாளனாகிய சிவ பெருமானைச் சேர்ந்திருந்தேன். திருவாவடுதுறை என்னும் தலத்தில் சேர்ந்திருந்தேன். மங்களகரமான அரசமரத்தின் நிழலில் சேர்ந்தேன். அங்கு இருந்தபோது, சிவபெரு மானுடைய திருப்பெயர்களைச் செப்பிக் கொண்டே இருந்தேன்.

(அ - சொ) சிவமங்கை - உமாதேவி. பங்கன் - பார்வதியைப் பக்கத்தேயுடைய, சிவபெருமான். திருவாவடுதுறை-சிவ தலங்களுள் ஒன்று. போதி - அரசமரம். நாமங்கள் - பெயர்கள்.

(விளக்கம்) போதியின் கீழ் இருப்பினும், சிவன் திருப்பெயரைச் செப்பியவண்ணம் இருந்தார் என்பது, இதனால் பெறப் படுகிறது.

திருமூலர் தமிழில் ஆகமம் செப்பவே அவனியில் வந்தனர்

***24. பின்னைநின் றென்னே பிறவி பெறுவது
முன்னை நன்றாக முயல்தவம் செய்கிலர்
என்னைநன் றாக இறைவன் படைத்தனன்
தன்னைநன் றாகத் தமிழ்ச்செய்யும் ஆறே.***

(இ-ள்) இறைவன் திருவருளை முன்னின்றுபெறாது பின்னிடுவதால் தான் பிறவி எடுக்க நேரிடுகிறது. என்னே அறியாமை! இவ்வாறான மக்கள் முன்பிறவியிலே நல்ல தவத்தை முயன்று செய்திலர். நானோ தவம் செய்தவன்.

அதனால்தான் இறைவன் என்னை நன்றாகத் தமிழ்மொழியில் ஆகமங்களை அறிவிக்க நன்முறையில் படைத்தனன்.

(அ - சொ) தமிழ் - தமிழ் ஆகமங்கள்.

(விளக்கம்) தவம் செய்தல் வேண்டும். அப்போதுதான் பிறவி அறும். இறைவனுக்குத் தமிழில் ஆகமம் வரவேண்டும் என்ற கருத்து இருத்தலின், திருமூலரைப் படைத்தருளினன். இதனால் வேதாகமங்கள் தமிழிலும் உண்டு, அவற்றைத் தமிழிலும் இயற்ற இயலும் என்பன போன்ற கருத்துக்களை விளங்க வைத்தமை காண்க.

திருமூலர் திருவாவடுதுறையில் அரசின் கீழ் இருத்தல்

25. ஞானத் தலைவிதன் நந்தி நகர்புக்கு
ஊனமில் ஒன்பது கோடி உகந்தனுள்
ஞானப்பால் ஆட்டி நாதனை அர்ச்சித்து
யானும் இருந்தேன்நற் போதியின் கீழே.

(இ-ள்) அறிவுக்குத் தலைவியான உமாதேவியின் கணவனான சிவபெருமான் எழுந்தருளி இருக்கும் திருவாவடு துறைபுக்குக் குற்றம் அற்ற ஒன்பது கோடி யுகங்களுள் பல அறிவுப் பாடல்களால் இறைவனை வழிபட்டு, நான் நல்ல அரசமரத்தின் கீழ் இருந்தேன்.

(அ-சொ) ஞானத்தலைவி - பார்வதி. நந்தி - சிவபெருமான். நகர் - திருவாவடுதுறைக் கோவில். ஊனம் - குற்றம். ஞானப்பால் - அறிவுப் பாடல்கள். ஆட்டி - குளிப்பாட்டி.

(விளக்கம்) இறைவன் நந்தி எனப்படுவன். நந்தி கேஸ்வரரும் நந்தி எனப்படுவர். இந்தக் கருத்துப் பலவாக இந்நூலில் பயிலப்பட்டு வரும். இறைவனுக்குரிய அபிடேகப் பொருள்களுள் பாடல்களே தலைசிறந்தவை. இறைவன் தமை உணர்ந்தோர் பாடலில் பட்சமுடையவன். போதி - அசோக மரம்; இதுவே சிவபோதி எனப்படும்.

யான் பெற்ற இன்பம் உலகமும் பெற வேண்டும்

26. யான்பெற்ற இன்பம் பெறுகஇவ் வையகம்
வான்பற்றி நின்ற மறைப்பொருள் சொல்லிடில்
ஊன்பற்றி நின்ற உணர்வுறு மந்திரம்
தான்பற்றப் பற்றத் தலைப்படும் தானே.

(இ - ள்) இறைவன் திருவருளால் யான் இறைவனது இன்பத்தைப் பெற்றனன். இவ்வின்பத்தினை இந்த மண்ணுலகமும் பெற வேண்டும். பெருமையினைத் தன்னகத்தே கொண்ட வேதத்தின் உண்மைப்பொருள் இன்னது என எடுத்துக் கூறினால், அதுவே, நாவாகிய தசையினைப் பற்றி நின்ற உணர்ச்சி தரும் மந்திரமாகும். இந்த மந்திரத்தைப் பற்றப் பற்ற இறைவன் திருவடி ஞானம் கிடைக்கப் பெறும்.

(அ-சொ) வையகம் - உலகம். வான் - பெருமை, மறை - வேதம். ஊன் - தசை (ஈண்டு நா). தலைப்படும் - வந்து சேரும்
(விளக்கம்) பெரியோர்கள் தாம் அடைந்த இன்பத்தைப் பிறரும் அடையுமாறு செய்யும் இயல்பினர். ஆகவே, இவ்வையகம் பெறுக எனப்பட்டது; மறைப்பொருள் பெருமைக்கு உரிய இடம் என்பதை ஈண்டுக் காண்க. மந்திரம் என்றது ஈண்டுச் 'சிவ சிவ' என்னும் மகா மந்திரத்தையே ஆகும். இதுவே மறைப் பொருள். இதனை நாவால் உள்ளுக்குள் உச்சரிக்க வேண்டும் என்பார், ஊன் பற்றி நின்ற உணர்வுறு மந்திரம் என்றனர். இடைவிடாது உச்சரிக்க வேண்டும் என்பதற்காகவே பற்றப் பற்ற எனப்பட்டது.

திருமால் உண்மையையும் பிரமன் பொய்யையும் கூறல்

27. அடிமுடி காண்பர் அயன்மால் இருவர்
படிகண் டிலர்மீண்டும் பார்மிசைக் கூடி
முடிகண் டிலேன் என்றச்சுதன் சொல்ல
முடிகண் டேன்என்றயன் பொய்மொழிந் தானே.

(இ - ள்) பிரமனும் திருமாலும் இறைவனது முடியை யும் திருவடிகளையும் காண முயன்றனர். ஆனால் அவர்கள் எண்ணியபடி முடி அடிகளைக் கண்டிலர். ஆகவே, இவ் விருவரும் பூமியில் இறைவன் திருமுன் கூடிய போது, திருமால் "ஐயனே யான் உனது திருவடிகளைக் கண்டிலேன்" என மெய் கூறப் பிரமன் "ஐய, யான் முடியைக் கண்டேன்" எனப் பொய் கூறினன்.

(அ-சொ) அயன் - பிரமன். மால் - விஷ்ணு. படி- எண்ணியபடி. பார் மிசை - பூமியில். அச்சுதன் - விஷ்ணு.

(விளக்கம்) திருமால் பிரமன் இருவரும் தாம் தாம் முதல்வர் என்று வாதமிட்டு இறைவனை அணுக, இறைவன் அவர்களினும் ஒரு முதல்வர் ஒருவன் உளன் என்பதை உணர்த்தத் தான் திப்பிழம்பாய்நின்று, அப்பிழம்பின் அடி முடிகளைத் தேடிக்காணப் பணித்தனன். பிரமன் முடியையும் திருமால் அடியையும் காண முறையே அன்னமாகவும் பன்றி யாகவும் வடிவு கொண்டு தேட முயன்றனர். இக்கருத்தையே முன்னடி கூறுவது.

தம் நிலையினை வெளியிடல்

28. பாடவல் லார்நெறி பாட அறிகிலேன்
ஆடவல் லார்நெறி ஆட அறிகிலேன்
நாடவல் லார்நெறி நாட அறிகிலேன்
தேடவல் லார்நெறி தேடகில் லேனே.

(இ - ள்) பாடவல்லவர்கள் பாடிக்காட்டிய வழியில் யான் பாட அறிந்திலேன். ஆடவல்லார் ஆடிக் காட்டிய வழியில் ஆடவும் அறியேன். நாட வல்லார் வழியினை நாடவும் அறியேன். தேடிக் காணும் வன்மையுடையார் சென்ற வழியினை யான் தேடவும் இல்லையே.

(அ - சொ) நெறி - வழி

(விளக்கம்) இறைவனை அடையும் மார்க்கம் பலவகை. அவற்றுள் இரண்டைச் சிறப்பாகக் குறிப்பிடலாம். ஒன்று பாடல் நெறி; மற்றொன்று ஆடல் நெறி. ஆடல் நெறி என்பது மனம் உருகித் தம்மை மறந்து ஆனந்தக் கூத்தாடுதல், பிறர் செய்யாததைத் தாம் செய்யாதது போலத் திருமூலர் இங்குக் கூறுகிறார். இதன் கருத்து யாரும் நல்வழிப்பட வேண்டும் என்பதற்காக என்க.

திருமூலர் திருமந்திரம் மூவாயிரம்

29. மூலன் உரைசெய்த மூவா யிரந்தமிழ்
ஞானம் அறியவே நந்தி அருளது
காலை எழுந்து கருத்தறிந் தோதிடின்
ஞாலத் தலைவியை நண்ணுவர் அன்றே.

(இ - ள்) திருமூலர் திருவாய் மலர்ந்தருளிய திருமந்திரம் தமிழாம் மூவாயிரம். அவை உலகம் உணர நந்தியம் பரமன் அருளால் திருமூலர் மூலம் வெளியாயின. ஒவ்வொரு நாளும் காலையில் அம்மந்திரங்களின் உண்மைப் பொருளை உணர்ந்து பாராயணம் பண்ணினால், உலக மாதாவாகிய தலைவியாம் சித்சத்தியின் பேற்றைக் கைவரப் பெற்றவர் ஆவார்.

(அ - சொ) தமிழ் - தமிழால் ஆன திரு மந்திரம். ஞாலம் - உலகம். நண்ணுவர் - நெருங்கப் பெறுவர்.

(விளக்கம்) நம்மால் எதுவும் செய்ய இயலாது. யாவற்றிற்கும் இறைவனது திருவருள் துணை வேண்டும். அதுவே ஈண்டு நந்தி அருளது எனப்பட்டது. சிவத்தைக் கூடுதற்கு முன் சக்தியின் திருவருளை முன்னர் அடைதல் வேண்டும். அதனால்தான் ஞானத் தலைவியை நண்ணுவர் எனப்பட்டது.

திருமந்திரம் சிவனாம் இறைவன் ஒருவனையே உணர்த்தும்

30. மூலன் உரைசெய்த முப்பது உபதேசம்
மூலன் உரைசெய்த முந்நூறு மந்திரம்
மூலன் உரைசெய்த மூவா யிரந்தமிழ்
மூலன் உரைசெய்த மூன்றும்ஒன் றாமே!

(இ-ள்) திருமூலர் திருவாய்மலர்ந்தவை, முப்பது உபதேசமானாலும், முந்நூறு மந்திரங்களானாலும், மூவாயிரம் தமிழ் மந்திரங்களானாலும் மூன்றும் சிவபெருமானான பரம்பொருளாம் ஒருவனையே உணர்த்தும் இயல்பினை உடையவை ஆகும்.

(அ - சொ) ஒன்று - ஒப்பற்ற பரம்பொருளை உணர்த்தும் ஒரு கருத்து.

(விளக்கம்) திருமூலர் திருவாய்மலர்ந்த திருமந்திரங்கள் மூவாயிரத்தையேனும், முந்நூறையேனும், முப்பதையேனும் நாம் உணர்ந்தாலும் ஒரு பரமனையே உணர்த்தும் ஒரே கருத்துடையன என்பதே இங்குக் கூறப்பட்டன.

சிவனடியார் உண்ட சேடத்தின் மாண்பு

31. வித்தகம் ஆகிய வேடத்தார் உண்டஊண்
அத்தன் அயன்மால் அருந்திய அன்னமாம்
சித்தம் தெளிந்தவர் சேடம் பருகிடின்
முத்தியாம் என்றுநம் மூலன் மொழிந்ததே

(இ-ள்) ஞானமயமான திருவேடமுடைய சிவனடி பார்கள் உண்ட உணவு, இறைவன், பிரமன், திருமால் அருந்திய அன்னம் போன்றது. சிவபெருமானே முழுமுதற் பரம்பொருள் என்று தெளிந்த அச்சிவனடியார்கள் உண்ட உணவின் மிச்சத்தை உண்டால் மோட்சம் அடைதல் உண்மை என நம் குருநாதன் கூறியுள்ளார்.

(அ- சொ) வித்தகம் - பேரறிவு. ஊண் - உணவு. அத்தன் - தந்தையாம் சிவபெருமான். அயன் - பிரமன். மால் - விஷ்ணு. சித்தம் - மனம். சேடம் - உண்ட மிச்சம். முத்தி - மோட்சம். மூலன் - மூலப்பொருளான சிவனாம் குருநாதன்.

(விளக்கம்) இப்பாடல் அடியார்கட்கு அன்னமிடும் மாண்பை அறிவிக்கிறது. சிவனடியார்கள் சிவனே முழுமுதற் பரம் என்று அறியும் திறத்தர் ஆதலின், வித்தகமாகிய வேடத்தர், சித்தம் தெளிந்தவர் எனக் குறிப்பிட்டனர்.

சிவபெருமான் அன்றி வேறு தெய்வம் இல்லை

32. வானவர் என்றும் மனிதர் இவர்என்றும்
தேனமர் கொன்றைச் சிவன்அருள் அல்லது
தானமர்ந் தோரும் தனித்தெய்வம் மற்றில்லை
ஊனமர்ந் தோரை உணர்வது தானே.

(இ-ள்) இவர்கள் தேவர்கள் என்றும், இவர்கள் மனிதர்கள் என்றும் கூறப்படும் வேற்றுமைகள் எல்லாம் தேன் பொருந்திய கொன்றை மலரைச் சூடிய சிவபெருமான் தன் அருளால் அமைத்த வேறுபாடே அன்றி வேறு இல்லை. அந்த வானவர்களும், மனிதர்களும் விரும்பும் அளவு விரும்பி ஆராயும் தெய்வம், அச் சிவத்தைத் தவிர்த்து வேறு இல்லை. ஆகவே, நாம் நம் உடம்பில் அமர்ந்த அந்த இறைவனை உணர்வதுதான் நல் உணர்வாகும்.

(அ - சொ) வானவர் - தேவர். கொன்றை - கொன்றை மலர். அமர்ந்து - விரும்பி அல்லது மகிழ்ந்து. ஓரும் - ஆராயும். தனி - ஒப்பற்ற. ஊன் - உடம்பு.

(விளக்கம்) வானவர் ஆயினும் மக்களாயினும் அவர்களின் மேலானவர் இறைவர் சிவபெருமான் ஆவர். ஆதலின் தனித் தெய்வம் மற்றில்லை எனப்பட்டது. உடம்பு தசையால் ஆனது; ஆகவே உடம்பு ஊன் எனப்பட்டது.

முப்பொருள் தன்மை

33. பதிபசு பாசம் எனப்பகர் மூன்றில்
பதியினைப் போல்பசு பாசம் அனாதி
பதியினைச் சென்றணு காப்பசு பாசம்
பதியணு கில்பசு பாசம் நிலாவே.

(இ-ள்) பதி என்றும், பசு என்றும், பாசம் என்றும் கூறப்படும் இம்முப்பொருள்களில் பதியைப்போலப் பசுவும் பாசமும் தொன்றுதொட்ட பொருள்களோ. பதியை அணுகின் பாசம் நிற்கமாட்டாது.

(அ - சொ) பதி - சிவம். பசு- ஆன்மா. பாசம்-ஆன்மாவை என்றும் பற்றி நிற்கும் உலக இன்பமும் அதனால் வரும் பாவ புண்ணிய பந்தங்களும். அனாதி - பழமையானது. நிலா - நிற்க மாட்டா.

(விளக்கம்) பதி என்றும் உள்ள பொருள்; தொன்மை யானது. அதைப்போலவே பசுவும் பாசமும் தொன்மையன.

பாசம் என்றும் ஆன்மாவை உலக பந்தத்தில் ஈடுபடுத்தும். அதனால்தான் பதியினைப் பசு அணுக முடிவதில்லை. பசு குருவின் உபதேசத்தால் பதியை அணுகின் பாசம் விட்டொழியும். இந்த உண்மையினைத்தான் தட்சிணாமூர்த்தி சுவாமி சனகாதி யர்கட்கு உபதேசம் செய்தனர்.

ஆசாரியன் முன் மலங்கள் அற்றுப்போகும்

34. சூரிய காந்தமும் சூழ்பஞ்சும் போலவே
சூரிய காந்தம் சூழ்பஞ்சைச் சுட்டிடா
சூரியன் சந்நிதி யிலசுடு மாறுபோல்
சூரியன் தோற்றமுன் அற்ற மலங்களே.

(இ-ள்) சூரியனுடைய ஒளியை ஏற்று வெளிவிடும் சூரியகாந்தக் கல், சூரியன்முன் அன்றித் தன்னருகே பஞ்சு சூழ்ந்திருப்பினும் பஞ்சைச் சுட்டு எரிக்கமாட்டாது. சூரியன்

முன்தான் சுட்டு எரிக்கும். அதுபோலவே ஆசாரியன் முன்னே மாணவனைப் பற்றி நின்ற மும்மலங் களும் அற்றுப் போகும்.

(அ - சொ) சூரியகாந்தம்- சூரிய ஒளிபெற்று வெம்மையை வெளிக்காட்டும் ஒருவகைக் கல். சந்நிதி - முன். சூரியன் ஆசாரியன். அற்ற - நீங்கின. மலங்கள் - ஆணவம், கன்மம், மாயை என்னும் முக்குற்றங்கள். ஆணவமாவது அகங்காரம்; கன்மம் என்பது மயக்க உணர்வால் செய்யும் தீய செயல்கள்; மாயையாவது பொய் உணர்வு.

(விளக்கம்) சூரியகாந்தக்கல் முன் பஞ்சைப் பிடித்தால் பஞ்சை எரிக்கும் ஆற்றல் அதற்கு ஏற்படாது. ஆனால் சூரியன் ஒளிமுன் இக்கல்லைப பிடித்து, அதற்கு முன் பஞ்சை வைத்தால் அப்பஞ்சு எரிந்துபோம். அதுபோலத்தான் ஆசாரியன் முன்னே ஆன்மாவைப் பற்றிய மலங்கள் அறும் என்பது அழகிய உவமை யால் விளக்கப்பட்டது.

இறைவன் அளித்தவை

35. அளித்தான் உலகெங்கும் தானான உண்மை
அளித்தான் அமரர் அறியா உலகம்
அளித்தான் திருமன்றுள் ஆடும் திருத்தாள்
அளித்தான் பேரின்பத் தருள்வெளி தானே.

(இ-ள்) இறைவன் உலகெங்கும் தானே ஆகி இருக்கும் உண்மையினை அருளால் உணர்த்தினன். தேவர்களும் உணராத பேரின்ப உலகையும் பக்குவர்கட்குத் தந்தனன். மண்ணவர் களிக்கும் வண்ணம் சிதம்பர சிற்சபையில் நடனம் புரியும் அழகிய திருவடிகளைத் தரிசிக்க அளித் தனன், பேரின்பப் பெருவாழ்வாகப் பெருவெளியினையும் அளித்தனன்.

(அ - சொ) அமரர் - தேவர். உலகம் - சிவலோகம். திரு - சிறந்த. மன்று - சிதம்பரம் பொற்சபை. திரு - அழகிய. தாள் - திருவடிகள்.

(விளக்கம்) இறைவன் எங்கும் எவ் உலகமும் நிறைந்தவன். அந்த உண்மையினை அவன் அருளால் அறிவித்தால் அன்றி அறிந்துகொள்ளுதல் அரிது. ஆதலின் அந்த உண்மையை அவன் அளித்தமையின் அளித்தார். 'தானான உண்மை' எனப்பட்டது. பெருவெளி என்றது சிதாகாயமாகிய சிதம்பர தரிசனமும் ஆகும். அது பேர் இன்பம் தரவல்லது ஆதலின், அளித்தான் பேரின்பப் பெருவெளி எனப்பட்டது. உலகம் பல என விஞ்ஞானிகள் கண்டாலும், சிவலோகம் ஒன்று உளது என்பதை அவர்களும் அறியார். அது தேவர் களாலும் அறிய ஒண்ணா உலகம். ஆனால் இதனை அவன் பக்குவர்கட்கு அளிப்பான் என்பது பெறப்படுகிறது. இறைவனது குஞ்சிதபாத தரிசனமே மேல் வீட்டிற்கு வழி ஆதலின், அந்தத் திருவடியினையும் காட்டினர் எனப்பட்டது.

தியான நிலையில் எவற்றையும் காணலாம்

36. தூங்கிக் கண்டார்சிவ லோகமும் தம்உள்ளே
தூங்கிக் கண்டார்சிவ யோகமும் தம்உள்ளே
தூங்கிக் கண்டார்சிவ போகமும் தம்உள்ளே தூங்கிக்
கண்டார்நிலை சொல்வதெவ் வாறே.

(இ-ள்) செயலற்றுள தியான நிலையில் இருப்பவர் தம் உள்ளத்துள் இறைவனது சிறப்பு உறைவிடமான சிவலோகத்தைக் கண்டார் ஆவார். சிவனோடு ஒன்றி இருக்கும் யோக நிலையினையும் கண்டவராவர். இவ்வாறு சிவனோடு ஒன்றி இருப்பதனால் ஏற்படும் சிவ சம்பந்தமான அழியா இன்பத்தையும் கண்டவர் ஆவர். ஆகவே செயலற்று நிஷ்டை நிலையில் இருப்பவர்தம் நிலையினை எப்படி விளக்கிக் கூறுவது?

(அ - சொ) தூங்கி - நிட்டைகூடி. யோகம்- இறைவனோடு மனத்தை ஒன்றுபடுத்தி நிற்கும் நிலை. போகம் - இன்பம்.

(விளக்கம்) தூங்கும்போது என்ன நிகழ்கின்றன என்று அறியாது இருப்பதுபோலத் தியானநிலையில் உலக விடயங்களை, உணராது இருத்தலின், அந்நிட்டையில்

ஈடுபட்டிருந்த நிலையை, "தூங்கி" என்றனர். இதனையே 'தூங்காமல் தூங்கிச் சுகம் பெறுதல் என்பர்' அனுபவ ஞானிகள்.

குருவின் திருவடி மாண்பு

***37.* திருவடி யேசிவம் ஆவது தேரில்**
திருவடி யேசிவ லோகம் சிநதிக்கில்
திருவடி யேசெல் கதியது செப்பில்
திருவடி யேதஞ்சம் உள்தெளி வோர்க்கே.

(இ-ள்) நன்கு ஆராய்ந்து பார்த்தால் ஞானாசிரியன் திருவடிகளே சிவமாக விளங்குவன. மேலும் அவற்றையே சிந்தித்தால் சிவலோகமும் அவையே ஆகும். அத்திருவடி களே ஆன்மா சென்றடைவதற்குரிய வீட்டின்பத்திற்கும் உரியனவாய் விளங்குவன. மேலும், கூறத்தொடங்கினால் சரண்புக வேண்டிய இடம் அந்தத் திருவடிகளே அன்றி வேறில்லை. இந்த உண்மைகளை உள்ளத்தால் உண்மையினை அறிந்த ஞானிகள்தாம் அறிவர்களே அன்றி, வேறு எவரும் அறியார்.

(அ - சொ) கதி - உயர்நிலை. செப்பில் - கூறினால். தஞ்சம்- சரணாகதி. தெளிவோர் - உணரும் ஞானிகள்.

(விளக்கம்) ஆசாரியனது திருவடி சாதாரணத் திருவடி அன்று என்பதும், அதனை எப்போதும் நினைப்பவர், எல்லாம் அடையப் பெறுவர் என்பதும் ஈண்டு விளக்கப்பட்டன.

நல்மாணவன் கடமை

***33.* தெளிவு குருவின் திருமேனி காண்டல்**
தெளிவு குருவின் திருநாமம் செப்பல்
தெளிவு குருவின் திருவார்த்தை கேட்டல்
தெளிவு குருவுரு சிந்தித்தல் தானே.

(இ-ள்) ஆசாரியரது அழகிய வடிவத்தைத் தரிசிப்பதே அறிவின் விளக்கமாகும். அவருடைய திருப் பெயரை உச்சரித்தலே நம் அறிவிற்கு விளக்கம் ஆகும். அவருடைய சிறந்த உபதேசங்களைக் கேட்டலே அறிவின் தெளிவாகும். அவருடைய வடிவத்தை உள்ளத்தில் நிலையாகக் கொண்டு தியானம் பண்ணுதலே அறிவின் தெளிவாகும்.

(அ - சொ) திரு - அழகிய. மேனி - உடம்பு. நாமம் பெயர். திருவார்த்தை - உபதேச மொழிகள்.

(விளக்கம்) குருவின் திருவடிகளால் ஏற்படும் நன்மை இன்னது என்று அறிந்தபின், அவரது திருவுருவம். திருவார்த்தை, திருநாமம், உடல் இவற்றையும் நல்மாணவர் கள் முறையே சிந்தனை செய்து கொண்டும், கேட்டுக்கொண்டும் இருத்தல் வேண்டும் என்பது ஈண்டு விளக்கப்பட்டது.

சீடர்கள் செய்ய வேண்டுவன

39. சந்திப்பது நந்தி தன்திருத் தாளிணை
சிந்திப்பது நந்தி செய்ய திருமேனி
வந்திப்பது நந்தி நாமம்என் வாய்மையால்
புந்திக்குள் நிற்பது நந்திபொற் போதமே.

(இ-ள்) ஞானாசாரியனுடைய இரண்டு சிறந்த பாதங்களை இடையறாது காண்டல் வேண்டும். அவரது அழகிய உருவத் திருமேனியை உள்ளத்தில் நினைந்த வண்ணம் இருக்கவேண்டும். உண்மையோடு அவர்தம் அவர் திருப்பெயரைப் போற்றி வழிபடுதல் வேண்டும். உபதேசித்த நல்ல ஞானானுபவ போதனைகளை உள்ளத்தில் பதிய வைத்தல் வேண்டும்.

(அ - சொ) தாள்இணை - இரண்டாக இணைந்துள்ள மாதங்கள். வந்திப்பது - புகழ்ந்து போற்றி வழிபடுவது. வாய்மை - சத்தியம். புந்தி - உள்ளம். போதம் உபதேசம்; பொன்மொழிகள். பொன் - அழகிய.

(விளக்கம்) ஈண்டு நந்தி என்பவர் ஞானாசாரியர் என்று கொள்வதுடன், சிவ பரஞ்சுடராகவும் கொள்ளலாம். அங்ஙனம் கொள்ளும்போது, செய்ய திருமேனி என்பது பஞ்சாட்சர வடிவமான திருவுருவம் தாங்கிய நடராசப் பெருமானது வடிவம் என்பது பொருளாகும். திருநாமம் என்பது சிவாயநம என்னும் திருமந்திரமாகும். நந்திநாமம் நமச்சிவாயவே என்பது ஆன்றோர் வாக்கு அன்றோ! நடராசப் பெருமான் திருவடிவில் நமசிவய என்னும் ஐந்து எழுத்துக்களும் பொருந்தியுள்ளன என்பதைத் திருவடியில் நகரமும், வபிற்றில் மகரமும், தோளில் சிகரமும், முகத்தில் வகரமும், திருமுடியில் யகரமும் உள்ளன என்று அனுபவ ஞானிகள் கூறியிருப்பது கொண்டு தெளியலாம். மேலும், இக்கருத்தை உறுதிப்படுத்த, தடராசப்பெருமான் கையில் உள்ள உடுக்கை சிகரத்தையும், வீசி! நிற்கும் கை வா என்னும் எழுத்தையும். அருளும் கரம் யகரத்தையும், திருக்கையில் உள்ள மழு என்னும் அக்கினி நகரத்தையும், முயலகனைத் திருவடியால் ஊன்றிய நிலை மகரத்தையும் குறிப்பதாகவும் கூறப்படுகிறது.

இறந்தபோது வருவனவும் வராதவர்களும்

40. பண்டம்பெய் கூரை பழகி விழுந்தக்கால்
உண்ட அப்பெண்டிரும் மக்களும் பின்செலார்
கொண்ட விரதமும் ஞானமும் அல்லது
மண்டி அவருடன் வழிநட வாதே.

(இ-ள்) நல்வினை தீவினை என்னும் பொருள்களால் அடைக்கப்பட்ட இந்த உடம்பாகிய கூரை, அந்நல்வினை தீவினைகளை அனுபவிக்க வேண்டிய அளவுக்கு அனுபவித்து, உயிர் நீங்கியதும் பிணமாகப் பூமியில் விழுந்தபோது, அவ்வுடம்பின் உதவியால் உதவிகளைப் பெற்றுக் கொண்ட மனைவி மக்களாய் உள்ளவர்கள், அப்பிணம் சுடலை நோக்கி எடுத்துச் செல்லப்பட்ட போது, அப்பிணமான உடம்பினின்று பிரிந்துபோன உயிர் சென்ற வழியே போகமாட்டார்கள். ஆனால், அவ்உயிர் உடலோடு

கூடி இருந்தபோது மேற்கொண்ட விரதத்தால் ஆகிய புண்ணியமும், அறிவாகிய ஞான உணர்ச்சியும் மட்டும் ஒன்றோடொன்று நெருங்கி அவ்வுயிருடன் வழிநடந்து செல்லும்.

(அ - சொ) பண்டம் - நல்வினை, தீவினையாம் சரக்கு. பெய் - நிரப்பப்பட்ட. கூரை - உடம்பு. பழகி - அனுபவித்து பெண்டிர் - மனைவி. மண்டி - நெருங்கிச் சேர்ந்து.

(விளக்கம்) உடம்பைப் பெறுதல் நல்வினை தீவினைகளை அனுபவிப்பதற்கே ஆகும். அவ்வுடம்பு மணந்து மக்களைப் பெற்று நல்வினை தீவினைகளை அனுபவிக்கும். அவ்வுடம்புக்குரிய வருடைய துணையால் மனைவி மக்களும் இன்பம் ஆர்வர். அவர்கள் இன்பம் ஆர்தற்குத் துணையான உடம்பு பிணமாகிய போது அவ்வுடம்புடன் இன்பம் துய்த்த மனைவி மக்கள் உயிர் விடார்.

உடம்புடன் கூடிய உயிர் சென்றவழியும் செல்லார். ஆனால், உடம்பிடைப்பட்ட உயிர் தேடிய விரதமும் ஞானமும் மட்டும் உடன் செல்லும். பற்றித் தொடரும் பாவமும் புண்ணியமும் என்பது ஞானிகளின் கருத்து. ஆக, இறந்தபின் உடன் வருவன, பாவம், புண்ணியம், ஞானம், விரதம் ஆதலின் நற்கருமமே புரிதல் வேண்டும் என்பது ஈண்டுக் கூறப்பட்டது.

பிணத்தை அடக்கம் செய்தபின் மக்கள் நடந்துகொள்ளும் விதம்

41. ஊரெலாம் கூடி ஒலிக்க அழுதிட்டுப்
பேரினை நீக்கிப் பிணம்என்று பேரிட்டுக்
சூரையம் காட்டிடைக் கொண்டுபோய்ச் சுட்டிட்டு
நீரினில் மூழ்கி நினைப்பொழிந் தார்களே.

(இ-ள்) இறந்தபின் இறந்த உடலிடத்துத் தொடர்புடையவர்களான ஊரார் எல்லாம் ஒன்றுகூடிப் பேர்ஒலி எழ அழுது, உயிரோடு கூடியபோது இருந்த பெயரை நீக்கிப் பிணம் என்னும் பெயரைச் சூட்டிச், செடி முளைத்திருக்கும்

சுடுகாட்டில் எடுத்துச் சென்று சுட்டெரித்துப் பின் தீட்டு ஒழிய நீரில் குளித்து, சரீரம் நிலைக்காது செல்வம் நிலைக்காது, வாழ்வு நிலைக்காது என்ற நினைப்பே இன்றி, வீணாக மக்கள் பொழுதைப் போக்குவர்.

(அ - சொ) சூரை - ஒருவகைச் செடி. காடு - சுடுகாடு அல்லது இடுகாடு.

(விளக்கம்) இறந்த உடல் உயிர் உள்ளபோது பெற்றிருந்த பெயரை ஒழித்துப் பிணம் என்றே குறிப்பிடப்படும். உயிர் இருந்த உடல் பிணம் ஆனதைக் கண்டும், அதுபோல நாமும் ஒரு நாளைக்கு இவ்வாறு ஆவோமே என்ற நினைப்புக் கொள்ளாமல் வாழ்நாளை வீணாக்குபவரை நோக்கியே, நினைப்பு ஒழிந்தார்களே எனப்பட்டது.

இன்பம் துய்க்கும்போது இறக்கவும் கூடும்

42. அடப்பண்ணி வைத்தார் அடிசிலை உண்டார்
மடக்கொடி யாரொடு மந்தணம் கொண்டார்
இடப்பக்க மேஇறை நொந்தது என்றார்
கிடக்கப் படுத்தார் கிடந்தொழிந் தாரே.

(இ-ள்) மனைவிமார் பணியாரங்களைச் செய்து வைத்தார்கள். அங்ஙனம் அட்ட பலகாரங்களையும் கணவன் மார்கள் இன்புடன் உண்டனர். தமது இளைய பூங்கொடி போன்ற மனைவியருடன் இரகசியமாகச் சில பல வார்த்தைகளையும் பேசிக் கொண்டிருந்தார்கள். இந்த நிலையில் திடீரென்று தமக்கு இடப்பக்கம் சிறிது நோவுகிறது என்று கூறினார்கள். அதற்காகப் பாயலில் படுத்தார்கள். அவ்வளவு தான்! படுத்தபடியே இறந்தார்கள்.

(அ - சொ) அடப்பண்ணிவைத்தார் - விரும்பிய பலகாரங்களைச் செய்து வைத்தார். அடிசில் - சமைத்து வைக்கப்பட்ட பலகார உணவு. மடக்கொடியார் - இளமை வாய்ந்த பூங்கொடி போன்ற மனைவிமார். மந்தணம் -

இரகசிய வார்த்தைகள். கொண்டார் - பேசினார். இறை - சிறிது. கிடந்து -படுத்து.

(விளக்கம்) இம்மந்திரம் இறப்பு எந்த நேரத்திலும் வந்து சேரும் என்பதை நன்கு விளக்குகிறது. மனைவியோடு இன்ப மாகப் பேசிக் கொண்டிருக்கும் போதும், இனிய உணவு வகைகளை உண்ணும்போதும் இறப்பு வரும் எனப்பட்டது.

நாட்டுத் தலைவர்களும் இறப்பர்

43. நாட்டுக்கு நாயகன் நம்மூர்த் தலைவன்
காட்டுச் சிவிகையொன் றேறிக் கடைமுறை
நாட்டார்கள் பின்செல்ல முன்னே பறைகொட்ட
நாட்டுக்கு நம்பி நடக்கின்ற வாறே.

(இ - ள்) மக்கள், நாட்டுக்குத் தலைவன்தான் நம் ஊருக்கும் தலைவன்தான் என்றார். ஆனால், கடைசியில் அவன் தனது வாழ்நாள் கெட்டபோது, சுடுகாட்டிற்கு எடுத்துச் செல்லப்படும் பாடையாகிய பல்லக்கில் ஏறி, நாட்டார்கள் எல்லாம் பின் தொடர, முன்னே சாப்பறை முழங்க, நாட்டுக்குரிய தலைவன் செல்லும் விதத்தைப் பார்த்தீர்களா!

(அ - சொ) சிவிகை - பல்லக்கு. நம்பி - ஆடவரில் சிறந்தவன்.

(விளக்கம்) இறப்பு என்பது எவரையும் விடாது என்பதை விளக்கவே நாட்டுக்கு நாயகனும் ஊர்த்தலைவனும் ஆன ஒருவனது இறப்பைக் குறித்துப் பேசப்பட்டது.
சுடுகாட்டுக்குப் பிணத்தை எடுத்துச் செல்லப் பாடை என்று ஒன்று இருத்தலின், அதனைக் காட்டுச்சிவிகை என்றனர். அரசாங்கத் தில் உள்ளபோது ஊர்ந்து சென்றது பல்லக்கு (சிவிகை); இறந்தபோது ஊர்ந்து செல்வது பாடை. ஆதலின் காட்டுச் சிவிகை எனப்பட்டது.

உறவினர் அன்பு இல்லார் எனல்

44. ஆர்த்தெழு சுற்றமும் பெண்டிரும் மக்களும்
ஊர்த்துறைக் காலே ஒழிவர் ஒழிந்தபின்
வேர்த்தலை போக்கி விறகிட் டெரிமூட்டி
நீர்த்தலை மூழ்குவர் நீதியி லோரே.

(இ-ள்) இறந்தபோது, நெருங்கிய உறவினர்களும் மனைவியும் பிள்ளைகளும், ஊர்ப் பொதுவாகிய வாய்க் காலில் சென்று செய்ய வேண்டிய ஈமச் சடங்குகளைச் செய்து முடிப்பர். அப்படி முடித்தபின், அழுகின்ற போது உண்டாகும் வியர்வையை நீக்கிக் கொண்டு, விறகு இட்டுத் தீ மூட்டிவிட்டு, நீரில் மூழ்கி வீடு திரும்புவார்கள். இவர்கள் அன்பு இல்லவர்கள் அல்லரோ?

(அ- சொ) ஆர்த்து அழம்- ஆரவாரித்து அழுகின்ற. சுற்றம் - உறவினர். துறைக்கால் -பொதுவாய்க்கால். ஒழிவர்- ஈமக் கடனைச்செய்து முடிப்பர். நீர்த்தலை - நீரில். வேர்த்தல் - வியர்த்தல்.

(விளக்கம்) பிணமானவர் உயிரோடு இருந்தபோது அவர்களுக்கு எந்தவிதமான தீங்கும் நேரிடா வண்ணம் கண்ணும் கருத்துமாகக் கவனித்த உறவினர், மனைவி, மக்கள் ஆகியோர், தம் உறவினர் பிணமானபோது சுட்டு எரித்தமையின் அச் சுற்றத்தாரை நீதியில்லார், அன்பு இல்லார் எனக் கூறினார்.

இறந்த உடலை எவரும் வைத்திரார்

45. வளத்திடை முற்றத்தோர் மாநிலம் முற்றும்
குளத்தின் மண்கொண்டு குயவன் வனைந்தான்
குடமுடைந் தால்அவை ஓடென்று வைப்பர்
உடலுடைந் தால் இறைப் போதும் வையாரே.

(இ - ள்) வளமுடைய வீட்டு முற்றமும் பெரிய நிலமும் குளமண்ணும் கொண்டு குயவன் மண்பாண்டங்களைச்

செய்வான். அவன் செய்த குடங்கள் உடைந்தாலும் உடைந்தவற்றை ஓடுகள் என்ற பெயரால் எடுத்து வைத்துக் கொள்வர்; எறிந்துவிட மாட்டார். ஆனால் உடம்பு உயிர் அற்றுப் பிணமாக விழுந்தால், அவ்வுடம் பிடத்தில் எவ்வளவு பற்று உடையவரானாலும், சிறிது நேரமும் அப்பிணத்தை வீட்டில் வைத்திருக்க மாட் டார்கள்.

(அ - சொ) மா - பெரிய. வனைந்தான்-செய்தவன். *(குயவன்)* இறை - சிறிது. போது - நேரம்.

(விளக்கம்) உடம்பும் குடம் போன்றது. இதனையும் ஒரு குயவன் செய்கின்றான். அவ்வாறு செய்பவன் பரசிவன் ஆணை பெற்ற பிரமன். ஆகவே, அவனும் ஒரு குயவன் ஆவான். ஆனால் அவன் வேதம் ஓதிய குயவன். சக்கரம் கொண்டு கலயங்கள் செய்யப் பரந்த இடம் வேண்டும் ஆதலின், முற்றத்தையும் மாநிலத்தையும் குறிப்பிட்டார். குழைந்த மண் தேவை யாதலின் குளமண் குறிக்கப்பட்டது.

உயிர் அற்ற பிணம் எந்நிலை உற்றாலும் கவலை இல்லை

46. காக்கை கவரில்என் கண்டார் பழிக்கில்என்
பால்துளி பெய்யில்என் பல்லோர் பழிச்சில்என்
தோற்பையுள் நின்று தொழிலறச் செய்தூட்டும்
கூத்தன் புறப்பட்டுப் போன இக் கூட் டையே.

(இ-ள்) தோலால் அமைந்த பையாம் இவ்வுடம்பினுள் உயிராகிய கூத்தன் இருந்துகொண்டு, செய்ய வேண்டிய தொழில்களை முற்றிலும் செய்து, வினைகளை அனுபவிக்குமாறு செய்கிறான். இப்படிச் செய்யும் உயிர் உடலை விட்டுப் போன பிறகு, பிணமானபோது அதனைக் காக்கை கவர்ந்தால்தான் என்ன? பார்த்தவர்கள் பழித்துப் பேசினால் நான் என்ன? பாலைத் துளியாகக் கொட்டினால் தான் என்ன? பலரும் அப்பிணத்தைப் புகழ்ந்து பேசினால் தான் என்ன?

(அ - சொ) அற - முற்றிலும். ஊட்டும் - அனுபவிக்கச் செய்யும். கூத்தன் - ஆட்டி வைக்கும் உயிர். கூடு - உடம்பு. பழிச்சில் - புகழ்ந்தால்.

(விளக்கம்) உடம்பின் ஆட்டத்திற்குக் காரணம் உயிர் ஆதலின், அவ்வுயிர் கூத்தன் எனப்பட்டது. இறந்த உடலைக் காக்கை கொத்தியுண்ணும். இறந்தவர் ஒரு சிலருக்குத் தீமை புரிந்திருப்பின் அப்பிணத்தைப் பழிப்பர். நன்மை பெற்றவர் புகழ்வர். இவ்விரண்டையும் உட்கொண்டே பழிக்கில் என்? பழிச்சில் என்? என்றனர்.

தேடிய செல்வம் நிற்காது

47. ஈட்டிய தேன்பூ மணம்கண் டிரதமும்
கூட்டிக் கொணர்ந்தொரு கொம்பிடை வைத்திடும்
ஓட்டித் துரந்திட் டதுவலி யார்கொளக்
காட்டிக் கொடுத்தது கைவிட்ட வாறே.

(இ - ள்) தேனீக்கள் பூவில் உள்ள தேனின் மணத்தையும் சுவையையும் கண்டு, அவற்றைத் தேடி ஒன்று சேர்த்து, ஒரு கிளையில் வைத்துச் சேர்க்கும். அதனை உடல் வன்மை மிக்கவர் அத் தேனீக்களை ஒட்டி அவை சேர்த்த தேனைக் கொள்வார்கள். தேனீக்கள் தாம் சேகரித்த தேனைக் காட்டிக் கொடுத்துத் தாமும் மடிவது போன்றதே மக்கள் பாடுபட்டுத் தேடிய பணமும் என்க.

(அ - சொ) ஈட்டிய - தேடிய. இரதம் -சுவை. கொம்பு - கிளை.

(விளக்கம்) தேடிய செல்வத்தை நாம் எவ்வளவுதான் காத்தாலும், அது அழிந்து போகுமே அன்றி, நிலைத்து இராது என்பதை விளக்கவே, தேனீக்கள் சேர்த்த தேனை உவமை காட்டினர். உய்த்தீட்டும் தேனீக்கரி என்றார் பிறரும்.

பெற்ற செல்வத்தைப் புண்ணிய வழியில் செலவு செய்க

48. வாழ்வும் மனைவியும் மக்கள் உடன்பிறந்
தாரும் அளவே தெமக்கென்பர் ஒண்பொருள்
மேவும் அதனை விரிவுசெய் வார்கட்குக்
கூவும் துணைஒன்று கூடலும் ஆமே.

(இ - ள்) செல்வம் படைத்தவர் இறக்கும் தருவாயில், அவருடன் வாழ்வு நடத்திய மனைவியும், பிள்ளைகளும், கூடப் பிறந்தவர்களும், தனித்தனி "எனக்கு எவ்வளவு பணத்தை ஒதுக்கி வைத்துள்ளீர்'' என்றுதான் கேட்பார்கள். ஆகவே, உயிர் உள்ள போதே அச் செல்வத்தைப் புண்ணிய வழியில் செலவு செய்பவர்கட்கு ஒப்பற்ற இறைவன் துணையாக வந்து கூடவும் கூடும்.

(அ - சொ) ஒண்பொருள் - சிறந்தபொருள். விரிவு செய்வார் - புண்ணிய வழியில் செலவு செய்பவர். ஒன்று ஒப்பற்ற சிவன்.

(விளக்கம்) செல்வத்தைப் பெற்று வாழும்போதே அறச் செயலைச் செய்ய வேண்டும். தமக்குப் பின்னால் தம் சுற்றத்தார் செல்வத்தை நல்வழியில் பயன்படுத்துவார் என்று எதிர் பார்க்க இயலாது. அவர்கள் தமக்கு எவ்வளவு பங்கு உளது என்றுதான் எதிர் நோக்கி நிற்பர்.

இளமை கழிந்து மூப்பு ஏற்படும் அழியும்

49. கிழக்கெழுந் தோடிய ஞாயிறு மேற்கே
விழக்கண்டும் தேறார் வி ழியிலா மாந்தர்
குழக்கன்று மூத்தெரு தாய்ச்சில நாளில்
விழக்கண்டும் தேறார் வியன்உல கோரே.

(இ - ள்) சூரியன் கிழக்கே தோன்றுகிறான். தோன்றுகிறவன் மேற்கே சென்று மறைகிறான். இஃது எதைக் காட்டுகிறது? தோன்றிய ஒன்று, அப்படியே நிற்காமல் அழிவுறுகிறது என்பதைக் காட்டுகிறதன்றோ? இதனை நேரில் கண்டும் அறியாமல் இருக்கின்றனரே. மற்றும் ஓர் உதாரணங் கொண்டு

இந்தப் பரந்த உலகில் உள்ளவர் இதனைத் தெளியலாமே. இளைய கன்றானது இளமை யாகவே இல்லையே. மூப்பு அடைகிறது; கன்று என்னும் பெயர் போய் எருது என்னும் பெயரைப் பெறுகிறது. பிறகு சில நாட்களில் இறந்தும் விடுகிறது. இதனையும் உணர்ந்திலரே.

(அ - சொ) ஞாயிறு - சூரியன். குழக்கன்று - இளையகன்று. வியன் - பரந்த.

(விளக்கம்) சூரியன் தோற்றத்தையும் மறையும் நிலையினையும் தினம் தினம் கண்கொண்டு பார்த்தும் கூட, தோன்றிய பொருளுக்கு அழிவு உண்டு என்பதை அறியாது இருத்தலின் விழியிலா மாந்தர் என்றனர்.

விரும்பியவர்களும் பின் வெறுப்பர்

50. விரும்புவர் முன்என்னை மெல்லியல் மாதர்
கரும்பு தகர்த்துக் கடைக்கொண்ட நீர்போல்
அரும்பொத்த மென்முலை ஆயிழை யார்க்குக்
கரும்பொத்துக் காஞ்சிரங் காயும்ஒத் தேனே.

(இ - ள்) நான் இளமையும் அழகும் கொண்டிருந்த போது என்னைக் கரும்பை வெட்டி, அதன் சாற்றைப் பருகுவது போல, மென்மைத் தன்மையுடைய மாதர்கள் விரும்பினார்கள். தாமரை மொக்குப் போன்று குவிந்த மென்மையான முலையுடைய தேர்ந்தெடுக்கப்பட்ட நகையினை அணிந்த மாதர்கட்குக் கரும்பு போலச் சுவையாக இருந்த நான், முதுமையுற்ற நிலையில், காஞ்சிரங்காய் போலக் கசப் புடையவனாயினேன்.

(அ - சொ) இயல் - தன்மை. ஆய் - ஆராய்ந்தெடுத்த, தகர்த்து - வெட்டி. இழை - நகை. இழையார் - ஆபரணம் அணிந்த பெண்கள். காஞ்சிரங்காய் - எட்டிக்காய்.

(விளக்கம்) முலையின் இளமைத் தோற்றம், தாமரை மலராத போதுள்ள தோற்றம் போல இருக்கும் ஆதலின், அரும்பு ஒத்த

மென் முலை எனப்பட்டது. பெண்கள் தாமாகத் தேர்ந்தெடுத்த நகைகளை அணிபவர் ஆதலின் ஆய் இழையார் எனப்படுவர்.

நிலையாமை அறிந்து நின்மலனை ஏத்தவேண்டும்

51. தழைக்கின்ற செந்தளிர்த் தண்மலர்க கொம்பில்
இழைக்கின்ற தெல்லாம் இறக்கின்ற கண்டும்
பிழைப்பின்றி எம்பெரு மானடி ஏத்தார்
அழைக்கின்ற போதறி யாரவர் தாமே.

(இ-ள்) மக்கள் குளிர்ந்த மலர்க்கிளையில் தளிர்க் கீன்ற செந்தளிர்கள் எல்லாம், காட்சிக்கு இன்பமாகத் தோன்றுவதைக் காண்கின்றார்கள். அந்தப் பூங்கிளையில் உள்ள தளிரும் பூவும் அழிவதையும் காண்கின்றார்கள். இதுகொண்டு உயிரும் தோன்றி அழியும் என்பதை அறிந்திலரே. தவறின்றி எம் தலைவனாம் இறைவனைப் போற்றிலரே. அவர்கள் இயமன் வந்து அழைக்கின்ற போது என் செய்வது என்று அறியாது திகைப்புறுவர்.

(அ - சொ) தண்மலர் - குளிர்ந்தமலர். கொம்பு - கிளை. பிழைப்பு - தவறு. ஏத்தார் - போற்றார்.

(விளக்கம்) உயிர் உடலைவிட்டு எப்போதாகிலும் பிரிந்து விடும். ஆகவே, உடலில் உயிர் உள்ளபோதே இறைவனை வணங்குதல் வேண்டும். வணங்கி இறைவன் திருவருள் பெற்றால் இயமன் அழைக்கும்போது அஞ்சாமல் இருக்கலாம்.

தவிர்க்கப்படுவனவும், செய்யவேண்டுவதும்

52. அவ்வியம் பேசி அறங்கெட நில்லன்மின்
வெவ்வியன் ஆகிப் பிறர்பொருள் வவ்வன்மின்
செவ்வியன் ஆகிச் சிறந்துண்ணும் போதொரு
தவ்விக்கொ டுண்மின் தலைப்பட்ட போதே.

(இ-ள்) வாழ்நாளில் பொறாமை கொண்டு பிறரை இழித்துப் பேசித் தரும நெறி கெடும் முறையில் வாழாதீர்கள். மிகவும் கொடியனாகிப் பிறர் பொருள்மீது ஆசை கொண்டு அப் பொருளைக் கொள்ள விரும்பாதீர்கள். செம்மை சான்ற குணத்தினர் ஆகி நீங்கள் சிறப்புடன் உண்ணும் போது ஓர் அகப்பை உணவையேனும் ஏழைகள் வந்து கேட்டபோது கொடுத்து உதவுங்கள்.

(அ - சொ) அவ்வியம் - பொறாமை. அறம்கெட- புண்ணியம் நீங்க. வெவ்வியன் - கொடியவன். வவ்வன்மின் - பிடுங்கிக்கொள்ளாதீர்கள். செவ்வியன் - நேர்மையானவன். தவ்வி - அகப்பை உணவு. தலைப்பட்டபோது - ஏழை நெருங்கிக் கேட்டபோது.

(விளக்கம்) உயிர் நீங்குவது உண்மை ஆதலின், ஈண்டு மக்கள் தள்ளவேண்டுவன இவை என்றும், கொள்ளவேண்டுவது இது என்றும் கூறப்பட்டன. வெவ்வியன் என்பதற்குப் பேராசை பிடித்தவன் என்றும் பொருள் கொள்ளலாம். 'ஐயம் இட்டு உண்' என்பது இங்கு வற்புறுத்தப்படுகிறது.

உயிர்க்கொலை புரிபவர் நரகில் துன்புறுவர்

53. கொல்லிடு குத்தென்று கூறிய மாக்களை
வல்லடிக் காரரர் வலிக்கயிற் றாற்கட்டிச்
செல்லிடு நில்லென்று தீவாய் நரகிடை
நில்லிடும் என்று நிறுத்துவர் தாமே.

(இ - ள்) கொல்லு, எறி, குத்து என்று கூறிய கொடிய மக்களை, இயமனது கட்டளை பெற்ற வன்மையான ஏவலாளர்கள், வன்மைமிக்க கயிற்றால் கட்டி, மேகத்தில் உண்டாகும் இடிபோல நில் என்று கூறிக் கொடிய நரகத்தில் இட்டு நிறுத்துவர்.

(அ - சொ) இடு - எறி. வல்லடிக்காரரர் - எமனது ஏவல் பெற்ற வன்மைமிக்க ஆட்கள். செல் - மேகம். தீவாய் - கொடிய இடமாகிய.

(விளக்கம்) மாக்கள் என்பன மிருகங்கள். அம்மிருகங்கட்கு மன அறிவு கிடையாது. அறிவு பெறாத காரணத்தால் மக்கள் உயிர் இனங்களைக் கொன்றும் குத்தியும் அழிக்கின்றனர். ஆதலின், அவர்களை மிருகங்களாக எண்ணவேண்டும் என்பதை குறிக்க 'மாக்கள்' என்றனர். இதனால் உயிர்க்கொலை கூடாது எனப்பட்டது.

இவை இவை பாதகம் எனல்

54. கொலையே களவுகட் காமம் பொய்கூறல்
மலைவான பாதகம் ஆம்அவை நீக்கித்
தலையாம் சிவனடி சார்ந்தின்பம் சார்ந்தோர்க்கு
இலையாம் இவைஞானா னந்தத் திருத்தலே.

(இ - ள்) உயிர்களைக் கொல்லுதல், பொருள்களைத் திருடுதல், மாதர் இன்பத்தினை அளவுக்கு மீறி அனுபவித்தல், பொய் பேசுதல், ஆகிய இவை மாறா மயக்கம் தருபவை. ஆகவே, இவற்றை நீக்கித் தலையான சிவபெருமான் திருவடிகளை அடைந்து இன்பம் உற்றவர்கட்கு நரகத்துன்பம் இல்லை. இறைவனது திருவடிகள் ஞானானந்தத்தில் அழுந்தி இருக்கச் செய்யும்.

(அ - சொ) மலைவான - மயக்கமாக. இலை - நரகத்துன்பம் இல்லை. இவை - இறைவனது திருப்பாதங்கள்.

(விளக்கம்) கொலை, களவு, கள், காமம், பொய்கூறல் பஞ்சமகா பாதங்கள் எனப்படும். இறைவனே முழுமுதற் பரம் பொருள் ஆதலின் தலையாம் சிவம் எனப்பட்டனன்.

புலால் புசிப்போரை இயமன் தூதுவர் துன்புறுத்துவர்

55. பொல்லாப் புலாலை நுகரும் புலையரை
எல்லாரும் காண இயமன்தன் தூதுவர்
செல்லாகப் பற்றித் தீவாய் நரகத்தில்
மல்லாக்கத் தள்ளி மறித்துவைப் பாரே.

(இ - ள்) கொடிதாகிய மாமிசத்தை உண்ணும் கீழ் மக்களை இயமனுடைய தூதர்கள் எல்லோரும் காணும்படி இடிபோல முழங்கி, அவர்களைப் பிடித்துச் சென்று கொடிய இடமான நரகத்தில் மல்லாக்காகத் தள்ளி, எங்கும் அவர்கள் செல்லாதபடி தடுத்து நிறுத்தி வைப்பர்.

(அ - சொ) புலால் - மாமிசம். நுகரும் - உண்ணும். புலையர் - கீழ் மக்கள். செல் - இடி. மறித்து - தடுத்து.

(விளக்கம்) பிற உயிரின் தசை உண்பதற்குத் தகுதி யற்றது ஆதலின், அதனைப் பொல்லாப் புலால் என்றனர். உண்பவர் எக்குடியில் பிறந்த யாவரே யானாலும் அவர்கள் தாழ்ந்தவர்களே என்பார் புலையர் என்றார்.

பன்றியாகப் பிறப்பவர் யார் எனல்

56. கொன்றி லாரைக் கொலச்சொலிக் கூறினார்
தின்றி லாரைத் தினச்சொலித் தெண்டித்தார்
பன்றி யாப்படி யில்பிறந் தேழ்நரகு
ஒன்று வார்அரன் ஆணைஇது உண்மையே.

(இ-ள்) கொல்லும் தன்மை இல்லாதவர்களைக் கொல்லும்படி சொல்லித் தூண்டினவர்களும், புலால் புசியாதவர்களைப் புசிக்குமாறு சொல்லி வற்புறுத்தித் தின்னுமாறு செய்தவர்களும், பூமியில் பன்றியாகப் பிறந்து, பின் ஏழ் நரகத்திலும் போய்ச் சேர்வர். இது சிவபெருமான் ஆணையாகும். இது சத்தியம்.

(அ - சொ) தெண்டித்தார் - வற்புறுத்தியவர்கள். படி- பூமி. ஏழ் - ஏழு. அரன் - சிவன். ஒன்றுவார் - சேர்வார். ஆணை - கட்டளை.

(விளக்கம்) மலம் தின்னும் இயல்புடையது பன்றி. ஆதலின் அதன் பிறப்பு இழிவுடையதாயிற்று. அந்த இழி பிறப்புத் தீயவர்கட்கு ஏற்படும் என்பார், பன்றியாகப் படியில் பிறப்பர் என்றனர். பிறக்க வைப்பது இறைவனே ஆதலின் அரன் ஆணை என்றனர்.

பிறர் மனையாளை விரும்புதல் கூடாது

57. ஆத்த மனையாள் அகத்தில் இருக்கவே
காத்த மனையாளைக் காமுறும் காளையர்
காய்ச்ச பலாவின் கனியுண்ண மாட்டாமல்
ஈச்சம் பழத்துக் கிடர்உற்ற வாறே.

(இ) -ள்) தொட்டுத் தாலி கட்டிய மனைவி வீட்டில் இருக்க, அவளை விட்டுத் தன்னைக் கற்பினால் காத்துக் கொண்டுள்ள பிறரது மனையாளை விரும்பும் இளைஞர்கள், நன்கு பழுத்த பலாப்பழத்தின் கனியை உண்ணாமல், ஈச்சம் பழத்தினை உண்ண, அதனைப் பெறுவதற்குத் துன்பம் அடைவது போன்றதாம்.

(அ - சொ) ஆத்த - தாலி கட்டிய; அன்புடைய எனினும் ஆம். அகம் - வீடு. காத்த - கற்பொழுக்கத்தால் காத்துக்கொண்ட. காமுறும் - விரும்பும். காளையர் - இளைஞர். இடர் - துன்பம். உற்றவாறு - அடைந்ததுபோலாம்.

(விளக்கம்) காளை என்பது எருதுக்குரிய சொல். ஈண்டு இளைஞரைக் காளையர் என்றது அவர்தம் தகாத ஒழுக்கம் கண்டு மாடுகள் என இழித்துச் காட்டற்கு ஆகும். ஈச்சம் பழம் மரத்தின் உயர இருக்கும். அம்மரமோ பல கருக்குக்களை கொண்டிருக்கும். அதனைப் பெறுதல் என்றால், முள்போலத் தைக்கும் அம்மரத்தில் ஏறிப் பெறுதல் வேண்டும். அதைப் போலத்தான் பல காவல் உள்ள பிற மனையாளையும் அடையப் பல துன்பத்தை அனுபவிக்கவேண்டும் என்றார். காத்த என்பதற்குப் பிறரால் காக்கப்பட்டு வந்த என்னும் பொருளையும் கொள்ளலாம்.

விரும்பத்தக்க மனைவியிருக்க அருவருக்கத்தக்க பிறர் மனைவியை விரும்புபவர் துன்புறுவர்

53. திருத்தி வளர்த்ததோர் தேமாங் கனியை
அருத்தம்என் றெண்ணி அறையில் புதைத்துப்
பொருத்தம் இலாத புளிமாங் கொம்பேறி
கருத்தறி யாதவர் காலற்ற வாறே.

(இ-ள்) திருத்தம் உறச் செய்து வளர்த்த ஒப்பற்ற இனிய மாம்பழத்தை, இது நமக்குத் தின்பதற்குரிய பொருள் என்று எண்ணி வீட்டின் ஓர் இடத்தில் புதைத்து வைத்து விட்டு, உண்பதற்குச் சிறிதும் பொருத்தம் இல்லாத புளிக்கும் மாம்பழத்தைப் பெறுவதற்கு, அம் மரத்தின் கிளையில் ஏறி, அதனைப் பறிக்கையில் கீழே விழுந்து தமது காலை ஒடித்துக் கொள்பவர் சிறிதும் யோசனை அற்றவர் ஆவார்.

(அ - சொ) ஓர் - ஒப்பற்ற. தே - இனிய. மாங்கனி - மரம் பழம். அருத்தம் - பொருள். புளிமா -புளிக்கும் மாம்பழம். கொம்பு - கிளை. அற்ற - ஒடித்துக்கொண்ட. ஆறு -விதம்.

(விளக்கம்) இங்கு உதாரணம் மட்டும் காட்டப் பட்டுள்ளது. அதாவது இனிய மாம்பழத்தைப் பெற்றும், புளிக்கும் பழத்தைப் பெற முயன்று துன்புறுவது என்பது உதாரணம். இந்த உதாரணத்தால் விளங்க வைப்பது யாதெனில், இனிய மனைவி இருக்கப் பொருத்த மற்ற பிறர் மனைவியை விரும்பி அதனால் துன்பம் அடைவது என்பதாம். மாங்கனி என்பது தான் மணந்த மனைவி; புளிமா என்பது பிறருடைய மனைவி. அறையில் யாரும் விதையினைப் புதையார். ஆகவே, ஈண்டு அறை என்பது வீட்டின் முன்னே அல்லது பின்னே உள்ள ஓர் இடத்தைக் குறிக்கும் சொல்லாக இங்கு அமைந்துள்ளது.

மாதரின் அழகைக் கண்டு மய்யல் கொள்ளல் கூடாது

***59. இலைநல ஆயினு எட்டி பழுத்தால்
குலைநல ஆம்கனி கொண்டுணல் ஆகா
முலைநலம் கொண்டு முறுவல்செய் வார்மேல்
விலகுறு நெஞ்சினை வெய்துகொள் வீரே.***

(இ - ள்) எட்டி மரத்தின் இலை பார்வைக்கு நல்லதாக இருந்தாலும், அம் மரத்தின் பழமும் பார்ப்பதற்கு நல்லதாகக் காணப்பட்டாலும், தோற்றத்தால் இனிதாகக் காணப்படும் அப்பழத்தை உண்ணுதல் கூடாது. அது போலத்தான், முலையாகிய நலத்தைக் காட்டிப் புன்னகை செய்பவர் மீது மக்கள் நாட்டம் கொண்டு மனத்தைக் கொடுமைக்குத் தம்மை ஆளாக்கிக் கொள்ளாதிருப்பாராக.

(அ - சொ) எட்டி - காஞ்சிரங்காய். வெய்து - வெம்மையாக்கி.

(விளக்கம்) வெளித்தோற்றத்தைக் கண்டு ஏமாறல் ஆகாது என்பது ஈண்டு வற்புறுத்தப்படுகிறது. இதற்கு உதாரணமாக எட்டிப் பழத்தின் அழகிய தோற்றம் எடுத்துக் காட்டப்பட்டுள்ளது. மனம் குரங்கு போலத் தாவக் கூடியது

ஆதலின், விலகுறு மனம் எனப்பட்டது. வெய்து என்பதற்குக் கடிந்து என்று பொருள் கூறலாம். அதுபோது மாதர் மேல் செல்லும் மனத்தைக் கடிந்து தடுப்பீராக என்று பொருள்படும்.

பொருள் இலார்க்கு ஒன்றும் இல்லை

***60. புடைவை கிழிந்தது போயிற்று வாழ்க்கை
அடையப்பட் டார்களும் அன்பிலர் ஆனார்
கொடையில்லை கோள் இல்லை கொண்டாட்டம் இல்லை
நடையில்லை நாட்டில் இயங்குகின் றார்கட்கே.***

(இ - ள்) தரித்திர நிலை வந்ததும் நாட்டில் நடமாடு கிறவர்கட்கு மானத்தைக் காக்கும் புடவை கிழிந்தது போல வாழ்க்கையும் கெட்டுப் போகும். பொருள் உள்ள போது

நெருங்கி நம்மை அடைந்திருந்தவர்களும் அன்பு இல்லாதவர் ஆவர். அவர்கட்குக் கொடுக்கும் வாய்ப்பு இல்லை; கொடுக்கல் வாங்கல் இல்லை; கொண்டாட்டங்கள் இல்லை; கம்பீரமான நடையும் கிடையாது.

(அ - சொ) கோள் - வாங்கல். கொடை- கொடுக்கும் குணம். நடை - தலை எடுத்து நடக்கும் நடை. இயங்குகின்றார்- நடமாடுபவர்.

(விளக்கம்) புடைவை மானத்தைக் காக்க உடுக்கப் படுவது. அதுபோலப் பணமும் மானத்தைக் காக்கவல்லது. ஆதலின் புடைவையை உவமை காட்டினர். பொருள் இருந்தால்தான் பலரும் வந்து சேர்வர்; அன்புகாட்டுவர். பொருள் அற்றால் அன்பு காட்டார். பொருள் இல்லாதவர் தருமம் செய்ய இயலாது. ஆதலின் கொடை இல்லை என்றார் கொண்டாட்டம் என்பது பண்டிகை விழா முதலியன. பணம் இருந்தால் நிமிர்ந்து நேரே நடக்க இயலும். அஃது இன்றேல் தலைகுனிந்து நான் நடக்கவேண்டும். ஆகவே நடையில்லை எனப்பட்டது.

வறுமையிலும் இறைவனைப் போற்றுதல் வேண்டும்

***61.* பொய்க்குழி தூர்ப்பான் புலரி புலருதென்று**
அக்குழி தூர்க்கும் அரும்பண்டம் தேடுவீர்
எக்குழி தூர்த்தும் இறைவனை ஏத்துமின்
அக்குழி தூரும் அழுக்கற்ற போதே.

(இ-ள்) பொய்க்குழியாகிய வயிற்றுக் குழியை அடைக்கப் பொழுது விடிகிறதென்று, அரிய பொருளைத் தேடி உழலும் அக்குழியைத் தூர்க்கப் பாடுபடுவதில் பலன் இல்லை. மக்களே! பிறவிக் குழியை அடைக்கும் இறைவனைப் போற்றுங்கள். மலமாகிய அழுக்கு அற்றவுடன் பிறவிக்குழி அடைபடும்.

(அ - சொ) பொய்க்குழி-வயிறு. புலரி - பொழுது. புலருது-விடிகிறது. எக்குழி - எந்தவிதமான குழியும். தூர்ப்பான்-அடைக்க. ஏத்துமின் - போற்றுங்கள். அழுக்கு - மாயை.

(விளக்கம்) உண்மைக்குழி பொருள்களைக் கொண்டு அடைபடும். வயிற்றுக்குழி இடையறாது வேளாவேளைக்குப் பொருள்களைப் பெற்றாலும் அடைபடாது. ஆதலின் அதனை பொய்க்குழி என்றனர். வறுமைக்குழி நோய்குழி, பிறவிக்குழி என எந்தக் குழியும் என்பார் எக்குழி என்றனர்.

வயிற்றைத் தூர்க்க அரிது

62. கற்குழி தூரக் கனகமும் தேடுவர்
அக்குழி தூர்க்கை யாவர்க்கும் அரியது
அக்குழி தூர்க்கும் அறிவை அறிந்தபின்
அக்குழி தூரும் அழுக்கற்ற வாறே.

(இ - ள்) கல்லில் தோன்றிய குழி போன்ற வயிறாகிய குழியை உணவு முதலிய பொருள்களால் அடைக்கப் பொன்னைத் தேடுவர். அந்த வயிற்றுக் குழியை அடைப்பது மிகவும் கடினம். ஆகவே, அந்த வயிற்றுக் குழியை அடைக்க இறைவனது திருவடி ஞானத்தை அடைய வேண்டும். அதனை அடைந்தால் மலமாயையாகிய குழியும் அடைபடும்; பொறாமை நீங்கிய நிலையும் உண்டாகும்.

(அ - சொ) கல்குழி - (ஈண்டு) வயிறு. கனகம் - பொன். அரியது - கடினமானது. அக்குழி - மல மாயையாகிய குழி. தூர்க்கை - அடைத்தல். அறிவு - திருவடி ஞானம். அழுக்கு பொறாமை.

(விளக்கம்) வயிறும் ஒரு பள்ளமான இடம். ஆதலின் அஃது ஈண்டுக் குழி எனப்பட்டது. அதன் வன்மை கருதி அதனைக் கற்குழி என்றனர். சாதாரணக் குழியை அடைத்து விடலாம். ஆனால் வயிற்றுக் குழியினை அடைக்கவே முடியாது. ஒருவேளை உணவு கொடுத்து வயிற்றுக் குழியை நிரப்பியதும், மறு வேளை அவ்வயிறு குழியுடன்தான் காணப்படுகிறது. ஆகவே, வயிற்றுக் குழியைத் அடைக்க

முயல்வதைவிட, மலமாயையாகிய குழியை அடைக்க முயலவேண்டும் என்று இதில் வற்புறுத்தப்படுகிறது. அக் குழியை அடைக்கப் பொருள்வேண்டா; அறிவே போதும் என்கிறார்.

ஓமத் தலைவன் சிவனே ஆவன்

63. ஒண்சுட ரானை உலப்பிலி நாதனை
ஒண்சுடர் ஆகிஎன் உள்ளத் திருக்கின்ற
கண்சுட ரோன்உல கேழும் கடந்த அத்
தண்சுடர் ஓமத் தலைவனும் ஆமே.

(இ - ள்) ஒளி பொருந்திய சுடராகி இருப்பவனும், அழிவில்லாத தலைவனும், ஒளி பொருந்திய சுடராக என் மனத்தில் எழுந்தருளி இருக்கின்ற கண் ஒளி போன்ற வனும், ஏழ் உலகங்களும் கடந்த குளிர்ந்த சுடர்வடிவினன் ஆகஇருப்பவனும் ஆகிய அவனே யாகத்தலைவன் என்க.

(அ - சொ) ஒண்சுடர் - ஒளிபொருந்திய சுடர். உலப்பு - அழிவு. இலி - இல்லாதவன். ஓமம்-யாகம்.

(விளக்கம்) சூரிய சந்திரர்கள் சுடராக மிளிர்ந்தாலும் இறைவனிடம் ஒளி பெற்றே அவர்கள் ஒளிவடிவினைத் தாங்கி உள்ளார்கள். ஆகவே, இறைவனே பெருஞ்சுடர் ஆதலின் ஒண் சுடர் எனப்பட்டனன். எல்லாத் தேவரும் இறப்பர். சிவனே இறவாதவன். ஆதலின் உலப்பிலி எனப்பட்டான். நாதன்-தலைவன். ஒலி வடிவாயும் இருப்பவன் ஆகலின் அவனை நாதன் என்றலும் தகும். பூலோகம், புவர்லோகம், சுவர்லோகம் கனலோகம், தபோலோகம், மகாலோகம், சத்தியலோகம் ஆகிய ஏழ் உலகங்களையும் இறைவன் கடந்தவன் ஆதலின் உலகேழும் கடந்த எனப்பட்டனன். இறைவன் பேர் ஒளிப்பிழம் பாயினும், கடந்தவனாபினும், அன்பர்கள் காணுதற்கு எளியனாம் தன்மையன் என்ற பொருளை உணர்த்த, தண் சுடர் எனப்பட்டான். யாகக் கர்த்தா எனச் சில தெய்வங்களைக் குறிப்பிடல் பொருத்தமற்றது என்பதை விளக்கவே, ஓமத்

தலைவன் இறைவனே என்பது இங்கு விளக்கப்பட்டது. இந்த உண்மையினை உணராமையினால்தான் தாருகா வனத்து இருடி கள் இடருற்றனர்; தட்சனும் துன்புற்றனன்.

அந்தணர் யார் எனல்

64. அந்தணர் ஆவோர் அறுதொழில் பூண்டுளோர்
செந்தழல் ஓம்பிமுப் போதும் நியமம்செய்து
அந்தவம் நல்கரு மத்துநின் றாங்கிட்டுச்
சந்தியும் ஓதிச் சடங்கறுப் போர்களே.

(இ - ள்) அந்தணர் என்று கூறப்படுபவர், ஆறு தொழில்களை மேற்கொண்டவர் ஆவார். ஓமாதி காரியங்களைத் தட்டாது செய்து, மூன்று காலமும் செய்ய வேண்டிய செயல்களைப் புரிந்து, நல்ல தவம் நல்லசெயல்களைச் செய்து, சந்தியா காலங்களில் வேதமந்திரங்களைக் கூறிச் சடங்குகளை வரையறுத்துச் செய்பவர் ஆவார்.

(அ - சொ) அந்தணர் - அறவோர், அறு தொழில் - ஆறு தொழில்கள். செந்தழல் - யாகாதி காரியம். ஓம்பி - பாதுகாவலுடன் நடத்தி. நியமம் - செய்ய வேண்டிய செயல்கள். அம் - அழகிய. ஈண்டு நல்லதென்னும் பொருளில் உளது.

கருமம் - காரியம். சந்தி - சந்தியாகாலம் (காலை, மாலை) சடங்கு - காரியம். அறுப்போர் - வரையறுத்துச் செய்பவர்; தடை இன்றிச் செய்பவர்.

(விளக்கம்) அந்தணர் என்பவர் அறவோர் ஆவார். திருவள்ளுவர் கருத்தும் இதுவே. வேதம் ஓதுதலும், பிறரை ஓதும்படி செய்தலும், யாகம் புரிதலும், யாகம் செய்யுமாறு செய்தலும், பிறர்க்குக் கொடுத்தலும், தாமும் பெறுதலும் ஆகிய தொழில்கள் ஆறுதொழில்கள். வெறும் தீக்கும் ஓமத் தீக்கும் வேறுபாடு தோன்ற செந்தீ எனப்பட்டது. ஓமத்தீ கெடாது பாதுகாவலுடன் செய்ய வேண்டுதலின் ஓம்பி என்றனர். சந்தியா வந்தனங்களைக் காலை மாலை என்ற

இரண்டு வேளைகளிலும் செய்வதோடு உச்சிப்போதும் செய்யவேண்டியது நியமம். ஆதலின் முப்போதும் நியமம் செய்து என்றனர். பகலில் செய்யப்படும் நியமம் மாத்தியான்னிகம் எனப்படும். இந்தப் பண்புகள் இல்லாதவர் அந்தணர் என்று கூறிக் கொள்ளத் தகுதி அற்றவர்கள் என்பது இங்கு நன்கு விளக்கப் பட்டது.

யார் பார்ப்பனர்?

***65. பெருநெறி யான பிரணவம் ஓர்ந்து
குருநெறி யாம்உரை கூடிநால் வேதத்
திருநெறி யான கிரியை இருந்து
சொருபம தானோர் துகளில்பார்ப் பாரே.***

(இ - ள்) மோட்ச உலகை அடைதற்குரிய பெரிய வழியாக உள்ள ஓர் எழுத்து ஒரு மந்திரத்தைத் நன்கு உணர்ந்து, குரு உபதேசித்த மந்திர உரைப்படி தியானம் கூடி, நால் வேதத்தில் கூறிய சிறந்தவழியாகிய கிரியையில் இருந்து, சிவவடிவாய் விளங்குபவரே குற்றம் அற்ற பார்ப்பார் ஆவார்,

(அ - சொ) நெறி - வழி. பிரணவம் - ஓம் என்னும் ஓர் எழுத்து மந்திரம். ஓர்ந்து - நன்கு ஆராய்ந்து. உரை - உபதேச மொழி. நால்வேதம் - நான்குவேதம். திரு - சிறந்த. கிரியை - செயல்முறை. சொரூபம் - சிவவடிவம். துகள் - குற்றம்.

(விளக்கம்) ஐந்தெழுத்தாகிய பஞ்சாட்சர மந்திரம் தவிர்த்து ஏனைய மந்திரங்கள் யாவும் ஓம் என்னும் பிரணவத்தைப் பெற்றே உச்சரித்தற்கு உரியன. இது சேர்க்கப்படாது போயின் அவை உயிர் அற்ற மந்திரங்களே ஆகும். ஆகவே, ஏனைய மந்திரங்கட்குப் பிரணவம் இன்றியமையாதது ஆயிற்று. அதனை நன்கு உணர்தல் வேண்டும் என்பார் ஓர்ந்து என்றனர். எதையும் குரு அருளால் பெற வேண்டுதலின் குரு நெறியால் உரைகூடி என்றனர். இறைவன் கல்லால விருட்சத்தின் கீழ்ச் சனகாதி முனிவர்க்கு உணர்த்திய அறம், பொருள், இன்பம், வீடு என்பனவே ஈண்டு நால்வேதம் எனப்பட்டன. காயத் தொண்டே கிரியாத்தொண்டு எனப்படும். அது சிறந்த

தொண்டாதலின் திருநெறியான கிரியை எனப்பட்டது. அப்பர் பெருமானார் தொண்டு கிரியாத்தொண்டு. மேலே காட்டிய நெறியில் நிற்பவர் சிவவடிவம் பெறுவது உண்மை. ஆகவே அவர்களைச் சொரூபமதானோர் என்றனர். மேற்சொன்ன நெறியைப் பின்பற்றாதவர் குற்றமுடையவர். பற்றியவர் குற்றம் அற்றவர். ஆதலின் துகள் இல் பார்ப்பார் எனப்பட்டார். இங்குக் கூறப்பட்ட தகுதிகள் அற்றவர் பார்ப்பார் எனக் கூறத்தகுந்தவர் ஆகார் என்பது நன்கு விளக்கப்பட்டது.

வேதாந்தம் ஆவது யாது?

66. வேதாந்தம் கேட்க விரும்பிய வேதியர்
வேதாந்தம் கேட்டும்தம் வேட்கை ஒழிந்திலர்
வேதாந்தம் ஆவது வேட்கை ஒழிந்திடம்
வேதாந்தம் கேட்டவர் வேட்கைவிட் டாரே.

(இ - ள்) வேதாந்த ஞானத்தைக் கேட்க விரும்பியவர்களான வேதியர்கள், வேதாந்தத்தைக் கேட்டும் ஆசையை விடவில்லை. வேதாந்தமாவது ஆசை அற்ற இடமாகும் ஆகவே உண்மையாக வேதாந்தம் கேட்டவர்கள் ஆசையை ஒழித்தவரே ஆவார்.

(அ - சொ) வேதாந்தம் - வேதத்தின் முடிந்த பொருள் ; வேதியர் - வேதம் உணர்ந்தவர். வேட்கை - ஆசை.

(விளக்கம்) வேதாந்தம் கேட்கப்படுவது ஆசையை ஒழித்தற்காகும். ஆசையாவது மண், பெண், பொன் மீது வைக்கும் பற்று.

பூணூல் தரித்தலும் குடுமி வைத்தலும் மட்டும் பிராம்மணீயம் ஆகா

67. நூலும் சிகையும் நுவலில் பிரமமோ
நூலது கார்ப்பாசம் நுண்சிகை கேசமாம்
நூலது வேதாந்தம் நுண்சிகை ஞானமாம்
நூலுடை அந்தணர் காணும் நுவலிலே.

(இ - ள்) பூணூலும், குடுமியும் இருந்த அளவிலே இவை பிரம்மத் தன்மையை உணர்த்துவன என்று கூறத்தகுமோ? நூல் என்பது பஞ்சால் ஆன வெற்றுநூல். நுண்ணிய முடி என்பது மயிர் ஆகும். ஆகவே, உண்மையில் நூல் எனப்படுவது வேதாந்த அறிவே ஆகும். நுண்சிகை என்பது உண்மை அறிவே ஆகும். எனவே கூறப்புகுந்தால் நூலைத் தரித்த அந்தணர்கள் ஒவ்வொருவரும் மேல் சொன்ன உண்மையைக் காணுதல் வேண்டும்.

(அ - சொ) நூல் - பூணூல். சிகை - மயிர்முடி. நுவலில் - கூறப்போனால். பிரமமோ - பிராம்மணீயமோ? கார்ப்பாசம் - பஞ்சு. (ஈண்டு அப்பஞ்சால் ஆகிய நூலை உணர்த்தி நிற்கிறது).

(விளக்கம்) பூணூலும் முடியுமே பிராம்மணர் என்பதைக் காட்டா என்பது நன்கு விளக்கப்பட்டது. வேதாந்த உணர்வும் ஞானமும் உண்மைப் பிராம்மணீயம் என்பது ஈண்டுக் கூறப் பட்டது. வெளித்தோற்றம் பயன் இல்லை என்பதும் விளக்கப் பட்டது.

பிராம்மணர் எனக் கூறத்தகாதவர் யார்?

68. சத்தியம் இன்றித் தனிஞானம் தான்இன்றி
ஒத்த விடையம்விட் டோரும் உணர்வின்றிப்
பத்தியும் இன்றிப் பரன்உண்மை இன்றிப்
பித்தேறும் மூடர் பிராமணர் தாம்அன்றே.

(இ - ள்) சத்தியம் இன்றி, ஒப்பற்ற திருவடிஞானமாம் அறிவும் இன்றி, புலன்களால் நுகர்வதாகி ஆசையைவிட்டு ஆய்ந்து

அறிய வேண்டிய உணர்வும் இன்றி, இறை அன்பும் இன்றி, உண்மையாய் நித்தியமாய் உள்ள பொருள் இஃது என்று உணரும் உண்மை இன்றி, மயக்கம் கொண்டு திரியும் அறிவீனர் பிராமணர் ஆகார்.

(அ - சொ) தனி - ஒப்பற்ற. விடயம் -புலன் நுகர்ச்சியாம். வேட்கை. ஒரும் - உண்மையை ஆராயும். பரன் - மேலான இறைவன். பித்து - பைத்தியம், மயக்கம்.

(விளக்கம்) பிறப்பால் மட்டும் தம்மைப் பிராம்மணர் எனக் கூறிக் கொள்வதில் பயன் இல்லை. சத்தியம், ஞானம், உணர்வு, பக்தி, பரன் உண்மை ஆகிய பண்பு இருக்கவேண்டும் என்பது விளக்கமுறக் கூறப்பட்டது.

அறிவிலா அரசன் இயமனுக்கு ஒப்பாவான்

69. கல்லா அரசனும் காலனும் நேர்ஒப்பர்
கல்லா அரசனில் காலன் மிகநல்லன்
கல்லா அரசன் அறம்ஓரான் கொல்என்பான்
நல்லாரைக் காலன் நணுகநில் லானே.

(இ - ள்) கல்வி அறிவு இல்லாத அரசனும் இயமனும் சமம் ஆவர். ஒரு விதத்தில் அரசனைவிட இயமன் மிக நல்லவனும் ஆவான். கல்வி அறிவு இல்லா அரசன், தருமம் இன்னது என்பதை உணராமல், கொல் என்று உத்தரவு இட்டுவிடுவான். இயமன். நல்லவரைக் கண்டால் நெறுங்கவும் கூசி, அங்கு நிற்கவும் மாட்டான்.

(அ - சொ) காலன் - இயமன். அறம் - தருமம். ஓரான் - ஆராயமாட்டான். நணுக - நெருங்க.

(விளக்கம்) கல்லா அரசன் கொடுமை செய்யும் இயல்பினன். இயமனும் கொடுமை செய்பவன். ஆதலின்,கொடுமைப் பண்பினால் இருவரும் ஒப்பாவார்.

அரசன் நன்னெறியைக் கடைப்பிடிக்க வேண்டும்

70. நாடோறும் மன்னவன் நாட்டில் தவநெறி
நாடோறும் நாடி அவன்நெறி நாடானேல்
நாடோறும் நாடு கெடும்மூடம் நண்ணுமால்
நாடோறும் செல்வம் நரபதி குன்றுமே

(இ - ள்) அரசன் ஒவ்வொரு நாளும் தன்னாட்டில் தவ நெறியை ஆராய்தல் வேண்டும். அவன் நீதி நெறியை நாடவில்லை என்றால், நாளும் நாளும் நாடு கெட்டொழியும். அறியாமை நெருங்கும். செல்வம் அழியும். அரசனும் அழிவான்.

(அ - சொ) நாடி - ஆராய்ந்து. மூடம் - அறியாமை. நண்ணும் - நெருங்கும். நரபதி - அரசன். குன்றும் - அழிவான்.

(விளக்கம்) அரசன் தவநெறி விட்டு விலகினால் நாடு கெட்டு, செல்வம் குன்றி, அறியாமையில் மிகும் எனப்பட்டது
நாள்+தோறும் = நாடோறும்.

வேடத்தின்வழி நிற்க வேந்தன் கவனித்தல் வேண்டும்

71. வேடநெறி நில்லார் வேடம்பூண் டென்பயன்
வேடநெறி நிற்போர் வேடம்மெய் வேடமே
வேடநெறி நில்லார் தம்மை விறல்வேந்தன்
வேடநெறி செய்தால் வீடது வாகுமே.

(இ - ள்) கொண்ட வேடத்திற்கு ஏற்ப நடக்க வேண்டும். வேடம் பூண்டும் அந்நெறியில் ஒழுகாதவர் வேடம் பூண்டும் பயன் இல்லை. வேடநெறி நிற்பவரே உண்மை வேடத்தர் எனப்படுவர். வேடம் பூண்டும் வேட நெறிப்படி ஒழுகாதவர்களை வன்மைமிக்க மன்னன் வேடநெறியில் ஒழுகுமாறு செய்தால் அரசனும் வீடு அடைவன், வேடம் பூண்டவரும் வீடு அடைவர்.

(அ - சொ) வேடநெறி - மேற்கொண்ட வேஷ வழி. விறல்- வன்மை. வீடு - மோட்சம்.

(விளக்கம்) துறவி வேடம் பூண்டவர் துறவிகட்குரிய ஒழுக்கத்தில் நில்லாராயின், வேடத்தால் பயன் இல்லை என்பார் வேடம் பூண்டு என்பயன் என்றார். அரசன் தீய ஒழுக்கத்தினரை நல் ஒழுக்கத்தினராகச் செய்வது கடன் ஆதலின், வேந்தன் வேட நெறி செய்தால் எனப்பட்டது. இவ்வாறு செய்யும் ஆற்றல் அரசனுக்கு இருத்தலின், விறல் வேந்தன் எனப்பட் டான். 'நன்னடை நல்கல் வேந்தர்க்குக் கடனே' என்றார் பிறரும்.

வேடத்தாரை ஒறுத்தல் வேந்தன் கடமை

72. மூடம் கெடாதோர் சிகைநூல் முதற்கொள்ளில்
வாடும் புவியும் பெருவாழ்வு மன்னனும்
பீடொன் றிலன்ஆகும் ஆதலால் பேர்த்துணர்ந்து
ஆடம் பரநூல் சிகைஅறுத் தால்நன்றே.

(இ-ள்) அறியாமையை ஒழிக்காமல் குடுமி பூணல் இவற்றை முதன்மையாகக் கொண்டு பொய் வேடத்தோடும் நாட்டில் தவசிகள் இருப்பின், நாடு கெடும்; பெருவாழ் வுடைய அரசனும் பெருமை என்பது இல்லாதவன் ஆவான். ஆகையால் இவற்றை மீண்டும் ஆராய்ந்து பொய்வேடத் தார் பூண்ட பூணூலையும், உச்சிக்குடுமியையும் பூணாதவாறு அறுக்கச் செய்தல் நல்லதாகும்.

(அ - சொ) மூடம் - அறியாமை. சிகை - உச்சிக்குடுமி. நூல்- பூணூல். புவி - பூமி. பீடு - பெருமை. பேர்த்து - மீண்டும்.

(விளக்கம்) பொய் வேடத்தார் நாட்டில் இருந்தால் நாடும் கெட்டு அரசனது பெருமையும் குறைதலின், அப்பொய் வேடத்தின் அறிகுறியான பூணூலும் உச்சிக்குடுமியும் பயன் இல்லை என்பது ஈண்டு விளக்கப்பட்டது.

அரசன் போலி வேடத்தாரை உண்மை வேடத்தார் மூலம் அறிந்துகொள்ள வேண்டும்

73. ஞானம்இ லாதார் சடைசிகை நூல்நண்ணி
ஞானிகள் போல நடிக்கின்ற வர்தம்மை
ஞானிக ளாலே நரபதி சோதித்து
ஞானமுண் டாக்குதல் நலம்ஆகும் நாட்டிற்கே.

(இ - ள்) உண்மை அறிவு இல்லாதவர்கள் சடையை யும் குடுமியையும் பூணூலையும் கொண்டு ஞானிகள் போல் நடிப்பர். அவர்களை உண்மை ஞானிகளைக் கொண்டு அரசன் சோதித்து அறிந்து, ஞானமற்றவர்களையும் ஞானம் உடையவராகச் செய்தல் நாட்டிற்கு நல்லதாகும்.

(அ - சொ) சிகை - மயிர்முடி. நூல் - பூணூல். நண்ணி - நெருங்கப்பெற்று. நரபதி - மக்கள் தலைவனான அரசன்.

(விளக்கம்) பாம்பின் காலைப் பாம்பே அறிதல் போல, ஞானிகளால் தான் ஞானிகளை அறிய முடியும். ஆகவே பொய்ஞ்ஞானிகளை அறிய ஞானிகளே தகுதியினர். ஆதலின் ஞானிகளாலே சோதித்து என்றனர். அரசனும் ஒரு நரனே என்றாலும், அவன் நரர்கட்குத் தலைவனாக இருத்தலின் அவன் நரபதி எனப்பட்டான். நன்னடை நல்கல் வேந்தர்க்குக் கடன் என்பது தமிழ் நாட்டு மரபு; ஆதலின் ஞானம் உண்டாக்குதல் நரபதி கடன் எனக் கூறப்பட்டது.

அரசனால் காக்கப்பட வேண்டியவர்கள்

74. ஆவையும் பாவையும் மற்றற வோரையும்
தேவர்கள் போற்றும் திருவேடத் தாரையும்
காவலன் காப்பவன் காவா தொழிவனேல்
மேவும் மறுமைக்கும் மீளா நரகமே.

(இ - ள்) பசுக்களையும், மாதர்களையும், இல்லற நெறியில் உள்ளவர்களையும், தேவர்கள் வணங்கும் அழகிய தவ வேடத்தாரையும் அரசன் காக்கவேண்டியவன் ஆவன். அரசன்

இவர்களைக் காக்காமல் இருந்தால், இப்பிறப்பிலே மட்டும் இன்றி மறுபிறப்பிலும் நரகத்துன்பத்தில் அழுந்தி இருப்பவன் ஆவான்.

(அ - சொ) ஆ - பசு. பாவை-பதுமை போன்ற பெண்கள். அறவோர் - குடும்பத்தார்கள். திரு - அழகிய. வேடத்தார்-தவவேடம் பூண்டவர்கள். காவலன் - அரசன். மறுமை-மறு பிறப்பு. மேவும் - அடைவான்.

(விளக்கம்) அறம் என்பது இல்வாழ்க்கை. இது வள்ளுவர் போன்றார் கருத்து. ஆதலின் அறவோர் என்பர் ஈண்டு இல்லறத்தார் எனப்பட்டனர். திருவேடம் உண்மை வேடம். ஆதலின், அதனைத் தேவரும் போற்றுவர். மறுமைக்கும் என்றதனான் இம்மையிலும் நரகத் துன்பம் ஏற்படும்.

அரசன் பெற வேண்டியது ஆறில் ஒன்று

75. திறம்தரு முத்தியும் செல்வமும் வேண்டின்
மறந்தும் அறநெறி யேஆற்றல் வேண்டும்
சிறந்தநீர் ஞாலம் செய்தொழில் யாவையும்
அறைந்திடில் வேந்தனுக் காறில்ஒன் றாமே.

(இ - ள்) அரசன் பதமுத்தி எனப்படும் இரண்டு வகையான முத்திகளையும் அருட்செல்வத்தையும் பொருட் செல்வத்தையும் அடைய விரும்பினால், தன்னை மறந்த நிலையிலும் அரசன் தரும நெறியிலேயே ஒழுகித் தன் கடமைகளை ஒழுங்குறச் செய்யவேண்டும். சிறந்த நீரால் சூழப்பட்ட உலகில் செய்யும் தொழில்கள் அனைத்தையும் சொல்லுமிடத்து, அத்தொழிலால் பெறும் ஊதியத்தில் ஆறில் ஒரு பங்கே பெறும் உரிமையுடையவன் அரசன் ஆவான்.

(அ - சொ) திறம் - வகை. முத்தி - மோட்ச இன்பம். ஆற்றல் - செய்தல். நீர் - நீர் பெற்ற கடல். ஞாலம்-உலகம். அறைந்திடில் - சொன்னால்.

(விளக்கம்) இந்திரபோகம் பிரம்மபோகம் விஷ்ணு போகம் பெறுதல் பத முத்தி எனப்படும். சிவபோக நுகர்வு பரமுத்தி எனப்படும். சுந்தரர் தம்மை மறந்த நிலையிலும், நாவினால் நமசிவாய என்று கூறுவது போல, அரசனும் மறந்த நிலையிலும் அறநெறியைக் கடைப் பிடித்தல் வேண்டும். இல்லறத்தான் தனது வருவாயைப் பிதுர்க்கள், தெய்வம், விருந்து, சுற்றம், தான் ஆகிய இந்த ஐவர் பொருட்டுச் செலவு செய்யப் பிரித்தபின், அரசனுக்கும் ஒரு பங்கை ஒதுக்குவன். அதை அரசன் பெறுதல் வேண்டும்.

கட்குடியரை அரசன் தண்டித்தல்வேண்டும்

76. கால்கொண்டு கட்டிக் கனல்கொண்டு மேல்ஏற்றிப்
பால்கொண்டு சோமன் முகம்பற்றி உண்ணாதோர்
மால்கொண்டு தேறலை உண்ணும் மருளரை
மேல்கொண்டு தண்டம்செய் வேந்தன் கடனே.

(இ - ள்) பிராணவாயுவைக் கட்டி, மூலாக்கினியைப் பீரம்மரந்திரம் வரை ஏற்றியபோது, மூலாதாரத்திலிருந்து ஒழுகும் சந்திர பானமாம் அமுதைப் பருகாமல், மயக்கம் கொண்டு கள்ளைக் குடிக்கும் மருட்சி உடையவர்களைத் தண்டித்தல் அரசனின் கடமையாம்,

(அ - சொ) கால் - காற்று. ஈண்டுப் பிராணவாயு. கட்டுத லாவது பிராணாயாமம் செய்தல். கனல் - மூலக்கனல். ஏற்றி - நடு நாடி வழியாக மேல் ஏற்றி. சோமன் - சந்திரன். மால் - மயக்கம். தேறல் - கள். மருளர் - மயக்கமுடையவர்.

(விளக்கம்) பிராணாயாமம் செய்து மூல நாடி மூலம் மூலக் கனலை நடுநாடி மூலம் ஆதார தெய்வங்களின் வழியே ஏற்றினால் அமிர்தம் ஒழுகும். அது பருகுதற்குரியது. ஈண்டுத் தியானவழியே இன்பம் நுகரலாம் என்பது விளக்கப் பட்டது.

சமய ஒழுக்கம் அற்றவர்களை அரசன் தண்டித்தல் வேண்டும்

77. தத்தம் சமயத் தகுதிநில் லாதாரை
அத்தன் சிவன்சொன்ன ஆகம நூல்நெறி
எத்தண் டமும்செயும் அம்மையில் இம்மைக்கே
மெய்த்தண்டம் செய்வதவ் வேந்தன் கடனே.

(இ-ள்) அவர் அவர்கள் மேற்கொண்ட சமயமார்க் கமாம் தகுதியில் நிற்காதவரைத் தந்தையாகிய சிவபெருமான் கூறிய ஆகமசாத்திர முறைப்படி அடுத்த பிறவியில் எந்த விதமான தண்டனைகளும் சிவனால் செய்யப்படும். ஆனால், இப்பிறப்பில் சமயநெறி நில்லாதவன் உடலுக்கு ஊறு உண்டாகும் வழியில் தண்டித்தல் அரசன் கடமை யாகும்

(அ - சொ) அத்தன் - தந்தை. நெறி - முறை. அம்மை - அடுத்த பிறவி. இம்மை - இப்பிறவி. மெய் -சரீரம்.

(விளக்கம்) அவர் அவர்கள் மேற்கொண்ட சமயநெறியில் ஒழுகவேண்டும் என்பது விளக்கப்பட்டது. ஒழுக்கம் தவறியவர்களை அடுத்த பிறவியில் இறைவன் தண்டிப்பான் என்றாலும், சமய ஒழுக்கம் தவறியவர்கள் இப்பிறவியிலேயே தண்டிக்கப்பட வேண்டியவர் என்பது விளக்கப்பட்டது.

மழையே வளர்ச்சிக்குக் காரணம்

78. அமுதூறும் மாமழை நீரத னாலே
அமுதூறும் பல்மரம் பார்மிசை தோற்றும்
கமுகூறு தெங்கு கரும்பொடு வாழை
அமுதூறும் காஞ்சிரை ஆங்கது வாமே.

(இ-ள்) தேவாமிருதத்தின் தன்மை தன்னிடத்தே கொண்டு ஊறும் சிறந்த மழை நீரினால், அமிர்தம் போன்ற இனிய பழங்களைத் தரும் பலவிதமான மரங்களும், பூமியில் தோன்றி வளரும், பாக்குமரமும், தென்னை மரமும், கரும்பும், வாழையும் செழிக்கும். எட்டிக்கனியும்கூட வளரும்.

(அ - சொ) அமுது - தேவாமிருதம். மா - சிறந்த. பார்மிசை - பூமியில். கமுகு - பாக்குமரம். தெங்கு - தென்னை மரம். காஞ்சிரை - காஞ்சிரங்காய்; எட்டி.

(விளக்கம்) உலகம் நிலைநிற்க மழை இன்றியமையாதது. ஆதலின், அஃது அமுதம் எனப்பட்டது. நீரால் காஞ்சிரங் காய் நச்சுத் தன்மையில் குறைதலின் அமுதூறும் என்னும் அடைமொழி கொடுக்கப்பட்டது. அல்லது கமுகூறும் என்னும் தொடர்க்கு அடைமொழி ஆக்கினும் அமையும்.

அறம் செய்தல் வேண்டும்

79. ஆர்க்கும் இடுமின் அவர் இவர் என்னன்மின்
பார்த்திருந் துண்மின் பழம்பொருள் போற்றன்மின்
வேட்கை யுடையீர்! விரைந்தொல்லை உண்ணன்மின்
காக்கை கரைந்துண்ணும் காலம் அறிமினே.

(இ - ள்) எல்லோருக்கும் கொடுங்கள். அவர் இவர் என்ற வேற்றுமை கருதாதீர்கள். நம்மை நோக்கிவரும் விருந்தினரைப் பார்த்துப் பின் உண்ணுங்கள். இது பழைய பொருள் என்ற எண்ணத்தால் அதனைப் பாதுகாத்து வையாதீர்கள். ஆசையுடைய மக்களே! பசி காரணமாக விரைவாக உண்ணாதீர்கள். காக்கை தன் இனத்தை அழைத்து உண்ணும் காலத்தையும் அறியுங்கள்.

(அ - சொ) ஆர்க்கும் - எவர்க்கும். என்னன்மின் - என்று சொல்லாதீர். போற்றன்மின் - பாதுகாத்து வைக்காதீர். வேட்கை - ஆசை. ஒல்லை - விரைவாக.

(விளக்கம்) கொடுக்கும்போது இன்னாருக்குத்தான் கொடுக்க வேண்டும், இன்னாருக்குக் கொடுக்கக் கூடாது என்று கருதாமல் கொடுக்க வேண்டும் என்பதை விளக்கவே, "ஆர்க்கும் இடுமின், அவர் இவர் என்னன்மின்" என்றனர். நாம் உண்பதற்கு முன் எவரேனும் வருகின்றனரா என்று பார்த்து உண்ண வேண்டும் என்று கூறினர். ஒரு வேளை பழைய பொருளையும் கொடுக்க நேரும். ஆதலின், பழம் பொருள்

போற்றன்மின் என்றனர். நிதானம் போஜன ஸ்தானம் ஆதலின் விரைந்து உண்ணாதீர் என்றனர். உண்ணும் போது தனித்து உண்ணலாகாது கூடியே உண்ண வேண்டும் என்பதை விளக்கவே காக்கை இனத்தைக் காட் டினர்.

அறத்தை எந்த வகையிலேனும் செய்யலாம்

80. யாவர்க்கும் ஆம்இறை வற்கொரு பச்சிலை
யாவர்க்கும் ஆம்பசு வுக்கொரு வாய்உறை
யாவர்க்கும் ஆம்உண்ணும் போதொரு கைப்பிடி
யாவர்க்கும் ஆம்பிறர்க் கின்னுரை தானே.

(இ - ள்) இறைவனை ஒரு பச்சிலையிட்டு வழிபடல் எல்லாராலும் செய்யக்கூடியதாகும். பசுவுக்கு ஒருவாய் உணவு கொடுத்தல் எவராலும் முடியக்கூடியதாகும். ஒரு கைப்பிடி உணவினை ஏழைகட்கு இட்டு உண்ணுதல் யாவர்க்கும் இயலும் செயல் ஆகும். பிறரிடம் இனிய மொழிகளைப் பேசுதல் யாவர்க்கும் செய்யக்கூடிய செயலாகும்.

(அ - சொ) ஆம் -ஆகக் கூடியது. வாயுறை-உணவு; ஈண்டுப் பச்சைப்புல்லை உணர்த்தி நிற்கிறது.

(விளக்கம்) இறைவனை மகிழ்விக்க ஒரு பச்சிலை இட்டு வழி பட்டாலே போதுமானது; இனிய உரையினைப் பேசுதல் கடினம் அன்று. ஆகவே, இனிய உரையினையே பேசுதல் வேண்டும்.

செல்வம் உள்ளபோதே அறம் செய்க

81. அழுக்கினை ஒட்டி அறிவை நிறையீர்
தழுக்கிய நாளில் தருமமும் செய்யீர்
விழித்திருந் தென்செய்வீர் வெம்மை பரந்து
விழிக்கஅன் றென்செய்வீர் ஏழைநெஞ் சீரே.

(இ - ள்) இரங்கத்தக்க ஏழை மனம் பெற்ற மக்களே! ஆணவமாகிய அழுக்கினை ஏறத்தள்ளி, மெய்ஞ்ஞான

அறிவால் நிறைந்திருக்க வில்லையே. கல்வி, செல்வம் முதலானவை உங்களைத் தழுவி இருக்கும் நாளில் அறத்தைச் செய்யாமல் இருக்கிறீர்களே! கண்கொண்டு பார்த்திருந்தும் என்ன செய்வீர்கள்? நீங்கள் செய்துள்ள கொடிய பாவங்கள் சூழ்ந்து உங்களை நிலையினின்று தள்ளுமே, அப்போது என்ன செய்வீர்?

(அ - சொ) அழுக்கு - ஆணவமலம். தழுக்கியது - கல்வி செல்வம் - இளமை கூடிய. வெம்மை - கொடிய தீவினைகள். இழிக்க – கீழே தள்ள.

(விளக்கம்) இளமை, செல்வம், கல்வி அறிவு ஆகிய இவை உள்ளபோதே, தருமம் செய்ய வேண்டும் என்பது கூறப் பட்டது. அழுக்கினைப் போக்கப் போக்க அது மீண்டும் மீண்டும் சேரும். ஆணவமும் அத்தகையது, ஆகவே, ஆணவம் அழுக்கு எனப்பட்டது.

எமன் எவரையும் விடான்

***82.* தன்னை அறியாது தான்நல்லன் என்னாது இங்கு**
இன்மை அறியாது இனையர்என்று ஓராது
வன்மையில் வந்திடும் கூற்றம் வரும்முன்னம்
தன்மையில் நல்ல தவம்செய்யும் நீரே.

(இ - ள்) இயமன் மிக்க பலசாலி. ஆகவே, வன்மையுடன் உயிர்களைப் பற்ற வருவான். அவன் ஒருவனது குணங்களைப் பற்றிக் கவலைப்பட மாட்டான். நல்லவனா யிற்றே என்றும் எண்ணான். ஏழையாயிற்றே என்றும் சிந்தியான். இளைஞன் ஆயிற்றே என்றும் யோசியான். ஆகவே, அவன் வருமுன் ஒழுக்கம் முதலான தன்மையுடன் நல்ல தவத்தைச் செய்யுங்கள்.

(அ - சொ) இன்மை - பொருள் இல்லாமை (தரித்திரம்). ஓராது - ஆரயாமல். கூற்றம் - இயமன். தன்மை - ஒழுக்கமாம் தன்மை.

(விளக்கம்) இயமன் எந்த உயிரைக் கொண்டு செல்ல வேண்டும் என்று எண்ணினானோ அதனைக் கொண்டே போவன். அவ்வுயிரினது இளமை, வறுமை, நற்பண்பு ஆகிய இவற் றைச் சிறிதும் கருதான். இவன் வன்மைமுன் எவர் வன்மையும் செல்லாது என்பதை உணர்த்தவே வன்மையில் வந்திடும் கூற்றம் எனப்பட்டது.

அறம் செய்யாதவர் செல்வம் பயனற்றதாகும்

83. எட்டி பழுத்த இருங்கனி வீழ்ந்தன
ஒட்டிய நல்அறம் செய்யா தவர்செல்வம்
வட்டிகொண் டீட்டியே மண்ணின் முகந்திடும்
பட்டிப் பதகர் பயன்அறி யாரே.

(இ - ள்) விரும்பிய நல்ல தான தருமங்களைச் செய்யாதவர் செல்வமானது, எட்டிமரமானது பழுத்துப் பெரிய பழங்களைக் கீழே வீழ்த்தி இருப்பது போன்றது. வட்டி பெற்றுத் தேடிப் பூமியில் சேர்த்திடும் அஞ்சாத பாதகர்கள் செல்வத்தின் பயனை அறியாதவர் ஆவார்.

(அ - சொ) ஒட்டிய - விரும்பிய. இருங்கனி - பெரிய பழம். ஈட்டியே - தேடியே, மண் - பூமி. முகந்திடும் - சேர்க்கும்.

(விளக்கம்) எட்டிப் பழத்துக் கீழே விழந்திருந்தாலும், அதனை யாரும் புசியார். அதுபோலச் செல்வத்தைப் பெற்று அறம் செய்யாதவனை எவரும் அடையார். வட்டி பெற்றுப் பணத்தைச் சேர்ப்பவர் பட்டிகள் என்றும் பாதகர் என்றும் ஈண்டு இகழப்பட்டனர்.

அறம் அழியாது ஆதலின் அறம் செய்க

84. ஒழிந்தன காலங்கள் ஊழியும் போயின
கழிந்தன கற்பனை நாளும் குறுகிப்
பிழிந்தன போலத்தம் பேரிடர் ஆக்கை
அழிந்தன கண்டும் அறம்அறி யாரே.

(இ - ள்) காலங்கள் ஒழிந்தன. ஊழிக் காலங்களும் போயின. எண்ணங்கள் யாவும் கழிந்தன. நாட்களும் சுருங்கின. பெரிய துன்பத்திற்குக் காரணமான உடம்பும் சக்கை போலப் பிழியப்பட்டது. ஆகவே, இவைகள் எல்லாம் நாளும் நாளும் அழிவுறுவதைக் கண்டும், மக்கள் உயிர் உள்ள போதே அறத்தைச் செய்யவேண்டும் என்பதை அறிந்திலரே.

(அ - சொ) ஊழி -பலஆண்டுகள் சேர்ந்த ஒரு காலம். கற்பனை - எண்ணங்களாகிய ஆகாயக் கோட்டை. இடர் - துன்பம்.

(விளக்கம்) மக்கள் உலகில் யாவும் கண்கூடாக அழிவதைப் பார்த்தும், அறம் செய்யாமல் இறக்கின்றனரே என்று இரக்கப்பட்டுக் கூறப்பட்ட மந்திரம் இது.

அறம் அறியாதார் பகைகொண்டு வாழ்வர்

85. அறம் அறியார் அண்ணல் பாதம் நினையும்
திறம்அறி யார்சிவ லோக நகர்க்குப்
புறம்அறி யார்பலர் பொய்ம்மொழி கேட்டு
மறம்அறி வார்பகை மன்னிநின் றாரே.

(இ - ள்) யார் ஒருவர் அறத்தை அறியாது இருக்கிறார்களோ, அவர்கள் இறைவனது திருவடிகளை நினையும் வழி வகைகளை அறியாதவர் ஆவார். சிவலோக நாதரின் வெளிப்புறத்தைக்கூட அறியமாட்டார். ஆனால், பிறரது பொய்யான மொழிகளைக் கேட்டு பாவத்தையே உணர்ந்தவர் ஆவார். இத்தகையவர்கள் பகையுள் நிலைத்து நிற்பர்.

(அ - சொ) அண்ணல் - சிவபெருமான். திறம் - வகை. புறம் - வெளியிடம். மறம் - பாவம். மன்னி - நிலைத்து.

(விளக்கம்) அறம், இறைவனை அடைய வழிகோலும். அதனைப் புரியாவிடின், இறைவனைக் காண இயலாது. இவர்கள் புண்ணிய வசத்தால் புகக்கூடிய சிவலோகத்தின் அருகும் செல்ல இயலாது என்பார் புறம் அறியார் என்றனர். உயிர் அடையக் கூடிய பதவி நான்கு. அவை சாலோகம்,

சாமீபம், சாரூபம், சாயுச்சியம் என்பன. சாமீபப் பதவி கிட்டாதபோது ஏனைய பதவிகளும் இல்லை என்பதைக் குறிப் பாகக் காட்டியவாறாம்.

தருமம் செய்யாரை நோய் அணுகும்

86. இருமலும் சோகையும் ஈளையும் வெப்பும்
தருமம்செய் யாதவர் தம்பால தாகும்
உருமிடி நாகம் உரோகணி கழலை
தருமம் செய் வார்பக்கல் தாழகி லாவே.

(இ - ள்) இருமலும், இரத்தமில்லாச் சோகை நோயும், கோழையும், கணைச்சூடும் தருமம் செய்யாதவரை அடையும். தருமம் செய்பவர் அருகேகூட அச்சம் தரும் இடியும், பாம்பும், உரோகிணி முதலாம் நட்சத்திரங்களால் வரும் கெடுதியும், ராஜபிளவை போன்ற கட்டிகளும் அணுக மாட்டா.

(அ - சொ) சோகை - இரத்தம் இன்மை. ஈளை -கோழை. வெப்பு - உஷ்ணக்காய்ச்சல். உரும் - அச்சம்தரும். கழலை - கட்டி.

(விளக்கம்) எத்தனையோ வகை நோய்கள் இருந்தாலும், ஈண்டுக் கொடுமைக்குக் காரணமான நோய்களே எடுத்துச் சொல்லப்பட்டன. இருமல் க்ஷயரோகமாகும். ஈளை காசமாகும். ஜாதகத்தின் அமைப்பில் சில நட்சத்திரங்கள் ஜாதகனுக்குத் தீங்கினைத் தரும். அதனை உட்கொண்டே உரோகிணி நட்சத்திரத்தின் மீது வைத்துக் கூறினர்.

நரகத்தில் சேர்வார் இவர் இவர் எனல்

87. பரவப் படுவான் பரமனை ஏத்தார்
இரவலர்க் கீதலை ஆயினும் ஈயார்
கரகத்தால் நீர்அட்டி காவை வளர்க்கார்
நரகத்தில் நிற்றிரோ நல்நெஞ் சீரே

(இ - ள்) நல்ல மனம் படைத்தவர்களே! எல்லாராலும் தொழப்படுபவராகிய சிவபெருமானை வணங்காராகித் தம்மை வந்து யாசித்த யாசகர்கட்குக் கொடுக்கக்கூடியதையும் ஈயமாட்டாராகிக் குடத்தில் நீர் கொண்டு பாய்ச்சிச் சோலையையும் வளர்க்க மாட்டாராகி இருப்பின், நீங்கள் கடைசியில் நரகத்தில் சென்று இருப்பீரே!

(அ - சொ) பரவ - வணங்க. பரமன் - சிவபெருமான். ஏத்தார் - வணங்கார். இரவலர் - யாசகர். கரகம் - குடம். அட்டி - முகந்து. கா - சோலை.

(விளக்கம்) நல்நெஞ்சீர், என்றது புகழ்வது போலப் பழிப்பதாகும். இதனால் அறம்செய்யார் நரகம் புகுவர் என்பது விளக்கப்பட்டது.

அற்பரைப் பாடாது அரனைப் பாடுக

88. செல்வம் கருதிச் சிலர்பலர் வாழ்வெனும்
புல்லறி வாளரைப் போற்றிப் புலராமல்
இல்லம் கருதி இறைவனை ஏத்துமின்
வில்லி இலக்கெய்த வில்குறி ஆமே.

(இ - ள்) சிலராகவோ பலராகவோ வாழும் செல்வம் படைத்த அற்ப அறிஞரைச் செல்வம் காரணமாகப் போற்றிப் புகழாமல், மோட்சமாகிய வீட்டுச் செல்வத்தைக் கருதிச் சிவமாம் இறைவனைப் போற்றிப் புகழுங்கள். வேடன் குறிவைத்து வில்லில் அம்பு பூட்டி எய்தபோது, அக்குறி தப்பாது அவனுக்குப் பயன் தருதல் போல், உங்கள் குறிக்கோளும் தப்பாது, இறைவனைப் போற்றினால் பயன் உண்டாகும்

(அ - சொ) புல் - அற்ப. புலராமல் - வாடாமல். இல்லம் - மோட்சவீடு. ஏத்துமின் - போற்றுங்கள். இலக்கு - குறி.

(விளக்கம்) புலவர்கள் தம் வறுமை காரணமாகச் செல்வரை நாடி, அவர்களிடம் இல்லாத பண்புகளை அவர்கள் பால்

இருப்பனவாகப் புகழ்வர். அப்படிப் புகழந்தும் அச் செல்வர்கள், உலோபிகள் ஆவர். ஆதலின், அவர்களைப் பாடாமல் இறைவனைப் பாட ஈண்டு அறிவுறுத்தப்படுகிறது. அனுபவ ஞானிகள் இக்கருத்தையே அறிவித்துள்ளனர். 'கொடுக்கிலாதானைப் பாரியே என்று கூறினும் கொடுப்பார் இலை' என்று சுந்தரர் கூறியதை நினைவு கூர்க.

அன்பே சிவம்

89. அன்பும் சிவமும் இரண்டென்பர் அறிவிலார்
அன்பே சிவமாவ தாரும் அறிகிலார்
அன்பே சிவமாவ தாரும் அறிந்தபின்
அன்பே சிவமாய் அமர்ந்திருப் பாரே.

(இ-ள்) உண்மை அறிவு இல்லாதவர் அன்பு வேறு, சிவம் வேறு என்று பிரித்து இரண்டாகக் கூறுவர். அந்தோ! அன்புதான் சிவமாக விளங்குவது என்று உணர்ந்திலரே; இந்த உண்மையான அன்புதான் சிவமாகும் என்பதை அறிந்த பிறகு அன்பே சிவமாக இருப்பதை நுகர்ந்து இன் புற்று இருப்பர்.

(அ - சொ) அன்பு -தொடர்புடையார் இடத்துச் செலுத்தப்படும் ஓர் ஒப்பற்ற பண்பு.

(விளக்கம்) சிவபெருமான் கருணையே உருவமானவன்! ஆதலின், அவன் அன்பு வடிவினன் என்பது பெறப்படுகிறது. ஆகவே, அன்பு சிவமாயிற்று. திண்ணனாராம் கண்ணப்பர் அன்புப் பிழம்பானவர். ஆகவே, அவர் சிவவடிவினர். அங்ஙனம் சிவத்திற்கும் தமக்கும் வேறுபாடு கருதாத காரணத்தால் தான், இறைவன் கண்ணில் தம் கண்ணை இடந்து அப்பினர்.

அன்புடன் குழைந்தால் ஆண்டவனை அடையலாம்

90. என்பே விறகா இறைச்சி அறுத்திட்டுப்
பொன்போல் கனலில் பொரிய வறுப்பினும்

அன்போ டுருகி அகம்குழை வார்க்கன்றி
என்போல் மணியினை எய்தஒண் ணாதே.

(இ-ள்) எலும்பையே விறகாக இட்டு, தசையினை அறுத்துப் போட்டு, பொன் வடிவமான தீயில் பொரியும் படி வறுத்தாலும், இறைவனை அடைய முடியாது. ஆனால், அன்புடன் உள்ளம் உருகுபவர்கள் என்னைப் போல மன மணியாகிய இறைவனை அடையலாம்.

(அ - சொ) என்பு - எலும்பு. இறைச்சி - உடம்பில் உள்ள தசை. கனல் - நெருப்பு. அகம் - மனம். குழைவார் - உருகுவார். மணி - மனமாகிய மணி. எய்த ஒண்ணாது - அடைய இயலாது.

(விளக்கம்) தவம் செய்பவர், உடல் தசைகளை அறுத்துத் தவம் செய்வர். சூரபதுமன் இவ்வாறு தவம் செய்தனன். பசுவை வேட்டு யாகம் செய்தலும் உண்டு. ஆதலின் இறைச்சி அறுத்திட்டுப் பொரிய வறுப்பினும் என்றார் எனலும் ஒன்று. யாகமும் தவமும் செய்தாலும், இறைவனை அடைய முடியாது. இறைவனிடத்தில் உள்ளம் உருகி அன்புடன் இருந்தால் அவனை அடையலாம்.

பக்தர்க்கே பரமன் முன்னின்று அருள்வான்

91. உற்றுநின் றாரொடும் அத்தகு சோதியைக்
சித்தர்கள் என்றும் தெரிந்தறி வார்இல்லை
பத்தி மை யாலே பணிந்தடி யார்தொழ
முத்தி கொடுத்தவர் முன்பு நின்றானே.

(இ - ள்) தியானத்துடன் கலந்துநின்ற ஞானிகளுடன் விளங்கும் அந்த ஜோதி வடிவினன் ஆன இறைவனைச் சித்தர்கள் என்றும் தெரிந்து அறிந்தவர்களாக இல்லை. அத்தகைய அறிதற்கரிய சிவன் பக்தியால் தன்னைப் பணிபவர் முன் நின்று மோட்சத்தையும் தந்தருளுவன்.

(அ - சொ) உற்று - தியானத்தில் பொருந்தி. பத்திமை - பக்தி. முத்தி - மோட்சம்.

(விளக்கம்) சித்தர்கள் சித்துக்களை யாடுதலில் கருத்துடையவர்கள். அதனால் பயன் கருதுபவர். ஆதலின் அவர்கட்கு இறைவன் எளிதில் அருள் புரிதல் இலன். பக்தர்கள் பயன் கருதாதவர்கள். தம்மையே அரனுக்கு அர்ப்பணம் செய்பவர். ஆதலின், அவர்கள் கண்முன் காட்சி அளித்து மோட்சம் அருளுகின்றான்.

அன்பினால் அரனைக் காணலாம் எனல்

92. கண்டேன் கமழ்தரு கொன்றை யினான் அடி
கண்டேன் கரியுரி யான்தன் கழல்இணை
கண்டேன் கமல மலர்உறை வான்அடி
கண்டேன் கழலதென் அன்பினுள் யானே.

(இ-ள்) மணம் வீசும் கொன்றை மலர் அணிந்த இறைவன் திருவடிகளைக் கண்டனன். யானைத் தோலைப் போர்த்துள்ள இறைவனது இரண்டு திருவடிகளைக்கண் டனன். மனமாகிய தாமரை மலரில் வாழ்பவனது திருவடிகளைக் கண்டனன். இத்துணைக்கும் காரணம் அன்புதான். ஆகவே என் உள்ளத்தில் அன்பினால் இறைவனது திருவடிகளைக் கண்டனன்.

(அ - சொ) கமழ்தரு - மணம்வீசும். கரி - யானை. உரி - தோல். கழல் - வீரத்தண்டை அணிந்த பாதங்கள். இணை இரண்டு. கமலம் - மனமாகிய தாமரை. உறைவான் - தங்கி இருப்பவன்.

(விளக்கம்) கொன்றைமலர் இறைவனது அடையாளப்பூ. காசியில் யானை வடிவுடன் வந்த கயாசுரனைக் கொன்று அதன் தோலை மேலே போர்த்துக் கொண்டனன். ஆகவே இறைவன் கரியுரியான் எனப்பட்டான். இறைவன் தன்னை நினைவாரது மனத்தாமரையில் விரைந்து சென்று தங்குவது இயல்பு. ஆதலின் கமலமலர் உறைவான் எனப்பட்டான்! மலர்மிசை ஏகினான் என்பது இக்கருத்தைப் பற்றியதே.

கற்றவரே பேரின்பம் பெறுவர்

93. பற்றது பற்றின் பரமனைப் பற்றுமின்
முற்றது எல்லாம் முதல்வன் அருள்பெறில்
கிற்ற விரகில் கிளர்ஒளி வானவர்
கற்றவர் பேரின்பம் உற்றுநின் றாரே.

(இ - ள்) பற்றுக் கோடாகப் பற்ற வேண்டின் சிவமாம் இறைவனைப் பற்றுங்கள். முதல்வனாம் சிவனைப் பற்றின் எல்லாம் முற்றுப்பெறும். தேவர்கள் இந்த உபாயத்தினை அறிந்தவர் ஆவர். ஆகவே கற்றவர் பேரின்பம் உற்றவர் ஆவர்.

(அ - சொ) பற்றது - பற்றக் கோடாக. முற்றது- முடிவுறும். கிற்ற - வல்ல. விரகு - தந்திரம். கிளர் - விளங்கும். வானவர் - தேவர்.

(விளக்கம்) பற்ற வேண்டிய பொருள் பரமன். அவனைப் பற்றின் எல்லாம் முடிவுறும். இந்த உபாயம் அறிந்து தேவர் பற்றினர். ஆகவே கற்றவர் பேரின்பம் அடைவர் என்பதாம்.

கேள்வியால் சிவகதி அடையலாம்

94. அறம்கேட்டும் அந்தணர் வாய்மொழி கேட்டும்
மறம்கேட்டும் வானவர் மந்திரம் கேட்டும்
புறம்கேட்டும் பொன்னுரை மேனிஎம் ஈசன்
திறம்கேட்டும் பெற்ற சிவகதி தானே.

(இ - ள்) நீதிகளைக் கேட்டும், அந்தணர்தம் அறிவுரைகளைக் கேட்டும், பாவம் இவை என்பதை நூல்வழி கேட்டும், தேவர் மந்திரங்களைக் கேட்டும் பிற நூல்களைக் கேட்டும். பொன் என்று கூறத்தக்க திருமேனியுடைய எம் இறைவன் இயல்புகளைக் கேட்டும், பெறக்கூடியது சிவகதியே ஆகும்.

(அ - சொ) வாய்மொழி - அறிவுரை. மறம்-பாவம். வானவர் - தேவர். புறம் - பிறநூல் கருத்துக்கள். மேனி . உடம்பு . திறம் - இயல்பு.

(விளக்கம்) சிவகதி அடையப் பலவகைக் கேள்வி ஞானம் தேவை எனப்படுகிறது. இவற்றின் பெருமையையும் சிவகதியின் மாண்பையும் அறியப் பிற நூல் கேள்வியும் தேவை என்பதைப் புறம் கேட்டும் என்றார். இறைவன் தீ வண்ணன் ஆதலின் அவன் மேனிக்குப் பொன் உவமை ஆயிற்று.

கல்லார் மனத்திற் கலவான் கடவுள்

95. நில்லா நிலையை நிலையாக நெஞ்சத்து
நில்லாக் குரம்பை நிலையென் றுணர்வீர்கள்
எல்லா உயிர்க்கும் இறைவனே ஆயினும்
கல்லார் நெஞ்சத்துக் காணஒண் ணாதே.

(இ - ள்) நில்லாதனவற்றின் நிலையை நிலையாக நிற்பனவாகக் கொண்ட மனமுடையவர்களே! நிற்காத உடம்பையும் நிலை என்று உணரும் மக்களே! இறைவன் எல்லா உயிர்க்கும் தலைவன்தான். என்றாலும் கல்வி அறிவு இல்லாதவர் மனத்தில் அவனைக் காணமுடியாதே.

(அ - சொ) குரம்பை - உடம்பு.

(விளக்கம்) அறிவு வளராத காரணத்தாலும், மருள் மிகுந்த காரணத்தாலும், உலகப் பொருள்கள் நிலையற்றவை என்பதை அறிந்தும் நிலையுள்ளனவாகவே தோன்றும். கல்வி அறிவு இருந்தால் இந்தவாறு தோன்றாது. மேலும், இறைவன் எல்லா உயிரினிடத்தும் இருப்பவனாயினும், கல்வி அறிவு இல்லா தவரிடத்தில் காணப்படான். அங்கு இருந்தாலும் மறைந்தே இருப்பான். இது குறித்தே அனுபவ ஞானிகள் கல்லார் நெஞ்சில் நில்லான் ஈசன், கல்லாதார் மனத்தணுகாக் கடவுள் என்றனர். அவன் கற்றவர் விழுங்கும் கற்பகக் கனி.

கயவர் என்பர் கல்லாதவரே

96. நில்லாது சீவன் நிலையன்றெனஎண்ணி
வல்லார் அறுத்தும் வத்துளும் ஆயினார்
கல்லா மனித்தர் கயவர் உலகினில்
பொல்லா வினைத்துயர் போகம்செய் வாரே.

(இ - ள்) உயிர் உடலில் நிற்காது, அது நிலையற்றது என்று சிந்தித்துக் கல்வியில் வல்லவர்கள் அறஞ்செய்த லிலும் தவம் செய்தலிலும் ஈடுபடுவார் ஆயினர். ஆனால், கல்லா மனிதர்களோ எனில், கீழ்மக்களாக வாழ்ந்து உலகில் தீய செயல்களில் ஈடுபட்டுத் துன்பத்தை அனுபவிப்பார்; சிற்றின்பத்தில் ஈடுபட்டு நிற்பார்.

(அ - சொ) வல்லார் - கல்வியறிவில் வல்லவர். கயவர் - கீழ் மக்கள். வினை - தீவினை. போகம் - சிற்றின்பம்.

(விளக்கம்) வல்லார் என்பதற்குப் பிறப்பற முயலும் அறவோர் என்றும் பொருள் காணலாம்.

கல்லாரைக் காணவும் கூடாது

97. கல்லாத மூடரைக் காணவும் ஆகாது
கல்லாத மூடர்சொல் கேட்கக் கடன்அன்று
கல்லாத மூடர்க்குக் கல்லாதார் நல்லராம்
கல்லாத மூடர் கருத்தறி யாரே.

(இ - ள்) கல்லாத மூடரைப் பார்க்கக் கூடாது. கல்லாத மூடர்களின் வார்த்தைகளைக் கேட்டல் நம் கடமையாக இருக்கக்கூடாது. கல்லாத மூடர்கட்கு அவர்களைப் போன்ற கல்லாதவர்களே நல்லவர் ஆவர். ஏனெனில் கல்லாத மூடர்கள் உண்மைக் கருத்தை அறியாதவர் ஆவார்.

(அ - சொ) கடன் - கடமை. அன்று - ஆகாது.

(விளக்கம்) காக்கை வேப்பம் பழத்தை விரும்புவது போலப் படிக்காதவர்கள் படிக்காதவரையே விரும்பி அவர்களையே

நல்லவராகக் கருதுவர் என்று கூறிப் படியாதாரின் அறிவில்லாமையினை இழித்துக் கூறியவாறாயிற்று.

நியாயமுடையவர் பெறும் பேறு

98. நடுவுநின் றார்க்கன்றி ஞானமும் இல்லை
நடுவுநின் றார்க்கு நரகமும் இல்லை
நடுவுநின் றார்நல்ல தேவரும் ஆவர்
நடுவுநின் றார்வழி நானும்நின் றேனே.

(இ ள்) நியாயம் தவறாத நடுவு நிலைமையுடையவர்க்குத் தான் ஞானம் வருமே அன்றி, நடு நிலைமை தவறியவர்கட்கு ஞானம் பிறவாது. நடுநிலைமையுடையவர் கட்கு நரகத் துன்பம் கிடையாது. நடுநிலையுடையவர்கள் தேவர்கள் ஆவார். நடுவு நின்றார் வழியில் நானும் நின்றேன்.

(அ - சொ) நடுவு - தராசு முள் நேரே நடுவே நிற்பது போன்ற நியாயமான தன்மை. அன்றி - அல்லாமல்.

(விளக்கம்) திருமூலர் சிறந்த ஞானி. அவர் சிறந்த சித்தர், யோகி. அப்படி இருந்தும் நடுநிலையுடையவர்களைத் தம் இனத்தவராகக் கொண்டனர். அதனால் தான் நடுநிலை யுடையார் வழியில் நானும் நின்றேன் என்றனர். இதனால் நியாயம் தவறாது நடந்தால் ஞானிகளின் உறவு ஏற்படும் என்பது பெறப்படுகிறது.

நடுவு நின்றார் சிவம் ஆவார்

99. நடுவுநின் றான்நல்ல கார்முகில் வண்ணன்
நடுவுநின் றான்வல்ல நான்மறை ஓதி
நடுவுநின் றார்சிலர் ஞானிகள் ஆவோர்
நடுவுநின் றார்நல்ல நம்பனும் ஆமே.

(இ - ள்) கரியமேகம் போன்ற நிறமுடைய திருமால், தான் காக்கும் தொழிலில் வேறுபாடு காட்டாமல், நடு நிலையோடு நின்று தன் தொழிலை நடத்தி வருகிறான். அவனைப்

போலவே நான்கு வேதங்களை கூறிப் படைப்பதில் வன்மை மிக்க பிரம்ம தேவனும் தன் படைப்புத் தொழிலை நடுநிலைமையோடு செய்து வருகின்றான். ஞானிகளாக இருப்பவர்களுள் சிலரும் நடுநிலை தவறாதவர்கள். எவ்வாறு நடுநிலை தவறாது நின்றவர்கள் சிவனாக விளங்குவர்.

(அ - சொ) கார் - கருமை. முகில் - மேகம். வண்ணன் - நிறமுடையவன். மறை - வேதம். நான்மறை - நான்கு வேதம். நம்பன் - சிவபெருமான்.

(விளக்கம்) திருமாலின் நிறம் கருமை ஆதலின், அவனுக்கு மேகம் உவகம் ஆயிற்று. உலகத்தைப் படைக்கையில் பிரமன் வேதம் ஓதியே படைப்பன் ஆதலின், நான்மறை ஓதி என்று அவன் குறிக்கப்பட்டனன். இறைவனுக்குத் தூய இடம் தேவை. அந்தத் தூய இடம் நடுநிலையாளர் உளம்; ஆகவே நடுநிலையாளர் சிவன் ஆவர்.

கள் குடியர் கருத்தறியார்

100. உள்உண்மை ஓரார் உணரார் பசுபாசம்
வள்ளன்மை நாதன் அருளினின் வாழ்வுறார்
தெள்உண்மை ஞானச் சிவயோகம் சேர்வுறார்
கள்உண்ணும் மாந்தர் கருத்தறி யாரோ.

(இ - ள்) என்றும் உள்ள உண்மைப் பொருளாகிய பரம்பொருளை ஆராயமாட்டார், தம்மையும் தம்மை இறைவனுடன் ஒன்றைச் செய்யாத தடைகளையும் உணரார். வள்ளலாகிய சிவனது அருளால் வாழவும் மாட்டார். தெளிந்த உண்மையாகிய ஞானத்தைத் தெளிவிக்கும் சிவபோகத்தையும் சேரமாட்டார். இந்தக் குணங்களுக்குக் காரணமானவர்கள் கள்ளைக் குடிக்கும் மக்களே ஆவார். இவர்கள் உண்மைக் கருத்தையும் உணர மாட்டார்கள்.

(அ - சொ) ஓரார் - ஆராயார். பசு - ஆன்மா. ஈண்டுத் தன்னை உணர்த்துகிறது. பாசம் - தடைகள் (ஆணவம் கன்மம் மாயை).

(விளக்கம்) கட்குடி மயக்கால் உண்மை உணர இயலாது என்பது விளக்கப்பட்டது. இறைவன் அருளும் இவர்கட்கு இல்லை எனப்பட்டது. தெள்ளுண்மை ஞானமாவது திருவடி ஞானம்.

கள்ளுண்பவர் சிவானந்தம் அனுபவியார்

101. மயங்கும் தியங்கும் கள்வாய்மை அழிக்கும்
இயங்கும் மடவார்தம் இன்பமே எய்தி
முயங்கும் நயம்கொண்ட ஞானத்து முந்தார்
இயங்கும் இடையறா ஆனந்தம் எய்துமோ.

(இ - ள்) கள்ளானது தன்னை உட்கொண்டவனை மயங்கச் செய்யும்; கவலும்படி செய்யும், உண்மையை அழிக்கும். நடமாடும் பெண்களுடைய இன்பமே அடைந்து அவர்களைத் தழுவியே இருக்கவைக்கும். இத்தகைய இயல்புடையவர்கள் நல்ல ஞானத்தில் முந்தி நிற்கார். ஆகவே, கள் இடையறாது நடமாடும் சிவானந்தத்தில் கொண்டு சேர்க்குமோ? சேர்க்காது.

(அ - சொ) தியங்கும் - கலக்கமுறச்செய்யும். வாய்மை - சத்தியம். இயங்கும் - நடமாடும். எய்தி - அடைந்து, முயங்கும் - தழுவச்செய்யும். நயம் - நன்மை. இடையறா - தடைபடா. எய்துமோ - அடையச் செய்யுமோ?

(விளக்கம்) கள்ளானது தீயவழியில் கொண்டு செல்லுமே ஒழிய, நல்லவழியில் கொண்டு செல்லாது என்பது இங்கு விளக்கப்பட்டது. கட்குடியர் சிவானந்தத்தினைப் பெறார் என்பதும் கூறப்பட்டது.

சக்தி சிவம் இரண்டிற்கும் வேறுபாடு இல்லை

102. சத்தன் அருள்தரின் சத்திஅருள் உண்டாம்
சத்தி அருள்தரின் சத்தன் அருள் உண்டாம்
சத்தி சிவமாம் இரண்டும்தன் உள்வைக்கச்
சத்தியம் எண்சித்தித் தன்மையும் ஆமே.

(இ-ள்) சிவன் அருள் செய்தால் சத்தியின் அருளும் உடனே உண்டாகும். இவ்வாறே சத்தி அருள் செய்தால் சிவனது அருளும் தானே உண்டாகும். ஆகவே, சத்தி சிவன் ஆகிய இரண்டையும் உள்ளத்தில் தியானம் செய்க. செய்தால் எண்வகைச் சித்திகளும் உண்டாகும். இஃது உண்மை.

(அ - சொ) சத்தன் - சிவன். வைக்க -தியானிக்க. உள் - மனம். எண் சித்தி - எட்டு வகைச் சித்திகள்.

(விளக்கம்) வழிபாடு செய்யின் சிவசக்தி வழிபாட்டையே செய்யவேண்டும் என்பது இதனால் பெறப்படுகிறது. இவ்விரண்டின் திருவருள் இல்லையேல் அருளைப் பெற இயலாது என்பதாம். இதுப் பற்றியே ஆதிபகன் முதற்றே உலகு என்றனர் அனுபவிகள். அணிமா, மகிமா, கரிமா, இலகிமா, பிரார்த்தி, பிராகாமியம், ஈசத்துவம், வசித்துவம் என்பன எண் வகைச் சித்திகள். அணுபோல் ஆதல், பெரிதாகக் காட்டல், மலைபோல் கனக்கச் செய்தல், கனம் இன்றி இருத்தல், வேண்டியதைப் பெறுதல், பிற உடம்பில் புகுதல், மேம்பட்டிருத்தல், தன்வசம் ஆக்கல் என்பன மேற்கூறிய எட்டின் தன்மைகள்,

அரன் அகத்தியரைத் தென்னாடு அனுப்பல்

***103.* நடுவுநில் லாதிவ் வுலகம் சரிந்து**
கெடுகின்ற தெம்பெரு மான்என்ன ஈசன்
நடுவுள அங்கி அகத்திய நீபோய்
முடுகிய வையத்து முன்னிர் என்றானே.

(இ - ள்) எம் தலைவ! இந்த உலகமானது சரிநிகர் இன்றி ஒரு பக்கம் தாழ்ந்து அழிகின்றதே என்று தேவர்கள் வேண்டிக் கொள்ள, இறைவன் அக்கினியுடைய அகத் தியனே நீ புறப்பட்டு உயர்ந்துள்ள தெற்குத் திசையைச் சென்று அடைவாயாக என்றனன்.

(அ - சொ) சரிந்து - தாழ்ந்து. பெருமான் - தலைவனே அங்கி - நெருப்பு. முடுகிய - உயர்ந்துள்ள. வையத்து - உலகில்; (தென்னாடு). முன்னிர் - அடைக.

(விளக்கம்) அகத்தியர் சிவனை என்றும் தியானிப்பவர். சிவன் ஒளிப்பிழம்பு. ஒளிப் பிழம்பை உள்ளத்தில் கொண்டவர் அகத்தியர் ஆதலின், நடுவுள அங்கி அகத்திய என அவரை இறைவன் விளித்தனன். உலகம் ஒருபால் தாழ்ந்து ஒருபால் உயர்ந்தது என்பது ஒரு புராணக் கதை. இறைவன் தேவர்களின் வேண்டுகோட் கிணங்கி உமையை மணந்தனன். அம் மணத்தின் திருக்கோலக் காட்சியைக் காணத் தேவர், முனிவர் மற்றும் உள்ளோர் ஒருங்கே இமயத்தை அடைத்தனர். அதன் சுமை காரணமாக வடபால் தாழ்ந்து, தென்பால் உயர்ந்தது அதனைச் சமன்படுத்த இறைவன் அகத்தியரைத் தென்னாட்டிற்கு அனுப்பினான். அகத்தியர் பொதிகை மலையில் வந்து தங்க உலகம் சரியாக நின்றது. இதுவே அப்புராணக் கதை.

மும்மல எரிப்பே முப்புர எரிப்பு

***104.* அப்பணி செஞ்சடை ஆதி புராதனன்**
முப்புரம் செற்றனன் என்பர்கள் மூடர்கள்
முப்புரம் ஆவது மும்மல காரியம் அப்புரம்
எய்தமை யார்அறி வாரே.

(இ-ள்) கங்கையாகிய நீரைத் தன் செம்மையான சடையில் தாங்கியுள்ள முதன்மையானவனும், பழமை யானவனும் ஆன இறைவன், மூன்று கோட்டைகளை அழித்தனன் என்று மூடர்களே கூறுவர். முப்புரம் என்பன மூன்று கோட்டைகள் அல்ல. அவை ஆணவம், கன்மம், மாயை ஆகிய இவற்றின் காரியமாய் அமைந்தவை. இங்ஙனம் இருந்தும், இறைவன் அந்த மும்மலமாகிய கோட்டையை அழித்தான் என்பதை யார் அறிவார்? எவரும் இலரே!

(அ - சொ) அப்பு - நீர்; (ஈண்டு கங்கையாறு). ஆதி - முதல். புராதனன் - மிகப்பழையன். முப்புரம் - மூன்று கோட்டைகள். செற்றனன் - அழித்தனன். மும்மலம் ஆணவம், கன்மம், மாயை. புரம் - கோட்டை, எய்தமை - அழித்தமை.

(விளக்கம்) பகீரதன் தன் முன்னோர்கள் நரகத்தில் இருப்பது அறிந்து, அவர்களை மோட்ச உலகு சேர்க்க ஆகாய கங்கையைக் கொணர்ந்து, அவர்கள் மீது பாயுமாறு செய்யத் தவம் செய்தான். அக்கங்கை வேகமாக வர, அவ்வேகத்தை இறைவன் தடுத்துத் தன் சடையில் அதனை வைத்துக் கொண்டனன். இதுவே அப்பணி செஞ்சடை எனப்பட்ட தற்குக் காரணம். கமலன், கமலாட்சன் வித்யுன்மாலி என்பவர் வெள்ளி, பொன், இரும்பாலாகிய கோட்டையுடையவர்கள். அக்கோட்டைகளை இறைவன் சிரித்தே அழித்தான்.

ஈசன் அரியன் அல்லன் எளியனே

***105.* திரிகின்ற முப்புரம் செற்ற பிரானை**
அரியன்என் றெண்ணி அயர்வுற வேண்டா
பரிவுடை யாளர்க்குப் பொய்யலன் ஈசன்
பரிவொடு நின்று பரிசறி வானே.

(இ - ள்) நடமாடும் கோட்டைகளான மூன்றையும் அழித்த இறைவன், அணுகுதற்கு அரியவன் என்று எண்ணிச் சோர்தல் வேண்டா. யார் ஒருவர் அவனிடம் அன்புடையவரோ, அவர்கட்குப் பொய்ப் பொருளாக உள்ளவன் அல்லன்; உண்மைப் பொருளாக இருந்து அருள் செய்வான். அன்புடன் அவர்கள் கண்முன் நின்று, அவர்களின் தன்மை உணர்ந்து அருள் செய்வான்.

(அ - சொ) செற்ற - அழித்த, முப்புரம் - மூன்று கோட்டைகள். அரியன் - அருமையானவன். அயர்வு - சோர்வு. பரிவு - அன்பு. பரிவு - கருணை. பரிசு - தன்மை.

(விளக்கம்) இறைவன் அரியனாயினும் அன்பர்கட்கு எளியன் என்பது இங்குக் கூறப்பட்டது.

அரன் அருள்இன்றி அழிந்தவர்கள்

106. அரிபிர மன்தக்கன் அருக்கனுடனே
வருமதி வாலை வன்னிநல் இந்திரன்
சிரமுகம் நாசி சிறந்தகை தோள்தான்
அரன்அருள் இன்றி அழிந்தநல் லோரே.

(இ-ள்) திருமாலும், பிரமனும், தட்சனும், சூரியனும், சந்திரனும், யாகசாலையின் காவல் தெய்வமும், அக்கினியும், இந்திரனும், தலை, முகம், மூக்கு, கை, தோள் ஆகிய இவற்றைச், சிவபெருமான் அருள் இல்லாமையால், அழிந்த நிலைபெற்ற நல்லவர்கள்,

(அ - சொ) அரி - விஷ்ணு. அருக்கன் சூரியன். மதி - சந்திரன். வாலை- யாகசாலைக்காவல் தெய்வம்) வன்னி - அக்கினி. நாசி - மூக்கு. அரன் - சிவன்.

(விளக்கம்) தட்சன் யாகம் செய்தான். அவ் யாகத்திற்குத் தக்கன் எல்லாத் தேவர்களையும் அழைத்திருந்தான். ஆனால் யாககர்த்தாவான சிவனை அழைத்திலன். அதனால் இறைவன் வீரபத்திரக் கோலத்தில் தட்சன் யாகத்தை அழித்தனன். அதுபோது தேவர்கள் மேலே கூறியவாறு வீரபத்திரரால் தண்டிக்கப்பட்டனர். வாலை என்பது தக்கன் மனைவியையும் குறிக்கும். தேவர்கள் இறைவனால் தண்டனை பெற்றமையின் அவர்களை 'அழிந்த நல்லோர்' என்றனர்;

உலக முடிவில் உள்ளவன் சிவனே

107. ஒருவரை மூடிக் கலந்தெழும் வெள்ளத்
திருவரும் கோளன் றிகல இறைவன்
ஒருவனும் நீர்உற ஓங்கொளி ஆகி
அருவரை யாய்நின் றருள்புரிந் தானே.

(இ - ள்) ஊழிக்காலத்தில் கரிய மலைகள் மூழ்க, எங்கும் நீர்ப்பெருக்குப் பரவி இருக்க, இந்த நிலையில் அகப் பட்ட பிரமன் திருமால் இருவரும் கோ என்று மாறுபட்டுக் கதற,

இறைவன் ஒருவனே அவ் வெள்ளத்தின் நடுவே உயர்ந்து ஓங்கிய ஒளிவடிவமான மலையாய் நின்று அருள் புரிந்தான்.

(அ - சொ) வரை - மலை. இருவர் - பிரம்மா, விஷ்ணு. இகல – மாறுபட்டு நிற்க.

(விளக்கம்) பிரளயம் என்பது பலவகைப்படும். உலகம் முடியும் காலமே பிரளயமாகும். ஈண்டுநீரால் உலகு அழிவதைக் கூறினார். அதுபோது'எங்கும் வெள்ளநீர் பரந்து காணப்படும். அதில் பிரமனும் விஷ்ணுவும் அகப்பட்டதனால் தான் கோ என்று அலறினர். அதில் அவர்கள் மறைந்தவர்களே. அவ்வெள்ளத்தில் உயர்ந்து ஓங்கி நின்றவன் இறைவனே ஆவான்.

இறைவன் சக்கரத்தைத் திருமாலுக்கு ஈந்து அதனைத் தாங்கும் வன்மையையும் அருளிச்செய்தான்

103. சக்கரம் பெற்றுநல் தாமோ தரன்தானும்
சக்கரம் தன்னைத் தரிக் கஒண் ணா மையால்
மிக்கான் தன்னை விருப்புடன் அர்ச்சிக்கத்
தக்கநல் சத்தியைத் தான்கூறு செய்ததே.

(இ - ள்) நல்ல தாமோதரனான திருமால் இறைவனிடம் சக்கரம் பெற்றனன் என்றாலும், அச்சக்கரத்தைத் தன் கையில் தாங்க ஒண்ணாது தத்தளித்தனன். அதன் பொருட்டுத் தன்னினும் உயர்ந்த சிவபெருமான், தனது ஒரு பகுதியாகிய சக்தியை அந்தத் திருமாலுக்கு ஈந்து சக்கரத்தைத் தாங்கும் திருவருளையும் பாலித்தனன்.

(அ - சொ) தாமோதரன் - திருமால். ஒண்ணாமை - முடியாமை. அரசன் - சிவன். அர்ச்சிக்க - வழிபட மிக்கு உயர்ந்த. கூறு - பகுதி.

(விளக்கம்) சலந்தராசுரன் என்பவனை அழிக்கச் சிவபெருமான் பூமியில் தன்கால் பெருவிரலால் ஒரு வட்டம் இட, அது சக்கர வடிவமாகி அவனைக் கொன்றது. திருமால்

அச்சக்கரத்தைப் பெற ஆயிரந்தாமரை மலர்களைக் கொண்டு இறைவனை அருச்சிக்கையில் ஒரு மலர் குறையுமாறு இறைவன் செய்தனன். அந்நிலையில் திருமால் தன் கண்ணை இடந்து தாமரை மலராக எண்ணி அர்ச்சனை செய்தனன். அதனால் சிவன் திருமாலின் அன்பைப் பாராட்டிச் சக்கரத்தைத் திருமாலுக்குக் கொடுத்தனன்.

இறைவன் எலும்பும் கபாலமும் ஏந்தித் தானே தேவதத்தன் என்பதை உணர்த்துகிறான்

***109.* எலும்பும் கபாலமும் ஏந்தி எழுந்த**
வலம்பன் மணிமுடி வானவர் ஆதி
எலும்பும் கபாலமும் ஏந்திலன் ஆகில்
எலும்பும் கபாலமும் இற்றுமண் ஆகும்.

(இ-ள்) இறைவன், உலகம் அழியும் காலத்தும் அழியாது இருப்பவன். அழிந்த தேவர்களின் எலும்பையும் மண்டை ஓட்டையும் ஏந்தி நிற்பவன். இதனால் அவன் வீரருள் வீரன் ஆவான். இரத்தின கிரீடம் அணிந்த தேவர்கட்கெல்லாம் ஆதியும் ஆவான். இறந்த தேவர்களின் எலும்பையும் மண்டை ஓட்டையும் ஏந்திலன் என்றால், அவை இற்று மண்ணொடு மண்ணாகிப் போகும்.

(அ - சொ) கபாலம் - மண்டை ஓடு. வலம்பன் - வீரர் கட்குள் வீரனான சிவன். ஆதி - முதல்வன். வானவர் - தேவர். இற்று - ஒடிந்து துகளாகி.

(விளக்கம்) இறைவன் ஒளிவடிவினன் ஆதலின், அவன் முடியும் ஒளியுடை மணிமுடியாயிற்று. அழிந்த தேவர்கட்குப் பின்னே பிறக்கும் தேவர்கட்கும் அழிவு உண்டு என்பதைக் காட்டவும், எல்லாம் அழிந்தாலும் தான் மட்டும் அழியாத பரம்பொருள் என்பதைக் காட்டவுமே, எலும்பும் கபாலமும் ஏந்தி இறைவன் விளங்குகின்றான் என்பது இங்குக் கூறப்பட்டது. இவ்வாறு ஏந்திக் காட்டவில்லை என்றால் பின் வந்தவர்கள் தமக்கு அழிவு உண்டு என்பதை உணராமல் தருக்குடன் திரிவர் என்க.

அரியும் அயனும் அரனைக் காணார்

110. பிரமனும் மாலும் பிரானேநான் என்னப்
பிரமன்மால் தங்கள்தம் பேதைமை யாலே
பரமன் அனலாய்ப் பரந்துமுன் நிற்க
அரன்அடி தேடி அரற்றுகின் றாரே.

(இ - ள்) பிரம்மதேவன், திருமால் ஆகிய இவர்கள் தாம் தாம் தலைவர் என்று தமது அறியாமை காரணமாகக் கூறிக்கொண்டு இறைவனிடம் செல்ல, அதுபோது பரமன் அவர்கள் முன் அழல் பிழம்பாய் நின்றனன். அவர்கள் இருவரும் இறைவனது முடியையும் பாதத்தையும் தேடிக் காணப்பெறாமல் கதறினார்கள்.

(அ - சொ) மால் - விஷ்ணு. பிரான்- தலைவன். பேதைமை - அறியாமை. பரமன் - மேலான இறைவன். அனல் - தீ. அரற்றுகின்றார் - கதறினார்.

(விளக்கம்) உயிர்களைப் படைப்பவன் பிரமன். படைத்தவற்றைக் காப்பவன் திருமால். படைக்காமல் காக்க முடியாமையால் படைக்கும் பிரமன் தானே தலைவன் என்றனன். படைத்தமை காக்கப்படாவிடின் பயன் இல்லை ஆதலின் திருமால் தானே தலைவன் என்றனன். இவ்விருவரும் தங்களுக்கு மேல் ஒரு தலைவன் உளன் என்பதை மறந்தனர். அதனால்தான் தாங்களே பெரியவர் எனப் பேதைமையால் கூறத்தொடங்கினர். இந்த நிலையில் இறைவன் தழல்பிழம்பாய் நின்று அடிமுடிதேடிக் காண்பவர் பெரியவர் என்று அசரீரியாக இருந்து கூறினன். உடனே திருமால் பன்றி வடிவுடன் இறைவன் திருவடி காணப் புறப்பட்டனன் பிரமன் முடி காண அன்னமாய்ப் பறந்தான். என்றாலும் கண்டிலர். அதனால் கதறினர். இறைவன், மால் பிரமன் இருவரிலும் பெரியன் என்ற குறிப்புத் தோன்றவே பரமன் எனப்பட்டான்.

உலகப்படைப்பினை இறைவன் திரு அருளால் பிரமன் படைப்பான்

111. **புவனம் படைப்பான் ஒருவன் ஒருத்தி**
புவனம் படைப்பார்க்குப் புத்திரர் ஐவர்
புவனம் படைப்பானும் பூமிசை யானாய்
புவனம் படைப்பான் அப் புண்ணியன் தானே.

(இ - ள்) உலகைப் படைப்பவர் சிவன் சத்தியாகிய இருவர்களே. இவ்விருவரின் பிள்ளைகள் ஐவர். அவர்களுள் தாமரை மலரில் உள்ள பிரமனே பூமியைப் படைக்கும் புண்ணியன்.

(அ - சொ) புவனம் - உலகம். ஒருவன் - ஒப்பற்ற சிவன், ஒருவன் - ஒப்பற்ற சத்தி. பூமிசையான் - தாமரைமலரில் உள்ள பிரமன்.

(விளக்கம்) ஐவர் என்பவர் பிரமன், விஷ்ணு, உருத்திரன், மகேஸ்வரன், சதாசிவன் என்பவர். இவர்கள் முறையே உலகைப் படைத்தலும், காத்தலும், அழித்தலும் . மறைத்தலும், அருளலும் ஆகிய தொழிலை நடத்துபவர்கள். முதல் தொழிலாகிய படைப்பினைப் பிரமன் செய்தலின் அவன் புண்ணியன் ஆயினன், இவ் ஐவரும் சிவசக்தி ஆணை பின்படி நடப்பவர் ஆதலின் இவர்கள் அவ்விருவர்க்கும் புத்திரர் ஆவார்.

சிவபரஞ்சுடர் ஒன்றே முத்தொழில் புரியும்.

112. **ஒருவனு மேஉல கேழும் படைத்தான்**
ஒருவனு மேஉல கேழும் அளித்தான்
ஒருவனு மேஉல கேழும் துடைத்தான்
ஒருவனு மேஉட லோடுயிர் தானே.

(இ - ள்) சிவனாகிய ஒருவன்தான் ஏழ் உலகங்களையும் படைத்தவன். அவனே அவற்றைக் காப்பாற்றியவன். அவனே

அவற்றை அழித்தவன். அவனே உடலோடு உயிராய் ஒன்றி இருப்பவன்.

(அ - சொ) ஒருவன் - ஒப்பற்ற சிவன். அளித்தான் - காப்பாற்றினான். துடைத்தான் - அழித்தான்.

(விளக்கம்) இறைவன் முழுமுதற் பரம்பொருளாய் விளங்கும்போது, பரமன் பரசிவன் எனப்படுவான். அவனே அயனாய் படைப்பான்; அரியாய் காப்பான்; அரனாய் அழிப்பான். அரன் என்பான் ஈண்டு உருத்திரன். உருத்திரனும் சிவமும் ஒன்றெனல் கூடாது. உருத்திரன் மும்மூர்த்திகளில் ஒருவன். இதனை அறியாது உருத்திரனே சிவன் என்பர். அவர் உண்மை அறியாதவர். ஒவ்வொரு உயிரிலும் கலந்திருப்பவனும் இறைவனே.

அரனும் அரியும் சேர்ந்தே உலகப் பிறப்பு நிகழ்கிறது

***113.* செந்தா மரைவண்ணன் தீவண்ணன் எம்இறை**
மஞ்சார் முகில்வண்ணன் மாயம்செய்
பாசத்துக் கொந்தார் குழலியர் கூடிய கூட்டத்து
மைந்தார் பிறவி அமைத்துநின் றானே.

(இ - ள்) சிவந்த தாமரை மலர்போன்ற நிறமான தீ வண்ணனாகிய எமது இறைவனும், வலிமை மிக்க மேக நிறத்தினான திருமாலும் கூடி விளைத்த மாயாகாரியமாகிய காதலால், உலகில் மலர்க்கொத்தைச் சூடிய கூந்தலை யுடய மாதர்கள் ஆண்களுடன் கூடிய கூட்டத்தால் உலகில் பிறவி என்பது அழகிய மாலை போலத் தொடர்ந்து உண்டாக இறைவன் அமைத்து நின்றான்.

(அ - சொ) வண்ணன் - நிறத்தன். இறை - தலைவன். மஞ்சு - வலிமை. ஆர் - பொருந்திய. முகில் - மேகம். மாயம் - மாயகாரியம். பாசம் - காதல். கொந்து - பூங்கொத்து, குழலியர் - கூந்தலையுடைய மாதர். அம் - அழகிய. தார் - மாலை. மைந்தார் - ஆண்கள்.

(விளக்கம்) அரன் ஆண்பால், அரி பெண்பால். நாராயணி என்பது சத்தியின் பெயரே ஆகும். ஆக அரி இறைவன் சத்திகளில் ஒன்று. அரியலால் தேவி இல்லை என்பது, ஆன்றோர் வாக்கு. ஆகவே இந்த அரனாம் ஆண் மகனும், அரியாம் பெண்மகளும் காதலால் கூடுவர். அக் கூட்டமே உலகில் மக்களிடைத் தோன்றி உலகில் பிறப்பு உண்டாகி வருகிறது. மோகினி வடிவுடன் திருமால் இறைவனைக் கூடினான் என்ற வரலாறு உண்டு. பிறப்புத் தொடர்ந்து வருதலின் அழகிய மாலை போன்ற பிறப்பு எனக் கூறப்பட்டது. மைந்தர் என்பது மைந்தார் என அமைந்தது.

இறைவனே உலகின் தலைவன்

***114.* தானே திசையொடு தேவரு மாய்நிற்கும்**
தானே உடல்உயிர் தத்துவ மாய்நிற்கும்
தானே கடல்மலை ஆதியு மாய்நிற்கும்
தானே உலகில் தலைவனும் ஆமே.

(இ-ள்) இறைவனேதான் திசைகளும், தேவரும், உடலும், உயிரும், அவனே உண்மைப் பொருளும், கடல், மலை முதலாகவும் இருந்து உலகிற்குத் தலைவன் என்பதை உணர்த்தி நிற்பவன்.

(அ - சொ) தத்துவம் - உண்மைப் பொருள். ஆதி - முதலாக.

(விளக்கம்) உலகில் தோன்றும் பொருள்கள் அனைத்தும் இறைவனை அன்றி வேறு இல்லை என்பது ஈண்டு விளக்கப் படுகிறது.

எங்கும் தானாகி இருப்பவன் இறைவன்

***115.* உடலாய் உயிராய் உலகம தாகிக்**
கடலாய்க் கார்முகில் நீர்பொழி வானாய்
இடையாய் உலப்பிலி எங்கும்தான் ஆகி
அடையார் பெருவழி அண்ணல்நின் றானே.

(இ - ள்) உடலாகவும், உயிராகவும், உலகமாகவும், கடலாகவும், கரிய மேகமாகவும், நீரைச் சொறியும் ஆகாய மாகவும், இவற்றின் உள் உறைபவனுமாயும் அழியாமல் நின்று எங்கும் தானாகிப் பற்றுதற்குறிய பொருளாகப் பெருவழியாக இறைவன் இருக்கின்றான்.

(அ - சொ) கார் - கரிய. முகில் - மேகம். வான் - ஆகாயம். இடையாய் - உள்ளே தங்கியிருக்கும் பொருளாகி- உலப்பு - அழிவு. அடை ஆர் - அடைதற்குப் பொருந்திய. அண்ணல் - பெருமையின் சிறந்த சிவன்.

(விளக்கம்) இறைவன் உயிருக்கு உயிராய் உடலுக்குள் தங்கி இருப்பவன் ஆதலின், அக்கருத்தை அடிக்கடி ஆசிரியர் கூறி வருகிறார். இறைவன் ஒருவனே அழிவில்லாதவன் ஆதலின் அவன் உலப்பிலி ஆவான்.

திருமாலாய் இருப்பானும் சிவனே

***116.* தானொரு காலம் தனிச்சுட ராய்நிற்கும்**
தானொரு கால்சண்ட மாருத மாய்நிற்கும்
தானொரு காலம் தனிமழையாய் நிற்கும்
தானொரு காலம்தண் மாயனும் ஆமே.

(இ - ள்) இறைவனாம் சிவன் ஒவ்வொரு சமயமும் ஒப்பற்ற சூரிய சந்திரனாகவும், பெருங்காற்றாகவும், குளிர்ந்த மழையாகவும் திருமாலாகவும் நிற்பான்.

(அ - சொ) தனி - ஒப்பற்ற. சுடர் - சந்திர சூரியர். சண்ட மாருதம் - பெருங்காற்று. தண்மழை - குளிர்ந்தமழை. மாயன்- திருமால்

(விளக்கம்) இறைவன் துணையின்றி, சந்திர சூரியர் ஒளி யினைத் தர மாட்டார். மழையும் நீரைப் பொழியாது. திருமாலும் காக்கும் தொழிலை நடத்தமுடியாது,

அங்கியே ஈசனுக்கு அம்பாகும்.

***117.* அங்கிசெய் தீசன் அகலிடம் சுட்டது**
அங்கிசெய் தீசன் அலைகடல் சுட்டது
அங்கிசெய் தீசன் அசுரரைச் சுட்டது
அங்கிஅவ் ஈசற்குக் கைஅம்பு தானே.

(இ - ள்) இறைவன் கையில் உள்ள மழுவென்னும் தீ பரந்த இடத்தை சுட்டு அழித்தது. அலைகளையுடைய கடலைச் சுட்டது. அரக்கர்களைச் சுட்டது. ஆகவே அதுவே ஈசன் அம்பாகும்.

(அ - சொ) அங்கி - தீ. அகல் - பரந்த. அகல் - பரந்த இடம் - பூமி. அசுரர் - இராட்சதர்.

(விளக்கம்) மகா பிரளயமானது தீயினால் ஏற்படும். அப்போது மண்ணகமும் கடலகமும் சுட்டு எரிக்கப்படும். வன்மை மிக்கவர் என்று செருக்குற்றுத் திரியும் அரக்கர்களும் சுட்டு எரிக்கப்படுவர். ஆகவே இறைவனுக்கு அம்பு என்பது ஒன்று வேண்டா. நெருப்பே அம்பு போல வேலை செய்யும்.

இறைவன் உயிரோடு கலந்து இருந்தும் அஃது தன்னை அறியாது.

***118.* உள்ளத் தொருவனை உள்ளூறு சோதியை**
உள்ளம்விட் டோடி நீங்கா ஒருவனை
உள்ளமும் தானும் உடனே இருக்கினும்
உள்ளம் அவனை உருவறி யாதே.

(இ - ள்) உயிருக்கு உயிராய் உள்ளத்து ஒளிரும் இறைவனை, உள்ளத்தை விட்டு ஓர் அடிகூடவிட்டு நீங்காத ஒப்பற்ற இறைவனை, உள்ளத்து அவனும் உயிரும் உடனாய் இருப்பினும், உள்ளமானது அந்த வடிவை அறியவில்லையே.

(அ - சொ) உறு- பொருந்திய. உள் - மனம்

(விளக்கம்) இறைவன் இன்றி உடல் உயிர் இல்லை. அவன் உள்ளத்தில் உறைந்தே நிற்கின்றான். ஒளிவடிவாகவும் உள்ளான். அப்படி இருந்தும் அவ்வடிவை உயிர் அறிந்து கொள்ள முடியவில்லை. இதற்குக் காரணம் மறைப்பு என்னும் சக்தி ஆகும்.

மறைப்பு ஏற்படினும் சிவனைத் தியானம்செய்யின் அவன் அருள் கிட்டும்

***119.* ஒளித்துவைத் தென்னுள் உறஉணர்ந் தீசனை**
வெளிப்பட்டு நின்றருள் செய்திடும் ஈண்டே
களிப்பொடும் காதன்மை என்னும் பெருமை
வெளிப்பட் டிறைஞ்சினும் வேட்சியும் ஆமே.

(இ - ள்) ஈசனை என் உள்ளத்தில் மறைத்து வைத்து நன்றாகத் தியானம் செய்யின், அவன் இவ்விடத்திலேயே வெளிப்பட்டு நின்று அருள் செய்வான். மகிழ்வுடன் தலை அன்பாம் காதன்மை வெளிப்பட நாம் வணங்கினால், நமது விருப்பம் நிறைவேறும்.

(அ - சொ) ஈண்டே - இவ்விடத்திலேயே. காதன்மை - தலை அன்பாம் காதன்மை. இறைஞ்சினும் - வணங்கினால் வேட்சி - வேட்கை.

(விளக்கம்) இறைவன் உள்ளத்திருந்தும் ஒளிந்து இருப்பன். அப்போது அவனை வெளிப்படுத்த தலை அன்பு கொண்டு தியானம் செய்ய வேண்டும். அப்படிச் செய்தால் அவன் வெளிப்படுவான். அவனை வணங்கவும் வேண்டும். வணங்கினால், அவன் நாம் விரும்பியதைத் தருவான்.

கலந்திருந்தும் தன்னைக் காட்டாமை இறைவன் பண்புகளுள் ஒன்று

120. மண்ஒன்று தான்பல நற்கலம் ஆயிடும்
உண்நின்ற யோனிகள் எல்லாம் ஒருவனே
கண்ஒன்று தான்பல காணும் தனைக்காண
அண்ணலும் அவ்வண்ணம் ஆகிநின் றானே.

(இ - - ள்) மண் ஒன்றுதான். ஆனால் அதுவே பல பாத்திரங்களாகச் செய்யப்படுகிறது. அதுபோல இறைவன் ஒருவனே எல்லா யோனிகளாயும் இருப்பன். கண் ஒன்றே எல்லாவற்றையும் காணும்; ஆனால் தன்னைக் காட்டாது, அதுபோலவே இறைவனும் எல்லாமாய் இருந்தும் தன்னைக் காட்டாமல் நிற்பன்.

(அ - சொ) கலம் - பாத்திரம். யோனிகள் - பல்வேறு வகையான உயிரினங்கள். அண்ணல் - இறைவன். அவ் வண்ணம் - அந்தவிதம்.

(விளக்கம்) மண் பல கலமாவது போல, இறைவன் பல யோனியாக நிற்கிறான். கண் பிறபொருளைக் காட்டித் தன்னைக் காட்டாது. அதுபோல இறைவனும் பிறவற்றைக் காட்டித் தன்னைக் காட்டான் என்பதாம். ஆனால் அவனைக் குருவருளால் காணலாம் என்க.

இறைவன் உடலைப் படைத்தற்குத் திருவருள் காரணம்

121. எட்டுத் திசையும் அடிக்கின்ற காற்றவன்
வட்டத் திரையனல் மாநிலம் ஆகாசம்
ஒட்டி உயிர்நிலை என்னும் இக் காயப்பை
கட்டி அவிழ்க்கின்ற கண்ணுதல் காணுமே.

(இ-ள்) எட்டுத் திசைகளிலும் வீசுகின்ற காற்றும் உலகை வட்டமாகச் சூழ்ந்த நீரும், நெருப்பும், பெரிய மண்ணும், ஆகாயமும் ஆகிய ஐம்பூதங்களையும் ஒன்று சேர்த்து

உயிர்நிற்கும் இடமாகிய இவ்வுடம்பைச் சுருக்கியும் விரித்தும் அருள் செய்பவன் நெற்றிக் கண்ணணாம் சிவனே ஆவான்.

(அ - சொ) திரை - அலை; ஈண்டு அலையுடைய கடல். இக்கடலும் நீரை உணர்த்துகிறது. அனல் - தீ. மா - பெரிய. நிலம் - ஈண்டு மண் என்னும் பொருளது. காயம் - சரீரம். கட்டி- சுருக்கி. கண்ணுதல் - நெற்றிக்கண்ணுடைய இறைவன்.

(விளக்கம்) உலகம் ஐம்பூத இணைப்புடையது. அதுபோல உடம்பும் மண், நீர், தீ, காற்று, ஆகாயம் என்னும் ஐம்பூத இணைப்பினால் ஆனது. இந்த ஐந்தும் உடம்பில் இருப்பதைக் காணலாம். இறைவன் உடலை இவ்வாறு படைத்து அருள் செய்கின்றான்.

இறைவன் கருத்துப்படி இவ்வுலகம் படைக்கப்படுகிறது

122. குசவன் திரிகையில் ஏற்றிய மண்ணைக்
குசவன் மனத்துற்ற தெல்லாம் வனைவன்
குசவனைப் போல்எங்கள் கோன் நந்தி வேண்டில்
அசைவில் உலகம் அதுஇது ஆமே.

(இ - ள்). குயவன் தனது சக்கரத்தில் வைத்த மண்ணைக் கொண்டு தன் மனத்திற்கு ஏற்றாற் போல் கலங்களைச் செய்வன். அவனைப் போலத்தான் இறைவனும் அசைவற்ற உலகங்கள் பலவற்றைப் படைப்பான்.

(அ - சொ) திரிகை - சக்கரம். வனைவன் - செய்வன். கோன் - தலைவனாம். நந்தி - இறைவன்.

(விளக்கம்) இறைவனாம் குயவன் உலகங்களைத் தன் விருப்பம் போல் படைப்பான் என்பது கூறப்படுகிறது. 'உலகம் யாவையும் தாம் உள ஆக்கலும், நிலைபெறுத்தலும் நீக்கலும் நீங்கலா அலகிலா விளையாட்டுடையான் இறைவன்' என்பது ஆன்றோர் வாக்கு.

ஆண், பெண் அலியாகப் பிறக்கக் காரணம்

***123.* ஆண்மிகில் ஆண்ஆகும் பெண்மிகில் பெண்ஆகும்**
பூண்இரண் டொத்துப் பொருந்தில் அலிஆகும்
தாண்மிகும் ஆகில் தரணி முழுதாளும்
ஆண்வசம் மிக்கிடில் பாய்ந்ததும் இல்லையே.

(இ - ள்) ஆண்மகனிடம் தோன்றும் சுக்கில மிகுதியானால் ஆண் குழவி பிறக்கும். பெண்களிடம் தோன்றும் சுரோணிதம் மிகுதியானால் பெண் மகவு பிறக்கும். இவ் விரண்டாகிய சுக்கில சுரோணிதமும் சமமாக இருப்பின் அலியாகக் குழந்தை பிறக்கும். ஆண் மகனின் முயற்சி மிகுதியாகப் புணர்ச்சியில் காணப்பட்டால், உலகம் முழுதும் அரசு செய்யும் ஆண் மகன் பிறந்து, ஆண்மை யுடையவன் ஆவான். ஆனால் சுக்கிலம் மிக்க சுரோணிதமாயின் சுக்கிலம் கருவுள் பாய்வதில்லை. ஆகவே கரு உற்பத்தி இல்லை; பயன் இன்றிப் போகும்.

(அ - சொ) ஆண் - ஆணிடத்துத் தோன்றும் சுக்கிலம். பெண் - பெண்ணிடத்துத் தோன்றும் சுரோணிதம். தாள்- முயற்சி.

(விளக்கம்) தாண் (தாள்) மிகுதலாவது ஆண்மகனது சுக்கிலம் தன் முயற்சியினால் அளவில் மிகக்கூடுதல். ஆண்மிகில் என்பதற்கும் இதற்கும் வேறுபாடு யாது எனில், அஃது அளவுடன் மிகுவது; இஃது அளவிற்குமேல் மிகுவது. இப்படி மிகுத்தும் குறைத்தும் விடக்கூடிய வன்மை பிராணாயாமப் பயிற்சியுடையாருக்கே இயலும். சுரோணிதம் மிக்க போது பாயும் சுக்கிலம் பயன் அற்றுப்போகும் என்பது ஈற்றடிக் கருத்து.

பிறக்கும் குழந்தையின் ஆயுளை அறியும் விதம்

***124.* பாய்ந்தபின் அஞ்சோடில் ஆயுளும் நூறாகும்**
பாய்ந்தபின் நால்ஓடில் பாரினில் எண்பதாம்
பாய்ந்திடும் வாயுப் பகுத்தறிந் திவ்வகை
பாய்ந்திடும் யோகிக்குப் பாய்ச்சலும் ஆமே.

(இ - ள்) புணர்ச்சியின் போது விந்து கருப்பையில் பாய்ந்த பின் தாய் தந்தையர்க்கு ஐந்து மாத்திரை அளவு பிராணவாயு ஓடினால், பிறக்கும் குழந்தை நூறு வயது வரையில் இருக்கும். நான்கு மாத்திரை அளவு ஓடினால் எண்பது வயது வரையில் வாழும். இவ்விதமாகப் பிராண வாயுவைப் பகுத்து அறிந்து பாய்ச்சும் வாய்ப்பு, யோகப் பயிற்சியுடையவர்க்குத்தான் முடியும்.

(அ - சொ) அஞ்சு - ஐந்து மாத்திரை அளவு நேரம், பார் - பூமி. வாயு - மூச்சு, (பிராண வாயு.)

(விளக்கம்) புணர்ச்சியில் மூச்சு வெளி வருதலை நன்கு காணலாம். அந்த மூச்சு வெளியீட்டு அளவு கொண்டு குழந்தையின் ஆயுளை நிர்ணயிக்கலாம் என்று இம்மந்திரம் கூறுகிறது. ஒரு மாத்திரை அளவு என்பது ஒருமுறை இயல்பாகக் கண்ணை இமைக்கும் நேரமாகும். கைப்பெருவிரல் நடுவிரல் இரண்டையும் இணைத்து நொடித்தலும் ஒரு மாத்திரைக்கு அளவாகும். இதனைச் சிட்டிகை போடுதல் என்பர்.

விந்து குறைவு மிகுதியால் விளையும் பிறப்புக்கள்

***125.* ஏற எதிர்க்கில் இறைஅவன் தான்ஆகும்**
மாற எதிர்க்கில் அரிஅவன் தான்ஆகும்
நேர்ஒக்க வைக்கின் நிகர்போதத் தான்ஆகும்
பேர்ஒத்த மைந்தனும் பேர்அர சாளுமே.

(இ-ள்) காதலர் இருவர் கூடும்போது தோன்றும் விந்து நடுநாடி வழியே நாத சத்தியை எதிர்த்துச் சென்றால், அதன் வாயிலாகப் பிறக்கும் குழந்தை சிவவடிவாய்ப் பிறக்கும். நிதானமாக அந்த விந்து நாதசத்திக்கு மேற்பட்டு எதிர்த்துச் சென்றால், திருமால் வடிவில் பிள்ளை பிறக்கும். இரண்டும் சமமாகச் செல்லின் பிரமவடிவினன் ஆவான். இருவருக்கும் ஒத்து விளைந்த காமத்தால் பிறந்த மகன் அரசனாவான்.

(அ - சொ) ஏற - ஏற்றி. இறைவன் - சிவபெருமான். அரி - திருமால். போதத்தான் - பிரமன்.

(விளக்கம்) 'இறைஅவன் வடிவம்' என்றது சிவனே என்பது அன்று. சிவன் போலப் பேராற்றலும் தலைமையும் பெறுதல். திருமால் என்பது அஷ்ட ஐஸ்வரியங்களுக்கும் உரியவனாய திருமால் சம்பத்துடையவனாவான் என்பது. பிரமன் என்பது வேத ஆகம புராணங்களை உணர்பவன் என்பதாம். இதனால் போகத்திற்கு மட்டும் பெண்டிருடன் கூடாது, ஒரு குறிக்கோளுடன் புணர்ச்சியினை நடத்த வேண்டும் என்பது பெறப்படுகிறது. இதற்கு யோகப்பயிற்சி, பிராணாயாமப் பயிற்சி தேவை ஆகவே இந்தப் பயிற்சியை ஆசிரியர்பால் கேட்டு அறிதல் வேண்டும்.

உடலைத் தந்த இறைவனை நாடவேண்டும்

***126.* என்பால் மிடைந்து நரம்பு வரிகட்டிச்**
செம்பால் இறைச்சி திருந்த மனைசெய்து
இன்பால் உயிர்நிலை செய்த இறைஓங்கும்
நண்பால் ஒருவனை நாடுகின் றேனே.

(இ - ள்) எலும்பினால் பின்னி, நரம்பினால் வரிந்து கட்டி, இரத்த நீர் கொண்டு கையால் ஒழுங்காக அமைக் கப்பட்ட உடலாம் வீட்டில், இன்பத்தோடு உயிர் நிலைத் திருப்பதற்குத் திருவருள் புரிந்த இறைவனை, ஓங்கும் நண்பினால், ஒப்பற்ற அவனைத் தேடுகின்றேன்.

(அ - சொ) மிடைந்து - பின்னி. என்பு - எலும்பு. வரி - வரிந்து. செம்பால் - இரத்தப்பால், இறைச்சி - தசை. மனை - உடம்பாகிய வீடு.

(விளக்கம்) உடம்பு எலும்பு, நரம்பு, இரத்தம், தசை இவற்றால் கட்டப்பட்டது. இதனால் இது யாக்கை என்னும் பெயரையும் பெற்றது. இந்த உடலை உதவிய இறைவனை நாம் நாடவேண்டும்.

குழந்தை அங்க ஈனமாகப் பிறக்கக் காரணம்

***127. பாய்கின்ற வாயு குறையில் குறள் ஆகும்
பாய்கின்ற வாயு இளைக்கின் முடம்ஆகும்
பாய்கின்ற வாயு நடுப்படின் கூன்ஆகும்
பாய்கின்ற வாயுமா தர்க்கில்லை பார்க்கிலே.***

(இ-ள்) கருப்பையில் பாயும் வாயு நான்கு மாத்திரை அளவு குறைந்தால் குழந்தை குள்ளமாகப் பிறக்கும். வாயு இளைக்குமானால், கைகுறை கால்குறை முதலான உறுப்புக் குறைவுடன் குழந்தை பிறக்கும். வாயு சிறிது தடைப்படின் கூனாகப் பிறக்கும். இங்குக் கூறிய வாயு ஆண் மகனுடை யதே அன்றிப் பெண்ணுடையதன்று.

(அ - சொ) குறள் - குட்டை வடிவு. முடம் - உறுப்புக் குறை. நடு - தடை.

(விளக்கம்) ஈண்டுக் குறைதலும் இளைத்தலும் ஆண் மகனுடைய சுக்கிலத்துடன் கூடிய வாயுவே ஆகும்.

குழந்தை ஊமை குருடு ஆதற்குக் காரணம்

***182. மாதா உதரம் மலம்மிகின் மந்தனாம்
மாதா உதரம் சலம்மிகின் மூங்கையாம்
மாதா உதரம் இரண்டொக்கில் கண் இல்லை
மாதா உதரத்தில் வந்த குழவிக்கே.***

(இ - ள்) தாயின் வயிற்றில் மலம் மிகுமானால் கரு விடை வந்த குழந்தை மந்தமாக இருக்கும். நீர் மிகுந்திருக்குமானால் ஊமையாகப் பிறக்கும். மலமும் சலமும் மிகுந்திருந்தால் கண்ணின்றிப் பிறக்கும்.

(அ - சொ) உதரம் - வயிறு, மந்தம் - சுறுசுறுப்பற்ற நிலை. மூங்கை - ஊமை. இரண்டு - மலம் சலம்.

(விளக்கம்) தாய் புணர்ச்சியின்போது மலம், சலம் மிகாமல் பார்த்துக் கொள்ள வேண்டியது.

கரு ஆண் பெண் என அறியும் விதம்

***129.* குழவியும் ஆணாம் வலத்தது ஆகில்**
குழவியும் பெண்ணாம் இடத்தது ஆகில்
குழவியும் இரண்டாம் அபானன் எதிர்க்கில்
குழவி அலியாகும் கொண்டகால் ஒக்கிலே.

(இ -ள்) புணர்ச்சிக் காலத்தில் ஆணுக்கும் பெண்ணுகும் பிராணன் வலப்பக்க நாசி வழி வந்து கொண்டிருந்தால் ஆண் குழந்தையும், இட மூக்கு வழியே வந்து கொண்டிருந்தால் பெண் குழந்தையும், அபான வாயுவுடன் போரிட்டால் இரட்டைக் குழந்தையும், வலப்பக்க இடப் பக்க மூச்சுச் சமமாக வந்து கொண்டிருந்தால் அலியாயும் குழந்தை பிறக்கும்.

(அ - சொ) குழவி - குழந்தை. வலத்தது - வலமூக்கின் வழி வரும் மூச்சு. இடத்தது ஆகில் - இடப்பக்கமாக மூச்சுவரின். அபானன் - ஒருவகைக் காற்று. அலி -ஆண்தன்மை அற்றது. வலமூக்குத் துவாரம் வழி வந்துபோகும் காற்றுச் சூரியகலை என்றும் இடப்பக்கம் வரும் காற்று சந்திரகலை என்றும் கூறப்படும்.

குழந்தை பிறவாமைக்குக் காரணம்

***130.* கொண்டநல் வாயு இருவர்க்கும் ஒத்தெழில்**
கொண்ட குழவியும் கோமளம் ஆயிடும்
கொண்டநல் வாயு இருவர்க்கும் குழறிடில்
கொண்டதும் இல்லையாம் கோல்வளை யார்க்கே.

(இ - ள்) தாய் தந்தையர் இருவருக்கும் பிராணவாயு சரிசமமாகி ஒத்து நடமாடின், கருவுள்கொண்ட குழந்தை அழகாக இருக்கும். ஆனால் இருவர்தம் பிராண வாயுவும் புணர்ச்சியால் தடுமாற்றத்தை அடைந்தால் குழந்தை கருவில் இல்லாமல் போகும்.

(அ - சொ) எழில் - இயங்கினால். கோமளம் - அழகு. கோல்வளையார் - திரண்ட வளையல் அணிந்த பெண்கள்.

(விளக்கம்) பிராணவாயு ஆதலின் நல்வாயு என்றனர். குழறுதலாவது, ஒத்து இயங்காமல் ஏற்றத் தாழ்வாக இயங்குதல். இதனால் மூச்சு விடும் நிலையை உணர வேண்டும் என்பதும், இங்ஙனம் அறியாது வேட்கை தோன்றிய போதெல்லாம் புணர்ந்தால் விந்து நாசமாகும் என்பதும் பெறப்பட்டன.

பத்துமாத அளவில் குழந்தை பிறக்கும்

***131.* உருவம் வளர்ந்திடும் ஒண்திங்கள் பத்தில்**
பருவம தாகவே பாரினில் வந்திடும்
மருவி வளர்ந்திடும் மாயையி னாலே
அருவம தாவதிங் கார்அறி வாரே.

(இ - ள்) ஒளி பொருந்திய பத்து மாதங்களில் தாய் வயிற்றில் குழந்தையின் வடிவம் வளரும். இந்தப் பத்து மாதகாலம் கழிந்ததும் பூமியில் வந்து பிறக்கும். பிறகு தாயால் வளர்க்கப் பெறும். வளரும் போது மாயையின் சார்பால் தன்னுரு தனக்கும் புலனாகாமல் அறியாது இருப்பதை யார் அறிவார்? யாரும் அறிய முடியாது.

(அ - சொ) ஒண்திங்கள் - ஒளி பொருந்திய மாதங்கள் பார் - பூமி. மருவி - பொருந்தி. மாயை - இருள் சார்பாம் மருள். அருவம் - கண்ணுக்குத் தெரியாமை.

(விளக்கம்) கரு முழ வளர்ச்சி அடையுங்காலம் பத்து மாதமாகும். இதனைத் தான் 'ஐபிரண்டு திங்களாய் அங்க

மெலாம் நொந்து பெற்று' என மூதறிஞர் மொழிந்துள்ளனர். குழந்தைக்குத் தன்னுரு தெரியாது; தெரியாமைக்குக் காரணம் மாயை என்க.

மாயையின் கீழ்மையை உணர்த்தல்

132. இட்டார் அறிந்திலர் ஏற்றவர் கண்டிலர்
தட்டான் அறிந்தும் ஒருவர்க் குரைத்திலன்
பட்டாங்கு சொல்லும் பரமனும் அங்குளன்
கெட்டேன் எம்மாயையின் கீழ்மைஎவ் வாறே.

(இ-ள்) தாயாரின் கருவில் விந்தாகிய வித்தினை இட்ட தந்தையாரும், குழவி பிறக்குமா பிறக்காதா என்று அறிந்திலர். அவ்வாறே விந்துவை ஏற்ற தாயாரும் எதையும் கண்டிலர். ஆனால் உண்மை இன்னது என்பதைப் பிரம்ம தேவன் அறிந்தும் யாருக்கும் கூறிலன். உண்மையினை உணர்த்தும் பரசிவப்பொருளும் உயிருக்கு உயிராய் அங்கு உளன். இவ்வாறு சிருட்டிக்கும் மாயையின் கீழ்மையினை நினைக்க நினைக்க வியப்பாகிறது.

(அ - சொ) இட்டார் - விந்துவைத் தாயின் கருவில் இட்ட தந்தைமார். ஏற்றவர் - இட்ட விந்தை ஏற்ற தாய்மார். தட்டான் - பிரம்மதேவன். பட்டாங்கு - உண்மை. பரமன் - சிவன். கீழ்மை - தாழ்வுடைச் செயல்.

(விளக்கம்) இப்பாடல் மாயையின் கீழ்மைத் தன்மை - யினைக் கூறுகிறது. தந்தையும் தாயும் அறியாத நிலையில் சிருஷ்டிக்க முன்வருதலின், மாயையின் செயலைக் கீழ்மைச் செயல் என்கிறார். தட்டு என்பது பூவிதழ்த் தண்டு அது தாமரையைக் குறிக்கிறது. ஆகவே, அதன்மீது உள்ளவன் பிரம்மன் ஆதலின், அவன் தட்டான் எனப்பட்டான்.

பிறந்த உயிர் பரகதி அடைதலும் கூடும்

133. இன்புற நாடி இருவரும் சந்தித்துத்
துன்புறு பாசத்தின் தோன்றி வளர்ந்தபின்
முன்புற நாடி நிலத்தின்முன் தோன்றிய
தொன்புற நாடிநின் றாதலும் ஆமே.

(இ-ள்) காதலன் காதலி ஆகிய இருவரும் இணைந்து இன்புறல் நாடியபின் கரு உண்டாகும். பின்பு துன்புறும் பாசமாகிய பந்தத்தில் கட்டுண்டு தோன்றி வளரும். பிறகு மேலாக இருக்க விரும்பி, நிலத்தில் பிறந்த அவ்வுயிர்கள் பழம் பிறவியின் வினையால் வந்த இன்ப துன்பங்களை ஆராயும். ஆராய்ந்தபின் ஐந்தெழுத்து மந்திரத்தை ஓதி ஆக்கத்தை அடைதலும் கூடும்.

(அ - சொ) இருவர் - காதலன் காதலி. முன்புஉற - மேலாக இருக்க. தொன்பு - பழைமை. தாடி - ஆராய்ந்து. ஓதல் - ஐந்தெழுத்தைக் கூறல்.

(விளக்கம்) நிலத்தில் தோன்றிய உயிர்கள் பாச பந்தத்தில் கட்டுண்டு துன்புற்றாலும், அத்துன்பத்தின்று நீங்கி நற்கதி அடைய வழி உண்டு. அதுவே பஞ்சாட்சர மந்திரத்தை ஓதல் ஆகும். அதாவது 'சிவாய நம' என ஓதல்.

தாய் கருவில் உள்ள குழந்தையை வளர்க்கும் முறை

134. குயிற்குஞ்சு முட்டையைக் காக்கைக் கூட்டிட்டால்
அயிர்ப்பின்றிக் காக்கை வளர்க்கின் றதுபோல்
இயக்கில்லை போக்கில்லை ஏன்என்ப தில்லை
மயக்கத்தால் காக்கை வளர்க்கின்ற வாறே.

(இ - ள்) குயிலின் முட்டையைக் காக்கையின் கூட்டில் வைத்தால், காக்கை சிறிதும் சந்தேகம் கொள்ளாது அம் முட்டையினை அடைகாத்துத் தன் குஞ்சைப்போலவே வளர்க்கும். அதுபோல் தாயும் போக மயக்கத்தால்

இயங்காமலும், போக்கு இல்லாமலும், ஏன் என்று கேட்காமலும், கருவில் உள்ள சரீரத்தைக் காக்கின்றாள்.

(அ - சொ) அயிர்ப்பு - சந்தேகம். இயக்கு - நடமாட்டம். போக்கு- இழப்பு.

(விளக்கம்) காக்கை, குயிலின் முட்டையைப் பார்த்த போது, தன் முட்டை என்றே எண்ணுகிறது. தன் முட்டையை அடைகாப்பது போலவே குயில் முட்டையையும் காக்கிறது. குஞ்சான போதும் இரைகொடுத்துக் காக்கிறது. தாயும் தன் வயிற்றில் உள்ள குழந்தையைத் தன்னை அறியாமலே காத்து வருகின்றாள் என்பதாம்.

தவத்தால் இறைவனை அறியலாம்

***135. ஏனோர் பெருமையன் ஆகிலும் எம்இறை
ஊனே சிறுமையுள் உட்கலந் தங்குளன்
வானோர் அறியும் அளவல்லன் மாதேவன்
தானே அறியும் தவத்தினின் உள்ளே.***

(இ - ள்) ஏனைய தேவர்களைக் காட்டிலும் எங்கள் சிவ பெருமான் பெருமையில் மிக்கவன். ஆனாலும், உடலுக்குள் அணுவுக்கும் அணுவாயுள்ள உயிராய் உட்கலந்துள்ளான். அந்த மகாதேவன் தேவர்களாலும் அறியும் தன்மையன் அல்லன்; தவத்தால்தான் அறியப்படக் கூடியவன்.

(அ - சொ) இறை - தலைவன்; (சிவன்). ஊன் - தசையால் ஆன உடம்பு. வானோர் - தேவர். மா - பெரிய.

(விளக்கம்) பெருமைக்கு உரியவன் சிவனே ஆவன். ஏனைய தேவர்களின் பெருமை உபசாரமே அன்றி உண்மை அன்று. உயிர் அணுவினும் சிறியது; ஆதலின் சிறுமை எனப்பட்டது. இறைவன் தேவர்களால் அறியப்படாதவன் என்றாலும், அவன் தவசிகளால் அறியப்படுபவன் ஆவன் .

சிவன் சக்தி செய்யும் தொழில்

***136.* சக்தி சிவன்விளை யாட்டால் உயிராக்கி**
ஒத்த இருமாயா கூட்டத் திடையூட்டிச்
சுத்தம தாகும் துரியம் பிரிவித்துச்
சித்தம் புகுந்து சிவமயம் ஆக்குமே.

(இ - ள்) சத்தியும் சிவமும் விளையாட்டாகவே உயிர்களை உடலில் புகுத்திச் சுத்த மாயை அசுத்த மாயைகளையும் சேர்த்து அனுபவிக்கச் செய்து துரியாவத்தையும் நீக்கி ஆன்மாவின் உள்ளத்தில் என்றும் பிரிக்கமுடியா நிலையில் விளங்கி அவ்வான்மாவைச் சிவமாக்குவர்.

(அ - சொ) இருமாயா - சுத்த மாயை, அசுத்த மாயை. துரியம் - பேர் உறக்கம். ஊட்டி - அனுபவிக்கச் செய்து.

(விளக்கம்) இறைவன் இறைவி உயிர்கட்கு உடல் ஈவது அவர்கட்கு ஆயாசம் அன்று; அஃது ஒரு விளையாட்டே. அது விளையாட்டே ஆயினும், உயிரினைப் பற்றி நின்ற பாசங்களை ஒழிப்பதற்கே ஆகும். அச்செயல் அவர்தம் கருணையே ஆகும். சுத்தமாயை என்பது மல கன்மங்களுடன் கூடாதது. அசுத்த மாயை என்பது மலகன்மங்களுடன் கூடியது. ஊட்டி என்பது வினைப்பயன்களை அனுபவிக்கச் செய்தல் என்பதாம்.

மூவகை மாக்களும் அவர்களின் வகைளும்

***137.* விஞ்ஞானர் நால்வரும் மெய்ப்பிரள யாகலத்**
தஞ்ஞானர் மூவரும் தாங்கு சகலத்தின்
அஞ்ஞானர் மூவரும் ஆகும் பதின்மராம்
விஞ்ஞானர் ஆதிகள் வேற்றுமை தானே.

(இ-ள்) விஞ்ஞானகலர் முதலிய உயிர்வகைகளின் வேறுபாடுகள் எவை எனில், விஞ்ஞானகலர் நால்வர், பிரளயாகலர் மூவர், சகலர் மூவர், ஆகப் பதின்மராம்.

(அ - சொ) மெய் - உண்மையில். அஞ்ஞானர் - அஞ்ஞானிகள். சகலம் - சகலர். பதின்மர் - பத்துப்பேர். ஆதிகள் - முதலியவர். விஞ்ஞான ராதிகள் விஞ்ஞானகலர், பிரளயாகலர் சகலர் என்போர். வேற்றுமை - வேறுபாடு.

(விளக்கம்) விஞ்ஞானகலர் என்போர் விஞ்ஞானத்தாலே கலையை உணர்ந்தவர்கள். இவர்கட்கு ஆணவமலம் ஒன்றே உண்டு. இவர்கட்கு இறைவனே உள்நின்று உபதேசித்து ஆணவ மலக்கட்டை அறுப்பன். இவர்கள் நால்வர் ஆவர். பிரளயாகலர் என்பவர் ஆணவம் கன்மம் ஆகிய இருமலங்களை உடையவர். இவர்கள் பெருமானே முன்நின்று திருநோக்கால் பரிசித்து உரையால் உபதேசம் செய்யும் பேறும் பெறக் கூடியவர். இதனால் இருமலமும் நீங்கப்பெறுபவர்கள். இவர்கள் மூவர். சகலர் ஆணவம் கன்மம், மாயை என்னும் மூன்று மலமும் உடையவர். இவர்கட்கு இறைவன் குருவடிவிலே வந்து உபதேசிப்பன். அதுபோது மும்மலங்கள் நீங்கும். இவர்கள் மூவர்.

பாத்திரம் அறிந்து பிச்சை இடவேண்டும்

138. திலம்அத் தனைபொன் சிவஞானிக் கீந்தால்
மலமுத்தி சித்தி பரபோக மும்தரும்
நிலம்அத் தனைபொன்னை நின்மூடர்க்
கீந்தால் பலமுமற் றேபர போகமும் குன்றுமே.

(இ-ள்) எள்ளளவு பொன்னைச் சிவஞானிக்குக் கொடுத்தால், அதன் பயனால் மோட்சமும் சித்திகளும் இன்பமும் உண்டாகும். பூமி அளவு பெரும் பொன்னை அஞ்ஞானிகட்குக் கொடுத்தால் பயன் இல்லை; போக போக்கியமும் குறையும்.

(அ - சொ) திலம் -எள். பலன் - பயன். முத்தி - மோட்சம். பர - மேலான. சித்தி - சித்திகள். போகம் - இன்பம். நின்மூடர் - அஞ்ஞானிகள்.

(விளக்கம்) திலம், நிலம் என்பன சிறுமை பெருமைகளைக் காட்ட வந்த உதாரணச் சொற்கள். தினை, பனை என்ற உவமையும் காட்டுவர் அறிஞர். ஈவதைத் தகுதி அறிந்தே ஈயவேண்டும் என்பது ஈண்டுக் கூறப்பட்டது.

காலன் இருத்தலை அறிந்து கண்ணுதலை நாடவேண்டும்

139. **கண்டிருந் தாருயிர் உண்டிடும் காலனைக்**
கொண்டிருந் தாருயிர் கொள்ளும் குணத்தனை
நன்றுணர்ந் தார்க்கருள் செய்திடும் நாதனைச்
சென்றுணர்ந் தார்சிலர் தேவரும் ஆமே.

(இ-ள்) மக்கள் தம் கண்முன் இயமன் உயிர்களைக் கொண்டு போவதைக் காண்கிறார்கள். அதேசமயத்தில் தம் உள்ளத்தில் இறைவன் குடிகொண்டிருத்தலையும் அறிகிறார்கள். அப்படி இருந்தும், நன்றாக அறிந்த ஞானிகட்குத் திருவருள் புரியும் தலைவனைத் சில தேவரே அறிந்தார்கள்.

(அ - சொ) காலன் - இயமன். குணத்தன் - இறைவன். உயிர்கொள்ளும் - உள்ளத்தில் வீற்றிருக்கும்.

(விளக்கம்) இறைவன் உள்ளத்திலிருந்தும், அவனை உணராது, வீணே இயமனுக்கு உயிரை ஈந்து அழிகின்றனரே என்று இரக்கத்துடன் கூறினர். இறைவனைக் குணத்தன் என்றது நன்று அறிந்தார்க்கு அருள் செய்வதனால் ஆகும். காலம் அறிந்து உயிர்களை இயமன் கொண்டு செல்லுதலின் காலன் எனப்பட்டன.

சீலம் இலார்க்கு ஈதலில் சிறிதும் பயன் இல்லை

140. **கோல வறட்டைக் குனிந்து குளகிட்டுப்**
பாலைக் கறந்து பருகுவ தேஒக்கும்
சீலமும் நோன்பும் இலாதவர்க் கீந்தது
காலம் கழிந்த பயிரது ஆகுமே.

(இ-ள்) ஒழுக்கமும் நோம்பும் இல்லார்க்கு ஒன்றை ஈவது, அழகான வறட்டுப் பசுவிற்குக் குனிந்து பசுந்தழைகளை இட்டுப் பாலைக் கறந்து குடிப்பது போலாகும். இது போன்றது மட்டும் அன்று; பருவம் தவறிச்செய்த பயிரையும் போன்றதாகும்.

(அ - சொ) கோலம் - அழகு. வறட்டு - பால்கொடாத வறட்டுப்பசு. குளகு - பசுந்தழை. சீலம் - ஒழுக்கம். நோன்பு - விரதம்; தவம்.

(விளக்கம்) தகுதியற்ற ஞானிகட்கு ஒன்றை ஈவதால் பயன் இல்லை என்பதை இரண்டு உதாரணங்களால் விளக்கினர். பசு அழகாக இருக்கிறது. அதற்குப் பசுந்தழைகளையும் இடுகிறோம். ஆனால் பால் மட்டும் தராது. இவ்வளவும் செய்வதில் பயன் யாது? அப்படியே பருவகாலத்தில் பயிர் செய்ய வேண்டும். பருவம் தவறிப் பயிர் செய்யின் பயன் உண்டோ? இவ்வாறேதான் நோன்பு சீலம் இல்லா ஞானிகட்கு ஈவதும் ஆகும். பருகுவதே ஒக்கும் என்பது, பருகமுடியாது என்ற பொருளைக் குறிப்பால் உணர்த்துகிறது.

யோகம் நியமம் இல்லார்க்கு ஈதல் தவறு

141. ஈவது யோக இயம நியமங்கள்
சார்வது அறிந்தன்பு தங்கும் அவர்க்கன்றி
ஆவ தறிந்தன்பு தங்கா தவர்களுக்கு
ஈவது பெரும்பிழை என்றுகொள் ளீரே.

(இ-ள்) உலகீரே, யோக உறுப்புக்களான இயம நியமங்களின் சார்புகளை உணர்ந்து அன்பு தங்கப்பெற்றவர் களுக்கே அல்லாமல், அன்பில்லாதவர்கட்கு ஒன்றைத் தருவது பெரும் தவறாகும் என்பதை அறிந்து கொள்ளுங்கள்.

(அ - சொ) யோகம் - தியான நிஷ்டை. இயமம் - தீமை அகற்றல். நியமம் - நன்மை ஆற்றல்.

(விளக்கம்) பாத்திரம் அறிந்து பிச்சை இடுதல் வேண்டும், என்பதை இம்மந்திரம் கூறுகிறது. இயமமாவது கொலை, களவு, பொய், காமம், முதலான தீய குணங்களை அகற்றி ஐம்புலனை அடக்கி இருத்தலாகும்.

ஞானிக்கு ஈந்தவன் நரகம் புகான்

142. ஆமா றறியான் அதிபஞ்ச பாதகன்
தோமாறும் ஈசற்கும் தூய குரவற்கும்
காமாதி விட்டோர்க்கும் தரல்தந்து கற்பிப்போன்
போமா நரகில் புகான்போதம் கற்கவே.

(இ-ள்) ஐந்து வகையான பெரும்பழிகளின் ஈடுபாட்டை அறியாதவனாய்க் குற்றத்தில் இருந்து நீங்கிய இறைவனுக்கும், பரிசுத்தமான ஆசாரியனுக்கும், காம முதலானவற்றை நீங்கினவர்க்கும் கொடுத்து, இவ்வாறு தான் கொடுப்பது போலப் பிறரையும் கொடுக்குமாறு கற்பிப்போன் பெரிய நரகத்தில் புகான். இத்தகையவன் என்றும் சிவஞானமே கற்பானாக.

(அ - சொ) அதி - பெரிய. தோம் - குற்றம். தூய - பரிசுத்தமான. குரவர் - ஞானாசிரியர். மா - பெரிய. போதம் - சிவன் உணர்வு; இதுவே சிவஞானம் ஆகும்.

(விளக்கம்) பஞ்சமாபாதகங்கள் என்பன பொய், கொலை, களவு, கள், காமம் என்பன; மாறும் எனப் பிரிக்கவும். காமாதி காமம், குரோதம், லோபம், மோகம், மதம், மாச்சரியம் என்பன. மாச்சரியம் என்பது பொறாமை.

இறைவனை ஏத்தாத ஞானியும் அந்த ஞானிக்கு ஈந்தவனும் நரகம் புகுவர்

143. மண்மலை அத்தனை மாதனம் ஈயினும்
அண்ணல் இவன்என்று அஞ்சலி யத்தனாய்
எண்ணி இறைஞ்சாதார்க்கு ஈந்த இருவரும்
நண்ணுவர் ஏழாம் நரகக் குழியிலே.

(இ - ள்) மண் அளவேனும் மலையளவேனும் பெரும் பொருளை இவனே எல்லாரினினும் பெருமையில் சிறந்தவன் என்று இரு கைகளையும் தலைமேல் குவித்து வணங்கி, இறைவனை உள்ளத்தில் தியானம் செய்யாதவருக்குக் கொடுத்தவனும், கொடுக்க ஏற்ற இறை உணர்வு இல்லாத வனும் ஏழ் நரகக் குழியில் சேர்வர்.

(அ - சொ) மா - பெரிய. தனம் - பொருள். அண்ணல் பெருமையில் சிறந்தவர். அஞ்சலியத்தன் - இருகரங்களைக் கூப்பியவன். இறைஞ்சாதார் - வணங்கார். இருவர் - கொடுத்தவன், ஏற்றவன். நண்ணுவர் - சேர்வர்.

(விளக்கம்) எவ்வளவு ஞானமோ சித்திகளோ கைவரப் பெற்றவனாயினும், தனக்குமேல் ஒரு பொருள் உண்டு, அதனைக் கைகூப்பி வணங்குதல் வேண்டும் என்ற உணர்ச்சி அற்றவன் ஞானி ஆகான். ஆகவே அவனுக்கு ஈதல் கூடாது. ஈந்தால் ஈபவன் நரகம் புகுவான். தன்னிடம் இறை உணர்ச்சி இல்லாமல் இருப்பதால் அந்த ஞானியும் நரகம் புகுவன். நரகம் ஏழாவன, அள்ளல், இரௌரவம், கும்பீ பாகம், கூடசாலம். செந்துத்தானம், பூதி, மாபூதி என்பன.

மனத்தீர்த்தம் ஆடாமல் மண்தீர்த்தம் ஆடலில் பயனில்லை

144. உள்ளத்தின் உள்ளே உளபல தீர்த்தங்கள்
மெள்ளக் குடைந்து நின்றாடார் வினைகெடப்
பள்ளமும் மேடும் பரந்து திரிவரே
கள்ள மனமுடைக் கல்விஇல் லோரே.

(இ-ள்) அவர் அவர் உள்ளத்தில் பல நல்ல தீர்த்தங்கள் உள்ளன. அப்படி இருந்தும் தம் கொடிய பாவங்கள் ஒழிய அவற்றில் மெள்ளப் புகுந்து அழுந்தி அவ்வெள்ளத்தில் ஆடிலரே! இவர்கள் மேடுபள்ளம் உள்ள இடத்தில் நீர்த்தேக்கத்திற்குச் சென்று ஆடுகின்றார்களே. இவர்கள் கள்ள உள்ளம் படைத்தவர் ஆவார். கல்வியும் இல்லாதவர் ஆவர்.

(அ- சொ) குடைந்து - மூழ்கி. ஆடார் - குளியார். வினை - பாவம்.

(விளக்கம்) உள்ளத்தில் உள்ள தீர்த்தங்களாவன : அம்மை அப்ப வடிவம், திருஐந்தெழுத்து, நாயன்மார் திருவுருவம் என்பன. இவற்றைத் தியானம் செய்யினும் தீர்த்தம் ஆடியபலன் ஏற்படும் என்பது இப்பாடலின் பொருள்,

இருந்த இடத்தில் உள்ள சிவலிங்கத்தை வேறோர் இடத்தில் வைத்தல் கூடாது

145. தாவர லிங்கம் பறித்தொன்றில் தாபித்தால்
ஆவதன் முன்னே அரசு நிலைகெடும்
சாவதன் முன்னே பெருநோய் அடுத்திடும்
காவலன்பேர் நந்தி கட்டுரைத் தானே.

(இ - ள்) நிலைபெற்றிருந்த சிவலிங்கத்தை அவ்விடத் திலிருந்து பெயர்த்து வேறோர் இடத்து வைத்துத் தாபித்து அந்த இடத்தில் வேறு ஓர் உருவை அமைத்தால், இந் நிகழ்ச்சி நிகழ்வதற்கு முன்பே அரசு நிலைகுலையும். எடுத்து அப்புறப்படுத்தியவன் இறப்பதற்கு முன்பு, குஷ்ட நோயால் துன்புறுவன். இந்த உண்மையினை எல்லா உயிர்களையும் காக்கும் குருநாதன் எடுத்துரைத்துள்ளான்.

(அ - சொ) தாவரம் - நிலைபெறுத்தப் பெற்ற. பெரு நோய் - குஷ்டநோய். காவலன் - இறைவன்.

(விளக்கம்) இறைவன் யாண்டுத் திருவுருக்கொண்டு இடமாக உள்ளானோ, ஆண்டிருந்து அவனைப் பெயர்த்து வேறு இடத்தில் அமைக்கவும் ஒண்ணாது. அவ்விடத்தில் வேறு ஒரு வடிவையும் அமைக்கவும் கூடாது. அப்படிச் செய்தால் பெருந் தீங்குகள் விளையும்.

கோயிலுக்கு யாதொரு தீங்கும் இழைத்தல் கூடாது

146. கட்டுவித் தார்மதில் கல்ஒன்று வாங்கிடில்
வெட்டுவிக் கும்அபி டேகத் தரசரை
முட்டுவிக் கும்முனி வேதியர் ஆயினும்
வெட்டுவித் தேவிடும் விண்ணவன் ஆணையே.

(இ-ள்) அன்பர்கள் கோவிலைக் கட்டுவர். அக் கோயிலின் மதிலிலிருந்து ஒரு கல்லை எவர் பிடுங்கி விட்டாலும், மகுடாபிஷேகம் செய்து கொண்ட அரசரை அறக்கடவுள் அழிக்கும். முனிவர்களானாலும், வேதியர் களானாலும், இக்காரியத்தைச் செய்தால் அவர்கட்கும் பெருந்தீங்கு உண்டாகுமாறு செய்யும். இஃது இறைவனை கட்டளை ஆகும்.

(அ - சொ) அபிடேகம் - மகுடாபிஷேகம். முட்டுவிக்கும் - துன்பம் உறச்செய்யும். வெட்டுவிக்கும் - அழிக்கும்.

(விளக்கம்) அரசன் அழிவான் என்றதால் பாதகம் செய்தோன் அழிவான் என்பது உறுதி ஆயிற்று. அரசன் எவ்வழி (அவ்வழி குடிகள் ஆதலாலும், அரசனையே உலகம் உயிராகக் கொண்டிருத்தலினாலும், குடிமக்கள் செய்யும் தீங்கு அரசனைச் சார்ந்திடும். ஆகவே, அவன் அழிவையே கூறினர். முனிவர்கள், தேவர்கள் தாம் எது செய்யினும் எதுவும் ஒன்றும் செய்யாது என்ற எண்ணம் கொண்டவர். ஆதலின் அவர்களும் கோவிலுக்கு இம்மி அளவு தீங்கு செய்யினும் அழிவர் என்பது ஈண்டுக் கூறப்பட்டது.

பூசை தவறில் தீங்கு விளையும்

147. ஆற்றரும் நோய்மிக் கவனி மழைஇன்றிப்
போற்றரும் மன்னரும் போர்வலி குன்றுவர்
கூற்றுதைத் தான்திருக் கோயில்கள் எல்லாம்
சாற்றிய பூசைகள் தப்பிடில் தானே.

(இ-ள்) மார்க்கண்டேயரின் பொருட்டு இயமனை உதைத்த இறைவனது சிறந்த கோயில்களில் எல்லாம், ஆகமத்தில் சொல்லியுள்ள முறைப்படி பூசைகள் நடை பெறுவது தவறினால், உலகில் சகிக்க முடியாத நோய் மிகுந்து மழை இல்லாமல் பஞ்சம் ஏற்படும். போற்றுதற்கு அருமையான அரசர்களும் தம் போர்வன்மை குறைந்து போவர்.

(அ - சொ) கூற்று - இயமன். உதைத்தான் - உதைத்த இறைவன். திரு - அழகிய. சாற்றிய - கூறியுள்ள. ஆற்றரும் பொறுக்க முடியாத. அவனி - பூமி.

(விளக்கம்) மார்க்கண்டேய முனிவர் தமக்குப் பதினாறாவது வயதில் இறப்புநேரிடும் என்று அறிந்து, அதனைப் போக்கச் சிவலிங்க பூசை புரிந்தனர். இயமன் தன் கடமைப்படி மார்க்கண்டேயர் உயிரைக் கொண்டுசெல்லத் தனது பாசக்கயிற்றை அவர்மீது வீசினான். அது போது சிவலிங்கத்திலிருந்து ஈசன் தோன்றி, இயமனை உதைத்துத் தள்ளி, மார்க்கண்டேயர் என்றும் பதினாறு வயதுடன் இருக்க அருள் புரிந்தான். இந்த வரலாற்றைக் கொண்டதே 'கூற்றையுதைத்தான்' என்னும் தொடர்.

பூசை தவறின் மேலும் நிகழ்வன இவை எனல்

143. முன்னவ னார்கோயில் பூசைகள் முட்டிடின்
மன்னர்க்குத் தீங்குள வாரி வளங்குன்றும்
கன்னம் களவு மிகுத்திடும் காசினி
என்னரும் நந்தி எடுத்துரைத் தானே.

(இ-ள்) எல்லார்க்கும் எப்பொருட்கும் முன்னவனாய் உள்ள இறைவனாம் பரசிவப் பெருமானின் கோயில் பூசைகள் தடைப்படின், உலகில் அரசர்கட்குத் தீங்குகள் பலவாகும். மழையின் வளம் குறையும். கன்னக்கோல் கொண்டு செய்யும் திருட்டு மிகும். இவ்வாறு குருநாதன் எடுத்து மொழிந்துள்ளான்.

(அ - சொ) முன்னவனார் - இறைவனார். வாரி - மழை அல்லது வருவாய். காசினி - பூமி. நந்தி - குருநாதன்.

(விளக்கம்) மேலே கூறிய மந்திரத்தின் பொருளையே மீண்டும் இம்மந்திரத்தில் எடுத்துக் கூறிக் கோயில் பூசை தடைபடுதல் கூடாது என்பதை வற்புறுத்திப் பேசுகிறார். இக் கருத்துக்கள் தம் கருத்துக்கள் அல்ல; குருநாதன் கருத்து என்று கூறி இருப்பதை உணர்தல் வேண்டும்.

பார்ப்பார் எல்லாம் பூசைக்குரியர் ஆகார்

***149.* பேர்கொண்ட பார்ப்பான் பிரான்தன்னை அர்ச்சித்தால்**
போர்கொண்ட வேந்தர்க்குப் பொல்லா வியாதியாம்
பார்கொண்ட நாட்டுக்குப் பஞ்சமும் ஆம்
என்றே சீர்கொண்ட நந்தி தெரிந்துரைத் தானே.

(இ - ள்) பெயர் அளவில் பிராம்மணன் என்று சொல்லிக் கொண்டு, சிவதீட்சை, ஆகம நூல் அறிவு, பிறப்பு ஒழுக்கம் முதலானவை இன்றி, இறைவனைப் பூசிப் பானாயின், போரினை மேற்கொள்ள வல்ல மன்னனுக்குத் தீய நோய்கள் உண்டாகும். நாட்டிலும் பஞ்சம் ஏற்படும். இவ்வாறெல்லாம் உண்டாகும் என்று உரைத்தவன் சிறப் புடைய நந்தியாகிய குருநாதனே ஆவான்.

(அ - சொ) அர்ச்சித்தல் - பூசனை செய்தல். பார் - பூமி.

(விளக்கம்) பிறப்பினால் மட்டும் உயர்ந்தவர் என்று கூறல் கூடாது. பிறப்புக்கு ஏற்ற ஒழுக்கம் இருத்தல் வேண்டும். பிராம்மணராக மட்டும் பிறந்த காரணத்தால் இறைவன் பூசை நடத்தற்கு அருகர் ஆகார். அவர்கள் அர்ச்சகராகவரின் ஆகம அறிவு, சிவ தீட்சை முதலானவற்றைப் பெற்றிருக்க வேண்டும்.

உண்மையைக் கூறினால் உயர்வு கிட்டும்

***150.* செய்தான் அறியும் செழுங்கடல் வட்டத்துப்**
பொய்யே உரைத்துப் புகழும் மனிதர்கள்
மெய்யே உரைக்கில் விண்ணோர் தொழச்செய்வன்
மைதாழ்ந்திலங்கும் மிடறுடை யோனே.

(இ - ள்) செழுமையான கடல் சூழ்ந்த உலகில் எல்லாவற்றையும் அறிவான் உலகம் படைத்த இறைவன். ஆதலால் பொய்யே பேசித் திரியும் மனிதர்களே, நீங்கள் உண்மையினை உணர்ந்து உரைத்தால் கருமை நிறைந்து விளங்கும் நீலமணி போன்ற நிறம் படைத்த கழுத்தை யுடைய இறைவன், உங்களைத் தேவர் வணங்கும் நிலையில் வைப்பன்.

(அ - சொ) வட்டம் - நிலவலயம். மை - கருமை. *(ஈண்டு விஷம்)* இலங்கும் - விளங்கும். மிடறு - கழுத்து.

(விளக்கம்) தேவர்களும் அசுரர்களும் சேர்ந்து திருப்பாற் கடலைக் கடைந்தபோது விஷம் தோன்றியது. அதைக் கண்டு அஞ்சி ஓடிய தேவர்கட்கு அபயம் அளித்து, அவ்விஷத்தைத் தான் ஏற்றுக் கண்டத்தில் நிறுத்தி இறைவன் திருவருள் புரிந்தான். இக் குறிப்பே ஈற்றடியில் விளங்குகிறது. நாம் செய்வதை இறைவன் அறியும் ஆற்றலான் என்பது தோன்றவே செய்தான் அறியும் என்றனர்.

இறைவனை இகழ்ந்தவர் அழிவர்

***151.* தெளிவுறு ஞானத்துச் சிந்தையின் உள்ளே**
அளிவுறு வார்அம ராபதி நாடி
எளியன் என்றீசனை நீசர் இகழின்
கிளியொன்று பீஜையால் கீழ்அது ஆகுமே.

(இ - ள்) தெளிந்த ஞானத்தோடு கூடிய உள்ளத்துள், தேவலோகத்தில் உள்ள தேவர்கள் ஆராய்ந்து சிவனது அருளை அடைவர். இவ்வாறு இருக்க அச்சிவபெருமானை எளியவன் என்று எவரேனும் இகழ்ந்து பேசின், கிளி யானது பூனையின் கண்ணில் அகப்பட்டு, கிழிக்கப்பட்டு அழிவது போல் அழிவர்.

(அ - சொ) அளிவுறுவர் - கருணை பெறுவர். அமராபதி - தேவலோகத் தேவர்கள். பூஞை -பூனை,

(விளக்கம்) பிறமதத்தர் இறைவனது அருமை பெருமை உணராமல், அவனை இகழ்ந்து பேசுகின்றனர். அவர்கள் அழிவது நிச்சயம். இதையே உவமை வாயிலாக விளக்கினர். பூனையினால் கிளி கிழிக்கப்பட்டு அழிவது போல இகழ்வோர் அழிவர் என்பதாம்.

ஆதிப்பிரானை அறிபவர் ஆர் எனல்

***152.* முளிந்தவர் வானவர் தானவர் எல்லாம்**
விளிந்தவர் மெய்ந்நின்ற ஞானம் உணரார்
அளிந்தமு தூறிய ஆதிப் பிரானைத்
தளிந்தவர்க் கல்லது தாங்கஒண் ணாதே.

(இ-ள்) வாடிய உடலினரான தேவர்கள் அரக்கர்கள் முதலான யாவரும், உண்மையான சிவஞானம் உணராத வர்கள். ஆதலின், இறந்தவர்க்கு ஒப்பாவர். ஆகவே, இறைவனைக் காண இயலாது. ஆனால் உள்ளம் கனிந்த சிவஞானம் உணரப் பெற்ற அடங்கிய மெய்ஞ்ஞானிகளால் தாம் கனி என அளிந்த கண்ணுதல் பரமனைக் காண முடியும். அவனை உள்ளத்தில் தாங்கவும் முடியும்.

(அ - சொ) முளிந்தவர் - வாடியவர். வானவர் - தேவர். தானவர் - அரக்கர். விளிந்தவர் - இறந்தவர். மெய்ந்நின்ற ஞானம் - தத்துவ ஞானம். தளிந்தவர் - அடங்கியவர்.

(விளக்கம்) வினைபோல் போகாதி இன்பங்களில் தேவர் களும் அசுரர்களும் ஈடுபடுதலின், அவர்கள் உடல் வாடுதற்குக் காரணமாகிறது. அதனால் அவர்கள் மெய்ஞ்ஞானமாகிய சிவஞானத்தை எய்தப் பெற்றிலர். ஆகவே, இறைவனை அடையும் வாய்ப்பும் பெற்றிலர். ஐம்புலன் அடக்கியவர் சிவஞானம் கைவரப் பெற்றவர். ஆதலின், இறைவனை அடைவர்; அவனை அறியவும் அறிவர்.

இறைவனைப் பகைக்கக் கூடாது

153. **அப்பகை யாலே அசுரரும் தேவரும்**
நற்பகை செய்து நடுவே முடிந்தனர்
எப்பகை ஆகிலும் எய்தார் இறைவனைப்
பொய்ப்பகை செய்யினும் ஒன்றுபத் தாமே.

(இ - ள்) அசுரரும் தேவரும் இறைவனிடம் பகை கொண்டமையால் அழிந்தனர். பகை கொண்டவர் இறைவனை அடைய முடியாது. ஒரு பகை பத்துப் பகையாகப் பெருகி அழிவே ஏற்படும்.

(அ - சொ) எய்தார் - அடையார்.

(விளக்கம்) இறைவனிடம் பகை கொண்டவர் அழிந்தமை யினைத் தட்சன் அழிவுகொண்டு தெளியலாம். இதனால் விளையாட்டாகவும் இறைவனைப் பகைக்கக் கூடாது என்பது பெறப்படுகிறது.

நாமே பிரம்மம் என்பவர் ஈசனை மறப்பர்

154. **போகமும் மாதர் புலவி யதுநினைந்து**
ஆகமும் உள்கலந் தங்குளன் ஆதலின்
வேதியர் ஆயும் விகிர்தன்நாம் என்கின்ற
நீதியுள் ஈசன் நினைப்பொழி வாரே.

(இ-ள்) வேதியர் வேதம் உணர்ந்தவர். அவர் உலக இன்பத்தில் ஈடுபட்டு மாதர்களின் ஊடலால் உண்டாகும் தாகமும்

கொண்டு விளங்கி, 'நாமே பிரம்மம்' என்று எண்ணி வாழ்பவர். அத்தகையவர் இறைவன் ஒருவன் உளன் என்னும் நினைப்பை அடியோடு மறந்தவர் ஆவர்.

(அ - சொ) போகம் - மாதர் இன்பம். புலவி -மனைவி கணவனிடம் கொள்ளும் சிறுசச்சரவு. ஆகம் - உடல். விகிர்தன் - நாமே பிரம்மம்.

(விளக்கம்) நாமே கடவுள் என்ற உணர்ச்சி யுண்டான போது, நமக்கு அப்பால் ஒரு பரம்பொருள் இருக்கிறது என்ற எண்ணமே போய்விடுகிறது. இதனால் அத்தகையவர்கட்கு ஆக்கம் உண்டாகாமல் அழிவே ஏற்படுகிறது. உலக இன்பங்களைத் துய்த்துக்கொண்டு, கடவுள் ஒருவன் உளன், நாம் அவனுக்கு அடிமைகள், என்ற உணர்ச்சி இருக்குமானால், எந்நாளும் இன்பமே; துன்பம் இல்லை. இன்பம் எய்தியவர்கள் நாயன்மார்கள்; அடியார்கள்.

எழுத்தறிவித்தவனை இகழ்ந்தவர் அடையும் கதி

155. ஓர்எழுத் தொருபொருள் உணரக் கூறிய
சீர்எழுத் தாளரைச் சிதையச் செப்பினோர்
ஊர் இடைச் சுணங்கனாய்ப் பிறந்தங் கோருகம்
பார்இடைக் கிருமியாய்ப் படிவர் மண்ணிலே.

(இ - ள்) ஓர் எழுத்தையேனும் உள்ளம் உணரும் வகையில் கூறிய சிறப்புடைய எழுத்தாளராகிய குருவை மனம் நோகும் வண்ணம் நிந்தனை பேசியவர்கள், ஊரில் நாயாய்ப் பிறந்து அழிவர். இங்ஙனம் ஒரு யுகம் திரிவர்; பிறகு புழுவாய்ப் பிறந்து மாய்வர்.

(அ - சொ) எழுத்தாளர் - குரு. சிதைய - மனம் முறிய. சுணங்கு - நாய். பார் - பூமி. கிருமி - புழு. படிவர் - பிறப்பர்.

(விளக்கம்) எழுதிக் கற்பிப்பவர் ஆதலின் குரு எழுத்தாளர் ஆயினர். ஆசிரியர் மனம் நோகப் பேசக்கூடாது என்பது ஈண்டுக் கருத்து. நாயாய்ப் பிறப்பர் என்றது அலைந்து

அலைந்து அழிவர் என்பதாம். புழுவைப் பிறர் சாக அடிக்க வேண்டும் என்பது இல்லை. அதுதானே விரைவில் அழியும் தன்மையது. அதுபோலக் குரு நிந்தை புரிந்தவன் தானே அழிவன் என்பதாம். ஊர்ச்சுணங்கன் என்றது எவர்க்கும் சொந்த மாகாத நாய். அதற்கு ஏதேனும் துன்பம் வரின் அதனை எவரும் கவனியார். அதுபோல இவனும் பிறர் உதவி இன்றி அழிவன். ஓர் எழுத்து ஒரு பொருள் என்பதைப் பிரணவ எழுத்தின் ஒப்பற்ற பொருளை என்று பொருள் பண்ணினும் பொருத்தமே.

கற்புடையாளையும் கண்ணுதல் அடியாரையும் நிந்தை செய்பவர் அழிவர்

156. பத்தினி பத்தர்கள் தத்துவ ஞானிகள்
சித்தம் கலங்கச் சிதைவுகள் செய்தவர்
அத்தமும் ஆவியும் ஆண்டொன்றில்
மாண்டிடும் சத்தியம் ஈது சதாநந்தி ஆணையே.

(இ - ள்) கற்புடைய மாதர்கள், பக்தர்கள், உண்மை ஞானம் உணர்ந்தவர்கள் உள்ளம் கலங்கும்படி செயல் களைச் செய்தவர்கள் செல்வமும் உயிரும் ஒரு வருடத்திற்குள் அழிந்துவிடும். இஃது உண்மை; சதாசிவத்தின் மீது ஆணை!

(அ - சொ) தத்துவம் - உண்மை. அத்தம் - செல்வம். ஆவி - உயிர். சதாநந்தி - சதாசிவம்.

(விளக்கம்) பத்தினிப் பெண்டிர், பக்தர்கள், உண்மை ஞானிகள் உள்ளம் தூயர்கள். அவர்கள் மனத்தை நோக வைப்பின் ஆக்கவும் செய்வர், அழிக்கவும் செய்வர். ஆதலின் அவர்களைப் பழிப்பவர்களின் செல்வம் அழிதலையும் உயிர் நீங்குதலையும் ஈண்டுக் கூறினர். இஃது உண்மை யாதலின் இறைவன் ஆணை எனப் பேசினர்.

அடியார் உள்ளம் கலங்குதல் கூடாது

***157.* ஈசன் அடியார் இதயம் கலங்கிடத்**
தேசமும் நாடும் சிறப்பும் அழிந்திடும்
வாசவன் பீடமும் மாமன்னர் பீடமும்
நாசம் தாகுமே நமநந்தி ஆணையே.

(இ-ள்) இறைவனது அன்பர்களின் உள்ளம் கலங்கினால் தேசம், நாடு, இங்குள்ள சிறப்பு இவை அனைத்தும் அழியும். இந்திரனது பீடம், சக்கரவர்த்திகளின் பீடம் நாசமாகும். இஃது உண்மை; குரு ஆணையாகும்.

(அ - சொ) இதயம் - உள்ளம். வாசவன் - இந்திரன். மா - சிறந்த. நந்தி - குரு.

(விளக்கம்) அடியார்கள் ஆற்றல் படைத்தவர்கள்; அரனுக்கு ஒப்பானவர். ஆதலின் அவர்கட்குச் செய்யும் தீங்கு இறைவனுக்குச் செய்த தீங்கு போன்றது. ஆகவே நாடும் தேசமும் அழிதல் உறுதி ஆயிற்று. மண்ணுலக வேந்தன் மட்டும் அழிவான் என்பது இல்லை. விண்ணுலக தேவனும் அழிவான் என்பதை நன்கு விளக்கினார். குருமேல் ஆணை இட்டும் விளக்கினார்.

குருவின் முன்னே பொய் கூறல் கூடாது

***158.* சன்மார்க்கச் சற்குரு சந்நிதி பொய்வரின்**
நன்மார்க்க மும்குன்றி ஞானமும் தங்காது
தொன்மார்க் கம்மாய துறையும் மறந்திட்டுப்
பன்மார்க்க மும்கெட்டுப் பஞ்சமும் ஆமே.

(இ-ள்) ஞானமார்க்கத்தைப் போதிக்கும் நல் ஆசான் முன் பொய் கூறின், அவன்பால் கேட்ட நல்லொழுக்கம் குறைந்து, ஞானம் சிறிதும் தங்காது மறைந்து விடும். பழைய வழிகளுள் ஏதேனும் அறிந்திருப்பினும், அதுவும் மறைந்துவிடும். ஏன்? பல வழிகளும் சிதைந்து விடும்; நாட்டில் பஞ்சமும் உண்டாகும்.

(அ - சொ) சன்மார்க்கம் - ஞானமார்க்கம். சற்குரு - நல் ஆசான். சந்நிதி - முன். மார்க்கம் - வழி. பஞ்சம் - வறுமை.

(விளக்கம்) பொய் கூறுதல் பெரும்பாவம்; அதிலும் ஞானி முன் கூறுதல் பெரும்பெரும் பாவமாகும். அப் பாவம் கூறியவனோடு மட்டும் நிற்காது; நாட்டிற்கும் வறுமையைத் தேடித் தரும்.

அடியாரை இகழ்ந்தவர் நரகில் வீழ்வர்

159. ஆண்டான் அடியவர் ஆர்க்கும் விரோதிகள்
ஆண்டான் அடியவர் ஐயம்ஏற் றுண்பவர்
ஆண்டான் அடியாரை வேண்டாது பேசினோர்
தாந்தாம் விழுவது தாழ்நர காகுமே.

(இ - ள்) உயிர்களை அடிமை கொண்டு ஆளும் இறைவனது அடியவர்கள் எவர்க்கும் விரோதிகள் ஆவார்; அவர்கள் பிச்சை எடுத்து உண்பவர். இத்தகையவர்களை யார் விரும்பாமல் இழிவாகப் பேசுகின்றார்களோ அவர்கள் தாழ்வான நரகில் வீழ்வர்.

(அ - சொ) ஐயம்-பிச்சை.

(விளக்கம்) உயிர்கள் அடிமைகள். அடிமைகளை இறை ஆட்கொள்ளுகிறான். அதனால் அவன் ஆண்டான் ஆயினான். அடியவர்கள் உலகமக்களுடன் வேறுபட்டுப் பித்தர், பிசாசு போல இருத்தலின், உலகவர்க்கு விரோதிகள் ஆகின்றனர். அடியவர்களை விரும்புவோர் சிலராகவும், பழிப்போர் பகைப்போர் பலராகவும் இருத்தலின், மிகுதி பற்றி ஆர்க்கும் என்றனர்.

தன்னை வணங்குபவரை ஈசன் நல்லார் என்பன்

160. ஓலக்கம் சூழ்ந்த உலப்பிலி தேவர்கள்
பாலொத்த மேனியன் பாதம் பணிந்துய்ய

மாலுக்கும் ஆதிப் பிரமற்கும் மன்னவன்
ஞாலத் திவர்மிக நல்லர்என் றானே.

(இ - ள்) இறைவன் திருமாலுக்கும் பிரமனுக்கும் தலைவன்; பால்போலும் திருமேனியுடையவன். அவன் திருவோலக்கம் கொண்டிருக்கும் போது, எல்லையற்ற தேவர்கள் அவனது திருவடிகளைப் பணிந்து ஈடேறுவர். அத்தகையவர்களைக் கண்டு இறைவன் இவர்கள் உலகில் மிக நல்லவர்கள் என்று பாராட்டுவன்.

(அ - சொ) ஆதி - முதல். ஒலக்கம் - சிறப்புடன் வீற்றிருத்தல். உலப்பு - எல்லை. மேனி - உடல். ஞாலம் - உலகம்.

(விளக்கம்) பிரமனும், மாலும் பலர் ஆவர். ஒவ்வோர் யுகத்திற்கும் ஒவ்வோர் மால், பிரமன் உண்டு. அவர்களில் முதல் முதல் தோன்றிய மால் பிரமன் என்பதை விளக்க ஆதி என்ற அடை மொழி தந்தனர். ஆதி என்ற சொல்லைப் பிரமனுக்கும் திருமாலுக்கும் கூட்டுக. இறைவன் தன் மேனியில் திருநீறு பூசுபவன் ஆதலின் பால் ஒத்த மேனியன் என்றனர். ஞாலம், ஈண்டு மண்ணுலகு விண்ணுலகு இரண்டையும் குறிக்கும்.

பெரியோர்களுடன் கூடுதலே இன்பம்

161. **அறிவார் அமரர் தலைவனை நாடிச்**
செறிவார் பெறுவர் சிவதத்து வத்தை
நெறிதான் மிகமிக நின்றருள் செய்யும்
பெரியா ருடன்கூடல் பேரின்பம் ஆமே.

(இ - ள்) தேவர்கள் இறைவனைத் தேடி அடைவர். இவ்வாறு நெருங்குகின்றவர்கள் சிவத்தின் உண்மையை அடைவர். ஆகவே, இதுவே நல்லவழி என்று அருள்செய்யும் பெரியோர்களுடன் கூடுதல் பேரின்பம் தருவதாகும்.

(அ - சொ) அமரர் - தேவர். செறிவர் - நெருங்குபவர். தத்துவம் - உண்மை. நெறி - வழி.

(விளக்கம்) இறைவனை அன்பால் நெருங்கினால் அன்றிச் சிவதத்துவத்தை உணர முடியாது என்பது இதன் கருத்து. தீய வழியில் செல்வாரை நல்வழியில் செலுத்துபவர் பெரியார் என்பதும் ஈண்டுக் கூறப்பட்டது.

இறைவனை அணுகின் வருக என அழைப்பன்

162. உடையான் அடியார் அடியார்க ளுடன்போய்ப்
படையார் அழல்மேனிப் பதிசென்று புக்கேன்
கடையார நின்றவர் கண்டறி விப்ப
உடையான் வருகென ஓலம்என் றாரே.

(இ-ள்) எல்லா உயிர்களையும் அடிமையாக உடைய எல்லாம் உடைய இறைவனது அடியார்களின் அடியார் களுடன் சென்று, மழுவாயுதம் கொண்ட தீப்போலும் நிறம் பெற்ற சரீரத்தையுடைய இறைவன் முன் சென்றேன். கடைகாப்பாளர் இறைவன் முன் என்னைப் பற்றிக் கூற இறைவனும் வருக எனக் கருணையுடன் மொழிந்தான். அதுபோது அடியார்கள், "இறைவா! நாங்கள் உன் அடைக்கலம்" என்றனர்.

(அ - சொ) உடையான் - இறைவன். படை - மழு. ஆயுதம். ஆர் - கொண்ட. அழல் - நெருப்புப்போலும். மேனி - உடல். பதி - கோவில் (சிதம்பரம்.) கடை - வாயில் முன். நின்றவர் - துவாரபாலகர். ஓலம் - அடைக்கலம்.

(விளக்கம்) இறைவனைக்காண வாயில் காவலர் துணை வேண்டும். இவர்களே துவாரபாலகர் எனப்படுவர். கோவில்களில் மூலட்டானத்து வாயில் கடையில் இருபெரு உருவங்கள் நிற்பதை இன்றும் காணலாம். இவர்களே அக் கடைகாவலர். இறைவன் அடியாரை ஏற்று உபசரிக்கும் இயல்பினன் ஆதலின், வருக என அழைப்பன்.

எண்வகை யோக உறுப்புக்கள் இவை எனல்

163. இயமம் நியமமே எண்ணிலா ஆதனம்
நயமுறு பிராணாயா மம்பிரத்தி யாகாரம்
சயமிகு தாரணை தியானம் சமாதி
அயமுறும் அட்டாங்கம் ஆவதும் ஆமே.

(இ-ள்) இயமம், நியமம், ஆளவில்லா ஆதனம், நலம் மிக்க பிராணாயாமம், பிரத்தியாகாரம், வெற்றி மிக்க தாரணை, தியானம், சமாதி ஆகிய எட்டும் யோக உறுப்புக்களாகும்.

(அ - சொ) நயம் - நல்ல. சயம் - வெற்றி. அயம் - பிறப் பின்மை. அட்டாங்கம் - எட்டுவகை உறுப்பு.

(விளக்கம்) இங்குக் கூறப்பட்ட எட்டுவகை யோக உறுப்புகள் தனித்தனியே பின்னால் விளக்கப்படுதலின், ஈண்டு அவற்றை விளக்கவில்லை. எட்டுவகை யோக உறுப்புக்களின்படி ஒழுகின் பிறப்புக்கு இடம் இல்லை. ஆதலின் அயமுறும் என்ற அடைமொழி கொடுக்கப்பட்டது. பிராணாயாமம் ஆயுள் விருத்திக்கும் காரணம் ஆதலின், நயமுறும் என்ற அடைகொடுத்துப் பேசினர். சமாதி தியானம், தாரணை வெற்றிதரும் ஆதலின் சயமிகு என்றனர்.

இமயம் இன்னது என்பது

164. கொல்லான் பொய்கூறான் களவிலான் எண்குணன்
நல்லான் அடக்கம் உடையான் நடுச்செய்ய
வல்லான் பகுத்துண்பான் மாசிலான்
கட்காமம் இல்லான் இயமத் திடையில்நின் றானே.

(இ - ள்) கொலை செய்யாதவனும், பொய் பேசாதவனும், திருட்டுக் குணம் இல்லாதவனும், மதிக்கத் தக்க நற்குணங்களை வாய்க்கப் பெற்றவனும், நல்லவனும், அடக்கமுடையவனும், நடுநிலைமையுடையவனும், கிடைத்ததைப் பிறருக்கும் பங்கிட்டு உண்பவனும், குற்றம் அற்றவனும், கட்குடியில்லாதவனும், காமவேட்கை

அற்றவனும் எவனோ, அவனே 'இயமம்' என்னும் பயிற்சியில் நின்றவன் ஆவான்.

(அ - சொ) எண் - மதித்தல். நடு - நியாயம். மாசு - குற்றம்.

(விளக்கம்) காமம் என்பது இல்லாளுடன் கூடி இன்புறும் இச்சையினைக் குறிப்பது அன்று. பிறர்மனை நயத்தலில், வேசியர் தொடர்பை மேற்கொள்ளலிற் செல்லும் விகாரத்தையே குறிப்பதாகும்.

அம்மை அப்பனை அறிபவன் நியமத்தன் ஆவான்

165. ஆதியை வேதத்தின் அப்பொரு ளானைச்
சோதியை அங்கே சுடுகின்ற அங்கியைப்
பாதியுள் மன்னும் பராசத்தி யோடுடன் நீதி
யுணர்ந்த நியமத்தன் ஆமே.

(இ - ள்) எல்லாவற்றிற்கும் தலைவனும், வேதத்தின் பொருளாய் உள்ளவனும், சோதியாய் உள்ளவனும், சுடுகின்ற நெருப்பாயுள்ளவனும், பராசக்தியுடன் பாதியாய் இருப்பவனும் ஆகிய இறைவனை, முறையாக உணர்ந்து இருப்பவன் நியமத்தன் ஆவன்.

(அ - சொ) அங்கி - நெருப்பு.

(விளக்கம்) எவ்வளவு இமயம், நியமம் உடையவனாயினும், அம்மை அப்பனை உணர்பவனாக இருக்க வேண்டும். பிருங்கி மகரிஷி இறைவனை மட்டும் வணங்கிப் பார்வதி தேவியை வணங்காது இருந்தனர். இதனால் பார்வதி தவங்கிடந்து பரமேஸ்வரன் உடலில் பாதிப்பாகம் பெற்றனள். அதனால் பிருங்கி மகரிஷி வேறு வழியின்றி, அம்மை அப்பரை வணங்கி வந்தனர். இதுவே இறைவன் உமையொரு பாகனாக விளங்கு வதற்குக் காரணம்.

நியமத்தன் மேற்கொள்ள வேண்டிய பண்புகள்

166. தூய்மை அருள்ஊண் சுருக்கம் பொறை செம்மை
வாய்மை நிலைமை வரைதலே மற்றிவை
காமம் களவு கொலைஎனக் காண்பவை
நேமிஈர் ஐந்தும் நியமத்தன் ஆமே.

(இ-ள்) உள்ளம் பரிசுத்தன் ஆதல், அருளுடைய னாதல், குறைந்த உணவு உண்பவனாதல், பொறுமையுடையவன் ஆதல், செம்மையுடையவன் ஆதல், காமம், களவு, கொலை இவற்றினின்று நீங்கினவனாய் இருத்தல் ஆகிய இவற்றில், நியமமோடு இருப்பவனே நியமத்தன் ஆவான்.

(அ - சொ) தூய்மை - பரிசுத்தம், ஊண் - உணவு. பொறை - பொறுமை. வாய்மை - சத்தியம். வரைதல் - நீக்குதல். நேமி - நியமமாக இருப்பவன்.

(விளக்கம்) வரைதல் என்ற சொல்லை காமம், களவு, கொலை என்ற ஒவவொன்றுடனும் கூட்டிப் பொருள் காணுதல் வேண்டும்.

தவம் முதலியனவும் நியமத்தவர்க்குரியன எனல்

167. தவம்செபம் சந்தோடம் ஆத்திகம் தானம்
சிவன்தன் விரதமே சிததாந்தக் கேள்வி
மகம்சிவ பூசைஒண் மதிசொல் ஈர்ஐந்தும்
நிவம்பல செய்யின் நியமத்தன் ஆமே.

(இ-ள்) தவம், செபம், சந்தோஷம், ஆத்திகம், கொடை, சைவவிரதம், சித்தாந்த சாத்திரக் கேள்வி யாகம், சிவபூசை, சிவஞானம் ஆகிய இவற்றில் ஈடுபாடு உடையவனும் நியமத்தன் ஆவான்.

(அ - சொ) தவம் -தனித்திருந்து இறைவனைச் சிந்தித்தல். ஜபம் - ஐந்தெழுத்தை ஓதுதல். சந்தோஷம் - பெற்ற அளவில் மகிழ்தல். ஆத்திகம் - இறைவன் உண்டு என்ற நம்பிக்கை

கொள்ளுதல். தானம் - ஈதல். மகம் - யாகம். ஒண்மதி - சிவ ஞான உணச்சி. நிவம் - கரணம்.

(விளக்கம்) பதி, பசு பாசம் ஆகிய முப்பொருளைப் பற்றி ஆராய்தலும், அறிஞர் கூறக் கேட்டலும் நியமத்தன் மேற் கொள்ள வேண்டும் என்பார் சித்தாந்தக் கேள்வி என்றார். சிவ ஞானம் என்பதைப் பெறுதலே அறிவுடைமை ஆதலின் அதனை ஒண்மதி எனக் கூறினர்.

சுவத்திகாசனம் தலைவனாக்கும் எனல்

163. பங்கயம் ஆதி பரந்தபல் ஆதனம்
அங்குள வாம்இரு நாலும் அவற்றினுள்
சொங்கில்லை யாகச் சுவத்திகம் எனமிகத்
தங்க இருப்பத் தலைவனும் ஆமே.

(இ-ள்) பத்மாஸனம் முதலாகப் பரந்துபட்ட ஆதனங்கள் உள்ளன. அவற்றுள் எட்டு ஆதனங்கள் சிறந்தவை. குற்றம் அற்ற முறையில் சுவத்திக ஆசனத்தில் இருந்தால் தலைவன் ஆகலாம்.

(அ - சொ) பங்கயம் - தாமரை. ஆதி - முதல்வன். ஆதனம் - ஆசனம். இருநால் - எட்டு. சொங்கு - குற்றம்.

(விளக்கம்) பங்கயம் என்பது பத்மம் எனவும் கூறப்படும். அஃது ஈண்டு பத்மாசனத்தைக் குறிக்கிறது. பத்மாசனத்தினை எப்படி அமைத்துக் கொள்வது என்பது பின்னர் அறிவிக்கப்படும். பத்திரம், கோமுகம், பங்கயம், கேசரி, சொத்திரம், வீரம், சுகாதனம். சுவத்திகம் என்பன எட்டு ஆதனங்கள். ஆதனமாவது இருக்கை. சுவத்திக ஆதனம் சுகத்தைத் தரும் ஆதனம். முழந்தாளுக்கும் தொடைக்கும் நடுவில் இரண்டு பாதங்களையும் வைத்து உடலை நிமிர்த்து உட்கார்ந்திருப்பதே சுவத்திக ஆதனம் ஆகும்.

பத்மாசனமாவது இன்னது எனல்

***169.* ஓரணை அப்பதம் ஊருவின் மேல்ஏறிட்டு**
ஆர வலித்ததன் மேல்வைத் தழகுறச் சீர்திகழ்
கைகள் அதனைத்தன் மேல்வைக்கப்
பார்திகழ் பத்மா சனம்எனல் ஆகுமே.

(இ - ள்) ஒவ்வொரு காலையும் மாறித் தொடையின் மேல் உள்ளங்கால் நன்கு மலர இழுத்துப் பொருத்தி வைத்து, அழகுறச் சீர் விளங்கும் கைகளை மேல் வைக்க, அதுவே உலகில் விளங்கும் பத்மாசனம் எனப்படும்.

(அ - சொ) ஓர்அணை - ஒரு பக்கம் அனைந்த பாதம். ஊரு - தொடை. ஆரவலித்து - மிகஇழுத்து. பார் - பூமி. பத்மாசனம் - தாமரை இருக்கை. பத்மம் - தாமரை.

(விளக்கம்) வலப்பக்கத் தொடையின் மேல் இடப் பாதத்தையும், இடத் தொடையின் மேல் வலப் பாதத்தையும், உள்ளங்கால் நன்கு மலர இழுத்துப் பொருந்தி, அதன்மேல் இருகரங்களையும் மலர்த்தி வைப்பதுவே பத்மாசனம் ஆகும் இரண்டு புறங்கால்களையும் தொடையின் மேல் சேர்த்து இரு தொடையின் மத்தியிலும் இரண்டு கைகளையும் ஒன்றன் மேல் ஒன்றாக மலர்ந்த பாவனையில் வைத்து மூக்கு நுனியில் பார்வையை அசைவற நிறுத்தி, முன் பற்களின் இருபுறத்திலும் நாவை வளைத்து நிறுத்தி, மார்பில் மோவாய்க் கட்டையை வைத்து வாயுவை எழுப்புதலும் பதுமாசனமாகும். இதனைத் தாமரை இருக்கை எனத் தண்டமிழில் சாற்றலாம்.

பத்திராசனம் இன்னது எனல்

***170.* துரிசில் வலக்காலைத் தோன்றவே மேல்வைத்து**
அரிய முழந்தாளில் அங்கை களைநீட்டி
உருகி யிடும்உடல் செவ்வே இருத்திப்
பரிசு பெறுவது பத்திரா சனமே.

(இ - ள்) குற்றமில்லாத வலக்காலை விளங்கும் படி வைத்து, அருமையான முழந்தாளில் அழகிய கைகளை நீட்டி, தளர்ந்த உடலை நேராக இருத்தி, நன்மையை அடைவது பத்திராசனம் ஆகும்.

(அ - சொ) துரிசு - குற்றம். அம் - அழகிய. செவ்வே- ஒழுங்காக. பரிசு - நன்மை. உருகியிடும் - தளரும்.

(விளக்கம்) வலக்காலை வெளித்தோன்றும்படி, இடத் தொடையின் மேல் வைக்கவேண்டும். இரண்டு முழந்தாள் களிலும் கைகள் மேல் நோக்குமாறு வைத்து நீட்டி, உடம்பை ஒழுங்காக நிமிர்ந்திருக்கச் செய்யவேண்டும். இடப்புறத்தில் இடக் கணுக்காலையும் வலப்புறத்து வலக்கணுக்காலையும் சேர்த்து இரண்டு கால்களையும் இறுகப் பிடித்துக் கொண்டிருப் பதும் பத்திராசனமாகும்- இது கோரக்கரால் இவ்வாறு செய்யப்பட்டமையின் கோரக்கர் ஆசனம் என்றும் கூறப்படும். இதனை இலை இருக்கை என இன்றமிழில் இயம்பலாம்.

குக்குடாசனம் இன்னது என்பது

***171.* ஒக்க அடியினை ஊருவில் ஏறிட்டு**
முக்கி உடலை முழங்கை தனில்ஏற்றித்
தொக்க அறிந்து துளங்கா திருந்திடில்
குக்கு டாசனம் கொள்ளலும் ஆமே.

(இ-ள்) பாதங்கள் இரண்டையும் தொடையின்மேல் நிறுத்தி அசையாது இருப்பது குக்குடாசனம் ஆகும்.

(அ - சொ) ஊரு - தொடை. ஏறிட்டு - ஏற்றி, முக்கி - இழுத்து. துளங்காது - அசையாது. குக்குடம் - கோழி. ஆசனம் - இருக்கை.

(விளக்கம்) குக்குடாசனம் என்பது தொடைகளில் மேல் நோக்கிய பாதங்களாக வைக்கும் பதுமாசனத்தை அமைத்துக் கொண்டு, கணைக் காலுக்கும் தொடைக்கும் மத்தியில்

இரண்டு கைகளையும் நுழைத்துப் பூமியில் ஊன்றி, உடலை முழங்கை வரையில் தூக்கி நிறுத்துதல் ஆகும். ஒக்க அடியினை ஊருவில் ஏறிட்டு என்பதால் பதுமாசனத்தை முன்னர் அமைத்துக் கொள்ளுதல் வேண்டும் என்பது தெளிவாகிறது. கைகளைத் தொடைக்கு நடுவாகச் செலுத்திக் கீழே ஊன்றி உடம்பை முழங்கைக்குமேல் முக்கித் தூக்கினால்தான் குக்குடாசனம் ஆகும். இன்றேல் பதுமாசனமே என்க. இதுவே இவ்விரு ஆசனங்களின் வேறுபாடு. இதனைக் கோழி இருக்கை எனக் கொஞ்சு தமிழில் கூறலாம்.

சிம்மாசனம் இன்னது என்பது

172. பாதம் முழந்தாளில் பாணி களைநீட்டி
ஆதர வோடும்வாய் அங்காந் தழகுறக்
கோதில் நயனம் கொடிமூக்கி லேஉறச்
சீர்திகழ் சிங்கா தனமெனச் செப்புமே.

(இ - ள்) முழந்தாள்மேல் பாதங்களை வைத்து, அவற்றின்மீது கைகளை நீட்டி, அன்போடு வாயைத் திறந்து கொண்டு, அழகு பொருந்தக் குற்றமிலாக் கண்களை மூக்கின் நுனியினை நோக்குமாறு வைப்பது சிம்மாசனம் ஆகும்.

(அ - சொ) பாணி - கை. ஆதரவு - விருப்பம். அங்காந்து - பிளந்து; திறந்துகொண்டு. கோது - குற்றம். நயனம் - கண். கொடி - வளைந்த. செப்பும் - சொல்லும்,

(விளக்கம்) பாதங்களைப் பூமியில் ஊன்றுதல் வேண்டும். முழங்காலில் கைகளை நீட்டுதல் வேண்டும். வாயைத் திறந்திருக்க வேண்டும். கண்களை மூக்கு நுனியில் வைக்க வேண்டும். இப்படி அமைப்பதுவே சிம்மாசனம் ஆகும். பீஜத்தின் கீழ் நரம்பு இரண்டிடத்தும் கால் பரட்டை ஊன்றி உட்கார்ந்து, முழங்கையை முழங்காலில் வைத்து விரல்களை விரித்து நாசியைப் பார்த்தாலும் சிம்மாசனம் ஆகும். இதனை அரிமா இருக்கை என அழகிய தமிழில் அறையலாம்.

ஆசனம் பல என அறிவித்தல்

173. பத்திரம் கோமுகம் பங்கயம் கேசரி
சொத்திரம் வீரம் சுகாதனம் ஓர்ஏழும்
உத்தம மாம்முது ஆசனம் எட்டெட்டுப்
பத்தொடு நூறு பலஆ சனமே.

(இ-ள்) பத்திர ஆசனம், கோமுகாசனம், பங்கயாசனம், சிங்காசனம், சொத்திராசனம், வீராசனம் ஆகிய ஏழ் ஆசனமும் முன்சொன்ன பழமையான ஆசனமாகிய சுவத்திகத்தைச் சேர்க்க எட்டாகும். இவை உத்தம ஆசனங்களாகும். எட்டு ஆசனமே அன்றி நூற்று இருபத்தாறு ஆசனங்களும் உண்டு.

(அ - சொ) கோ - பசு. கேசரி - சிங்கம்.

(விஸக்கம்) பத்திராசனம், பங்கயாசனம், சிங்காசனம் முன்பே விளக்கப்பட்டன. முது ஆசனம் ஈண்டுச் சுவத்தி காசனம் ஆகும். இதுவும் முன்னர் விளக்கப்பட்டது. கோமு காசனம் என்பது பசுவின் முகம் போல அமைவது. இடப்பின் பாகத்தில் வலப்பரட்டையும், வலப்பின்பாகத்தில் இடப் பரட்டையும் மாறிச் சேர்த்து இருத்தல். 'பரடாவது' கணைக் கால். சொத்திரம் இன்னது என்பது அறிய முடியவில்லை. யோகியர் பால் அறியவும். சொத்திகம் சொத்திரம் என்று கொள்ளினும் அமையும்.

பிராணவாயுவின் செயலைக் கூறல்

174. ஐவர்க்கு நாயகன் அவ்வூர்த் தலைமகன்
உய்யக்கொண் டேறும் குதிரைமற் றொன்றுண்டு மெய்யர்க்குப்
பற்றுக் கொடுக்கும் கொடாது போய்ப் பொய்யரைத் துள்ளி
விழுத்திடும் தானே.

(இ-ள்) பஞ்சேந்திரியங்களுக்குக் கணவனாகவும், உடலுக்குத் தலைவனாகவும் உள்ள ஒருவனுக்குத் தான் எங்கும் செல்ல நடத்த குதிரை ஒன்று உண்டு. அஃது உண்மையான

அடியவர்கட்குப் பிடி கொடுக்கும். பொய்யர்க்குப் பிடி கொடாது துள்ளி அவர்களைக் கீழே தள்ளி விடும்.

(அ - சொ) ஐவர் - மெய், வாய், கண், மூக்கு, செவி ஆகிய ஐந்து இந்திரியங்கள். உறாய - செலுத்த. பற்றுக் கொடுக்கும் - வசப்படும்.

(விளக்கம்) இப்பாடல் பிராணாயாமம் முறையாகச் செய்ய வேண்டும் என்பதையும், அங்ஙனம் செய்யாதவர் துன்பத்துக் குள்ளாவர் என்பதையும் எடுத்து இயம்புகிறது. நாயகன் ஈண்டு மனமாகும். ஊர் என்றது உடலை என்க. குதிரை என்றது பிராணவாயு ஆகும். மெய் அன்பராவார் இறைவனிடத்து அன்பு கொண்ட பிராணாயாமப் பயிற்சியுடையவர். பொய்யர் ஆவார், இறைவன் பற்று அற்று, உலகப் பற்றுடையராய்ப் பிராணாயாமப் பயிற்சியினை முறையாக உணராதவர்கள்.

குருவின் அருளால் பிராணவாயு இனிதுற நடக்கும்

***175.* ஆரியன் நல்லன் குதிரை இரண்டுள**
வீசிப் பிடிக்கும் விரகறி வார்இல்லை
கூரிய நாதன் குருவின் அருள்பெற்றால்
வாரிப் பிடிக்க வசப்படுந் தானே,

(இ-ள்) மனமாகிய ஆரியன் நல்லவன்; பெரியவன்; பூசிக்கத் தக்கவன். அவனுக்கு இரண்டு குதிரைகள் உள்ளன. அக் குதிரைகளை வீசிப்பிடிக்கும் உபாயத்தை யாரும் அறிந்திலர். ஆனால் கூர்மையான ஞானாசிரியனது திருவருளால் அறியும் உபாயத்தைப் பெற்றால், அக்குதிரைகளைச் சேர்த்துப் பிடித்துவிடப் பின் வசப்படும்.

(அ - சொ) ஆரியன் - பெரியோன். பூசிக்கத்தக்கவன் கொண்டாடத்தக்கவன். விரகு - உபாயம். கூரிய - நுண்ணறிவுடைய.

(விளக்கம்) ஆரியன் ஆவான் ஈண்டு மனம் ஆகும். இரண்டு என்பவை பிங்கலை இடகலை என்னும் வாயுக்களாம். மூக்கின் துவார வழியே வந்து போகும் வாயுக்களே இங்கு இரண்டு குதிரைகளாகக் கூறப்பட்டுள்ளன. வீசிப்பிடித்தலாவது வெளியே வீசிப் பின் உள்ளுக்கு இழுத்துப் பிடித்தலாம். வீசுதலை இரேசகம் என்பர். இழுத்தலைப் பூரகம் என்பர். நிறுத்தலைக் கும்பகம் என்பர். எத்தனை மாத்திரை வெளி விடுதல், இழுத்தல், நிறுத்தல் என்பனவற்றைக் குருவின் அருளால்தான் உணர்தல் வேண்டும். அதன்பின் நம் இஷ்டப் படி இடகலை, பிங்கலைகளை அடக்கி ஆளலாம்.

பிராணாயாமப் பயன் இன்னது எனல்

176. புள்ளினும் மிக்க புரவியை மேற்கொண்டால்
கள்ளுண்ண வேண்டா தானே களிதரும்
துள்ளி நடப்பிக்கும் சோம்பு தவிர்ப்பிக்கும்
உள்ளது சொன்னோம் உணர்வுடை யோருக்கே.

(இ - ள்) பறவையை விட மிக்க வேகமுடையது பிராணவாயுவாம் குதிரை. அத்தகைய குதிரைமீது ஏறினால் கள் குடிக்க வேண்டா; களிப்பு உண்டாக்கும். அதுவே பெருமிதத்துடன் துள்ளி நடக்கச் செய்யும். சோம்பலை நீக்கும். இந்த உண்மையினை உணரும் உணர்வுடையவர்க்கு இதை எடுத்துக் கூறினோம்.

(அ - சொ) புள் - பறவை. புரவி - குதிரை. மேற் கொண்டால் - அடக்கினால். சோம்பு - சோம்பல்.

(விளக்கம்) புரவி ஈண்டுப் பிராணவாயு. மேற் கொள்ளுதல், குருவின் உபதேசப்படி அடக்கி நடத்துதல். இவ்வாறு முறைப்படி நடத்தினால் இன்பம் தானாகத் தன்னிடத்திலேயே பிறக்கும். ஆகவே புறத்தே சென்று கள் குடிக்க வேண்டா எனப்பட்டது.

பிராணாயாமப் பயிற்சியின் கால அளவு கூறல்

***177.* ஏறுதல் பூரகம் ஈர்எட்டு வாமத்தால்**
ஆறுதல் கும்பகம் அறுபத்து நால்அதில்
ஊறுதல் முப்பத் திரண்டதி ரேசகம்
மாறுதல் ஒன்றின்கண் வஞ்சகம் ஆமே.

(இ - ள்) பதினாறு மாத்திரை அளவு இடகலையால் மூச்சை மெல்ல உள்ளுக்கு இழுத்தல் பூரகமாகும். அறுபத்து நான்கு மாத்திரை காலம் உள்ளேயே தடுத்து வைத்தல் கும்பமாகும். முப்பத்திரண்டு மாத்திரை அளவில் மெல்ல வெளிப்படுத்தல் ரேசகமாகும். இடகலையால் இழுத்துப் பிங்கலையால் விடுதல் வஞ்சகம் ஆகும்.

(அ - சொ) ஈர்எட்டு -பதினாறு. வாமம் - இடகலை. ஆறுதல் - நிறுத்தல். ஊறுதல் - வெளியிடல்.

(விளக்கம்) இடப்பக்க நாசிவழி வந்துபோகும் காற்று இடகலை என்றும், வலப்பக்க நாசியின் வழியே வந்து செல்லும் காற்று பிங்கலை என்றும் கூறப்படும். உள்ளுக் கிழுத்தலைப் பூரகம் என்பர். வெளியிடுதலை ரேசகம் என்பர். நிறுத்தலை கும்பகம் என்பர். சிவ என்ற மகாமந்திரத்தை ஓர் அளவு கோலாகக் கொண்டு உள்ளத்தில் உச்சரித்தால், இரண்டு மாத்திரை ஆகும். இவ்வாறு கணக்கிட்டு மேலே கூறிய மாத்திரைகளின் அளவைக் குறித்துக் கொள்ள வேண்டும். கண் இமைக்கும் நேரமும், கை நொடிக்கும் நேரமும் ஒரு மாத்திரைக்கு அளவாகும். ஊறுதலாவது இழுத்த வழியே விடாமல், மாறி விடுதல் என்பதாகும். இதுவே வஞ்சகம் என்று கூறப்பட்டது.

கால முறைப்படி பிராணாயாமம் செய்வதன் பயன்

***178.*வளியினை வாங்கி வயத்தில் அடக்கில்**
பளிங்கொத்துக் காயம் பழுக்கினும் பிஞ்சாம்
தெளியக் குருவின் திருவருள் பெற்றால்
வளியி னும்வேட்டு அளியனும் ஆமே.

(இ-ள்) இடகலை வழிவரும் காற்றினை இழுத்து நம் வசத்தில் அடக்கிவந்தால், உடல் பளிங்குபோல் ஒளிவிட்டு விளங்கும். உடல் முதுமையுறினும் இளமையுடன் திகழும் இவற்றின் தன்மைகளை நன்கு தெரிந்துகொள்ளக் குருவின் திருவருளை மாணவன் பெற்றுவிட்டால் காற்றைக் காட்டிலும் விரும்பி மிக மெல்லியன் ஆவன்.

(அ - சொ) வளி - காற்று. காயம்-உடம்பு. பழுக் கினும் - முதுமையுற்றாலும். பிஞ்சு - இளமை. விரும்பி. அளியன் - மென்மையன். வேட்டு - காரணம்.

(விளக்கம்) யோகியர் முதுமையுற்றாலும் இளமைத் தன்மையில் இருந்ததற்கு இவ்வளிப் பயிற்சியே பிராணாயாமத்தார் முதுமையை ஒழித்து இளமை பெறலாம் என்பது இதன்கண் ஓதப்பட்டுள்ளது. ஆனால், குருவின் திருவருள் தேவை என்பது இதன்கண் நன்கு எடுத்து இயம்பப்பட்டுள்ளது. செய்யச் செய்ய உடல் மென்மைத் தன்மை அடையும். அதனால் ஆகாயத்திலும் பறக்கும் சித்தி ஏற்படும் இதுவே கடைசி அடி கூறும் கருத்தாகும்.

பிராணாயாமப் பயிற்சியால் தலைவனும் ஆகலாம்

***179.* எங்கே இருக்கினும் பூரி இடத்திலே**
அங்கே அதுசெய்ய ஆக் கைக்கு அழிவில்லை
அங்கே பிடித்தது விட்டள வும்செல்லச்
சங்கே குறிக்கத் தலைவனும் ஆமே.

(இ -) எங்கே இருந்தாலும் அங்குக்கூட இடப்பக்க நாசி வழியே காற்றினைப் பதினாறு மாத்திரை அளவு உள்ளுக்கு இழுத்துப் பூரகம் செய்யின், உடம்புக்கு அழி வில்லை. அப்படி இழுத்த வாயுவை அறுபத்துநான்கு மாத்திரை அளவு நிறுத்திப் பின் முப்பத்திரண்டு மாத்திரை அளவு வெளியே விட்டால் தலைவர் ஆகலாம். இப்பயிற்சி உடையவர் வெற்றிச் சங்கையும் முழக்குவர்.

(அ - சொ) பூரியிடம் - இடப்பக்க நாசிவழி பூரகம் செய்தல். அது - இழுத்தலாகிய செயல். ஆக்கை - உடல். பிடித்து - இழுத்த வளியை நிறுத்தி.

(விளக்கம்) பிராணாயாமத்தால் தலைவன் ஆகலாம் என்பது ஈண்டுக் கூறப்பட்டது. சரீரம் அழியா நிலையினைப் பிராணாயாமத்தால் பெறலாம் என்பதைப் பன்னிப்பன்னிக் கூறுகிறார். அழியாச் சரீரம் பெறுவதால் அவ்வெற்றியினை அறிவிக்கும் முறையில் சங்கை ஊதலாம் என்கிறார்.

கூற்றையும் வெல்ல வழி இஃது எனல்

***180.*ஏற்றி இறக்கி இருகாலும் பூரிக்கும்**
காற்றைப் பிடிக்கும் கணக்கறி வார் இல்லை.
காற்றைப் பிடிக்கும் கணக்கறி வாளர்க்குக்
கூற்றை உதைக்கும் குறிஅது ஆமே.

(இ-ள்) இடகலையால் காற்றை ஏற்றி, பிங்கலையால் மெல்ல இறக்கியும் பிராணவாயுவை நிறுத்தியும் வைக்கும் கணக்கை அறிவார் இல்லையே. இதனை அறிந்தால் இயமனை உதைக்கும் குறியையும் பெறலாமே.

(அ - சொ) ஏற்றி - இழுத்து. இறக்கி - விட்டு. பிடிக்கும் பிடித்து நிறுத்தும். காற்று - பிராணவாயு. கூற்று இயமன். குறி - குறிப்பு: (வன்மை)

(விளக்கம்) மாத்திரை அளவு அறிந்து ரேசக பூரக கும்பங்களைச் செய்ய வேண்டுதலின் கணக்கறிவார் என்றனர், பிராணாயாமம் செய்பவர், நீண்ட ஆயுளைப்பெறுவர் ஆதலின் கூற்றை யுதைக்கும் வல்லமை பெறுவர் எனப்பட்டது.

பிராணாயாமம் செய்பவரிடம் பெருமான் பிர காசிப்பான்

181. புறப்பட்டுப் புக்குத் திரிகின்ற வாயுவை
நெறிப்பட உள்ளே நின்மலம் ஆக்கில்
உறுப்புச் சிவக்கும் உரோமம் கறுக்கும்
புறப்பட்டுப் போகான் புரிசடை யோனே.

(இ-ள்) வெளிவந்தும் உள்ளே சென்றும் சிரிகின்ற வாயுவை முறைப்படி உள்ளே தூய்மை யுடையதாகச் செய்தால், உறுப்புக்கள் எல்லாம் சிவக்கும்; உரோமமும் மிகவும் கறுமையாக இருக்கும்; சுருண்ட சடையுடைய இறைவன் உள்ளத்தை விட்டு நீங்காது விளங்குவன்.

(அ - சொ) புறப்பட்டு - வெளிவந்து. புக்கு-உள் சென்று. நெறி - முறைமை. நின்மலம் -பரிசுத்தம். உரோமம்- மயிர். புரி - சுருண்ட.

(விளக்கம்) பிராணாயாமம் செய்யச்செய்ய நரைதிரை உண்டாகா. உடல் உறுப்புகள் செந்நீர் ஓட்டம் மிக்குச் சிவந்து காணப்படும். இறைவன் உள்ளத்தில் குடிகொண்டு அவ்விடம் விட்டு நீங்காதவனாகி விளங்குவன்.

காலத்தை வெல்லும் கருத்தினை உணர்த்தல்

132. மூலத் துவாரத்தை முக்காரம் விட்டிரு
மேலைத் துவாரத்தின் மேல்மனம் வைத்திரு
வேலொத்த கண்ணை வெளியில் விழித்திரு
காலத்தை வெல்லும் கருத்திது தானே.

(இ - ள்) நிமிர்ந்து உட்கார்ந்து மூலாதாரத்தை மூச்சு அடக்கிக்கொண்டு இரு உச்சித் அளையாகிய பிரம்மாந்திரத்தின் மேல் மனத்தை வைத்திரு. வேல் போல் கூரிய கண்ணைப் புறத்தே செலுத்தாது, அகநாட்டத்தில் வைத்து விழித்திரு. இதுவே காலத்தை வெல்லும் கருத்தாகும்.

(அ - சொ) மூலத்துவாரம் - மூலாதாரம். முக்கார மிட்டிரு - மூச்சை அடக்கி அழுத்தி இரு. மேலைத் துவாரம்- உச்சித்துளை; இதுவே பிரம்மாந்திரம் எனப்படும்.

(விளக்கம்) காலம் என்றது இத்துணை காலம் ஆயுள் எனக் குறிப்பிட்ட காலம். இதனை மேலே கூறிய முறையில் பயிற்சி செய்தால், குறிப்பிட்ட காலஎல்லையைக் கடக்கலாம் என்பதாம். இந்த மந்திரத்தை உட்கொண்டே வள்ளலாரும் 'பசித்திரு, விழித்திரு, தனித்திரு' என்றனர்.

ஊழிக்காலம் வரை இருக்கும் உபாயம்

***183.* கடைவா சலைக்கட்டிக் காலை எழுப்பி**
இடைவாசல் நோக்கி இனிதுள் இருத்தி
மடைவாயில் கொக்குப்போல் வந்தித் திருப்பார்
உடையாமல் ஊழி இருக்கலும் ஆமே.

(இ-ள்) மூலாதாரத்தை அடைத்து, பிராண வாயுவால் அங்குள்ள குண்டலி சத்தியை எழுப்பி, நடுவழி யாகிய சுழுமுனையால் தாரணை செய்து நீர் ஓடும் மடையில் இருக்கும் கொக்குப்போல் வணங்கி இருப்பவர் ஊழிக் காலம் வரையில் அழியாமல் இருக்கலாம்.

(அ - சொ) கடைவாசல் - மூலாதாரம். காலை - பிராணனை. இடைவாசல் -நடுவாம். சுழுமுனை இருத்தி- தாரணை செய்து. மடை - நீர் மடை. வந்தித்து - வணங்கி. ஊழி - பற்பல ஆண்டுகள் நிறைந்த காலம்.

(விளக்கம்) பிரம்மாந்திரம் மேல் உள்ளது, அதனை நோக்க மூலாதாரம் கீழ் உள்ளது. ஆதலின் கடைவாசல் என்றார். கட்டுதலாவது அடைத்தல். இங்குக் கூறப்பட்டவை எழுத்தால் விளக்கும் தரத்தவை அல்ல. ஞானாசிரியன்வழி தியானப் பயிற்சி இன்னது என்பதை அறிந்து உணர்ந்து கொள்ளுதல் வேண்டும்.

தியானமே கடவுளைக் காணும் வழி

184. எண்ணா யிரத்தாண்டு யோகம் இருப்பினும்
கண்ணால் அமுதினைக் கண்டறி வார்இல்லை
உண்ணாடி யுள்ளே ஒளியுற நோக்கினால்
கண்ணாடி போலக் கலந்திருந் தானே.

(இ - ள்) எண்ணாயிரம் வருடகாலம் யோகத்தில் இருந்தாலும் அமுதமாம் சிவனைக் கண்ணாரக் கண்டவர் இலர். ஆனால் உள் நாடியாகிய சுழுமுனை நாடியில் ஒளி வடிவாகத் தியானிக்கின் கண்ணாடியின் ஒளிபோலத் தியானிப்பவருடன் கலந்து இறைவன் இருப்பன்.

(அ - சொ) அமுது - தேவாமிருதம் போன்ற இறைவர்.

(விளக்கம்) எண்ணாயிரம் என்பது பல ஆண்டுகள் என்னும் பொருள் தரும் நிலையில் உள்ளது. இறைவன் இன்ப வடிவினன். ஆதலின் அவனை அமுது என்றனர். யோக நிலையில் இருந்தால் மட்டும் போதாது. உள்நாட்டத்துடன் இருக்க வேண்டும் என்பது கூறப்படுகிறது. இதனால் இறைவன் நினைவு இன்றி எதைச் செய்யினும் பயனில்லை என்றனர்.

தியானம் செய்பவர் சிவன் ஆகலாம்

185. நாட்டம் இரண்டும் நடுமூக்கில் வைத்திடில்
வாட்டமும் இல்லை மனைக்கும் அழிவில்லை
ஓட்டமும் இல்லை உணர்வில்லை தான் இல்லை
தேட்டமும் இல்லை சிவன் அவன் ஆமே.

(இ-ள்) கண்கள் இரண்டையும் மூக்கின் நுனியில் வைத்தால் வாட்டம் இல்லை; உடலுக்கு அழிவும் இல்லை. பிராணனும் இயங்காது; உலக உணர்வும் இல்லாமல் போகும். நான் என்னும் அகங்காரமும் ஆணவமும் அடங்கும் ஆராய்வு எதுவும் ஏற்படாது; சிவனாக விளங்கலாம்.

(அ - சொ) நாட்டம் - கண். மனை - உடல். தேட்டம் - ஆய்வு.

(விளக்கம்) தியான நிலையில் இரண்டு கண்களையும் புருவ மத்தியில் வைத்துத் தியானம் செய்ய வேண்டும் என்பதை இம் மந்திரம் அறிவிக்கிறது. இதனால் உடம்பினை நீண்ட நாளைக்கு வைத்திருக்கலாம் என்பதும், சிவனாக விளங்கலாம் என்பதும் கூறப்பட்டன.

பிராணாயாம தியானம் மரணபயம் தவிர்க்கும்

186. நயனம் இரண்டும் நாசிமேல் வைத்திட்டு
உயர்விழா வாயுவை உள்ளே அடக்கித்
துயரறா நாடியே தூங்கவல் லார்க்குப்
பயனிது காயம் பயம்இல்லை தானே

(இ-ள்) இரண்டு கண்களையும் மூக்கு நுனியில் வைத்து, உயர்த்தலினின்றும் தாழாத பிராணனை உள்ளே நிறுத்தித் தொடக்கு நீங்காத நாடியில் அசையாது நிலைத்து இருப்பவர்கட்குச் சரீரம் அழியுமே என்ற பயம் கிடையாது; இதுவே தியானப் பயனாம்.

(அ - சொ) நாசி - மூக்கு. துயர்வு - தொடக்கு. காயம் - உடல்.

(விளக்கம்) உயர்விழா என்றது மேல்நோக்கிச் செல்லுதலை உணர்த்திற்று. நாடிகள் ஒன்றை ஒன்று தொடக்குண்டிருத் தலின் துயர் அறா என்றனர். கண்களைப் புருவ மத்தியில் மட்டும் வைப்பதோடு இல்லாமல் ரேசக பூரக கும்பம் ஆகிய பிராணாயாம முறைகளுடன் தியானிக்க வேண்டும் என்பது ஈண்டுக் கூறப்பட்டது. துயர்வு என்பது துயர் என நின்றது. உயர்விழா என்பதற்கு உயர்த்தலினின்றும் தாழாத என்பது பொருள்.

சமாதி கூடியவர் பெறும் பேறு

187. தலைப்பட் டிருந்திடத் தத்துவம் கூடும்
வலைப்பட் டிருந்திடும் மாதுநல் லாளும்

குலைப்பட் டிருந்திடும் கோபம் அகலும்
துலைப்பட் டிருந்திடும் தூங்கவல் லார்க்கே.

(இ-ள்) சமாதி நிலையில் ஈடுபட்டு இருக்க மெய்ப் பொருளாம் சிவம் வெளிப்படும். திருவருட் சத்தியும் சமாதியாம் வலையுள்பட்டு விளங்குவள். தவத்தைக் கெடுத்துக் கொண்டிருக்கும் கோபமும் நீங்கும். இவ்வாறு தியான நிலையில் அசைவற்றிருப்பவர்களின் மனமும் தராசு முள் போல நடு நிற்கும்.

(அ - சொ) தலைப்பட்டு -தியானத்தில் ஈடுபட்டு. தத்துவம் உண்மைப் பொருளான சிவம். மாதுநல்லாள் - திருவருள் சத்தி. குலைப்பட்டு - அழித்தலைச் செய்து. துலை - தராசு. தூங்கவல்லார் - அசையாது தியானநிலையில் இருப்பவர்.

(விளக்கம்) உலகப் பொருள்கள் அனைத்தும் பொய்ப் பொருள்கள். இறைவன் ஒருவனே உண்மைப் பொருள், ஆதலின், தத்துவம் என அவள் குறிக்கப்பட்டனன். இறைவனும் இறைவியும் இணைபிரியாதவர்கள் ஆதலின், இறைவன் உள்ள இடத்தில் அவள் இருப்பள். அதனால் மாதுநல்லாளும் வலைப்பட்டு இருந்திடும் என்றனர். கோபம் தவத்தையும் அழிக்கும் என்பதை ஈண்டு அறியவும். மனம் எப்போதும் அலையும் தன்மையது. அதுவும் தியான நிலையில் அசையாது இருந்திடும் என்பதைத் 'துலைப்பட்டிருந்திடும்' என்றனர்.

சமாதி நிலையே சித்தியும் யோகமும் எனல்

***188.* சமாதி செய்வார்க்குத் தரும்பல யோகம்**
சமாதிகள் வேண்டா இறையுடன் ஏகில்
சமாதிதான் இல்லை தான்அவன் ஆகில்
சமாதியில் எட்டெட்டுச் சித்தியும் எய்துமே.

(இ-ள்) சமாதி செய்பவர்கட்குப் பல யோகங்கள் சித்தியாகும். ஆனால் இறையுடன் ஒன்றி இருக்கின் சமாதி வேண்டுவதில்லை. சிவனும் சீவனும் ஒன்றாகில் சமாதி

வேண்டா. சமாதியினால் அறுபத்து நான்கு சித்திகளும் உண்டாகும்.

(அ - சொ) எட்டெட்டு - அறுபத்து நான்கு.

(விளக்கம்) பல யோகங்கள் என்பன: மந்திரயோகம், பக்தியோகம், ஞானயோகம், கர்மயோகம் முதலான யோகங்கள்.எட்டு எட்டும் சித்திகள் ஆவன, அறுபத்து நான்கு கலைகள். அல்லது எட்டுவகைச் சித்திகளும் எனலாம். அவையே அணிமா மகிமா முதலியன.

இயமத்தால் ஏற்படும் பயன்

***189.*போதுகந் தேறும் புரிசடை யான்அடி**
யாதுகந் தார்அம ராபதிக் கேசெல்வர்
ஏதுகந் தான் இவன் என்றருள் செய்திடும்
மாதுகந் தாடிடும் மால்விடை யோனே!

(இ-ள்) மலர்கள் விரும்பி ஏறும் சுருண்ட சடை யுடைய இறைவனது திருவடிகளில் எந்தவகையான விருப்பத்துடனே சேரினும், தேவர்கள் வாழும் இடத்திற்கு சென்று அங்குள்ள போகம் துய்ப்பர். உமாதேவி விரும்பிக் களிக்கும் வண்ணம் ஆனந்தக் கூத்தாடுபவனும் திருமாலாம் எருதில் ஏறுபவனும் ஆன இறைவன், இந்த இயமத்தான் எதை அடைய திரும்பினன் என்பதைக் கேட்டு, அதனை அருள் செய்வான்.

(அ - சொ) போது - மலர். உகந்து - விரும்பி. புரிசடை- சுருண்ட சடை. அமராபதி - தேவலோகம். இதுவே அமராவதி. இதுவே இந்திரலோகம். மால் - திருமால். மாது - உமாதேவி. விடை - எருது.

(விளக்கம்) இயமத்தில் ஈடுபடுபவர் தேவலோகம் புக்கு இன்பம் அனுபவிப்பதோடு, இறைவனால் அவர்கள் விரும்புவதையும் பெறுவர் என்பது கூறப்பட்டுள்ளது. இறைவன் உமை களிக்க ஆனந்த நடனம் புரிவன் என்பது சைவ மரபு. 'மாதொரு பாகம் நோக்கி மன்னு சிற்றம்பலத்தே

அற்புதத் தனிக் கூத்தாடும் நாதனார்' என்பர் அறிந்தோர். முப்புரங்களை இறைவன் அழித்தபோது திருமால் எருதாகத் தாங்கினான் என்பது புராணம். இயமமாவது தீயனவற்றில் சிந்தையைச் செலுத்தாது கட்டுப்படுத்தல்.

நியமத்துள்ளார் எய்தும் பயன்

***190.* பற்றிப் பதத்தன்பு வைத்துப் பரன்புகழ்**
கற்றிருந் தாங்கே கருதும அவர்கட்கு
முற்றெழுந் தாங்கே முனிவர் எதிர்வரத்
தெற்றும் சிவபதம் சேர்தலும் ஆமே.

(இ-ள்) இறைவன் திருவடிகளைப் பற்றி, அவற்றி னிடத்து அன்பு வைத்து, இறைவனது புகழையே கற்ற வண்ணம் சிந்தித்து இருப்பவர்கட்கு, முனிவர்கள் எதிர் வந்து எதிர்கொண்டு அழைக்கச் சிவபதம் சேர்தல் ஏற்படும்.

(அ - சொ) பரன் - சிவ பரம்பொருள். தெற்றும்- தெளிந்த.

(விளக்கம்) இறைவன் திருவடிப்பற்றும், அன்பும், அவன் புகழ் ஓதுதலும், சிந்தித்தலும், தெளிதலும், நிட்டை கூடுதலும், கேட்டலும் ஆகிய இவையே நியமம் என்பதை விளக்கியவாறு உணர்க. நியமத்தாரை அந்நியமத்தில் ஈடுபட்ட முனிவர்கள் எதிர்கொள்வர் என்பதும் பெறப்பட்டமை தெளிக.

ஆசனத்தின் பயனை அறிவித்தல்

***191.* வருந்தித் தவம் செய்து வானவர் கோவாய்த்**
திருந்தம ராபதிச் செல்வன் இவன்எனத்
தருந்தண் முழவும் குழலும் இயம்ப
இருந்தின்பம் எய்துவர் ஈசன் அருளே.

(இ - ள்) ஆசனங்களை மேற்கொண்டு, வருந்தித் தவம் செய்து, இதனால் இவ்வாசனப் பயிற்சியுடையவன் தேவர்களின் தலைவனாம் என்று கூறும் வண்ணம், அரிய இனிய மத்தள

ஒலியும் புல்லாங்குழல் ஒலியும் இசைக்க, இறைவன் திருவருளால் தின்பம் அடைவன்.

(அ - சொ) வானவர் - தேவர். கோன் - தலைவன். முழவம் - மத்தளம். குழல் - புல்லாங்குழல். இயம்ப - ஒலிக்க.

(விளக்கம்) ஆசனம் இடுதல் எளியசெயல் அன்று; அரிய செயல் ஆதலின், வருந்தி என்றனர். ஆசனம் இட்டுவிட்டால் மட்டும் போதாது; தியானமும் தேவை. ஆகவே, தவம் செய்து என்றனர். இத்தகைய ஆசனம் இடுபவனைத் தேவர்கள் தேவ லோகத்தில் பலவாத்தியம் ஒலிக்க வரவேற்பர் என்ற குறிப்புப் பெறப்படுதல் காண்க. இவ்வளவும் ஈசன் அருளால் கிடைப்பன என்பதும் ஈண்டு நினைவுபடுத்தப் பட்டது.

பிராணாயாமப் பயனைப் பகர்தல்

192. **செம்பொற் சிவகதி சென்றெய்துங் காலத்துக்**
கும்பத் தமரர் குழாம்வந் தெதிர்கொள்ள
எம்பொன் தலைவன் இவனாம் எனச்சொல்ல
இன்பக் கலவி இருக்கலும் ஆமே.

(இ - ள்) செம்பொன் போலும் சிவபெருமானது உலகாம் சிவலோகம் சென்று அடையும் காலத்தில், பூரண கும்பத்துடன் தேவர் கூட்டம் வந்து எதிர்கொள்ள, எமது பொன்போலும் போற்றத்தக்க தலைவன் இவன் எனப் பிராணாயாமப் பயிற்சியுடையவனைப் புகழ்ந்து சொல்ல இன்பச் சேர்க்கையுள் எக்காலத்தும் இருக்கலாம்.

(அ - சொ) சிவகதி - சிவலோகம். எய்தும் - அடையும். கும்பம் - பூரணகும்பம். அமரர் -தேவர். குழாம் - கூட்டம். கலவி - சேர்க்கை.

(விளக்கம்) ஈண்டுப் பிராணாயாமம் என்ற சொல் இல்லை யாயினும், முறை வைப்பின்படி அதன் பயனே ஈண்டுக் கூறப் பட்டது எனத் தெளிக. பிராணாயாமத்தாரையும் தேவர் எதிர் கொள்வர் என்க. தக்கவரை வரவேற்கையில் பூரணகும்பம்

எடுத்து வரவேற்றல் சமய மரபாகும். பிராணாயாமம் என்பது காற்றை உள்ளே இழுத்து நிறுத்தி முறைப்படி வெளிவிடுதல் என்பது முன்பே கூறப்பட்டது.

பிரத்தியாகாரத்தின் பயனை இயம்பல்

193. சேருறு காலம் திசைநின்ற தேவர்கள்
ஆரிவன் என்ன அரனாம் இவன்என்ன
ஏருறு தேவர்கள் எல்லாம் எதிர்கொள்ள
காருறு கண்டனை மெய்க்கண்ட வாறே.

(இ-ள்) பிரத்தியாகாரப் பயிற்சி முதிர்ந்து சிவ லோகம் சேரும் தருணம், திக்குப்பாலகர்களாய் நின்ற தேவர்கள் 'இவன் யார்' என்று கேட்க, அதுபோது, அவனது பெருமை அறிந்த அங்கிருந்தவர் 'இவன் சிவனே' என்று கூற, உடனே அழகு மிக்க தேவர்கள் யாவரும் இவனை எதிர்கொள்ள, நீலகண்ட மூர்த்தியை நேரே காணும் வாய்ப்பினைப் பெற்றவர் ஆவார்.

(அ - சொ) சேர்உறுகாலம் - சிவலோகம் சேரும் காலம். திசைநின்ற தேவர்கள் - எட்டுத்திசைகளிலும் இருந்து காக்கும் தேவர்கள். அரன் - சிவன். ஏர் - அழகு. உறு - பொருந்திய. கார் - கருமை; ஈண்டு - விஷம். மெய் - உண்மையில்.

(விளக்கம்) பிரத்தியாகாரம் என்ற சொல் ஈண்டு இல்லையாயினும் அமைப்பு முறை நோக்கி அச் சொல் கூறப்பட்டது. பிரத்தியாகாரமாவது பிராணவாயுவைத் தன் வழியில் திருப்புதலாகும் பிரத்தியாகாரத்தார் சிவலோகம் எய்துவர் என்பதும், சிவனை நேரில் காண்பர் என்பதும் ஈண்டுப் பெறப் பட்டன. நான்கு திசைகட்கும், ஒவ்வொரு திசையின் மூலைக்கும் ஒவ்வொரு தேவர்கள் இருந்து காப்பர் என்பது மரபு. இவர்கள் இந்திரன், அக்கினி, இயமன், நிருதி, வருணன், வாயு, குபேரன், ஈசானன். தேவர்கள் இயற்கையில் அழகர் ஆதலின் ஏர் உறு என்றனர். இறைவனது கழுத்து விஷத்தை ஏற்று இருத்தலின் கார் உறு கண்டம் ஆயிற்று. திருப்பாற்கடலைக் கடைந்தபோது உண்டான விடத்தை

இறைவன் ஏற்றுத் - தேவர்களைக் காத்தனன் என்பது புராணம்.

தாரணைப் பயன் இஃது எனச் சாற்றல்

194. நல்வழி நாடி நமன்வழி மாற்றிடும்
சொல்வழி யாளர் சுருங்காப் பெருங்கொடை
இல்வழி யாளர் இமையவர் எண்திசைப்
பல்வழி எய்தினும் பார்வழி ஆகுமே.

(இ-ள்) யோக நூலில் சொல்லப்பட்ட நெறிகளில் சிறிதும் குறையாமல், நல்வழியாகிய தாரணைப் பயிற்சியினை நாடி, அதன் முறைப்படி நடக்க, யமன் தேடிவரும் போது அவன் வரும் வழி அடைபடும். பெருங்கொடை இலாத விண்ணாட்டின் தேவர்கள் வாழும் எட்டுத் திசை களில் பல வழிகளில் அடைந்தாலும், அவ்வழிகள் குழப்பத் திற்கு இடனாக ஆகாமல் பூமியைப் போலப் பழகிய வழிகளாக அமையும்.

(அ - சொ) நல்வழி - யோகவழி. நமன் - இயமன். இமை யவர் - தேவர். பார் - பூமி.

(விளக்கம்) 'தாரணைப் பயிற்சியாளரை இயமன் அணுகான். அவர்களை அணுக அவன் வரின், அவன் வரும் வழி அடைபட்டு அவனை வராவண்ணம் செய்திடும். இமையவர் நாட்டில் கொள்வார் இலாமையில் கொடுப்பாரும் இலர். ஆகவே அவர்கள் கொடையில்லாதவர் ஆயினர். தாரணை யாளர் தேவலோகத்தில் எவ்வழியிலும் சென்று வரும் நிலையினைப் பெறுவர். அவர்கட்கு மண்ணுலகில் நடமாடிய நடமாட்டமே விண்ணுலகிலும் உண்டாகும்.

தியானப் பயனைத் திண்ணிதின் உணர்த்தல்

195. தூங்கவல் லார்க்குந் துணை ஏழ் புவனமும்
வாங்கவல் லார்க்கும் வலிசெய்து நின்றிட்டுத்
தேங்கவல் லார்க்கும் திளைக்கும் அமுதமும்
தாங்கவல் லார்க்குத் தான்இடம் ஆமே.

(இ - ள்) தியான நிலையில் இருப்பவனே திருப் பாற் கடலில் தூங்கவல்ல திருமாலுக்கும், ஒன்றற்கு ஒன்று துணையான ஏழ் உலகங்களையும் படைக்க வல்லவனாகிய பிரமனுக்கும், வன்மை கொண்டு அழிக்கவல்ல உருத்திரனுக்கும், அமுதம் உண்டு திளைக்கின்ற தேவர்கட்கும் தான் இடமாக இருப்பவன் ஆவான்.

(அ - சொ) தூங்க வல்லான் - திருமால். புவனம் - பூமி. வாங்கவல்லான் - படைக்கவல்ல பிரமன். தேங்க வல்லான் - அழிக்க வல்ல உருத்திரன். அமுதம் தாங்க வல்லார் - தேவர்கள்.

(விளக்கம்) தாரணை நிலையில் இருப்பவன் மும்மூர்த்திகளையும் தேவர்களையும் தன் இடமாகக் கொண்டவன் ஆவான். இதனால் மும்மூர்த்திகளையும் தன் இஷ்டப்படி கேட்கச் செய்யும் ஆற்றல் படைத்தவன் ஆவான் என்பது பெறப் பட்டது.

சமாதியின் பயனைச் சாற்றுதல்

196. காரியம் ஆன உபாதி யைத் தான்கடந்
தாரிய காரணம் ஏழுந்தன் பால்உற
ஆரிய காரணம் ஆயத் தவத்திடைத்
தாரியல் தற்பரம் சேர்தல் சமாதியே.

(இ - ள்) காரியமான எழுவகைத் துன்பங்களையும் நீக்கி, அக் அக் காரண துன்பங்கள் ஏழும் பொருந்தித் தொடர்ந்து வருகின்ற காரணமாகிய மாயை கெடத் தவத் திடைத் தற்பரம் பொருளைச் சார்தலே சமாதியின் பயன்.

(அ - சொ) உபாதி - துன்பம். ஆரிய - சிறந்த. தன்பால் - தன்னிடம். உற - பொருந்த. வாரிய - நீண்ட. தாரியல் - ஒழுங்குத் தன்மை. தற்பரம் - சிவபரம்பொருள்.

(விளக்கம்) காரிய உபாதி என்பது ஆன்மாக்களுக்கு ஆணவ மலமறைப்பால் விளைந்த துன்பங்கள். அவை ஏழாவன, இறைமை இன்மை, அற்ப அறிவுடைமை, அளவுபட்டதன்மை, மாயையோடு கூடிய தன்மை, சிறிது வன்மை படைத்தல், சுதந்திரம் இன்மை, காணாமை என்பன. இவற்றைக் கடத்தலாவது சீவபோதம் நீங்கிச் சிவபோதம் உறுதலாம். ஆரிய காரண உபாதைகள் என்பன சிறந்த காரண உபாதைகளாம். அவை இறைமை, முற்றறிவுடைமை, எங்கும் தானாதல், மாயை இன்மை, அளவற்ற வன்மை, தன் வயத்தன் ஆதல், ஒன்றி உணர்தல் என்பன,

இறைவனடி நாட எண்சித்தி பெறலாம்

197. பரிசறி வானவர் பண்பன் அடிஎனத்
துரிசற நாடியே தூவெளி கண்டேன்
அரிய தெனக்கில்லை அட்டமா சித்தி
பெரிதருள் செய்து பிறப்பறுத் தானே.

(இ-ள்) தேவர்கள் உள்பட எல்லா உயிர்களின் தன்மைகளையும் அறியும் பண்பனாக இறைவனது பரிசுத்த பரவெளியினைக் கண்டேன். அதனால் எனக்கு அரிய பொருள் என ஒன்றும் இல்லை. எண்வகைச் சித்திகளையும் எனக்குப் பெரிதும் திருவருள் புரிந்து என் பிறப்பையும் அறுத்தான்.

(அ - சொ) பரிசு - தன்மை. வானவர் - தேவர். பண்பன் - குணவானாம் இறைவன். துரிசு - குற்றம். தூ - பரிசுத்தம்.

(விளக்கம்) அட்டமா சித்தியைத் தமக்கு இறைவன் அருள் செய்து பிறப்பையும் அறுத்ததைக் கூறியதனால், மக்களும் இறைவனது திருவடி காணின் இந்நிலைகளைப் பெறலாம் என அறிவித்தவாறாம்.'தூவெளி கண்டேன்' என்றது இறைவனது உண்மை நிலையைக் கண்டபடியாகும்.

இறைவனை கண்டவர்க்கு எல்லாம் எளிதாதலின் அரியதெனக்கில்லை என்றனர். அட்டமாசித்திகள் பின்னர் அறிவிக்கப்படும். முத்தி அடைதல் பிறப்பற்றால் அன்றி எய்தாது. ஆகவே அதனையும் அறுத்ததை அறிவித்தனர்.

பிராணாயாமம் பன்னிரண்டாண்டு செய்யின் சித்தி பெறலாம்

198. மதிதனில் ஈராறாய் மன்னும் கலையின்
உதயம் அதுநால் ஒழியார் எட்டுப்
பதியும்ஈ ராறாண்டு பற்றறப் பார்க்கில்
திதமான ஈர்ஆறு சித்திகள் ஆமே.

(இ-ள்) இடகலையில் பன்னிரண்டங்குல அளவாய் இழுக்கப்பெறும் பிராணனில், பிங்கலை வழியாக வெளிப் படல் நால் அங்குலமாகும். மிகுதி எட்டங்குல அளவு உள்ளே தங்கும். இங்ஙனம் பன்னிரண்டாண்டு, எந்தவிதப் பலனையும் நாடாது பார்த்துவரின், உறுதியாக எண்வகைச் சித்திகளையும் பெறலாம்.

(அ - சொ) மதி - சந்திர நாடியாகிய இடகலை. மன்னும் நிலைபெறும். கலை - பிங்கலை. உதயம் - வெளிப்படுதல். பதியும் - உள்ளே தங்கும். பற்று - ஆசை. திதம் - உறுப்பு அழியாது நிலையாக இருக்கக்கூடிய. ஈர் - இரண்டு.

(விளக்கம்) பிராணாயாம நிலை இங்குப் பேசப்படுகிறது. இடகலை நாடி வழி பிராணவாயு பன்னிரண்டங்குலம் அளவு உள்ளே செல்கிறது. நால் அங்குல அளவு வெளிவருகிறது. உள்ளது எட்டங்குல அளவு. இஃது உள்ளே தங்குகிறது. இங்ஙனம் பன்னிரண்டு ஆண்டு பழக வேண்டும்; பழகினால் எண்சித்தி பெறலாம். இவ்வாறு பழகும்போது பற்று இல்லாமல் பழகவேண்டும். முன்னுள்ள ஈர்ஆறு என்பது பன்னிரண்டு அங்குல அளவையும், நடுவில் உள்ள ஈர்ஆறு பன்னிரண்டு என்ற அளவையும், இறுதியில் உள்ள ஈர்ஆறு எட்டு என்ற அளவையும் குறிக்கின்றன.

குருவிடம் உபதேசம் கேட்டபின்பே அட்டமாசித்திகள் கிட்டும்

***199.* நாடும் பிணியாம் நஞ்சனம் சூழ்ந்தக்கால்**
நீடும் கலைகல்வி நீள்மேதை கூர்ஞானம்
பீடொன்றி னால்வாயாச் சித்திபே தத்தின்
நீடுந் துரங்கேட்டல் நீள்முடி ஈர்ஆறே.

(இ-ள்) நம் உறவினர்கள் நம்மைச் சூழ்ந்தால் நோயாகும். மிக்க கலை, கல்வி, மிக்க நுண்அறிவு, கூரிய நிறைஅறிவு, பெருமை இவை ஒன்றினால் அட்டமா சித்திகள் அமையா; மிக்க பொறுமை, ஆசிரியரிடம் கேட்டல் ஆகியவற்றால் அட்டசித்தி கிட்டும். இவ்வாறு கிட்டுதற்குரிய காலம் பன்னிரண்டு ஆண்டாகும்.

(அ - சொ) பிணி - நோய். நம்சனம் - நம் சுற்றம். மேதை - அறிவுடைமை. பீடு - பெருமை. ஒன்றினால் -சேர்ந்தால். வாயா - கிட்டா. துரம் - பொறுமை. ஈர்ஆறு- பன்னிரண்டு ஆண்டு.

(விளக்கம்) அட்டமாசித்தி அடைதற்குச் சுற்றத்தாருடன் சூழ்ந்திருத்தல் கூடாது. அப்படிச் சூழின் நோய் ஏற்படும்; அதாவது அவர்களால் துன்பம் உண்டாகும் என்பதாம். அவர்கள்பால் ஆசை வைத்து ஆவன செய்ய முற்படலின், ஆசை பிறவிக்கு வித்தாகும். கல்வி, ஞானம் முதலியவற்றாலும் அட்டமா சித்தியைப் பெற இயலாது. பொறுமை வேண்டும்; குரு உபதேசம் வேண்டும்; பன்னீராண்டு பொறுமையோடு இருந்த பின்னே அட்டமாசித்தி பெறலாம். கல்வி, ஞானம் இவற்றால் செருக்கே உண்டாகும்; மனம் அடங்காது.

ஏழாண்டுகட்குப்பின் எய்தும் பயன்கள்

***200.* ஏழா னதில்சண்ட வாயுவின் வேகியாம்**
தாழா நடைபல யோசனை சார்ந்திடும்
சூழான ஓர்எட்டில் தோன்றா நரைதிரை
தாழான ஒன்பதில் தான்பர காயமே.

(இ-ள்) பிராணாயாமப் பயிற்சி செய்து வருங் காலத்தில், ஏழாவது ஆண்டில் சண்டமாருதம் போன்ற வேகத்தை உடையவன் ஆவான். அவனுக்குத் தாழாமல் நடைதளராமல் பல கல் தூரம் செல்லும் வன்மை கிட்டும். சூழ்ந்த எட்டாம் ஆண்டு நரைதிரை தோன்றா. ஒன்பதாம் ஆண்டில் மேலான சரீரம் கிட்டும்.

(அ - சொ) சண்டவாயு - சண்டமாருதம் என்னும் பெருங் காற்று. வேகி - வேகமுடையவன். யோசனை - பல கல் தொலைவு. நரை - வெண் மயிர். திரை - சதை மடிப்பு. பரகாயம் - அழியா உடல்.

(விளக்கம்) ஏழு வருடகாலம் அமைதியாகக் குரு உபதேசம் பெற்றுப் பிராணாயாமம் செய்த பின்பே ஒன்றன் பின் ஒன்றாகச் சில சித்திகள் கைவரப்பெறும். இதனால்தான் முன் மந்திரத்தில் பொறுமை வேண்டும் என்றனர்.

எண்வகைச் சித்திகள்

201. தானே அணுவும் சகத்தும்தன் நோன்மையும்
மானாக் ககனமும் பரகாயத் தேகமும்
தானாவ தும்பர காயம்சேர் தன்மையும்
ஆனாத உண்மையும் வியாப்பியம் ஆம்எட்டே.

(இ-ள்) அணிமாவும் மகிமாவும், தனது கரிமாவும். லகிமாவும், அழியா உடல் அடையும் பிராத்தியும் தானே ஆதலான், பரகாயம் புகும் பிராகாமியமும் குறையாத ஈசத்துவமும் வசித்துவமும் ஆகிய எட்டாம்.

(அ - சொ) அணு - அணிமா. சகம் - மகிமா. நோன்மை - கரிமா. ககனம் - லகிமா. பரகாயதேகம் - பிராப்தி. தானாவது - பிராகாமியம். ஆனாத - குறையாத. ககனம் - ஆகாயம். உண்மை - ஈசத்துவம். வியாப்பியம் - வசித்துவம்.

(விளக்கம்) நினைத்த அளவில் தன் தன்மையைக் கொடுத்தலால், பரமாணுவைப் போல் உடல் நுண்ணிதாத

லாகிய அணிமாவைத் தானே அணு என்றார். உலகம் பெரிது; அதுபோலப் பருத்தலின் மகிமா சகம் எனப்பட்டது. நோன்மையாவது திண்மை. பஞ்சு முதலானவற்றையும் கனமுடையதாகச் செய்தலின் நோன்மை கரிமா எனப் பட்டது. ஆகாயம் ஏனைய நான்கு பூதங்களைத் தன் அகத்து அடக்கி இருப்பினும், பஞ்சு போன்ற மென்மையானது. ஆதலின் ஆகாயம் என்பது இலேசாகும் சித்தியை உணர்த்தும் லகிமா எனப்பட்டது. பிராப்தி என்பது முன்னிற்றலாம். இந்தச் சித்தியால் தூரத்தில் உள்ளதை இருந்த இடத்தில் இருந்தே அடையலாம். இறுவே ஈண்டுப் பரகாயத்தேகம் எனப்பட்டது. பரகாயம் என்பது நினைத்ததை நினைத்தபடி முடித்தல். இதுவே நிலத்தில் புதைப்பினும் எழுதல் போன்ற சித்தி. இதுவே ஈண்டுத் தானாவது எனப்பட்டது. ஈசத்துவச்சித்தி பெற்றவர் மேலான உடலையும் படைப்பவர் ஆவர். அதனையே ஈண்டுப் பரகாயம் சேர் தன்மை என்றனர். பர என்பது மேலான என்ற பொருளது; காயமாவது உடல். இந்த வன்மை குறையாமல் பெறுவர் என்ற காரணத்தால் ஆனாத உண்மை என்றனர். வசித்துவம் என்பது உலகைச் சுவாதீனம் செய்தல்; மேலும் எல்லாப் பொருளிடத்தும் கலந்திருத்தல்.

சிவமயமானவர் சிதாகாசத்தில் நடம்புரிவர்

202. சித்தம் திரிந்து சிவமயம் ஆகியே
முத்தம் தெரிந்துற்ற மோனர் சிவமுத்தர்
சுத்தம் பெறல்ஆக ஐந்தின் தொடக்கற்றோர்
சித்தம் பரத்தில் திருநடத் தோரே.

(இ - ள்) மனமானது செல்லும் வழியே செல்வதைத் தடுத்துச் சிவமயமாக ஆகி, முத்தி இன்னது என்பதைத் தெரிந்து இறைவன் திருவடி அடைந்த மோன நிலையினரான சிவமுத்தர்கள் சுத்த நிலைபெற ஐம்மலங்களிலும் நின்று தங்கிச் சிதாகாசத்தில் ஆனந்தக் கூத்தினை நிகழ்த் துவர்.

(அ - சொ) சித்தம் - மனம். முத்தி - மோட்சம். மோனர் - மௌனிகள். முத்தர் - மோட்சத்திற்கு அருகர். ஐந்து - ஐந்து

வகையான மலங்கள். தொடக்கு - தொடர்பு. சித்அம்பரம் - சிதா காசம். திருநடம் - சிறந்த நடனம்; அதாவது ஆனந்தக் கூத்து.

(விளக்கம்) மனம் குரங்கு போன்றது; குரங்கு ஓர் இடத்தில் இராது. அடிக்கடி தாவும். அதுபோல மனமும் தாவும்; அப்படித் தாவும் மனத்தை நம்வழி திருப்பி வயப்படுத்த வேண்டும். அதனை வயப்படுத்துவதையே திரிந்து என்றார். ஐந்து மலங்களாவன, ஆணவம், கன்மம், மாயை, மாயேயம், திரோதாயி என்பன. சிதம்பரம் என்பது ஞானாகாயம்; இதுவே சிதாகாயம் ஆகும். திருநடத்தோரே என்றது, இறைவனது ஆனந்தக் கூத்தைக் கண்டு தாமும் ஆனந்தக் கூந்தாடுவர் என்பதாம்.

உடலும் உயிரும் நீடு வாழ வழி

***203.* ஒத்தஇவ் ஒன்பது வாயுவும் ஒத்தன**
ஒத்தஇவ் ஒன்பதின் மிக்க தனஞ்சயன்
ஒத்தஇவ் ஒன்பதில் ஒக்க இருந்திட
ஒத்தஉடலும் உயிரும் இருந்ததே.

(இ - ள்) தம்முள் மிகுதல் செய்யாமலும் குறைதல் செய்யாமலும் சமமான ஒன்பது வாயுக்களும் தம்முள் ஒத்தன. இவ்வாறு தம்முள் ஒத்த ஒன்பது வாயுக்களிலும் சிறந்த தனஞ்சயன் என்னும் வாயும், ஒன்பது வாயுக்களும் ஒன்பது நாடிகளில் சமமாக இருந்தால், உடம்பும் உயிரும் தம்முள் ஒத்து நீண்டகாலம் இருக்கும்.

(அ - சொ) வாயு - காற்று. தனஞ்சயன் - தனஞ்சயன் என்னும் வாயு. ஒக்க-சமமாக.

(விளக்கம்) ஒன்பது வாயுக்களாவன: பிராணன், அபானன், வியானன், சமானன், நாகன், கூர்மன், கிருகரன், தேவதத்தன், உதானன் என்பன. இவற்றுடன் தனஞ்சயன் கூட்ட, வாயுக்கள் பத்தாகும். இவை முறையே கூடி இருக்கும் இடங்கள் இடகலை, பிங்கலை, சிங்குவை, புருடன், காந்தாரி, அத்தி,

அலம்புடை, சங்கினி, குரு, சுழுமுனை என்பன. இவற்றையே தசநாடிகள் என்பர். இவை சமமாக நாடிகளில் இருப்பின் உடலுக்கு அழிவில்லை; உயிருக்கும் அழிவில்லை. இடகலை இடப்பால் நரம்பு. பிங்கலை வலப்பால் நரம்பு சுழுமுனை நடுநரம்பு. புருடன் உள்நாக்கு நரம்பு. காந்தாரி வலக்கண் நரம்பு, அத்தி இடக்கண் நரம்பு, அலம்புடை வலச் செவி நரம்பு. சங்கினி இடச்செவி நரம்பு, குரு எருவாய் நரம்பு.

(எருவாய் என்பது மலம் தள்ளும் துளை,)

உடல் வீங்கி வெடித்தற்குக் காரணம்

***204.* இருக்கும் தனஞ்சயன் ஒன்பது காலின்**
இருக்கும் இருநூற்று இருபத்து நான்காய்
இருக்கும் உடலில் இருந்தில ஆகில்
இருக்கும் உடல் அது வீங்கி வெடித்ததே.

(இ-ள்) முன்னே சொல்லப்பட்ட ஒன்பது காற்றுக் களைப் போலத் தனஞ்சயன் என்னும் காற்றும் நடுநாடியில் இருக்கும். மாயா காரியமாக இருக்கும் இநூற்று இருபத்து நான்கு உலகங்களில் இருக்கும். உடலிலும் இக்காற்று இருக்கும். இது இல்லையாயின் இருக்கும் இவ்வுடல்கள் வீங்கி வெடித்து விடும்.

(அ - சொ) தனஞ்சயன் - காற்றின் பெயர். கால் - காற்று.
(விளக்கம்) தனஞ்சயன் என்னும் காற்று இருக்கும் நடுநாடி, அதாவது சுழுமுனை. ஒன்பது என்பது ஒன்பது காற்றுக்களையாகும். இருநூற்று இருபத்து நான்கு என்பது மாயாகாரிய உலகங்களைக் குறிக்கும்.

தனஞ்சயன் காற்று மாறுபடின் வரும் துன்பங்கள்

***205.* வீங்கும் கழலை சிரங்கொடு குட்டமும்**
வீங்கும் வியாதிகள் சோகை பலவதாய்
வீங்கிய வாதமும் கூனும் முடம்அதுஆம்
வீங்கு வியாதிகள் கண்ணின் மருவியே.

(இ-ள்) வீங்கும் வேனல் கட்டி, சிரங்கு, கொடிய குஷ்டரோகம், வீக்கங்கள், சோகை, பல வாதநோய்கள், கூன், கால்கை குறை, கண் வீக்கம் முதலான நோய்கள் தனஞ்சயன் மாறுபட்டால் உண்டாகும்.

(அ - சொ) கழலை - உஷ்ணக்கட்டி. குட்டம் - குஷ்ட ரோகம். முடம் - கைகால் குறைவு. மருவி - சேர்ந்து.

(விளக்கம்) நோய்களில் கொடியது குஷ்டம் ஆதலின் கொடு குட்டம் எனப்பட்டது. சோகை என்பது இரத்தம் இன்மை.

எண்வகைச் சித்திகள்

206. அணிமாதி சித்திகள் ஆனவை கூறில்
அணுவின் அணுவின் பெருமையின் நேர்மை
இணுகாத வேகார் பரகாயம் மேவல்
அணுவத் தனைஎங்கும் தான்ஆதல் என்று எட்டே.

(இ - ள்) அணிமா முதலான எட்டு வகைச் சித்திகள் இவை என்று சொல்லப் போனால், அணுவினும் அணு வாகும் சித்தியும் (அணிமா), பெரியதினும் பெரியதாகும் சித்தியும்(மகிமா), அசைக்க முடியாத தன்மை ஆகும் சித்தியும் (கரிமா), புகை போல மிக மிக நொய்தாக விளங்குவதும், கனமான பொருள்களைப் பஞ்சு போல நொய்தாகச் செய்தலும் ஆகிய சித்தியும் (லகிமா), மேலுள்ள ஆகாயத்தைத் தீண்டுதலும், பூமியில் இருந்து கொண்டே விரல் நுனியால் சந்திரனைத் தொடுதலும் ஆகிய சித்தியும் (பிராத்தி), மண், நீர், நெருப்பு, காற்று, ஆகாயம் ஆகிய ஐந்து பூதங்களிலும் வியாபித்து எழுதலும் ஆகிய சித்தியும் (பிராகாமியம்), உயிர்கட்கு எல்லாம் தலைவன் ஆதலும், படைத்தல், காத்தல், அழித்தல், மறைத்தல், அருளல், ஆகிய செயல்களைச் செய்தலும் ஆன சித்தியும் (ஈசத்துவம்) எல்லாவற்றையும் தம் வசப்படுத்தி எங்கும் தானாக இருக்கும் சித்தியும் (வசித்துவம்) ஆகிய இச் சித்திகள் ஆகும்.

(அ - சொ) அணு - சிறியது. பெருமை - பெரியது. நேர்மை - பெரியதாய் இருத்தல். இணுகாத - அசைக்க முடியாத. வேகு - புகை. ஆர் - போல.நேர்மை - நொய் ஆதல். பரகாயம் - மேலேயுள்ள ஆகாயம். மேவல் - தீண்டுதல். அணு -உயிர்கள். அத்தன் - அவ்வளவிற்கும். ஐ - தலைவன்.

(விளக்கம்) அட்டமாசித்திகள் ஆவன: அணிமா, மகிமா, கரிமா, லகிமா, பிராத்தி, பிராகாமியம், ஈசத்துவம், வசித்துவம் என்பன. இவை பொழிப்புரையில் நன்கு விளக்கப் பட்டுள்ளன.

சித்திகள் பெற்றவன் சிவனே ஆவான்

***207.* தானே படைத்திட வல்லவன் ஆயிடும்**
தானே அளித்திட வல்லவன் ஆயிடும்
தானே சங்காரத் தலைவனும் ஆயிடும்
தானே இவன்எனும் தன்மையன் ஆமே.

(இ-ள்) சித்திகள் கைவரப் பெற்றவன் எல்லாவற் றையும் படைக்கவும், காக்கவும், அழிக்கவும் வல்லவன் ஆவான். இறைவனே இவன் என்னும் நிலையினையும் அடைவான்.

(அ - சொ) அளித்திட - காக்க. சங்காரம் - அழித்தல். தான் - இறைவன்.

(விளக்கம்) சித்திகள் கைவரப் பெற்றவன் படைத்தல், காத்தல், அழித்தல் ஆகிய முத்தொழிலையும் செய்யும் ஆற்றல் படைத்தவன் ஆவான். ஏன்? இறைவனாம் தன்மையையும் அடைவான் என்பதும் ஆம்.

யோகியர் இயல்புகள்

***208.* அணங்கற்றம் ஆதல் அருஞ்சனம் நீவல்**
வணங்குற்ற கல்விமா ஞானம் மிகுத்தல்
சிணுங்குற்ற வாயர் சித்திதாம் கேட்டல்
நுணங்கற்று இருத்தல்கால் வேகத்து நுந்தலே.

(இ - ள்) ஆசை இல்லாமல் இருத்தல், அருமையான மனைவி மக்கள் முதலான சுற்றம் நீக்கி இருத்தல்; கல்வி அறிவால் அடங்கி இருத்தல்; ஞானத்தில் மிக்கு விளங்குதல்; இறைவனது மகா மந்திரத்தை முணு முணுத்துக் கொண்டிருத்தல்; யோக சித்திகளைப் பற்றித் தம்மினும் ஆராய்ச்சியுடையவரிடம் கேட்டல்; உள்ளம் சலியாது ஒரே நிலையில் இருத்தல்.

(அ - சொ) அணங்கு - வருத்தும் தன்மையுடைய ஆசை. அற்றம் ஆதல் - சோர்வு விளைத்தல். அருஞ்சனம் - அருமை யான மனைவி மக்கள் முதலானவர்கள். நீவல் - நீக்கல். மிகுத்தல் - மிக்கிருத்தல் சிணுங்குற்ற - சதா வாய்க்குள் சொல்லிக் கொண்டிருத்தல். நுணங்கு அற்று - உள்ளம் சலியாமல்.

(விளக்கம்) கல்வி எவ்வளவு உயரினும், பணிவே தோன்ற வேண்டும். ஆதலின் 'வணங்குற்ற கல்வி' எனப்பட்டது. 'மாஞானம்' என்பது ஈண்டுப் பரஞானத்தையாகும்; அதாவது மேலான பரமனைப் பற்றிய ஞானம். மந்திரத்தை வாய்விட்டுக் கூறாமல் உள்ளுக்குள்ளேயே சொல்லிக் கொண்டிருக்க வேண்டும் ஆதலின், 'சிணுக்குற்ற வாயர்' எனப்பட்டது. ஈண்டுப் பஞ்சாட்சர மந்திரம் குறிக்கப்பட்டுள்ளது. அஷ்டாட்சர சடாட்சர மந்திரம் கூறினும் தவறில்லை.

இதுவும் யோகியர் செயல்

209. மரணம் சிறைவிடல் வண்பர காயம்
இரணம் சேர்பூமி இறந்தோர்க் களித்தல்
அரணன் திருவரு ஆதல்மூ வேழ்ஆம்
கரனுறு கேள்வி கணக்கறிந் தோனே.

(இ-ள்) மரணம் கிழத்தன்மை ஆகிய இவற்றை நீக்கல், பிற உடலில் புகுதல், சுவர்க்க இன்பத்தை இறந் தவர்கட்கு அளித்தல், பாதுகாவலாக இருக்கும் சிவன் வடிவைப் பெறுதல், இருபத்தொரு கிரணங்களையுடைய சிவ சூரியனது

புகழினைக் கேட்டல் ஆகிய இவற்றின் கணக்கை நன்கு அறிந்தவன் சிறந்த யோகி ஆவான்.

(அ - சொ) சிறை - கிழத்தன்மை. பரகாயம் - பிற உடம்பில் புகுதல். இரணம் - பொன். பூமி - சுவர்க்கலோகம். அரணன் - பாதுகாவலான இறைவன். மூஏழ் ஆம்கரன் - இரு பத்தொரு நிறமுடைய சூரியன்.

(விளக்கம்) பரகாயம் புகுதலும் வளப்பமான பரகாயத்தில் புகுதலாக இருக்கவேண்டும் என்பதால், வண்பரகாயம் என்றனர். சுவர்க்கலோகம் ஒளியுடையதாய்ப் பொன்மயமாய் இருக்கும் என்று கூறப்படுதலின், இரணம்சேர் பூமி என்று அது குறிப்பிடப்பட்டது. சூரியன் சப்தா என்னும் ஏழு குதிரைகள் பூட்டப்பட்டத் தேரில் வருவான் என்பது மரபு. இவ்வாறு கூறுவதன் கருத்து அவனது ஏழு நிறங்களையே ஆகும். இவ்வேழ் நிறங்களுடன் வெண்மை, செம்மை, பொன்மை நிறங்கள் தனித் தனிச் சேரின் இருபத்தொரு நிறங்கள் தோன்றும். ஆகவே, மூவேழாம் கரன் எனச் சூரியன் குறிக்கப்பட்டுள்ளன.

கடவுளைக் காண அவன்மீது காதல்வேண்டும்

210. ஓதம் ஒலிக்கும் உலகை வலம்வந்து
பாதங்கள் நோவ நடந்தும் பயன் இல்லை
காதலின் ஆண்ணலைக் காண இனிஅவர்
நாதன் இருந்த நகர்அறி வோரே.

(இ - ள்) ஈரமுடையதும், ஒலித்துக் கொண்டிருப்பதும் ஆகிய கடலால் சூழ்ந்த உலகைச் சுற்றிக் கால்கள் நோவ நடந்தும் பயன் ஏற்படாது (அதாவது அவன் இருக்கின்ற இடத்தைக் காண முடியாது). மெய்யான ஆசை யோடு பெருமையில் சிறந்த இறைவனைக் காண விரும்பும் அடியவரே அவனுக்கு இனியராகி இறைவன் இருந்த இடத்தை அறிந்தவர் ஆவார்.

(அ - சொ) ஓதம் - ஈரம், அண்ணல் - பெருமையிற் சிறந்த இறைவன்.

(விளக்கம்) கடல் என்னும் சொல் ஓதம் ஒலிக்கும் என்று குறிப்பிட்ட காரணத்தினால் வருவிக்கப்பட்டது. தலயாத்திரை தீர்த்த யாத்திரை செய்துதான் இறையைக் காணவேண்டும் என்பதில்லை. அன்பினால் பக்தியினால் இருந்த இடத்திலேயே அவனைக் காணலாம் என்பது இம் மந்திரப் பொருள்.

உடம்பை வளர்த்தல் இன்றியமையாதது

211. உடம்பார் அழியின் உயிரார் அழிவர்
திடம்பட மெய்ஞ்ஞானம் சேரவும் மாட்டார்
உடம்பை வளர்க்கும் உபாயம் அறிந்தேன்
உடம்பை வளர்த்தேன் உயிர்வளர்த் தேனே.

(இ-ள்) உடம்பு அழிந்தால் உயிரும் அழியும். உறுதியான மெய்ஞ்ஞானத்தை அடைய முடியாது. ஆகவே, உடம்பை வளர்க்கும் உபாயம் அறிந்துகொண்டேன். எனவே, உடம்பை வளர்த்தேன்; அதனால் உயிரையும் வளர்த்துக் கொண்டேன்.

(அ - சொ) உடம்பார் - உடம்பு. திடம்பட - உறுதியான. உயிரார் - உயிர்.

(விளக்கம்) உடம்பும் உயிரும் மிகமிக இன்றியமை யாதன ஆதலின், அவற்றின் சிறப்பு நோக்கி, ஆர் என்னும் மரியாதைப் பன்மை விகுதி கொடுத்துக் குறிக்கப்பட்டன.

உடம்பில் இறைவன் உளன்

212.உடம்பினை முன்னம் இழுக்கென் றிருந்தேன்
உடம்பினுக் குள்ளே உறுபொருள் கண்டேன்
உடம்புளே உத்தமன் கோயில்கொண்டான்
என்று உடம்பினை யான் இருந்து ஓம்புகின் றேனே.

(இ-ள்) உடம்பின் அருமை தெரிதற்கு முன்பு அதனைக் குற்றமுடைய பொருளாக எண்ணி இருந்தேன். பின்னர் உடம்புக்குள்ளே சிறந்த பொருள் இருப்பதை அறிந்தனன்.

உடம்புக்குள்ளே சிறந்தவனாகிய இறைவன் கோயில் கொண்டு வீற்றிருக்கின்றான் என்பதை உணர்ந்து கொண்டனன். ஆகவே, இவ்வுடம்பை நான் கண்ணும் கருத்துமாகக் காத்துக் கொண்டிருக்கின்றேன்.

(அ-சொ) இழுக்கு - குற்றமுடையது. உறுபொருள் சிறந்த பொருள்; பெரும் பொருள். உத்தமன் - இறைவன். ஓம்புகின்றேன் - காப்பாற்றுகின்றேன்.

(விளக்கம்) இறைவன் எங்கும் நிறைந்தவன். ஆகவே அவனுக்கு இடம் உடம்பும் ஆயிற்று. அங்ஙனம் இடமாகக் கொண்டுள்ள உடலை இழுக்குடையதாகக் கருதக் கூடாது.

உடம்பைச் சுத்தி செய்யும் முறை

213. சுழற்றிக் கொடுக்கவே சுத்திக் கழியும்
சுழற்றி மலத்தைக் கமலத்தைப் பூரித்து
உழற்றிக் கொடுக்கும் உபாயம் அறிவார்க்கு
அழற்றித் தவிர்ந்துஉடல் அஞ்சனம் ஆமே.

(இ - ள்) பிராண வாயுவை இடகலை பிங்கலை ஆகிய இரண்டு நாடிகளில் மாறி மாறி இழுத்து வாங்கி இருத்தி விட்டால் நாடிகள் சுத்தமாகும். அசுத்தம் கழிந்துவிடும். இவ்வாறு அசுத்தத்தை நீக்கி, உள்ளமாகிய தாமரையினைத் தூய காற்றினால் நிறைவிக்க வேண்டும். எழுபத்திரண் டாயிரம் நாடிகளிலும் அத் தூய காற்றை உழலுமாறு செய்ய அறிந்தவர்களின் உடம்பு, நெருப்பு வெம்மையால் ஆகாத மை போல யோகாப்பியாசத்தால் ஆனதாக அமையும்.

(அ - சொ) மலம் - அசுத்தம். கமலம் - இருதயமாகிய தாமரை. பூரித்து - தூய காற்றினால் நிறைவித்து. உழற்றி- உழலச் செய்து. அழற்றித் தவிர்ந்து - நெருப்பின் வெம்மை யால் உண்டாகாத. அஞ்சனம் - மை.

(விளக்கம்) இடகலை, பிங்கலை என்பன இட நாசித் துவாரம், வல நாசித் துவாரம். இவற்றின் வழியே சுவாசிக்கப் படும்

காற்றையும், வெளியே விடும் காற்றையும் தன் போக்கிலே போகவும் வரவும் விடாமல், தேகப் பயிற்சியால் இடகலையில் இழுத்து பிங்கலையில் விட்டு, பிங்கலையில் இழுத்து இடகலையில் விட்டுப் பழகும் பயிற்சியே சுழற்றிக் கொடுத்தல் ஆகும். உள்ளுக்கு வாங்கிய தூய காற்றை உள்ளக் கமலத்தில் நிறைவிக்க வேண்டும். எல்லா நாடிகளிலும் பரவச் செய்ய வேண்டும். இதுவே "பூரித்து" எனப்பட்டது. மாந்திரீக மையை வசியத்தின் பொருட்டுக் கையாளுவர். அம்மையினை ஓமாக்கினி மூலம் தயாரிப்பர். அவ்வாறு தயாரிக்காமல் உடம்பையே மையாக மேலே சொன்ன பயிற்சியின் வாயிலாகப் பயன்படுத்தலாம் என்பதே இம்மந்திரம் கூறுகிறது. இத்தகைய யோக உடம்பு நெருப்பின் வெம்மையால் தயாரிக்கப் பட்டது அன்று என்பதை உணர்த்தவே, அழற்றித் தவிர்ந்து எனப்பட்டது.

யோகப் பயிற்சியினால் அடையும் பயன்

214. அஞ்சனம் போன்றுடல் ஐஅறும் அந்தியில்
வஞ்சக வாதம் அறும்மத்தி யானத்தில்
செஞ்சிறு காலையில் செய்திடில் பித்தறும்
நஞ்சறச் சொன்னோம் நரைதிரை நாசமே.

(இ-ள்) மை போன்ற உடலுக்குள்ளே இருக்கின்ற கப நோய், மாலைக் காலத்தில் செய்யப்படும் யோகப் பயிற்சியினால் நீங்கும். நடுப் பகலில் யோகாப்பியாசம் புரிந்தால் வஞ்சகமான வாதநோய் நீங்கும். விடியற்காலையில் யோகப்பயிற்சியை மேற்கொண்டால் பித்த நோய் போகும். இவற்றை உங்கள் உடம்பில் உள்ள விஷத் தன்மை ஒழியச் சொன்னோம். கப, வாத, பித்தங்கள் நீங்க மட்டும் இவ் யோகப் பயிற்சி பயன்படும் என்று எண்ண வேண்டா; நரையும், திரையும் கூட நீங்கும்.

(அ - சொ) அஞ்சனம் -மை. ஐ - கபம். அறும் -நீங்கும். அந்தி - மாலை நேரம். செஞ்சிறுகாலை - விடியற்காலம். நஞ்சு விஷம். நரை - மயிர் வெளுத்தல். திரை - சதை சுருங்கி அசைதல்.

(விளக்கம்) வாதம் மருந்தினால் நீங்கியது போன்று தோன்றினாலும், நாடிகள் தோறும் சென்று தீங்கு விளைத்தலின் அது வஞ்சக வாதம் எனப்பட்டது.

உயிர் உடலில் நீடிக்க வழி

215. அண்டம் சுருங்கில் அதற்கோர் அழிவில்லை
பிண்டம் சுருங்கில் பிராணன் நிலைபெறும்
உண்டி சுருங்கில் உபாயம் பலஉள
கண்டம் கறுத்த கபாலியும் ஆமே.

(இ-ள்) பெண்களோடு புணரும் புணர்ச்சி குறைந் தால் உடலுக்கு அழிவு வராது. உடல் விரதம் முதலியவற்றால் சுருங்கினால் உயிர் நெடுநாள் உடலில் தங்கி இருக்கும். உணவு சுருங்கினால் அதனால் வரும் உபாயங்கள் பலவாகும்; கரு நிறமுடைய கழுத்துடைய சிவபெருமானாகவும் விளங்கலாம்.

(அ - சொ) அண்டம் - ஆண்குறி. அதற்கு - உடலுக்கு. பிண்டம் - உடம்பு. கண்டம் - கழுத்து. கபாலி-சிவபெருமான்.

(விளக்கம்) அண்டம் என்னும் சொல், விதை என்னும் பொருளைத் தரும். விதை கரு உண்டாவதற்குக் காரணம். ஆகவே இங்கு அண்டம் ஆண்குறியை உணர்த்தி நிற்கிறது. சுருங்குதல் ஈண்டுப் புணர்ச்சிக் காலத்து எழுச்சி அற்று இருத்தல். உணவு சுருங்கினால் தவம் வரும். தவம் வந்தால் உயிர்நிலை பெறும்; உடலும் சுருங்கும். உடல் சுருங்கின் காம உணர்ச்சி இல்லாமல் போகும். காம உணர்ச்சி இல்லாது போனால், விஷம் உண்டும் இறவாத இறைவனைப் போல இருக்கலாம் என்பதாம்.

இறைவனைத் தேட எய்தும் பயன்

216. நாடவல் லார்க்கு நமன்இல்லை கேடில்லை
நாடவல் லார்கள் நரபதி யாய்நிற்பர்

தேடவல் லார்கள் தெரிந்த பொருள்
இது கூடவல் லார்கட்குக் கூறலும் ஆமே.

(இ - ள்) இறைவனைத் தேட வல்லவர்கட்கு எமன் இல்லை. அதாவது அழிவில்லை. இவ்வாறு தேடுபவர்கள் அரசர்களாகும் சிறப்பும் அடைவர். இது மேன்மேலும் இறைவனைத் தேடவல்லார்கள் அறிந்த உண்மையாகும். ஆகவே நீங்களும் இந்த உண்மையினை உடல்களோடு கூடியவர்கட்கும் சொல்லலாம்.

(அ - சொ) நாட - இறைவனைத் தேட. நமன் - எமன். நரபதி - மக்கள் தலைவனாம் அரசன்.

(விளக்கம்) "இறைவனைத் தேடுக; தேடின் பலன் உண்டு. இந்த உபதேசத்தை எவர்க்கும் இயம்புக" என்பதே இம் மந்திரத்தின் பொருள்.

பிராணவாயு இந்திந்த நாளில் இயங்கும் எனல்

217. **வெள்ளிவெண் திங்கள் விளங்கும் புதன் இடம்**
ஒள்ளிய மந்தன் இரவிசெவ் வாய்வலம்
வள்ளிய பொன்னே வளரும் பிறையிடம்
எள்ளிய தேய்பிறை தான்வலம் ஆமே.

(இ - ள்) வெள்ளி, திங்கள், புதன் கிழமைகளில் இடநாடி (இடகலை) வழியாகவும்; சனி, ஞாயிறு, செவ்வாய்க் கிழமைகளில் பிங்கலை வழியாகவும்; வியாழக் கிழமையில் இடநாடி (இடகலை) வழியாகவும், தேய் பிறை யாயின் பிங்கலை வழியாகவும் செல்லும்:

(அ - சொ) ஒள்ளிய - ஒளியுடைய. மந்தன் - சனி. சனிக் கிழமை. இரவி - சூரியன்; ஞாயிற்றுக்கிழமை. வள்ளிய - வள்ளன்மையுடைய. பொன் - குரு, வியாழக்கிழமை.

(விளக்கம்) சரம் என்பது பிராண வாயுவின் நடமாட்டம். இடகலை என்பது இடப் பக்க நாசி. பிங்கலை என்பது வலப்

பக்க நாசி. புதன் பருத்தவன் ஆதலின் விளங்கும் புதன் எனப் பட்டான். சனிக்குக் கால் ஊனம்; ஆகவே மெல்ல நடப்பவன்; எனவே அவன் மந்தன் எனப்பட்டான். மேலும் இவன் எவர்க்கும் நன்கு தெரிந்தவன் ஆதலின் ஒள்ளியன் எனப் பட்டான். வழங்கும் தன்மையன் வியாழன் ஆதலின் வள்ளிய பொன் எனப்பட்டான்.

வார சூலை

***213.* வாரத்தில் சூலம் வரும்வழி கூறுங்கால்**
நேர்ஒத்த திங்கள் சனிகிழக் கேஆகும்
பார்ஒத்த சேய்புதன் உத்தரம் பானுநாள்
நேர்ஒத்த வெள்ளி குடக்காக நிற்குமே.

(இ-ள்) ஒரு வாரத்தில் சூலம் எதிர்நோக்கி வருகின்ற திசைகளைக் கூறுவோமானால், திங்கட்கிழமையில் சனிக்கிழமையில் கிழக்கே; செவ்வாய்க்கிழமையில் புதன் கிழமையில் வடக்கே சூலமாகும்; ஞாயிற்றுக்கிழமையில் வெள்ளிக்கிழமையில் மேற்கே சூலமாகும்.

(அ - சொ) சேய் - அங்காரகன்; செவ்வாய்க்கிழமை. உத்தரம் - வடக்கு. பானுநாள் - ஞாயிற்றுக்கிழமை. குடக்கு - மேற்கு.

(விளக்கம்) சூலம் எதிரில் நிற்கும் திசையில் பயணம் செய்யக்கூடாது என்னும் குறிப்பை இம்மந்திரம் குறிக்கிறது.

வாரசூலை நிற்கும்போது பயணம் செய்யும் முறை

***219.* தெக்கணம் ஆகும் வியாழத்துச் சேர்திசை**
அக்கணி சூலமும் ஆம்இடம் பின்ஆகில்
துக்கமும் இல்லை வலம்முன்னே தோன்றிடின்
மிக்கது மேல்வினை மேல்மேல் விளையுமே.

(இ-ள்) வியாழக்கிழமை தெற்கே சூலம் நிற்கும். எலும்பு மாலை அணிந்த சூலம் இடப்பக்கமேனும் பின்பக்க மாகவேனும் இருக்கப் பயணம் செய்தால் துன்பம் வராது.

வலப்பக்கமாகவும் முன்பாகவும் இருக்குமானால், செயல்கள் துன்பமாக முடியும்.

(அ - சொ) தெக்கணம் - தெற்கு. அக்கு - எலும்பு மாலை.

(விளக்கம்) இம்மந்திரம் சூலம் நிற்கும் திசை நோக்கிப் பயணம் செய்யக்கூடாது என்பதை அறிவிக்கிறது. திங்கள், சனி, வியாழக்கிழமைகளில் மேற்கு நோக்கியும்; வியாழன், வெள்ளி, ஞாயிற்றுக்கிழமைகளில் வடக்கு நோக்கியும்; செவ்வாய், புதன், திங்கள் சனிக்கிழமைகளில் தெற்கு நோக்கியும் பயணம் செய்க என்பதாம்.

கேசரி யோகம் செய்ய வல்லார்க்கு இறப்பு இல்லை

220. இடக்கை வலக்கை இரண்டையும் மாற்றித்
துதிக்கையால் உண்பார்க்குச் சோரவும்
வேண்டா உறக்கத்தை நீக்கி உணரவல் லார்கட்கு
இறக்கவும் வேண்டா இருக்கலும் ஆமே.

(இ-ள்) இடப்பக்க நாடி, வலப்பக்க நாடி வழியாகப் பிராணவாயுவை உட்கொள்ளுதலை மாற்றி, நடுவில் உள்ள நடுநாடியாய சுழுமுனையால் அவ்வாயுவை நுகர வல்லவர்கட்குத் தளர்ச்சி ஏற்படாது. தூக்கத்தை நீக்கி இவ்வழியில் தியானம் செய்ய வல்லவர்கட்கு இறப்புக் கிடையாது. என்றும் நிலைத்து இருக்கலாம்.

(அ – சொ) இடக்கை - இடப்பக்க நாடி. வலக்கை - வலப்பக்க நாடி. துதிக்கை - நடு நாடியாகிய சுழுமுனை. உண்ணுதல் - நுகர்தல். இருக்கல் - அழியா நிலையில் இருத்தல்,

(விளக்கம்) கேசரி ஆசனம் இன்னது என்பது முன்னர் விளக்கப்பட்டது. அவ்வாசனத்தின் பயனே இங்குக் கூறப்படுகிறது. உறக்கத்தை நீக்கி இந்த யோகத்தில் ஈடுபட வேண்டும் என்று கூறினாரேனும், ஆகாரத்தையும் மாதர் புணர்ச்சியினையும் நீக்குதல் வேண்டும் என்பதும் குறிப்பாக உணர்த்தப்பட்டது.

பரியங்கி யோகத்தால் பார்வதியின் அருளைப் பெறலாம்

221. பரியங்கி யோகத்துப் பஞ்ச கடிகை
அரியஇவ் யோகம் அடைந்தவர்க் கல்லது
சரிவளை முன்கைச்சி சந்தனக் கொங்கை
உருவித் தழுவ ஒருவற்கொண் ணாதே.

(இ - ள்) பரியங்கி யோகத்தில் ஐந்து நாழிகை நேரம் ஈடுபட்டிருப்பவர்கள் தாம், நழுவும் வளையல்களை முன் கையில் அணிந்தவளும், சந்தனம் பூசப்பட்ட முலையினை யுடையவளுமான இறைவியை அணுகி, அவளது அருள் இன்பத்தில் திளைக்க முடியும். ஏனையவர்க்கு இயலாது.

(அ - சொ) பஞ்சகடிகை - ஐந்து நாழிகை. வளை - வளையல். கொங்கை - முலை. ஒண்ணாது - இயலாது.

(விளக்கம்) பரியங்கி யோகமாவது, முழந்தாள்கள் இரண்டின் மேலும் கைகளை நீட்டிப் படுத்துக்கொண்டு யோக நிலையில் இருத்தல் ஆகும். இரண்டரை நாழிகை கொண்டது ஒரு மணி நேரம். ஆகவே ஐந்து நாழிகை என்பது இரண்டு மணி நேரமாகும். இதனால் பரியங்கி யோகத்தில் இரண்டு மணி நேரம் இருத்தல் வேண்டும் என்பது பெறப்படுகிறது. இறைவியின் திருவருள் பெற இவ்யோகம் பயன்படும் என்பதை இம்மந்திரம் கூறுகிறது.

சிறுநீரின் சிறப்பு

222. தெளிதரும் இந்தச் சிவநீர் பருகில்
ஒளிதரும் ஓர் ஆண்டில் ஊனம்ஒன் றில்லை
வளியுறும் எட்டின் மனமும் ஒடுங்கும்
களிதரும் காயம் கனகம தாமே.

(இ - ள்) தெளிவினையுடைய இந்தச் சிவநீரைக் குடித்தால், ஓர் ஆண்டிற்குள் உடலில் ஒருவித ஒளி உண் டாகும். உடலுக்கு அழிவு வராது. பிராணனாகிய அகாரமும், மனமும் ஒடுங்கும். மகிழ்ச்சியும் உண்டாகும். உடல் பொன் மயமாக விளங்கும்,

(அ - சொ) சிவநீர் - மூத்திரம். பருகில் - குடித்தால். ஒளி - சிவ ஒளி. ஆண்டு - வருடம். ஊனம் - அழிவு; துன்பம். வளி - பிராணவாயு. களி - மகிழ்வு. காயம் - உடம்பு. கனகம் - பொன்.

(விளக்கம்) மூத்திரம் சிவநீர், அமரி, அமுரி, சிறுநீர், அமுத நீர் என்று வைத்திய நூலிலும், சித்தர் பாடல்களிலும் கூறப்படும். இதனைப் பருகுவதால் ஏற்படும் பயன் இம்மந்திரத்தில் கூறப்படுகிறது. அவர் அவர்களின் உடலில் தோன்றும் சிறுநீரைப் பருகுதல் பற்றிய குறிப்பே இங்குக் குறிக்கப்படுகிறது. அவர் அவர் விடும் காலை மூத்திரத்தில் முதல் பகுதியில் பித்தமும், கடைசிப் பகுதியில் சாரம் அற்ற நிலையும் இருப்பதால், நடுப்பகுதிச் சிறுநீரையே பருகுதல் வேண்டும். இவ்வாறு செய்வதால் துன்பம் இல்லை. உயிர் கலங்காது. உயிரைக் காத்துக் கொள்ளவும் கூடும். தமிழில் எட்டு எண்ணைக் குறிக்கும் எழுத்து 'அ'; அதுவே ஈண்டு எட்டு எனப்பட்டது.

நரை மயிர் கறுக்க வழி

***223.* நூறுமிளகு நுகரும் சிவத்தின்நீர்**
மாறும் இதற்கு மருந்தில்லை மாந்தர்கள்
தேறில் இதனைத் தெளிஉச்சி கப்பிடின்
மாறும் இதற்கு மறுமயிர் ஆகுமே.

(இ - ள்). மக்களே, மூத்திரத்தை நூறு மிளகு அளவு குடியுங்கள். இதற்கு எதிரான மருந்து எதுவும் இல்லை. இதன் அருமை பெருமை தெரிந்து உச்சியில் அப்பினால், நரை மயிர் மாறும். அதற்கு மாறாகக் கறுமயிர் தோன்றும்.

(அ - சொ) சிவத்தின் நீர் - மூத்திர நீர்.

(விளக்கம்) மூத்திரத்தைப் பருகும்போது, ஒவ்வொரு நாளும் மிளகுடன் சேர்த்துப் பருகவேண்டும். அதாவது முதல் நாள் ஒரு மிளகுடனும், இரண்டாம் நாள் இரண்டு மிளகுடனும், இப்படி நூறு மிளகு வரையும் ஒவ்வொரு நாளும் ஒவ்வொரு மிளகாகக் கூட்டிப் பருகவேண்டும் என்பதாம்.

தலைமயிர் கறுக்க, உடம்பு மென்மையாக வழி

224. அளக நன்னுத லாய்ஓர் அதிசயம்
களவு காயம் கலந்தஇந் நீரிலே
மிளகு நெல்லியும் மஞ்சளும் வேம்பிடில்
இளகும் மேனி இருளும் காயமும்.

(இ-ள்) கூந்தலையும், நல்ல நெற்றியையும் உடைய பெண்ணே! நான் உனக்கு ஓர் அதிசயம் சொல்லப் போகின்றேன் கேள். உடலில் மறைவாகக் கலந்துள்ள இந்தச் சிவநீராகிய மூத்திர நீரிலே மிளகு, நெல்லிக் கனி, மஞ்சள், வேப்பிலை ஆகிய இவற்றை ஒன்று சேர்த்து இடித்த பொடியை கலந்து பருகினால் சதை பருத்த உடல் மென்மை அடையும். தலையில் உள்ள நரை மயிரும் கருக்கும்.

(அ - சொ) அளகம் - கூந்தல். நல்நுதல் - நல்ல நெற்றி. களவு - மறைவு. காயம் - உடம்பு. இந்நீர் - இந்த மூத்திர நீர். வேம்பு - வேப்பிலை. மேனி - உடம்பு. கபாலம் - தலை மயிர். இருளும் - கறுகும்.

(விளக்கம்) நல்நுதலாய் என்றது மகடூஉ முன்னிலை எனப் படும். அதாவது ஒரு பெண்ணை நோக்கிக் கூறுவது போன்ற பாவனை.

பல் ஆண்டு உயிருடன் வாழ வழி

225. காணும் பரிதியின் காலை இடத்திட்டு
மாணும் மதிஅதன் காலை வலத்திட்டுப்
பேணிஇவ் வாறு பிழையாமல் செய்விரேல்
ஆணி கலங்காதவ் ஆயிரத் தாண்டே.

(இ - ள்) சூரிய கலையாகக் காணப்படுகின்ற பிங்கலை வழியாக வரும் காற்றை இடகலையாக நடமாடச் செய்தும், மாட்சிமையுடைய சந்திரகலையாகிய இடகலையில் இயங்கும் காற்றைச் சூரிய கலையாகிய வடகலை (பிங்கலை) வழியாக இயங்கச் செய்தும் வருவாராயின், (அதாவது

இவ்வாறு செய்யும்போது தவறு ஏற்படாமல் செய்து வருவாராயின்) ஆயிரம் ஆண்டானாலும் உடல் கலங்காது.

(அ - சொ) பரிதியின்கால் - சூரியன் கலையாகிய பிங்கலை வழியாக வரும் காற்று. இடத்து இட்டு - சந்திர கலையாகிய இடகலை வழியாக விட்டு. மாணும் - மாட்சியுடைய. மதியதன்காலை - சந்திரகலையாகிய இடகலை வழியாக வரும் காற்று. வலத்து இட்டு - பிங்கலை வழியாக விட்டு. பேணி - குற்றம் வராமல் காத்து. ஆணி - உடம்பு.

(விளக்கம்) பிங்கலை நாடியில் வரும் பிராண வாயுவை இடகலை வழியாகவும், இடகலை வழியாகவரும் பிராண வாயுவைப் பிங்கலை வழியாகவும் வருமாறு பயிற்சி செய்ய வல்லவர், தம் உடம்பிற்கு அழிவின்றிப் பல்லாண்டு வாழ்வர் என்பதாம்.

பஞ்சாட்சரப் பெருமை

***226.* செம்புபொன் ஆகும் சிவாய நமஎன்னில்**
செம்புபொன் ஆகத் திரண்டது சிற்பரம்
செம்புபொன் ஆகும் ஸ்ரீயும் கிரீயும்எனச்
செம்புபொன் ஆன திருஅம் பலமே.

(இ - ள்) மகாமந்திரமாகிய சிவாயநம என்று இடை விடாது சொல்லி வந்தால் செம்பும் பொன்னாக மாறும். இவ்வாறு செம்பு பொன்னாகத் திரண்டதே சிற்பரமாகும். (அதாவது சிவன் அருள் ஆகும்.) ஸ்ரீம், கிரீம் என்னும் சக்தியின் பீஜ மந்திரத்தைச் சொல்லி வந்தாலும், செம்பு பொன்னாகும். செம்பு பொன்னான நிலையே சிதம்பரத்தின் திரு அம்பலம் ஆகும்.

(அ - சொ) சிற்பரம் - சிவனது மேலான அருந்திருவம்பலம். சிதம்பரத்தில் இறைவன் திருநடம்புரியும் சபையாகும்.

(விளக்கம்) செம்பு பொன்னாகும் என்றது, வெறும் உலோகம் ஒன்று ஒன்றாக மாறும் என்பது மட்டும் அன்று. உயிர்

சிவமாகும் என்பதை அறிவதே ஆகும். பஞ்சாட்சர மந்திரத்தைப் போலத் தேவி மந்திரமும் சிறப்புடையது. ஆதலின், அவையும் உடன் சேர்த்துக் கூறப்பட்டன.

ஐந்தெழுத்தின் மாண்பு

227. வாறே சிவாய நமச்சி வாயநம
ஆறே செபிக்கில் வரும்பேர் பிறப்பில்லை
வாறே அருளால் வளர்கூத்துக் காணலாம்
வாறே செபிக்கில் வரும்செம்பு பொன்னே.

(இ - ள்) முன் மந்திரத்தில் கூறப்பட்ட பஞ்சாட்சரத்தைச் செபிக்கின்ற முறை யாது எனில், சிவாயநம சிவாயநம என்று இடைவிடாது செபித்தல் ஆகும். அவ்வாறு செபித்தால் வரக்கூடிய பிறப்பு உண்டாகாது, மேலும், இறைவன் திருவருளால் வளரும் ஆனந்த நடனத்தைக் கண்டு தரிசிக்கலாம். ஆணவமாம் செம்பினின்று அறிவொளியாம் பொன்னினைப் பெறலாம்.

(அ - சொ) வாறு - வலிமை, பேறு. ஆறு - முறை.

(விளக்கம்) இறைவனது நடனம் பார்க்கப் பார்க்க ஆனந் தத்தை வளர்த்தலின் வளர்கூத்து எனப்பட்டது. உலக வளர்ச்சிக்குக் காரணம் ஆதலின் வளர் நடனம் எனக் கூறப் பட்டது எனினும் பொருத்தமே.

பஞ்சாட்சர நடனச் சிறப்பு

223. பொற்பாதம் காணலாம் புத்திரர் உண்டாகும்
பொற்பாதத் தாணையே செம்புபொன் ஆயிடும்
பொற்பாதம் காணத் திருமேனி ஆயிடும்
பொற்பாத நன்னடம் சிந்தனை சொல்லுமே.

(இ - ள்) ஞானிகளே! சிவபஞ்சாட்சர மந்திரத்தைச் செபித்து வந்தால், இறைவனது திருவடிகளைத் தரிசிக்கலாம். ஞானப் பிள்ளைப் பேறு கிடைக்கும். இறைவனது திருவடி

ஆணையாகக் கூறுகின்றேன், செம்புகூடப் பொன் னாகும். இறைவன் திருவடிகளைக் கண்டு அவன் வடிவமாகவே விவங்கலாம். ஆகவே பஞ்சாட்சர நடனத்தின் தியானச் சிறப்பினை மக்களுக்கும் எடுத்து ஓதுங்கள்.

(அ - சொ) ஆணை - சத்தியம். திருமேனி - சிவரூபம். சிந்தனை - தியானம்.

(விளக்கம்) தாம் கண்ட இன்பத்தைத் தாமே அனுபவிக்காமல், பிறரும் அனுபவிக்கக் கூறுமாறு கட்டளை இடுவதே இம்மந்திரம் ஆகும். நடராசர் தியானத்தை வற்புறுத்துவது இம்மந்திரம். நடராசர் வடிவமே பஞ்சாட்சர வடிவம். ஆகவே நடராசனது நடனம் காணல் ஐந்தெழுத்தைச் சிந்தித்தற்குக் கூறுதற்குக் காரணமாகும் என்பது இம் மந்திரப் பொருள்.

திருக்கூத்துத் தியானப் பலன்

***229.* சொல்லும் ஒருகூட்டில் புக்குச் சுகிக்கலாம்**
நல்ல மடவார் நயந்துட னேவரும்
சொல்லினும் பாசச் சுடர்ப்பாம்பு நீங்கிடும்
சொல்லும் திருக்கூத்தின் சூக்குமம் தானே.

(இ-ள்) சொல்லப்படுகின்ற ஓர் உடலிலே புகுந்து இன்பத்தை அடையலாம். நல்ல மாதர்கள் விரும்பி உடன் வருவர். ஆசை பாசம் என்று சொல்லப்படும் பாம்புகள் நீங்கும். ஆகவே சொல்லப்படுகின்ற திருக்கூத்துத் தியானத்தின் இரகசியம் இதுவாகும்.

(அ - சொ) கூடு - உடல். நயந்து - விரும்பி. சூக்குமம் - இரகசியம்.

(விளக்கம்) பஞ்சாட்சர வடிவமான திருக்கூத்துத் தியானத்தால் எந்த உடலில் புகுந்து இன்புற வேண்டும் என்று நினைத்தாலும் அவ்வின்பத்தைப் பெறலாம். திருக்கூத்துத் தியான விசேடத்தால் உடல் அறிவொளியுடன் திகழும். பெண்களும் விரும்பும் நிலையும் ஏற்படும். இவ் வுலக

இன்பம் துய்க்க நல்ல பெண்டிரும் அணுகுவர் என்பது நேர்பொருளாயினும், உள்பொருள் திருவருள் வடிவாம் சத்தியின் அன்பையும் பெறலாம் என்பதும் பொருளாகும்.

பஞ்சாட்சரத்தை இரு வகையாகவும் ஓதலாம்

230. நம்முதல் ஓர்ஐந்தின் நாடும் கருமங்கள்
அம்முதல் ஐந்தில் அடங்கிய வல்வினை
சிம்முதல் உள்ளே தெளியவல் லார்கட்குத்
தம்முதல் ஆகும் சதாசிவம் தானே.

(இ - ள்) 'ந' கரத்தை முதலாகக் கொண்ட நமசிவாய என்னும் பஞ்சாட்சரத்தை ஓதினால் நல்வினைப் பயன்கள் எல்லாம் உண்டாகும். அவ்வெழுத்தையே முதலாகக் கொண்ட அந்தப் பஞ்சாட்சரத்தைச் செபித்து வந்தால் வலிய தீவினைகள் எல்லாம் அடங்கிவிடும். சி என்னும் எழுத்தை முதலாகக் கொண்ட சிவாயநம என்னும் பஞ்சாட்சரத்தைத் தெளிந்து, ஓத வல்லவர்கட்குச் சதாசிவம் முதல்வனாக இருந்து கருணைபுரிந்து அருள் செய்வன்.

(அ - சொ) நம்முதல் ஓர் ஐந்து - நமசிவாய. நாடும் - உண்டாகும். கருமங்கள் - நல்ல செயல்கள். அம்முதல் - நகர எழுத்தை முதலாகக் கொண்ட நமசிவாய. சிம்முதல் - சிகர எழுத்தை முதலாகக் கொண்ட சிவாய நம.

(விளக்கம்) பஞ்சாட்சரத்தில் தூல பஞ்சாட்சரம், சூக்கும பஞ்சாட்சரம், அதிசூக்கும பஞ்சாட்சரம் என்று மூன்று பிரிவுகள் உண்டு. அவற்றுள் நமசிவாய என்னும் தூல பஞ்சாட்சரத்தையும், சிவாயநம என்னும் சூட்சும பஞ்சாட்சரத்தையும் ஓதுவதால் ஏற்படும் பயன் ஈண்டுக் கூறப்பட்டது.

பூசைச்குரிய மலர்கள்

231. அம்புயம் நீலம் கழுநீர் அணிநெய்தல்
வம்பவிழ் பூகமும் மாதவி மந்தாரம்

தும்பை வகுளம் சுரபுன்னை மல்லிகை
செண்பகம் பாதிரி செவ்வந்தி சாத்திடே.

(இ - ள்) தாமரை, நீலோற்பலம், செங்கழுநீர், கரு நெய்தல், கமுகம், குருக்கத்தி, மந்தாரம், தும்பை, மகிழம்பூ, சுரபுன்னை, மல்லிகை, சண்பகம், பாதிரி செவ்வந்தி ஆகிய மலர்கள் சூட்டுதற்கும், அர்ச்சனைக்கும் உரியன.

(அ - சொ) அம்புயம் - தாமரை மலர். நீலம் - நீலோற்பல மலர். கழுநீர் - செங்கழுநீர்ப்பூ. அணி - அழகிய. நெய்தல் - கருநெய்தல்பூ. வம்பு - வாசனை. அவிழ் - வீசும். பூகம் - கமுகம்பூ. மாதவி - குருக்கத்தி மலர். வகுளம் - மகிழம்பூ.

(விளக்கம்) பூசைக்குரிய மலர்கள் இன்னின்ன என்பது விளக்கப்பட்டது. ரோஜாப்பூ கனகாம்பரம் முதலான மலர்களைச் சூட்டுதல் மரபன்று என்பதை உணரவும்.

பூசைக்குரிய வாசனைப் பொருள்கள்

***232.* சாங்கம தாகவே சந்தொடு சந்தனத்**
தேங்கமழ் குங்குமம் கற்பூரம் கார்ஆகில்
பாங்கு படப்பனி நீரால் குழைத்து வைத்து
ஆங்கே அணிந்துநீர் அர்ச்சியும் அன்பொடே.

(இ - ள்) முறையாகக் கத்தூரி, புனுகு முதலிய சாந்துடன் கூடிய சந்தனம், இனிய வாசனையுடன் கூடிய குங்குமப்பூ, பச்சைக் கற்பூரம், கார்அகில் குழம்பு ஆகிய இவற்றை அழகுபடப் பனி நீரால் நன்கு குழைத்துச் சாத்தி அன்புடன் அர்ச்சிக்கவும்.

(அ - சொ) சாங்கமதாக - முறையாக. சந்து - புனுகு கத்தூரி முதலிய சாந்து. தேம் - இனிமை. பாங்கு -அழகு.

(விளக்கம்) குங்குமப்பூ நல்ல மணமுடைமையின் தேம் கமழ் குங்குமம் எனப்பட்டது. அகில் என்பது சந்தனக்கட்டை போல மணம் தருவது. அது கருநிறத்துடன் இருப்பது ஆதலின் கார் அகில் எனப்பட்டது. பனிநீர் என்பது ரோஜாவின்

மணமுள்ள நீர் அன்று; தூயநீர்; அதாவது நேரே ஆகாயத் திலிருந்து விழும் மழை நீரே ஆகும்.

வழிபடும் முறையும் பயனும்

***233.* அன்புட னேநின் றமுதமும் ஏற்றியே**
பொன்செய் விளக்கும் புகைதீபம் திசை தொறும் துன்பம்
அகற்றித் தொழுவோர் நினையுங்கால்
இன்புட னேவந் தெய்திடும் முத்தியே.

(இ - ள்) அன்புடன் முன்நின்று நிவேதனம் செய்து, பொன் போல் ஒளிவிடும் விளக்கையேற்றி, நான்கு திசையும் புகை தீபம் காட்டி, துன்பம் யாவற்றையும் நீக்கித் தொழுகின்றவர்கள், நினைத்துப் பார்த்தால், இவ்வுலக இன்பத்தையும் மறுமை இன்பமான முத்தி இன்பத்தையும் அடைவர்.

(அ - சொ) அமுதம் - பொங்கல் முதலான நிவேதனம் ஏற்றி- நிவேதனம் செய்து. இன்பு - இவ்வுலக இன்பம். முத்தி - மோட்சம்.

(விளக்கம்) ஈண்டு நாம் பூசாகாலத்தில் எரிக்கும் கற்பூரம் எரிக்கப்படாமையை அறியவும். பழங்காலப் பூசை முறையில் எரி கற்பூரம் பூசைக்கு ஏற்றதாகக் கொள்ளப்படவில்லை. புகையும், தீபமும்தாம் வழிபாட்டிற்குப் பயன்படுத்தப் பட்டன.

இறைவன் பூசையால் எய்தும் பலன்

***234.* எய்தி வழிப்படில் எய்தாதன இல்லை**
எய்தி வழிப்படில் இந்திரன் செல்வமும்
எய்தி வழிப்படில் எண்சித்தி உண்டாகும்
எய்தி வழிப்படில் எய்திடும் முத்தியே.

(இ - ள்) இறைவனை அடைந்து வழிபட்டால் அடைய முடியாத பொருள் ஒன்றுமே கிடையாது. (எல்லாவற்றை யும்

அடையலாம்). இந்திரன் அனுபவிக்கும் செல்வங்களை யும் பெறலாம். எண் வகைச் சித்திகளையும் பெறலாம். மோட்ச இன்பமும் கிடைக்கும்.

(அ – சொ) எய்தி -அடைந்து. எய்தாதன - அடைய முடியாதவை.

(விளக்கம்) வழிபாட்டினால் எல்லாம் பெறலாம். எண் வகைச் சித்திகள் அணிமா, கரிமா, லகிமா, மகிமா, பிராப்தி, பிராகாமியம், ஈசத்துவம், வசித்துவம் என்பன. இவற்றின் விளக்கம் முன்னர்க் கூறப்பட்டது. ஆண்டுக் காண்க.

சோதியை உள்ளத்தில் காணுபவன் பெறும் பேறு

235. பார்த்திடும் எங்கும் பரந்தெழு சோதியை
ஆத்தம தாகவே ஆய்ந்தறி வார்இல்லை
காத்துடல் உள்ளே கருதி இருந்தவர்
மூத்துடல் கோடி உகம்கண்ட ஆறே.

(இ-ள்) பார்க்கும் இடம் எங்கும் பரந்து எழுகின்ற பர ஒளியாகிய சிவத்தை அன்புடன் ஆராய்ந்து அறிவார் யாரும் இல்லையே. ஐம்பொறிகள் ஐம்புலன் வழியே தம் விருப்பப்படி போகா வண்ணம் காத்து உள்ளே தியானம் செய்பவர் தம் உடல் பூரித்துக் கோடி உகம் கண்டு வாழ்வார்.

(அ - சொ) ஆத்தம் - அன்பு.

(விளக்கம்) ஒளித்தியானம் மக்களது ஆயுளை விருத்தி செய்யும் என்பது கருத்து. கோடி உகம் என்பது பற்பல ஆண்டுகளைக் குறிக்கும் தொடர்.

இறைவியின் மந்திரப் பலன்

236. ஆதி விதமிகுத் தண்தந்த மால்தங்கை நீதி
மலரின்மேல் நேரிழை நாமத்தைப் பாதியில்
வைத்துப் பல்கால் பயில்விரேல் சோதி
மிகுத்துமுக் காலமும் தோன்றுமே.

(இ - ள்) முதல் தொழிலாகிய படைத்தல் தொழிலைச் செய்து, கருணையைத் தந்து, மாலின் தங்கையாக விளங்கி, நீதியின் மலராகிய தாமரையின் மேல் அமர்ந்திருக்கும் நேர்மையான அணிகலன்களைப் பூண்டுள்ள இறைவியின் மந்திரத்தை நெஞ்சில் பதித்துப் பலமுறைப் பயிற்சி செய்தால் ஒளி உண்டாகும், முக்காலங்களையும் அறியும் அறிவும் ஏற்படும்.

(அ - சொ) ஆதிவிதம் - முதல் தொழிலாகிய படைப்பின் செயல். தண் - கருணை. நீதிமலர் - தாமரை. நேர்இழை - நேர்மையான அணிகலன்களை அணிந்துள்ள தேவி. நாமம் - மந்திரம். பாதி - நெஞ்சு. பலகால் - பலமுறை. முக்காலம் - சென்ற காலம், நிகழ்காலம், எதிர்காலம்.

(விளக்கம்) சூரியனைக் கண்டபோது மலர்தலும், காணாத போது குவிதலும் ஆகிய செய்கையினைத் தன்னிடத்தே கொண்டிருத்தலின், தாமரை நீதி மலர் எனப்பட்டது. பாதி ஈண்டு உள்ளம். அஃது உடலில் நடுவில் இருத்தலின் பாதி எனப்பட்டது. தேவியின் நாமம், வம், ஸ்ரீம், கிரீம் என்பன.

தேவி வழிபாட்டின் பலன்

237. **தையல்நல் லாளைத் தலத்தின் தலைவியை**
மையலை நோக்கும் மனோன்மணி மங்கையைப்
பையநின் றேத்திப் பணிமின் பணிந்தபின்
வெய்ய பவம்இனி மேவகி லாவே.

(இ-ள்) தையல் நாயகியை, உலகநாயகியை, மயக்கம் அல்லாத முறையில் அருளுடன் நோக்கும் மனோன்மணியை, அவசரம் இல்லாமல், அவள் முன் நின்று, தோத்திரம் செய்து வணங்குங்கள். வணங்கினால் கொடிய பிறப்பு இனி வராது.

(அ - சொ) தலம் - உலகம். மை அலை - மயக்கம் அல்லாத முறையில். பைய - மெல்ல. ஏத்தி- தோத்திரம் செய்து. பணி மின் - வணங்குங்கள். வெய்ய - கொடிய. பவம் -பிறப்பு. மேவகிலாவே - வந்து சேராது.

(விளக்கம்) இறைவிக்குரிய பெயர்கள் தையல் நாயகி, லோக நாயகி, மனோன்மணி என்பன.

இறைவி, இறைவனை உயிர்கட்கு அருள் செய்ய வேண்டுவள்

238. அம்பன்ன கண்ணி அரிவை மனோன்மணி
கொம்பன்ன நுண்இடைக் கோதை குலாவிய செம்பொன்செய்
யாக்கை செறிகமழ்
நாள்தொறும் நம்பனை நோக்கி நவிலுகின் றாளே.

(இ - ள்) அம்பு போன்ற கண்களையுடையவளும், அரிவையாய்த் திகழ்பவளும், மனோன்மணியாய் விளங்குபவளும், பூங்கொம்பு போன்ற நுட்பமான இடுப்புடைய வளும், மலர்மாலை சூடியவளும், செம்பொன் நிறமான திருமேனியுடைய இறைவனது பாதி வடிவில் நெருங்கி இருப்பவளும், பூமணம் போன்று இன்பவடிவாய் இருப்பவளும் ஆன இறைவி, இறைவனை நோக்கி, உயிர்கட்கு அருள் செய்ய வேண்டி நிற்பாள்.

(அ - சொ) கோதை - மலர்மலை. குலாவிய -விளங்கிய. யாக்கை - சரீரம். கமழ் - மணம் வீசும். நம்பன் - இறைவன். நவில்கின்றாள் - கூறுகின்றாள்.

(விளக்கம்) இறைவிக்குத் திருவருள் என்னும் பெயரே உண்டு. ஆகவே அப் பெயருக்கு ஏற்ப உயிர்கள் மாட்டு இரக்கம் கொண்டு அவை நன்மை அடைய இறைவனிடம் வேண்டுவாள் ஆயினள்.

பார்வதி தேவியின் பூசைக்குரியன

239. நவிற்றுநல் மந்திரம் நல்மலர் தூபம்
கவற்றிய கந்தம் கவர்ந்தெரி தீபம்
பயிற்றும் உலகினில் பார்ப்பதி பூசை
அவிக்கொண்ட சோதிக்கோர் அர்ச்சனை தானே.

(இ - ள்) யாவரையும் அனுபவிக்கும்படி செய்கின்ற பார்வதி தேவியின் பூசைக்குரியன அவளுக்குரிய மந்திரம், நல்மலர், தூபம், எல்லோரையும் தம் வசப்படுத்தும் மணப் பொருள், இருளைக் கவர்ந்து ஒளிவிடும் விளக்கு ஆகியன. அவிசினை ஏற்றுக்கொள்ளும் ஒளிவடிவாய் உள்ள இறைவனுக்கும் ஒப்பற்ற அர்ச்சனை செய்தல் வேண்டும்.

(அ - சொ) பயிற்றும் - அனுபவிக்கும்படி. நவிற்றுதல் - கூறுதல். கவற்றிய - வசப்படுத்திய, கந்தம் - வாசனைப் பொருள். அவி - ஓமத்தியில் இடப்படும் பொருள். சோதி - ஒளி வடிவான இறைவன். அர்ச்சனை - வழிபாடு.

(விளக்கம்) உலகம் உயிர்களின் நல்வினை தீவினைகளை அனுபவித்தற்கு இடம் ஆதலின், பயிற்றும் உலகு எனப் பட்டது. சந்தனம், புனுகு முதலிய வாசனைப் பொருள்கள் மக்களை வசப்படுத்துதலின் கவற்றிய கந்தம் எனப்பட்டன. இறைவனுக்குரிய பொருள்களை ஓமாக்கினி மூலம் இடுதல் யாக மரபு. அங்ஙனம் இடப்படும் பொருள், அவிஸ் எனப்படும் அஃது இங்கு அவி எனப்பட்டது. இறைவனை இன்றி இறைவி இல்லை ஆதலின், இரண்டு பூசைகளும் இணைத்துக் கூறப் பட்டன.

தேவி சக்கரத் தியானத்தால் எய்தும் பயன்

***240.* புகை இல்லை சொல்லிய பொன்ஒளி உண்டாம்**
குகைஇல்லை கொல்வ திலாமையி னாலே
வகைஇல்லை வாழ்கின்ற மன்னுயிர்க் கெல்லாம்
சிகை இல்லை சக்கரம் சேர்ந்தவர் தாமே.

(இ-ள்) தேவியின் மந்திரம் அடங்கிய சக்கரத்தைத் தியானம் செய்பவர்கட்குத் துன்பம் இல்லை. உடம்பில் பொன்போலும் ஒளி உண்டாகும். இவர்கள் உயிர்களைக் கொல்லார். இதன் பயனாக நரகம் அடையார். ஆகவே, உலகில் நிலைபெற்ற உயிர்கட்குத் தேவி மந்திரச் சக்கரத்தைத் தியானிப்பதைக் காட்டிலும் வேறு சிறந்த வழி வகை இல்லை. இவர்கட்கு முடிவும் இல்லை.

(அ - சொ) புகை - துக்கம். குகை - நரகம். மன் - நிலை பெற்ற. சிகை - முடிவு.

(விளக்கம்) சக்கரம் என்பது செம்புத் தகட்டில் பல அறைகளைக் கீறி அவற்றில் மந்திர எழுத்துக்களை அமைத்துப் பூசைக்குரியதாக வைத்துக் கொள்வதாகும். இச் சக்கரம் ஒவ்வொரு தெய்வத்திற்கும் உண்டு. ஈண்டு ஸ்ரீ சக்கரத்தைப் பூசிப்பதன் பலன் கூறப்பட்டது. ஸ்ரீ தேவி ஆவாள்.

யார் சைவ சித்தாந்திகள்?

***241.* கற்பன கற்றுக் கலைமன்னும் மெய்யோகம்**
முற்பத ஞானம் முறைமுறை நண்ணியே
தொற்பதம் மேவித் துரிசற்று மேலான
தற்பரம் கண்டுளோர் சைவசித் தாந்தரே.

(இ - ள்) கற்கவேண்டிய சாத்திரங்களைக் கற்று, நூல்களில் பொருந்திய உண்மையான சிவயோக முதலான பத ஞானங்களை முறைமுறையாக அடைந்து, சமாதி நிலை பொருந்தி, ஆணவம் கன்மம் மாயை என்னும் குற்றங்களை ஒழித்து,மேலான பரம்பொருளைக் கண்டுள்ளோர் சைவ சித்தாந்தர் ஆவார்.

(அ - சொ) கலை - நூல். மன்னும் - பொருந்திய, மெய் - உண்மையான. யோகம் - சிவயோகம். முன்பத ஞானம் - முன்னர் மேற்கொள்ள வேண்டிய சரியை, கிரியை, யோகம், ஞானம். நண்ணி - அடைந்து. தொல்பதம் - சமாதி நிலை. துரிசு - குற்றம். தற்பரம் - இறைவன்.

(விளக்கம்) ஈண்டுக் கற்பன சைவ சித்தாந்தக் கட்டளை நூற்கள், சித்தாந்த சாத்திரங்கள், தோத்திரங்கள், ஜீவன் முத்தர் வரலாறுகள் முதலானவை.

சுத்த சைவர் யார்

***242. வேடம் கடந்து விகிர்தன் தன்பால்மேவி
ஆடம் பரம் இன்றி ஆசாபா சம்செற்றுப்
பாடொன்றும் பாசம் பசுத்துவம் பாழ்படச்
சாடும் சிவபோ தகர்சுதத சைவரே.***

(இ-ள்) விபூதி உருத்திராக்கம் அணியும் வேடத்தில் உள்ள பற்றையும் விட்டு, இறைவனிடத்தை விரும்பி அடைந்து, ஆடம்பரம் இல்லாமல், ஆசையாகிய பந்தத்தை நீக்கி, துன்பத்தோடு கூடிய பாசமும், ஆன்ம அறிவும் கெடும்படி அடித்துத் தொலைக்கும் சிவஞானம் பெற்றவரே சுத்த சைவர் ஆவார்.

(அ - சொ) விகிர்தன் - இறைவன். தன்பால் - அவனிடம். மேவி - விரும்பி அடைந்து. செற்று - நீக்கி. பாடு - துன்பம். ஒன்று. - பொருந்திய. பாசம் - உலக பந்தம். பசுத்துவம் - சீவனுடைய சிற்றறிவு. சாடும் - அடித்துத் தொலைக்கும். சிவ போதர் - சிவஞானிகள்.

(விளக்கம்) விபூதி உருத்திராக்கம் அணியக் கூடாது என்பது பொருள் அன்று; இம்மந்திரத்தின் கருத்து, 'இவற்றை அணிந்தாலே போதும், சுத்த சைவர் எனப்படுவோம்' என்று அவற்றில் மட்டும் பற்று வைத்திருப்பாருக்கு அறிவுறுத்தவே எழுந்தது இம்மந்திரம். விகிர்தன் - வியக்கும்படி செயல்களைச் செய்யும் இறைவன். பல்வேறு உலகங்களை, உயிர்களைப் படைத்து, காத்து, அழித்து, மறைத்து, அருள்செய்து வருதலின் அவன் விகிர்தன் எனப்பட்டான்.

நால்வகைப் பூசை

***243. உயிர்க்குயி ராய்நிற்றல் ஒண்ஞானப் பூசை
உயிர்க்கொளி நோக்கல் மகாயோகப் பூசை
உயிர்ப்பெறும் ஆவா கனம்புறப் பூசை
செயின்கடை நேசம் சிவபூசை ஆமே.***

(இ - ள்) உயிர்க்கு உயிராய் இறைவன் ஒன்றாய் இருத் தலை அறிதல் ஒளியுடைய ஞான பூசையாகும். உயிர்கட்கு ஒளி தருகின்ற இறைவனை உள்ளத்தில் நோக்குதல் பெரிய யோகப் பூசை ஆகும். இறைவனிடத்தில் பிராணப் பிரதிட்டை ஆகிற ஆவாகனம் செய்தல் புறப் பூசை ஆகும். கடைசியாக அவ் இறைவனை அன்புடன் வழிபடுவது சிவ பூசை ஆகும்.

(அ - சொ) உயிர்ப் பெறும் - பிராணப் பிரதிட்டை. ஆவாகனம் - அமைக்கும் உருவில் அழைத்தல்.

(விளக்கம்) ஈண்டுச் சரியை, கிரியை, யோகம், ஞானம் ஆகிய பூசைகள் இன்னின்ன என்பது கூறப்படுகிறது. புறப் பூசை என்பது சரியை ஆகும். சிவபூசை என்பது கிரியை ஆகும்.

இறைவன் உள்ளத்தில் குடிகொள்ள வழி

244. நாடும் நகரமும் நல்திருக் கோயிலும்
தேடித் திரிந்து சிவபெரு மான என்று
பாடுமின் பாடிப் பணிமின் பணிந்தபின்
கூடிய நெஞ்சத்துக் கோயிலாக் கொள்வனே.

(இ - ள்) நாடு நகரமும் நல்ல திருக்கோயில்கள் ஆகிய இவற்றைத் தேடித்திரிந்து, எங்கும் இறைவனே இருக்கின்றான் என்று உணர்ந்து, அவனைப் பாடுங்கள்; வணங்குங்கள்; வணங்கியபின், அவன் வணக்கம் பொருந்திய உங்கள் உள்ளத்தைக் கோயிலாகக் கொள்வான்.

(அ - சொ) பாடுமின் - பாடுங்கள். பணிமின் - வணங்குங்கள்.

(விளக்கம்) மூர்த்தி, தலம், தீர்த்த தரிசனம் தேவை. அவற்றின் பொருட்டு யாத்திரை செய்தல் வேண்டும். அப்படிச் செய்தபோது இறைவன் எங்கும் உளன் என்னும் அறிவு வருதல் வேண்டும். அவ்வறிவினால் அவனைப் பணிந்து பாடுதல் வேண்டும். இந்தக் கருத்துக்களை இம்மந்திரம் உபதேசிக்கிறது.

தியானத்தின் பயன்

245. பூவினில் கந்தம் பொருந்திய வாறுபோல்
சீவனுக் குள்ளே சிவமணம் பூத்தது
ஓவியம் போல உணர்ந்தறி வாளர்க்கு
நாவி அணைந்த நடுதறி ஆமே.

(இ-ள்) மலரில் மணம் பொருந்தி இருப்பது போலச் சீவான்மாவுக்குள்ளே பரமான்மாவாகிய சிவமணம் பூத்திருக்கிறது. இச் சிவ மணத்தைச் சுவரில் எழுதப்பட்ட ஓவியம் போலத் தியான சமாதியில் இருந்து அறியும் அறிவாளர்கட்குப் புனுகு சேர்ந்த மூங்கில் போல அவர்கள் உயிர் சிறப்படையும்.

(அ - சொ) கந்தம் - வாசனை. நாவி - புனுகு. தறி- தூண்; ஈண்டு - மூங்கில் கழி.

(விளக்கம்) சிவ மணம் அறிய வேண்டின் அசைவற்றுத் தியானம் செய்யவேண்டும். புனுகு சேர்ந்த மூங்கில், புனுகு மணத்தைப் பெறுவதை நாம் அறிவோம். அதுபோல உயிரும் தன் உள்ளத்தில் இருக்கும் சிவமணத்தைத் தியான வழியாக அறிந்தால் சிவமாகவே விளங்கும் என்க.

யோகத்தை விரும்பிச் செய்வதால் ஏற்படும் பயன்

246. விரும்பிநின் றேசெயின் மெய்த்தவர் ஆகும்
விரும்பிநின் றேசெயின் மெய்உரை ஆகும்
விரும்பிநின் றேசெயின் மெய்த்தவம் ஆகும்
விரும்பிநின் றேசெயின் விண்ணவன் ஆகுமே.

(இ-ள்) யோகநெறியை விருப்பத்துடன் செய்தால் உண்மைத் தவசியர் ஆகலாம்; குரு உபதேசங்களைப் பெறலாம்; உண்மைத் தவநிலையையும் அடையலாம்; தேவனும் ஆகலாம்.

(அ - சொ) மெய்உரை - குருவினிடம் பெறும் மகா வாக்கிய உபதேசங்கள். விண்ணவன் - தேவன்.

(விளக்கம்) யோகம் செய்வதற்கு விருப்பம் வேண்டும் என்பது ஈண்டு வற்புறுத்தப்படுகிறது. மெய்த்தவம் என்பது தனக்கு வரும் துன்பத்தைப் பொறுத்தலும், எந்த உயிர்கட்கும் துன்பம் செய்யாத நிலையும் ஆகும். விண்ணவர் ஆகலாம் என்பது பூலோகத்தில் மேலானவர்களாய் இருக்கலாம் எனல்.

யோகியர்கட்கு இறைவன் செய்யும் அருள்

247. பேணில் பிறவா உலகருள் செய்திடும்
காணில் தனது கலவியு ளேநிற்கும்
நாணில் நரக நெறிக்கே வழிசெய்யும்
ஊனில் சுடும்அங்கி உத்தமன் தானே.

(இ - ள்) உடம்பில் சூடு எங்கும் தங்கி இருப்பது போல் உயிர்கள் தோறும் தங்கி இருக்கும் இறைவன், யோகத்தைப் போற்றிச் செய்வார்க்கு மீண்டும் பிறவி எடுக்காத நிலையில் மோட்ச வீட்டைக் கொடுப்பன். சிவ சொரூபத்தைக் கண்டால் அவனோடு கலத்தல் ஆகிய பேரிபை நிலையினைத் தருவான். யோக நெறியை மேற் கொள்ள வெட்க முற்றால், நரக வழியில் கொண்டு போய்ச் சேர்ப்பான்.

(அ - சொ) ஊன் - உடம்பு. அங்கி - நெருப்பு. உத்தமன் - இறைவன். பேணி - இடைவிடாது போற்றி. பிறவா உலகு மோட்ச உலகம். கலவி - தன்னுடன் கலந்திருக்கும் இன்பம். நாணில் - கூசினால். நெறி - வழி.

(விளக்கம்) ஊன் என்னும் சொல்லின் பொருள் தசை என்பது; ஈண்டுத் தசை பொருந்திய உடம்பை உணர்த்தியது. இங்கு இறைவனை எண்ணக் காணக் கூசுதல் ஆகாது என்பது விளக்கப்பட்டது.

ஞானத்தின் சிறப்பு

243. ஞானத்தின் மிக்க அறநெறி நாட்டில்லை
ஞானத்தின் மிக்க சமயமும் நன்றன்று
ஞானத்தின் மிக்கவை நல்முத்தி நல்காவாம்
ஞானத்தின் மிக்கார் நரரின்மிக் காரே.

(இ - ள்) உண்மை ஞானத்தை விட, அதாவது இறை ஞானத்தைவிட மிக்க தர்மநெறி உலகில் வேறு எதுவும் இல்லை. அதைவிடச் சிறந்த சமயமும் எதுவும் கிடையாது. இந்தப் பரஞானத்தை விட மிக்கவை என்று சொல்லப் படுபவை எவையாயினும் நல்ல மோட்ச இன்பத்தைத் தரமாட்டா. ஆகவே மெய்ஞ் ஞானத்தில் மிக்கவர் மண்ணுலக மக்களே ஆயினும் உயர்ந்தவர்களே ஆவார்.

(அ - சொ) அறநெறி - தரும வழி. நல்கா - கொடுக்க மாட்டா. முத்தி - மோட்சம். நரர் - மண்ணுலக மக்கள்.

(விளக்கம்) நாட்டில்லை என்பதற்கு எந்த நாட்டிலும் இல்லை என்று பொருள் படுத்தினாலும் இழுக்கு இல்லை.

குருபக்தியே சன்மார்க்கம் ஆகும்

249. தெரிசிக்கப் பூசிக்கச் சிந்தனை செய்யப்
பரிசிக்கக் கீர்த்திக்கப் பாதுகம் சூடக்
குருபக்தி செய்யும் குவலயத் தோர்க்குத்
தருமுத்திச் சார்பூட்டும் சன்மார்க்கம் தானே.

(இ - ள்) குருவைக் காணுதலும், பூசித்தலும், நினைத்தலும், அவரைத் தொட்டுக் கும்பிடுதலும், அவரது புகழைப் பரப்புதலும், அவரது திருவடிகளைச் சிரமேல் கொள்ளுதலும் ஆகிய இந்த நெறியில் குருபக்தியைக் காட்டும் உலகத்தார்கட்குச் சன்மார்க்க வழி, மோட்சமாகிய இன்பத்தை ஊட்டும்; அதாவது அனுபவிக்கச் செய்யும்.

(அ - சொ) பூசித்தல் - பூசை புரிதல். பரிசித்தல் - தொடுதல். கீர்த்திக்க - புகழ. பாதுகம் - திருவடி. குவலயத்தோர் - உலகில் உள்ளவர். முத்திச்சார்பு - மோட்ச இன்பம். சன்மார்க்கம் - நல்வழியாகும் ஒரு நிலை; ஞான மார்க்கம் எனினும் ஒக்கும். இறைவனைக் குருவாக எண்ணி வழிபட்டு நற்கதி பெறுதல் சன்மார்க்கம்; மாணிக்கவாசகர் மேற்கொண்ட மார்க்கம் இதுவே.

(விளக்கம்) சன்மார்க்கம் இன்னது என்பது இம்மந்திரத் தால் விளங்குதல் காண்க.

தெளிவில்லாத செயல், பயன் அற்ற செயல்

***250.* தெளிவறி யாதார் சிவனை அறியார்**
தெளிவறி யாதார் சீவனும் ஆகார்
தெளிவறி யாதார் சிவம்ஆக மாட்டார்
தெளிவறி யாதவர் தீரார் பிறப்பே.

(இ - ள்) தெளிவு இல்லாதவர் சிவனை அறிய மாட்டார், அவர்களையும் இன்னார் என்றும் அறிந்து கொள்ளமாட்டார். சிவ மாகவும் எக்காலத்தும் ஆகார். பிறப்பிலிருந்து தப்ப மாட்டார்.

(அ - சொ) தெளிவு - சந்தேகம் அற்றுத் தெளிந்து இருக்கும் அறிவு.

(விளக்கம்) தம்மைத் தாமே இன்னார் என்று அறியாத நிலையே ஈண்டுச் சிவனும் ஆகார் எனப்பட்டது.

சத்புத்திர மார்க்கம்

***251.* பூசித்தல் வாசித்தல் போற்றல் செபித்திடல்**
ஆசற்ற நல்தவம் வாய்மை அழுக்கின்மை
நேசித்திட் டன்னமும் நீசுத்தி செய்தல்மற்
றாசற்ற சற்புத் திரமார்க்கம் ஆகுமே.

(இ - ள்) இறைவனைப் பூசைசெய்தலும். அவனது புகழ்களையே வாசித்தலும், அவனையே போற்றுதலும், ஜபம் செய்தலும், குற்றமில்லாத நல்ல தவத்தைச் செய்தலும், சத்தியத்தோடு நடத்தலும், பொறாமைக்கு இடம் இல்லாமல் இருத்தலும், அன்பு கொண்டு அன்னப் பறவை போல ஆன்ம சுத்தி செய்தலும், மற்றும் பலவாகிய குற்றம் அற்ற செயல்களை மேற்கொள்ளுதலும் சத்புத்திர மார்க்கம் ஆகும்.

(அ - சொ) ஆசு - குற்றம். வாய்மை - உண்மை. அழுக்கு இன்மை - பொறாமைக் குணம் இல்லாமை. அன்னம் - அன்னப் பறவை. மார்க்கம் - வழி.

(விளக்கம்) இறைவனுடைய திருவருளை அடைவதற்குரிய வழிகள் பற்பல. அவற்றுள் சத்புத்திர மார்க்கம், தாசமார்க்கம் சகமார்க்கம், சன்மார்க்கம் என்னும் நான்கும் அடங்கும். சத்புத்திர மார்க்கமாவது, இறைவனைத் தந்தையாக எண்ணி ஆன்மா புத்திரனாக அமைந்து வழிபடும் வழி ஆகும்; திருஞான சம்பந்தர் காட்டிய வழி இதுவே. தாசமார்க்கம் என்பது இறைவனை எசமானனாகப் பாவித்து உயிர்கள் பணியாளனாக இருந்து வழிபடும் நெறியாகும்; இது திருநாவுக்கரசர் காட்டிய வழி. சகமார்க்கம் என்பது இறைவன் தன் தோழன் என்று கொண்டு சிவனை வழிபடும் வழியாகும்; இது சுந்தரர் காட்டிய வழி, சன்மார்க்கம் என்பது இறைவனை ஞானாசாரியனாகக் கொண்டு, ஆன்மா சீடனாக இருந்து வழிபடும் வழியாகும்; இது மாணிக்கவாசகர் காட்டிய வழி. அன்னம் பாலில் கலந்த நீரை நீக்கிப் பாலைத் தூய்மையாக்கிப் பருகுகிறது. அது போல ஆன்மா தியானவகையில் சுத்திசெய்து கொள்ளல். தவம் என்பது, காடுகள் புக்குக் காய் கனிகள் அருந்தி வாழ்தல் மட்டும் அன்று; இறைவனைத் தியானம் செய்து கொண்டு, தம்மால் எவ்வுயிர்க்கும் தீங்கினைச் செய்யாது இருத்தலும் ஆகும்.

வழிபாட்டினால் இறைவன் வெளிப்படுவான்

252. நின்று தொழுவன் கிடந்தெம் பிரான்தன்னை
என்றும் தொழுவன் எழில்பரஞ் சோதியைத்
துன்று மலர் தூவித் தொழுமின் தொழுந்தொறும்
சென்று வெளிப்படும் தேவர் பிரானே.

(இ-ள்) நான் இறைவன் திருமுன் நின்று வணங்குவேன்; பூமியில் வீழ்ந்து வணங்குவேன். இவ்வாறு அழகிய பேரொளிப் பிழம்பாகிய இறைவனை எப்பொழுதும் எந்த நாளும் வணங்குவேன். ஆகவே நீங்களும் கொத்துக் கொத்தாக மலர்களை அவன் திருவடிகளில் தூவி வணங்குகள். அப்படி வணங்க வணங்க அந்தத் தேவாதி தேவன் தானாக நம்மிடம் வந்து நம் கண்முன் தோன்றி அருள் செய்வான்.

(அ - சொ) கிடந்து - தரையில் வீழ்ந்து எழில் - அழகு. பரஞ்சோதி - பேர் ஒளி வடிவான இறைவன். துன்று - நெருக்கமான, தேவர்பிரான் - தேவர்களின் தலைவன்.

(விளக்கம்) இறைவன் ஒளியினும் மேலான ஒளி இல்லாமையாலும், அவனது ஒளியே சூரிய சந்திரர்கட்கு ஒளி தருதலாலும் அவனைப் பரஞ்சோதி என்றனர். மலர்களைப் பிய்த்துப் பிய்த்து அவன் திருவடிகளில் இடாமல் முழுமை யாகவும் கொத்துக் கொத்தாகவும் இடவேண்டும் என்னும் கருத்தில் துன்று மலர் என்றனர். தொழுவாரை நோக்கி இறைவன் தானே வருதலின் சென்று என்றனர். இறைவனுக்கு மகாதேவன் என்னும் பெயர் இருத்தலின், அவனைத் தேவர் பிரான் என்றனர்.

தாச மார்க்கம் இன்னது எனல்

253. எளிஅனல் தீபம் இடல்மலர் கொய்தல்
அளிதின் மெழுகல் அதுதூர்த்தல் வாழ்த்தல்
பளிமணி பற்றல் பல்மஞ் சனம்ஆதி தளி
தொழில் செய்வது தான்தாச மார்க்கம்.

(இ - ள்) செய்வதற்குச் சுலபமான முறையாகிய திரு விளக்குகளைத் திருக்கோயில்களில் அமைத்தல், பூக்கொய்து இறைவனை வழிபடல், அன்புடன் பசுச் சாணத்தால் திருக்கோயில் மெழுகுதல், திருக்கோயிலில் உள்ள குப்பைக் கூளங்களைக் கூட்டித் தூய்மை செய்தல், இறைவன் திரு முன் நின்று நாம் வாழ அவனை வாழ்த்துதல், திருக்கோயில் மணிகளைப் பற்றி ஒலித்தல், இறைவனுக்குக்குரிய திருமுழுக்குப் பொருள்கள் (அபிஷேகப் பொருள்கள்) முதலானவற்றைச் செய்வது தாசமார்க்கம் ஆகும்.

(அ - சொ) எளி - எளிதான. அளிதின் - அன்புடன். அது- குப்பைக் கூளங்களை. தூர்த்தல் - எடுத்து வெளியே குவித்தல். பளி - கோவில், மஞ்சனம் - அபிஷேகம். ஆதி - முதலியன. தளி - கோயில்.

(விளக்கம்) திருக்கோயில்களுக்கு விளக்கு ஏற்றிவைத்தல் எளிதான செயல் ஆதலின், 'எளி அனல் தீபம் இடல்' எனப் பட்டது. எதைச் செய்யினும் அன்புடன் செய்ய வேண்டியது முறை ஆதலின், 'அளிதின் மெழுகல்' என்றனர். 'பள்ளி' என்னும் சொல்லுக்குக் கோவில் என்பது பொருள். இங்குப் பாட்டு அமைப்புக் காரணமாக "பளி" என நின்றது. தாசன் என்னும் சொல் அடியவன் என்னும் பொருளையுடையது. இறைவனாம் எசமானனுக்கு அடியனாக இருந்து வழிபட்டு முத்தி நிலை அடையலாம் இதுவும் இறைவனை அடைய வழி: ஆகவே தாசமார்க்கம் என்றனர்.

இறைவியைப் பூசிக்க எய்தும் பேறு

254. பிறப்பை அறுக்கும் பெருந்தவம் நல்கும்
மறப்பை அறுக்கும் வழிபட வைக்கும்
குறப்பெண் குவிமுலை கோமள வல்லி
சிறப்பொடு பூசனை செய்யநின் றார்க்கே.

(இ-ள்) குறப்பெண்ணும் குவிந்த முலைகளையுடைய வளும் அழகிய பூங்கொடியைப் போன்றவளும் ஆகிய இராஜராஜேஸ்வரியைச் சிறப்புடன் வழிபாடு செய்ய முன்

வந்தவர்கட்கு, அவ்வம்மை, வழிபடுவார் பிறப்பை அழிப்பாள்; பெரிய தவப்பேற்றைக் கொடுப்பாள்; மறதியை நீக்குவாள்; பிறர் தம்மை வணங்கும் சிறப்பையும் தருவாள்.

(அ - சொ) கோமளம் - அழகு. நல்கும் - தருவாள்.

(விளக்கம்) மலை குறிஞ்சி நிலைத்தைச் சேர்ந்தது; குறிஞ்சி யாவது மலையும் மலையைச் சார்ந்த இடமும் ஆகும். இம் மலைக்குத் தலைவன் குறவனாவான். குறவன் எனினும் வேடன் எனினும் ஒன்றே. பார்வதிதேவி மலையரசனாம் குறவனுக்குப் பெண்ணாகப் பிறந்தமையின் அவளைக் குறப்பெண் என்றனர்.

ஆறு சமயங்களும் அடைவது ஒருவனையே

**255. ஒன்றது பேரூர் வழிஆ றதற்குள
என்றது போல இருமுச் சமயமும்
நன்றிது தீதிது என்றுரை யாளர்கள்
குன்று குரைத்தெழு நாயைஒத் தார்களே.**

(இ - ள்) சென்று சேரவேண்டிய ஊர் ஒன்றுதான். ஆனால் அதனை அடைவதற்குரிய வழிகள் ஆறு. அதுபோல மோட்ச உலகை அடைவதற்கு ஆறு சமயங்கள் உள்ளன. அச்சமயங்களைச் சேர்ந்தவர்கள் தங்கள் தங்கள் சமயங்களைப் பற்றிப் பேசும் போது, இந்தச்சமயம் நல்ல சமயம், அந்தசமயம் தீயசயம் என்று கூறிக் கொள்வர்: அவர்கள் மலையை நோக்கிக் குரைக்கும் நாய்க்கு ஒப்பாவர்.

(அ - சொ) இருமுச்சமயம் - ஆறு சமயங்கள்.

(விளக்கம்) சிவனை வழிபடும் சமயம், விஷ்ணுவை வழிபடும் சமயம், சத்தியை வழிபடும் சமயம், விநாயகரை வழிபடும் சமயம், முருகனை வழிபடும் சமயம், சூரியனை வழிபடும் சமயம் என ஆறு இருத்தலின், இருமுச்சமயம் என்றனர். இவ்வாறு சமயங்களும் இறைவனை அடைய வழி காட்டும்.

இறைவன் திருவடியே எல்லாம் ஆவது

256. மந்திரம் ஆவதும் மாமருந் தாவதும்
தந்திரம் ஆவதும் தானங்கள் ஆவதும்
சுந்தரம் ஆவதும் தூய்நெறி ஆவதும்
எந்தை பிரான்தன் இணைஅடி தானே.

(இ-ள்) எமது தந்தையான இறைவனது திருவடிகளே மந்திரம், மருந்து, தந்திரம், தருமங்கள், அழகு, நன் னெறி ஆகிய இவைகள் ஆகும்.

(அ - சொ) மா - சிறந்த. தந்திரம் - ஆகமங்கள். தானம் - தருமம். சுந்தரம் - அழகு. தூய் - சுத்தமான. நெறி - வழி. எந்தை - எம் தந்தை. இணை - சேர்ந்த.

(விளக்கம்) இறைவன் திருவடிகள் எல்லாம் தரும்.

குருவே இறைவன்

257. குருவே சிவம்எனக் கூறினன் நந்தி
குருவே சிவமென் பதுகுறித் தோரார்
குருவே சிவனுமாய்க் கோனுமாய்
நிற்கும் குருவே உரைஉணர் வற்றதோர் கோவே.

இ-ள்) எனது குரு நாதனாம் நந்தி, குருதான் இறைவன் என்று கூறினான். அந்தோ! குருவே இறைவன் என்பதை மக்கள் அறியாராய் இருக்கின்றார்களே! குருதான் இறைவனாய் எவர்க்கும் எவற்றிற்கும் தலைவனாம் இருப் பவன்; குருதான் சொல்லுக்கும் உணர்வுக்கும் அப்பால் பட்ட தலைவனாவான்.

(அ - சொ) ஓரார் - சிந்திக்கமாட்டார். கோன் - தலைவன் கோ-தலைவன்.

(விளக்கம்) இறைவன் கட்புலனுக்குக் காணப்படாததோர் பொருள். கட்புலனுக்குக் காணப்படும் பொருள் குருவே, அதனால் அவனையே இறைவனாக, நம் தலைவனாகக் கொள்ள வேண்டும்.

சிவஞானப் பேறு

***258.* சிவமான ஞானம் தெளியஒண் சித்தி**
சிவமான ஞானம் தெளியஒண் முத்தி
சிவமான ஞானம் சிவபரத் தேஏகச்
சிவமான ஞானம் சிவானந்தம் நல்குமே.

(இ - ள்) சிவமாகிய பேர் அறிவைத் தெளிந்த அளவில் ஒளியுடைய எல்லாச் சித்திகளும் கைவரும். சிவமான பேர் அறிவைத் தெளிவுற உணர்ந்தால் ஒள்ளிய முத்திப் பேறு உண்டாகும். அச் சிவமான பேரறிவு சாயுச்சிய நிலையை அடைய அச்சிவப்பேர் சிவனோடு இணைந்து ஆனந்தத்தைக் கொடுக்கும்.

(அ-சொ) ஞானம் - பேரறிவு. சித்தி - எல்லாம் செய்ய வல்ல ஆற்றல். முத்தி -மோட்சம் சிவபரம் - சாயுச்சிய பதவி. நல்கும் - கொடுக்கும்.

(விளக்கம்) சிவமும் அறிவும் வேறன்று. அன்பும் சிவமும் போல ஒன்று. ஆகவே சிவமான ஞானம் எனப்பட்டது. சித்தி பெற்றபோது எங்கும் விளங்கும் விளக்கம் பெறுதலின், ஒண் சித்தி என்றனர். ஒண்மை ஒளியாகும். முத்தி நிலையில் இருள் ஏதும் இல்லாமையால் ஒண் முத்தி என்றனர். சாலோகம் என்பது புண்ணிய உலகை அடைதல். சாமீபம் என்பது இறை உலகை நெருங்குதல். சாரூபம் என்பது அவ்வுலகை அடைய அவனது வடிவம் உறுதல். சாயுச்சியம் என்பது இறைவனுடன் ஒன்றுபட்டிருத்தல்; அஃது ஈண்டுச் சிவபரம் எனப்பட்டது.

திருவடியின் சிறப்பு

***259.* திருவடி ஞானம் சிவம்ஆக்கு விக்கும்**
திருவடி ஞானம் சிவலோகம் சேர்க்கும்
திருவடி ஞானம் சிறைமலம் மீட்கும்
திருவடி ஞானமே திண்சித்தி முத்தியே.

(இ - ள்) இறைவனது திருவடிகளைத் தொழுதலாகிய உண்மை அறிவே, தொழுபவர்களை இறைவனாக்குவிக்கும். இறை உலகமாகிய மோட்ச உலகில் கொண்டு சேர்ப்பிக்கும். ஆன்மா மலத்தால் அடைபட்டுக் கிடக்கின்ற கட்டினை அவிழ்த்து மீட்பிக்கும். அத் திருவடி ஞானம் வளமான எண்வகைச் சித்திகளையும் மோட்சத்தையும் கொடுக்கும்.

(அ - சொ) மலம் - அழுக்கு. முத்தி - மோட்சம்.

(விளக்கம்) மலம் என்பது ஆன்மாவை இறைவனுடன் சேராதபடி தடுத்து நிற்கும் அழுக்காகும். அவையே ஆணவம், கன்மம், மாயை எனப்படும். சித்திகள் என்பன அணிமா, கரிமா, லகிமா, மகிமா, பிராத்தி, பிரகாமியம், ஈசத்துவம், வசித்துவம் என்பன. இவற்றின் விளக்கம் அட்டமா சித்தி என்ற இடத்து எழுதப்பட்டது. ஆண்டுக் காணவும்.

இறைவன் இணையடிகளே எல்லாம்

***260.* மந்திரம் ஆவதும் மாமருந் தாவதும்**
தந்திரம் ஆவதும் தானங்கள் ஆவதும்
சுந்தரம் ஆவதும் தூய்நெறி ஆவதும்
எந்தை பிரான்தன் இணையடி தானே.

(இ - ள்) மந்திரம், மருந்து, தந்திரம், உலகம், அழகு, நல்வழி ஆகிய இவை யாவும் எமது தலைவனாம் இறைவன் திருவடிகளே ஆகும்.

(அ - சொ) மா - சிறந்த. தந்திரம் - நூல் உணர்வு. தானம் - உலகம். நெறி - வழி. இணை - இரண்டு. சுந்தரம்-அழகு. தூய் - சுத்தமான. எந்தை - எம் தந்தை. பிரான் - தலைவன்.

(விளக்கம்) அடி ஈண்டுத் திருவடி ஞானம்; அந்த ஞானமே எல்லாம் தரவல்லது. மருந்து, ஈண்டு உடல் நோய் தீர்ப்பதை மட்டும் குறிக்காது, பிறப்பு நோயையும் தீர்க்க வல்லதாம். தந்திரம் ஆகமங்களையும் உபநிடதங்களையும் உணர்த்தும்.

மௌனத்தின் விளைவுகள்

261. மோனம்கை வந்தோர்க்கு முத்தியும் கைகூடும்
மோனம் கை வந்தோர்க்குச் சித்தியும் முன்னிற்கும்
மோனம்கை வந்தூமை யாம்மொழி முற்றும் காண்
மோனம்கை வந்தைங் கருமமும் முன்னுமே.

(இ - ள்) மௌனப் பயிற்சி கை வந்தவர்களுக்கு மோட்ச இன்பம் கைகூடும். எண்வகைச் சித்திகளின் பயிற்சி ஏற்பட்டு அவை ஏவல் செய்ய முன்வந்து நிற்கும். பிரணவ மொழியும் கைவரப் பெறும். இறைவனைப் போல ஐந்து தொழில்களைச் செய்யும் ஆற்றலும் அமையும்.

(அ - சொ) மௌனம் - வாய்விட்டுப் பேசாதிருத்தல். முத்தி - மோட்சம். சித்தி - எண்வகைச் சித்திகள். ஊமை யாம் மொழி - ஓம் என்னும் பிரணவச்சொல். ஐ - ஐந்து. கருமம் - செயல்கள். முன்னும் - கைகூடும்.

(விளக்கம்) பேசாது சும்மா இருத்தல் மௌனம் எனப் படும். எண்வகைச் சித்திகள் முன்பே விளக்கப்பட்டன. முன்னிற்கும் என்றதன் குறிப்பு, அவை ஏவல் செய்யக் காத்திருக்கும் என்பதாம். ஊமையாம் எழுத்தாவது பேசாத எழுத்து. அதுவே, ஓம் என்னும் பிரணவம். படைத்தல் காத்தல், மறைத்தல், அருளல் ஆகியவை ஐந்து தொழில்கள்

பற்று விட்டோர் நிலை

262. ஒடுங்கி நிலைபெற்ற உத்தமர் உள்ளம்
நடுங்குவ தில்லை நமனும்அங் கில்லை
இடும்பையும் இல்லை இராப்பகல் இல்லை
படும்பயன் இல்லை பற்றுவிட் டோர்க்கே.

(இ - ள்) ஐம்புலன்களை ஒடுக்கி நிலைபெற்ற உத்தமர் மனம் எந்த விதமான விபத்து ஏற்பட்ட காலத்திலும் நடுக்கம் அடையாது. உலகப்பற்றை விட்ட அவர்கட்கு இயமபாதை கிடையாது; துன்பமும் வராது. இரவையும் பகலையும்

அவர்கள் சமமாகவே எண்ணுவர். அவர்கட்கு வரக்கூடிய பயனும் இல்லை.

(அ - சொ) நமன் - இயமன். இடும்பை - துன்பம். படும் - வரும். பற்று - ஆசை.

(விளக்கம்) ஐம்புலன்கள் உடம்பு, வாய், கண், மூக்கு, காது என்பன. இவை மக்களைத் தம் வழியே இழுத்துச் சென்று உலக ஆசை வலையில் சிக்க வைக்கும். ஆகவே, இவற்றின் வழி செல்லாது ஒடுங்கி வாழ்பவரே பற்று விட்டவர் ஆவார். நமன் அங்கு இல்லை என்பது, ஆசை அறாதவர்கள் மரண காலத்தில் படும் துன்பம் ஆசை அற்றவர்க்கு இல்லை என்பதாம். எல்லாம் துறந்த துறவி கட்கு உலகபந்தத்தில் பற்று இல்லாத காரணத்தினால், இரவையும் பகலையும் ஒருபடித்தாகவே எண்ணி வாழ்வர். ஆதலின் இரவு பகல் இல்லை எனப்பட்டது. துறவிகள், எதையும் விரும்பாதவர் ஆதலின், அவர்கட்கு எந்தப் பயனும் இல்லை என்பார், படுபயன் இல்லை என்றார்,

துறவியர் இயல்பு

263. பிறப்பறி யார்பல பிச்சைசெய் மாந்தர்
சிறப்பொடு வேண்டிய செல்வம் பெறுவர்
மரப்பிலர் ஆகிய மாதவம் செய்வார்
பிறப்பினை நீக்கும் பெருமைபெற் றாரே.

(இ-ள்) பிறப்பை ஒழிக்கும் பெருமை பெற்ற துறவியர், பசி வந்துற்றபோது பிச்சையேற்று உண்ணும் துறவிகள், இனிமேல் வரும் பிறப்பை அற்றவர் ஆவர். சிறப்போடு கூடிய அருட் செல்வத்தைப் பெறுவர். மறதியை அறியார். பெருந்தவத்தையே மேற்கொள்வர்.

(அ - சொ) மா - சிறந்த. பெரிய.

(விளக்கம்) நாம் செய்யும் செயல்களுக்குக் காரணமே பிறப்பு உண்டாதற்குக் காரணம். இறைவனைப் பற்றினால்

பிறப்பினை ஒழிக்கலாம். அங்ஙனம் பற்றுபவர் துறவிகள், தவசிகள். ஆகவே அவர்கள் பிறப்பினை நீக்கும் பெருமை பெற்றார் எனப்பட்டனர். எல்லாம் துறந்தவர் தவசியர், துறவியர். அவர்கட்குக் குடும்பம் இல்லை. ஆகவே பிச்சை ஏற்று உண்பதே அவர்கள் வாழ்க்கை. அத்தகையவர்களையே பிச்சை செய் மாந்தர் என்றனர். 'பிச்சைச் சோற்றிற்குப் பிறப்பு இல்லை', என்பது பழமொழி. எப்போதும் ஐம்புலன்களை அடக்கித் தியான நிலையில் இருத்தலின், மறப்பிலராகிய மாதவம் செய்வார் எனப்பட்டது.

இல்லறம் ஏற்பினும் இறைவனை மறவற்க

***264.* பள்ளம் முதுநீர் பழகிய மீன் இனம்**
வெள்ளம் பதியவை காண விரும்புறும்
கள்ளவர் கோதையர் காமனோ டாடினும்
உள்ளம் பிரியா ஒருவனைக் காணுமே.

(இ – ள்) மீன் ராசிகள் ஆழமான நீர் நிலைகளில் வாழ்ந்து பழகினாலும், புது நீர் வெள்ளத்தை அடையவே விருப்பம் கொள்ளும். அம்மீன்களைப் போலவே உள்ளத் துறவுடைய உத்தமர்கள், இல்லறத்தில் ஈடுபட்டுத் தேன் ஒழுகும் மலர்களை அணிந்த மாதர்களுடன் மன்மதனது தொழிலாகிய இன்பத்தில் ஈடுபட்டிருந்தாலும், இறைவன் மீது நாட்டம் கொண்டு, அவன்மீது வைத்த மனத்தை மாற்றாராகி வாழ்வர்.

(அ - சொ) கள் - தேன். கோதையர் - மலர்மாலை அணிந்த பெண்கள். காமன் - மன்மதன். ஒருவன் - ஒப்பற்ற இறைவன்.

(விளக்கம்) தவம் என்றதும் எல்லாம் விட்டுக் காட்டுக்கு ஓடி அங்குத்தான் சென்று தவம் புரியவேண்டும் என்பது இல்லை. இல்லறத்தில் இருந்துகொண்டு தம் கடமைகளைத் தவறாது செய்துகொண்டு மனைவி மக்களோடு இன்புற்று இருக்கலாம். ஆனால் அம் மனைவி மக்கள் இன்பத்திலேயே அழுத்திவிடாமல் இறைவன் மீது தம் உள்ளத்தை வைத்து அவனையும் கண்டு கொண்டே இருக்க வேண்டும். இது குறித்தே மீன் இனத்தை உவமை காட்டினார்.

உள்நோக்கம் வேண்டும்

265. சாத்திரம் ஓதும் சதுர்களை விட்டுநீர்
மாத்திரைப் போது மறித்துள்ளே நோக்குமின்
பார்த்தஅப் பார்வை பசுமரத் தாணிபோல்
ஆர்த்த பிறவி அகலவிட் டோடுமே.

(இ) - ள்) மக்களே, சாத்திரம் சாத்திரம் என்று கூறி அதனை ஓதிப் பெருமையடையும் மக்களை விட்டு நீங்கி, நீங்கள் கண் இமை கொட்டும் சிறு அளவேனும் வெளி முகமாகச் சஞ்சரிக்கும் அறிவைத் தடுத்து உங்கள் உள்ளத்தையே உற்று நோக்குங்கள். அங்ஙனம் உள்ளத்துள்ளே இருக்கின்ற இறைவனைப் பார்த்த அந்த முகப்பார்வை பச்சை மரத்தில் அடித்த ஆணிபோல் எளிதில் உங்களை மாயையால் கட்டுண்ட பிறப்பை ஒழித்திட வழி செய்யும்.

(அ - சொ) சதுரர் - சமர்த்தர்; பெருமையுடைவர். மாத்திரை - கண் இமைக்கும் நேரம். மறித்து - தடுத்து. நோக்குமின் - பாருங்கள். ஆர்த்த - பாசத்தால் கட்டிய.

(விளக்கம்) சாத்திரங்களை ஓதி மக்களை மயக்கலின், அவர்களைச் சதுரர் என்றனர். வெளியில் மனத்தைச் செலுத்த விடாமல் உள்ளுக்குள் உணர்வாய் இருக்கும் இறைவனை நோக்குமாறு இம்மந்திரம் கூறுகிறது. உள் முகப் பார்வை பிறவியைப் போக்கும் என்பது கருத்து. சாத்திரம் கேட்க வேண்டா என்பதன்று. அஃது ஓர் அளவுக்கே வேண்டும். ஆனால் இறை தியானம் எப்போதும் தேவை என்பது ஈண்டு வற்புறுத்தப் பட்டது.

இறை அருளால் எல்லாம் எய்தலாம்

266. பிரான்அருள் உண்டெனில் உண்டுநல் செல்வம்
பிரான்அருள் உண்டெனில் உண்டுநன் ஞானம்
பிரான்அரு ளில்பெருந் தன்மையும் உண்டு
பிரான்அரு ளில்பெருந் தெய்வமும் ஆமே.

(இ - ள்) இறைவன் திருவருள் இருக்குமானால் நல்ல செல்வம் உண்டாகும். நல் ஞானமும் ஏற்படும். பெருந் தன்மையுடைய பண்பும் அமையும். பெருந் தெய்வ நிலை யைக் கூட அடையலாம்.

(அ - சொ) பெருந்தன்மை - நல்ல பண்பு.

(விளக்கம்) இறைவன் திருவருள், செல்வம், ஞானம் பெருந்தன்மை, தெய்வநிலை ஆகியவற்றைத் தரும்,

திருநீற்றின் சிறப்பு

267. கங்காளன் பூசும் கவசத் திருநீற்றை
மங்காமல் பூசி மகிழ்வரே யாமாகில்
தங்கா வினைகளும் சாரும் சிவகதி
சிங்கார மான திருவடி சேர்வாரே.

(இ-) உலக முடிவில் அனைத்தையும் அழித்து அது போது எஞ்சிய எலும்புகளை அணியும், இறைவன் பூசிக் கொள்ளும் உடலுக்குக் கவசமாக விளங்கும் திருநீற்றைச் சிறிதும் தடையில்லாது உடலில் பூசி மகிழ்ந்தால் தீவினைகள் நீங்கும். மோட்ச இன்பம் அடைய வழி உண்டாகும். இறைவனது அழகிய திருவடிகளை அடையலாம்.

(அ - சொ) கங்காளன் - எலும்பு மாலைகளை அணிந்த இறைவன். கவசம் - உடலுக்குத் துன்புறாது அணியும் மேல் உடை. மங்காமல் - தடையில்லாமல். வினை - பாவம். சிவகதி - மோட்சம். சிங்காரம் - அழகு. திருவடி - மெய்ஞ் ஞானம்.

(விளக்கம்) நாமும் பூசவேண்டும் என்ற கருணையினால் தான் இறைவன் தன் திருமேனியில் விபூதியைப் பூசிக் கொள்கிறான். திருநீறு பொது. வைணவர்கள், கிறித்தவர்கள், முஸ்லீம்களும் பூசிக் கொள்ளலாம். கிறித்தவர் சாம்பல் திருநாளில் பூசிக் கொள்கின்றனர். முஸ்லீம்கள் அல்லாசாமிப் பண்டிகைகளில் திருநீற்றைப் பூசுகிறார்கள். திருமால் மேனியில் திருநீறு இருப்பதை நம்மாழ்வார் கூறுகிறார்.

நல்ல குருவைக் கொள்ளமையால் கேடே வரும்

***268. குருட்டினை நீக்கும் குருவினைக் கொள்ளார்
குருட்டினை நீக்காக் குருவினைக் கொள்வர்
குருடும் குருடும் குருட்டாட்டம் ஆடிக்
குருடும் குருடும் குழிவிழும் ஆறே.***

(இ-ள்) மக்கள் அஞ்ஞானத்தை நீக்கும் குருவைத் தேடி அடையார். அஞ்ஞானத்தைப் போக்காத குருவைத் தான் அடைவர். அவர்கள் செயல் பிறவிக்குருடாக இருக்கும் இரண்டு குருடர்கள் கண்மூடி ஆடும் ஆட்டம் ஆடிப் பள்ளத்தில் விழுதலுக்கு ஒப்பாவர்.

(அ - சொ) குருட்டு - அஞ்ஞானம், அறியாமை.

(விளக்கம்) குருட்டாட்டம் என்பது சிறு பிள்ளைகள் தம் கண்ணைத் துணியாமல் மறைத்துக் கொண்டு, எதிரிலுள்ள பிள்ளைகளைத் தொட முயற்சி செய்தல்.

நல்ல குருவால் எய்தும் பயன்

***269. கொள்ளினும் நல்ல குருவினைக் கொள்ளுக
உள்ள பொருள்உடல் ஆவி உடன்ஈக
எள்ளத் தனையும் இடைவிடா தேநின்று
தெள்ளத் தெளியச் சிவபதம் தானே.***

(இ - ள்) உலக மக்களே! குருவைப் பெறுவதாக இருந்தால் நல்ல குருவைப் பெறுக. அந்த குருவுக்கு உடல், பொருள், ஆவி அனைத்தையும் தியாகம் செய்க. சிறி தேனும் தடையில்லாமல் அவர் முன்னின்று வழிபட்டு அவரது உபதேசப்படி தெளிவு பெற்றால், மங்களமான வீட்டின்பம் உறுவது நிச்சயம்.

(அ - சொ) ஆவி - உயிர். சிவபதம் - மோட்ச வீடு.

(விளக்கம்) குருவுக்கு வேண்டியதை எல்லாம் தருதல் வேண்டும் என்ற கருத்தில் பொருள் உடல் ஆவிகளைத் தருக

என்றனர். ஆசிரியரை நீங்காதிருக்க இடைவிடாது நின்று என்றனர்.

நல்ல மாணாக்கன்

270. சற்குணம் வாய்மை தயாவிவே கம்தண்மை
சற்குரு பாதமே சாயைபோல் நீங்காமை
சிற்பர ஞானம் தெளியத் தெளிவோர்தல்
அற்புத மேதோன்றல் ஆகும்சற் சீடனே.

(இ - ள்) நல்ல சீடனுக்கு இருக்க வேண்டிய பண்புகள் நல்ல குணம், சத்தியம், இரக்கம், நல்ல அறிவு, பொறுமை, நல்ல குருவின் திருவடிகளை நீங்காது ஒழுகல், தத்துவப் பொருளான இறைவனைத் தெளிதல், சிந்தித்தல், அற்புத நிகழ்ச்சி தோன்றல் என்பன.

(அ - சொ) சத் - நல்ல. வாய்மை - சத்தியம். தண்மை - இரக்கம். சாயை - நிழல். சித் - உண்மையான. பரஞானம் - இறைவனை உணரும் மேலான அறிவு. ஓர்தல் - ஆராய்தல். அற்புத - அருள்.

(விளக்கம்) நிழல் நம்மை விட்டுப் பிரியாதது போல் ஞானாசாரியனை விட்டுப் பிரியக் கூடாது என்பதற்குச் சாயை உபமானம் ஆக்கப்பட்டது.

கோயில் தோற்றத்தின் உண்மை

271. தூய விமானமும் தூலம்அ தாகுமால்
தூய சதாசிவம் ஆகும்நல் சூக்குமம்
பாய பலிபீடம் பத்திர லிங்கமாம்
ஆய அரன்நிலை ஆய்ந்துகொள் வார்க்கே.

(இ - ள்) கோவிலின் மேல் உள்ள கோபுரம் (விமானம்) தூலலிங்கம் ஆகும். கோவிலின் மூலட்டானத்தில் இருக்கும் தூய லிங்கமாகிய சதாசிவம் சூட்சும லிங்கமாகும். பரந்த பலிபீடம் இடப இலிங்கமாகும். இவ்வாறு இறைவன் கோவிலை ஆராய்ந்த அறிஞர்கள்உணர்வார்கள்.

(அ - சொ) விமானம் - கோபுரம். தூலம் - பருப்பொருளாகிய இலிங்கம். தூய - சுத்தமான. சதாசிவம் - மூலட்டானத்திலிருக்கும் இலிங்கம். சூக்குமம் - நுண் வடிவாகிய லிங்கம். பத்திரம் - ரிஷபம். பாய பரந்த. அரன்நிலை - சிவபெருமான் கோவில்.

(விளக்கம்) கோயில் அமைப்பே சிவலிங்க அமைப்பாகும் கோபுரமும் இலிங்கமே, அது தூயலிங்கம் எனப்படும். பலி பீடம் ஆணவ, கன்ம, மாயையைக் குறிக்கும் மலஇருப்பாகும். ரிஷபம் ஆன்மா ஆகும்.

அருள் பண்பின் பயன்

272. அருள்கண் இலாதார்க் கரும்பொருள் தோன்றா
அருள்கண் உளோர்க்கெதிர் தோன்றும் அரனே
இருள்கண்ணி னோர்க்கங் கிரவியும் தோன்றா
தெருள்கண்ணி னோர்க்கெங்கும் சீர்ஒளி ஆமே.

(இ-ள்) அருளாகிய கண் இல்லாதவர்கட்கு அரிய பொருள்கள் தென்படமாட்டா. அருள்கண் உள்ளவர்கட்கு இறைவன் எதிரே தோன்றுவன். பேர் ஒளியுடைய சூரியனும் இருள்கண் உடையவர்கட்குத் தோன்ற மாட்டான். தெளிந்த அறிவுக்கண் உடையவர்கட்கு எங்கும் சீரிய ஒளி விளங்கும்.

(அ - சொ) அரன் - ஈசன். இரவி - சூரியன். தெருள்- தெளிவுடைய. சீர் - சிறப்பு.

(விளக்கம்) இறைவன் அருள் உடை நெஞ்சத்தவர் முன் நிற்பன் என்பது இங்குக் குறிப்பிடப்பட்டுள்ளது. இருள் கண் ஈண்டு அஞ்ஞானக்கண். தெருட்கண் என்பது ஞானக் கண். 'எங்கும் ஒளியாமே' என்பது எல்லாம் ஐயம் திரிபு இல்லாமல் விளங்கும் என்பதாம்.

உள்ளத்திலேயே பூசை உண்டு

273. உள்ளம் பெருங்கோயில் ஊன்உடம் பாலயம்
வள்ளல் பிரானார்க்கு வாய்கோ புரவாசல்
தெள்ளத் தெளிந்தோர்க்குச் சீவன் சிவலிங்கம்
கள்ளப் புலன் ஐந்தும் காள மணிவிளக்கே.

(இ - ள்) நமது மனமே பெரிய கோவில். அக் கோவிலின் மூலட்டானம் தசையால் ஆன உடம்பு. அன்பர்களின் குறிப்பறிந்து கொடுத்தருளும் இறைவனுக்கு வாயே கோபுர வாசல் ஆகும். நன்கு அறிந்த ஞானிகட்கு ஆன்மாவே சிவலிங்கமாகும். மனத்தைத் திருட்டு வழியில் இழுத்துச் செல்லும் ஐந்து புலன்களும் அழகிய விளக்காகும்.

(அ - சொ) உள்ளம் - மனம். ஊன் - தசை. ஆலயம் - மூலத்தானம். வள்ளல் பிரான் - இறைவன். தெள்ளி - தெளிவாக. சீவன் - ஆன்மா. புலன்ஐந்து - உடம்பு, வாய், கண், மூக்கு, காது. காளம் - அழகு.

(விளக்கம்) ஆலய அமைப்பு, ஆண்டவன் இருப்பு யாவும் நம் உடம்பிலேயே உள என்பது இம் மந்திரக் கருத்து. இறைவன் ஆன்மாக்களின் பக்குவம் அறிந்து தேவைகளைக் கொடுத்து உதவுவதால் வள்ளல் எனப்பட்டான். களை என்னும் சொல்லுக்கு அழகு என்பது பொருள். அச்சொல் காள என ஈண்டுத் திரிந்தது.

இறைவன் திருவருளை நீராலும் மலராலும் பெறலாம்

274. புண்ணியம் செய்வார்க்குப் பூவுண்டு நீருண்டு
அண்ணல் அதுகண் டருள்புரி யாநிற்கும்
எண்ணிலி பாவிகள் எம்இறை ஈசனை
நண்ணறி யாமல் நழுவு கின்றாரே.

(இ-ள்) மலரும் நீரும் புண்ணியர்க்கே கைவரப் பெறும். இவற்றைக் கொண்டு இறைவனைப் பூசித்தால் அவன் அருள் புரிவான். இந்த எளிய முறையை மேற் கொள்ளாமல்

கணக்கற்ற பாவிகள் இறைவனை அணுகுதல் அறியாமல் கழன்று போகின்றார்களே. என்னே அவர்கள் அறியாமை !

(அ - சொ) அண்ணல் - பெருமையில் சிறந்த இறைவன். அது - நீர் பூவாகிய அதனை, புரியா - புரிந்து. நண் - அணுக.

(விளக்கம்) நீரையும், மலரையும் கொண்டு இறைவனைப் பூசிக்கும் பேறு வாய்க்கப் பெற்றவர்க்கே புண்ணியம் அமையும். ஆதலின், புண்ணியம் செய்வார்க்கு என்றனர். நண்ணல் என்பது நண் என நின்றது.

அடியார்க்கு உதவினால் அஃது ஆண்டவனுக்கு உதவியதாகும்

275. படமாடக் கோயில் பகவற்கொன் றீயில்
நடமாடக் கோயில் நம்பர்க்கங் காகா
நடமாடக் கோயில் நம்பர்க்கொன் றீயில்
படமாடக் கோயில் பகவற்க தாமே.

(இ-ள்) சித்திரங்களும் ஓவியங்களும் அமைந்த மாடங்களையுடைய கோயிலில் இருக்கும் இறைவனுக்கு நாம் ஒரு பொருளைக் காணிக்கையாகச் செய்தால், அது நடமாடும் உடம்பாகிய கட்டிடத்தில் வாழும் இறைவனுக்கு ஒப்பான அடியார்களைச் சாராது. ஆனால் நடமாடும் அடியார்கட்கு நாம் ஒன்று கொடுத்தால், அது படம் ஆடும் மாடக் கோயிலில் இருக்கும் இறைவனைச் சாரும்.

(அ - சொ) நம்பர் - அடியார். படம் - சித்திரப் படங்கள்.

(விளக்கம்) ஆண்டவனுக்கு ஈவதை அடியார்கட்கு ஈந்தால் அஃது ஆண்டவனைச் சாரும்.

ஞானிக்கு உணவு அளிப்பதே சிறப்பு

276. அகரம் ஆயிரம் ஆரியர்க் கீயில்என்
சிகரம் ஆயிரம் செய்து முடிக்கில்என்
பகரும் ஞானி பகல்ஊண் பலத்துக்கு
நிகரிலை என்பது நிச்சயம் தானே.

(இ-ள்) பிராம்மணர்கள் வசிக்க ஆயிரம் வீடுகள் அமைப்பினும் பயனில்லை. கோயில்களுக்குக் கோபுரம் ஆயிரம் கட்டி அமைப்பினும் பயன் இல்லை. இவை இரண்டும், சிறப்பித்துக் கூறப்படும் ஞானி ஒருவன், நம் வீட்டில் ஒரு பகல் உணவருந்திப் போவதற்கு நிகர் ஆக மாட்டா. இஃது உண்மை.

(அ - சொ) அகரம் - வீடு. ஆரியர் - பிராம்மணர். சிகரம் - உச்சியுடைய கோபுரம். பகரும் - சிறப்பித்துக் கூறப் படும். ஊண் - உணவு.

(விளக்கம்) அகரம் சிறப்பாகப் பிராம்மணர்கள் வாழும் வீட்டையே குறிக்கும். பிராமணர்கட்கு வீடுகட்டித் தருதலும், ஆலயத் திருப்பணி செய்தலும் அறம் ஆதலின் அவற்றை ஈண்டுக் குறிப்பிட்டனர். ஞானிக்கு உணவளித்தல் சிறந்த அறம் என்று இம்மந்திரம் குறிப்பிடுகிறது.

இறைவன் பிச்சாடன மூர்த்தியாக இருத்தற்குக் காரணம்

277. **பரந்துல கேழும் படைத்த பிரானை**
இரந்துணி என்பர்கள் எற்றுக் கிரங்கும்
நிரந்தரம் ஆக நினையும் அடியார்
இரந்துண்டு தன்கழல் எட்டச்செய் தானே.

(இ-ள்) பரந்த ஏழு உலகங்களையும் உண்டாக்கிய இறைவனையும், இவன் பிச்சை எடுத்துப் பிழைப்பவன் என்று ஒரு சிலர் ஏளனமாகப் பேசுவர். அவன் ஏன் அவ்வாறு பிச்சை எடுக்கிறான் என்பதைச் சிறிதும் அறிந்திலர். அவன் பிச்சை எடுத்தல், எப்போதும் தன்னை நினைக்கும் ஞானிகள் பிச்சை எடுத்து உண்டு தன் திருவடியை அடையச் செய்வதற்காகவே ஆகும்.

(அ - சொ) இரந்து - பிச்சை எடுத்து. உணி - உண்பவன். எற்றுக்கு - ஏன். நிரந்தரம் - எப்போதும். கழல் - திருவடி.

(விளக்கம்) உலகங்கள் பலப்பல. அவற்றை மூன்றாகவும் ஏழாகவும், பதினாலாகவும் கூறுதல் உண்டு. பூலோகம், புவர்லோகம், சுவர்லோகம், சனலோகம், தபோலோகம், இவை மேல் ஏழு மகாலோகம், சத்தியலோகம் என்பர்;

உலோகங்கள். அதலம், விதலம், சுதலம், தராதலம், மகாதலம், இராதலம், பாதாலம் எனக் கீழ்உலகங்கள் ஏழு என்று கூறுதலும் உண்டு. ஞானிகள் பசி வந்திடில், அதன் பொருட்டுத் துன்புறாது வீடுதோறும் இரந்து உண்டு தம்யோக பிச்சை நிலையைக் கைவிடாதிருக்க, இறைவன் தானே எடுத்துக் காட்டினான் என்க. பிச்சைச் சோற்றிற்குப் பிறப்பில்லை என்பது பழமொழி.

ஞானியின் உடம்பை எரித்தல் கூடாது

278. அந்தமில் ஞானிதன் ஆகம் தீயினில்
வெந்திடின் நாடெலாம் வெம்பும் தீயினில்
நொந்தது நாய்நரி நுகரின் உள்செரு
வந்துநாய் நரிக்குண வாகும் வையமே.

(இ-ள்) அழிவில்லாத ஞானியின் சரீரம் நெருப்பில் வெந்தால் உலகம் தீயினால் அழியும்; நாடு துன்பத்துள் ஆழும். அந்த ஞானியின் உடலை நாய் நரி தின்றால் உள் நாட்டில் கலகம் உண்டாகும். நாடே அழிந்து, அங்கு வாழ்ந்தார் உடலங்கள் நாய் நரிகளால் உண்ணப்படும்.

(அ - சொ) அந்தம் - அழகு. ஆகம் - உடம்பு. வெம்பும் தீயும். நொந்த - துன்புறும். நுகரின் - உண்டால். உள்செரு - உள் நாட்டுக் கலகம். வையம் - உலகம்.

(விளக்கம்) ஞானியின் உடம்பு அழியுமே அன்றி, அவனது புகழ், ஞானம் அழியா. ஆதலின் "அந்தம் இல் ஞானி" எனப் பட்டான். ஞானியைப் புதைக்க வேண்டும், அதாவது சமாதி செய்தல் வேண்டும் என்னும் கருத்து, இம் மந்திரத்தில் கூறப் படுகிறது.

ஞானியின் உடலை எரித்தலால் வரும் கேடு

279. எண்ணிலா ஞானி உடல்எரி தாவிடில்
அண்ணல்தம் கோயில் அழல் இட்ட தாங்கொக்கும்
மண்ணில் மழைவிழா வையகம் பஞ்சமாம்
எண்ணரும் மன்னர் இழப்பார் அரசுமே.

(இ - ள்) நம்மால் இந்த அளவுக்குப் பெருமை உண்டு என்று எண்ணமுடியாத, அவ்வளவு சிறப்பு வாய்ந்த ஞானியின் உடம்பின் மீது நெருப்புப் பரவுமானால், பெருமையில் சிறந்த இறைவன் திருக்கோயிலைக் கொளுத்தியதற்கு ஒப்பாகும். நாட்டில் மழை பெய்யாது. உலகம் பஞ்சத்தால் வாடும். பல அரசர்கள் தம் அரசை இழந்து விடுவர்.

(அ - சொ) எரி - தீ. அண்ணல் - பெருமையில் சிறந்த இறைவன். அழல் - தீ. இட்டதாங்கு ஒக்கும் - இட்டது போல இருக்கும். வையகம் - உலகம்.

(விளக்கம்) ஞானியின் பெருமையை நம்மால் சிந்தித்து அறிய முடியாமையின், எண்ணிலா ஞானி என்றனர்.

ஞானியின் உடலைப் புதைத்தல் வேண்டும்

280. புண்ணியம் ஆம்அவர் தம்மைப் புதைப்பது
நண்ணி அனல்நோக்கின் நாட்டில் அழிவாகும்
மண்ணில் அழியில் அலங்கார பங்கமாம்
மண்ணுல கெல்லாம் மயங்கும்அனல் மண்டியே.

(இ-ள்) ஞானிகளின் உடலங்களைச் சமாதி செய்து புதைப்பதுதான் புண்ணியமாகும். அவர்கள் உடம்புகள் தீயினைப் பொருந்தினால் நாட்டிற்கு அழிவு ஏற்படும். அவர்கள் உடல்களைச் சமாதி செய்யாமல், அப்படியே மண்ணில் அழிய விட்டால், நாட்டின் அழகு கெடும். உலகம் எல்லாம் தீப்பிடித்துக் கலங்கும்.

(அ - சொ) நண்ணி - நெருங்கி. பங்கம் - அழிவு. மண்டி- நெருங்கி.

(விளக்கம்) ஞானிகளின் உடம்பைச் சமாதி நெய்தல் சிறந்த அறமாகக் கொள்ளப்பட்டது. ஞானியின் உடலை எடுத்துப் புதைக்காமல், சமாதி செய்யாமல் விட்டுவிட்டால் நாட்டுக்குத் நீங்கு விளையும்.

ஞானியின் உடலைச் சமாதி செய்தலினால் வரும் பயன்

***291.* அந்தமில் ஞானி அருளை அடைந்தக்கால்**
அந்த உடல்தான் குகைசெய் திருத்திடில்
சுந்தர மன்னரும் தொல்புவி உள்ளோரும்
அந்தமில் இன்ப அருள்பெறு வாரே.

(இ-ள்) எல்லையிட்டுக் கூறமுடியாத மெய்ஞ்ஞானி இறைவன் திருவடிப் பேற்றை அடைந்தால், அவனது உடலைச் சமாதி செய்துவிட்டால், அழகிய அரசர்களும், பழமை வாய்ந்த உலகில் வாழும் யாவரும், முடிவில்லாத இன்ப அருளை அடைவார்கள்.

(அ - சொ) அந்தம் - எல்லை. அருள் - இறைவன் திருவடிப் பேறு. குகைசெய்து - நிலத்தில் பள்ளம் தோண்டிச் சமாதி செய்து. சுந்தரம் - அழகு. தொல்புவி - பழைய உலகம். அந்தம்- முடிவு.

(விளக்கம்) அருள் அடைதலாவது, இறைவன் திருவடி யில் கலந்தின்புறல்.

சமாதிக் குழியை அமைக்கும் முறை

282. நவம்மிகு சாணாலே நல்ஆழம் செய்து
குவைமிகு சூழஐஞ் சாணாகக் கோட்டித்
தவமிகு குகைமுக் கோணமுச் சாணாகிப்
பவமறு நல்குகை பத்மா சனமே.

(இ - ள்) ஒன்பது சாண் அளவுக்கு நிலைஅறை ஆழமாக்கிச் சுற்றளவு ஐந்து சாணாக்கி அகலத்தில் மூன்று கோணமாக முச்சாண் அமைத்து விடவேண்டும். இந்த வகையான நில அறை பதுமாசனத்துக்கு ஒப்பாகும். இந்தக் குழியில்தான் ஞானியின் உடலைச் சமாதி செய்யவேண்டும்.

(அ - சொ) நவம் - ஒன்பது. குவை - நிலஅறை, கோட்டி - சுற்றளவாக்கி. பவம் - பிறப்பு. பத்மாசனம் - தாமரைத் தவிசு.

(விளக்கம்) ஞானியின் உடலைச் சமாதியில் வைக்கும் போதும், அவர் பத்மாசனத்தில் இருந்து யோக நிலையில் இருப்பார் போல இருக்கவேண்டியாதாதலால், குழி அறையின் அளவு கூறப்பட்டது.

ஞானியின் சடலம் சமாதி செய்யும் இடங்கள்

283. தன்மனை சாலை குளக்கரை ஆற்றிடை
நன்மலர்ச் சோலை நகரின்நல் பூமி
உன்னரும் கானம் உயர்ந்த மலைச்சாரல்
இந்நிலம் தான்குகைக் கெய்தும் இடங்கள்.

(இ-ள்) ஞானி வாழ்ந்த இடம், சாலை ஓரம், குளக் கரை, ஆற்றின் மணற்பாங்கான இடம், மலர்ச்சோலை, நகரின் ஒரு நல் இடம், நினைப்பதற்கும் அச்சம் தரும் காடு. உயர்ந்த மலைச்சாரல் ஆகிய இடங்கள், ஞானியின் உடலத்தைச் சமாதி வைக்கும் இடங்களாகும்.

(அ - சொ) மனை - வீடு. உன்ன அரும் - நினைப்பதற்கு அருமையான. கானம் - காடு. குகைக்கு - சமாதி செய்தற்கு. எய்தும் - பொருந்தும்.

(விளக்கம்) ஞானியார் இருந்த இடமே அவரது திருஉடல் சமாதி செய்தற்குச் சிறந்தது ஆதலின் அதனை முன்கூறினார். பூமியில் கண்ட கண்ட இடத்தில் சமாதி செய்தல் கூடாது. ஆதலின் நகரின் நல்பூமி என்றனர். காடு அடர்ந்து இருண்டு

விலங்குகள் வாழும் இடம் ஆதலின், உன்ன அரும் கானம் என்றனர்.

ஞானியின் சமாதியினை அமைக்கும் முறை

***284.* பஞ்சலோ கங்கள் நவமணி பாரித்து**
விஞ்சப் படுத்ததன் மேல் ஆசனம்இட்டு
முஞ்சி படுத்துவெண் ணீறிட்ட தன்மேல்
பொன்செய்த நல்சுண்ணம் பொதியலும் வேண்டும்.

(இ-ள்) சமாதிக் குழியில் ஐந்து உலோகங்களையும் நவ மாணிக்கக் கற்களையும் இடுதல் வேண்டும். அவற்றின் மேல் அமர்வதற்கு நல்ல பீடம் அமைத்தல் வேண்டும். அவ்விருக்கை மீது தருப்பைப் புல்லைப் பரப்புதல் வேண்டும். அதன் மீது திருநீற்றை நன்கு குவித்தல் வேண்டும். இவ்வாறெல்லாம் செய்த பிறகு ஞானியின் உடலத்தை வைத்தல் வேண்டும். அதன் பிறகு சமாதிக் குழியைச் சுண்ணாம்பினால் பூசுதல் வேண்டும்.

(அ - சொ) பஞ்சலோகங்கள் - பொன், வெள்ளி, ஈயம் செம்பு, இரும்பு ஆகிய ஐந்து உலோகப் பொருள்கள். நவமணி - ஒன்பது இரத்தினங்கள். பாரித்து - பரப்பி. விஞ்சப் படுத்து - மேல் பரப்பி. முஞ்சி - தருப்பைப்புல். நீறு - விபூதி. பொன் - அழகிய. சுண்ணம் - சுண்ணாம்புச்சாந்து. பொதியல் - பூசுதல்.

(விளக்கம்) நவரத்தினங்களை இடுதல் அரிதாதலின் அந்த ஒன்பது மணிகளின் தனித்தனி நிறம் அமைந்த ஒளிக்கற்களை அமைப்பினும் சரியே. நவமணிகளை இடுதலே சாலச்சிறப்பு, ஒன்பது வணிகளாவன. கோமேதகம், நீலம், புட்பராகம், பவளம், மாணிக்கம், முத்து, வைடூரியம், மரகதம், வைரம் என்பன.

மேலும் சமாதிக் குழிக்குச் செய்ய வேண்டுவன

***285.* நள்குகை நால்வட்டம் படுத்ததன் மேல்சாரக்**
கள்ளவிழ்த் தாமம் களபம்கத் தூரியும்
தெள்ளிய சாந்து புழுகுபன் னீர்சேர்த்து
ஒள்ளிய நல் தூபம் உவந்திடு வீரே.

(இ - ள்) சமாதிக் குழியின் நடுவே, நான்கு வட்டம் செய்து, அவற்றின் மீது தேன் சொரியும் மலர்மாலை, சந்தனக் கலவை, கத்தூரி தெளித்த சந்தனம், புனுகு, பன்னீர் இவற்றைத் தக்கவாறு நிரப்புதல் வேண்டும். ஒளியுடைய நல்ல மணப்புகை விருப்பத்துடன் காட்டுதல் வேண்டும்.

(அ - சொ) நள் - நடு. குகை - சமாதிக்குழி. நால் வட்டம் - நான்கு வட்டங்கள். கள் - தேன். அவிழ் - சொரியும். தாமம் - மலர்மாலை. களபம் - சந்தனக் கலவை. சாந்து - குழம்புச் சந்தனம். ஒள்ளிய - ஒளியுடைய. உவந்து - மகிழ்ந்து. தூபம் - சாம்பிராணிப் புகை.

(விளக்கம்) களபம் கட்டிச்சந்தனத்தையும், சாந்து நீர்ச் சந்தனத்தையும் ஈண்டு உணர்த்துகின்றன. புழுகு என்பது புனுகுப் பூனையினின்று கிடைக்கும் வாசனைப் பொருள். கஸ்தூரி மான் வயிற்றினின்றும் கிடைப்பது.

சமாதிக்கு முன் இடும் படையல்

***286.* விரித்தபின் னால்சாரும் மேவுதல் செய்து**
பொரித்த கறிபோ னம் இள நீரும்
குருத்தலம் வைத்தோர் குழைமுகப் பார்வை
தரித்தபின் மேல்வட்டம் சாத்திடு வீரே.

(இ-ள்) சமாதியினை ஒழுங்காக விரிவு செய்த பிறகு, ஞானியின் சமாதிமுன் மணை வைத்து, அதன்மேல் வாழை இலை இட்டு, அதில் பொறித்த கறிவகைகளையும் சோற்றையும் இளநீரையும் படைத்து, அச்சமாதியின் முன்பு பக்தி யுடன் ஞானி நம்மிடையே இல்லையே என்ற குறிப்பில்

முகம் உருகிய தோற்றத்தோடு பணிந்து, சமாதிக்கு மேல் நிலைகளைக் கட்டுவீர்களாக.

(அ - சொ) விரித்த - அமைத்த. சாரு - மணை. மேவுதல் - பொருந்துதல் செய்து. போனகம் - சோற்றுணவு. குருத்தலம் - குருவின்முன். குழை முகம் - வாடிய முகம். மேல்வட்டம் - சமாதிக்கு மேல் கட்ட வேண்டியவை

(விளக்கம்) படையலைப் படைப்பதற்காக அமைக்கப்பட வேண்டிய மணையை ஈண்டு சாரும் மேவுதல் செய்து என்றனர். சமாதி திருமுன் நின்று, குரு மறைந்தனரே என்ற வருத்தத் தால் முகம் வாடும் நிலையினை குழைமுகப் பார்வை என்றனர். மேல் வட்டம் சாத்துதலாவது கோவியாக அமைத்தல் முதலியன.

சமாதிப் பூசை

287. ஆதனம் மீதில் அரசு சிவலிங்கம்
போதும் இரண்டினில் ஒன்றைத்தா பித்து
மேதகு சந்நிதி மேவுத் தரம்பூர்வம்
காதலில் சோடசம் காண்பது சாரமே.

(இ-ள்) சமாதியின் மேலே அரசமரக் கிளை சிவலிங்கம் ஆகிய இரண்டனுள் தகுதி வாய்ந்த ஒன்றைத் தாபித்தல் வேண்டும். சமாதியின் சந்நிதி வடக்காக வேனும் கிழக்காகவேனும் இருக்கும்படி அமைக்க வேண்டும். காலா காலங்களில் பதினாறு வகைச் சிறப்புடன் பூசனை செய்ய வேண்டும்.

(அ - சொ) ஆதனம் - சமாதியின் மேல்பாகம். அரசு - அரச மரக் கிளை. போதும் -தகுதியானது. தாபித்து அமைத்து. மேதகு - மேன்மையான. சந்நிதி - ஞானியின் முகம் விளங்கும் சந்நிதானம். உத்தரம் - வடக்கு. பூர்வம் - கிழக்கு. உபசாரம் - பூசை.

(விளக்கம்) அரச மரம் தெய்வம் வாழும் மரமாகக் கருதப் படுதலின், அதனை மேலே அமைக்க வேண்டும் என்றனர்.

சிவ லிங்கம் அமைத்தலின் குறிக்கோள் ஞானி சிவமாயினர் என்பதை அறிவித்தற்கு என்க. சிவலிங்கத் தாபனமே சிறந்தது. கோவில் திருமுன் சந்நிதி எனப்படும். பதினாறு வகைச் சிறப்பாவன : அபிஷேகம், மணமலர், வாசனைப் பொருள்களின் கூட்டு, நறும்புகை, தீபம், குளிநீர், நைவேத்தியம், தூய ஆடை, வெற்றிலை, பாக்கு, கண்ணாடி, குடை, கவரி, ஆலவட்டம், விசிறி, வாத்தியம் என்பன. இவை கோயில் பூசாகாலங்களில் அமைந்திருப்பதை நாம் இன்றும் காணலாம். கவரி என்பது வெண்சாமரை. ஆலவட்டம் என்பது வட்ட வடிவான விசிறி. விசிறி என்பது காம்புடைய விசிறி.

மனையாளைப் புணர வேண்டிய சந்தர்ப்பம்

288. கலக்கும்நாள் முன்னாள் தன்னிடைக் காதல்
நலத்தக வேண்டில்அந் நாரி உதரக்
கலத்தின் மலத்தைத்தண் சீதத்தைப் பித்தை
விலக்கு வனசெய்து மேல்அணை வீரே.

(இ-ள்) நீங்கள் மனையாளோடு சேர விரும்பினால், இன்பத்தை நன்கு அனுபவிக்க விரும்பினால், முன்னாள் அம்மங்கைமாரின் வயிற்றில் மலம் இன்றி இருத்தல் வேண்டும். வாத பித்த சிலேத்துமம் சரிசமமாக இருக்க வேண்டும். இவைகள் அமைந்த பின்பே புணருதல் வேண்டும்.

(அ - சொ) கலக்கும்-புணரும். நாரி - மாதர். உதரக்கலம்-வயிறாகிய பாத்திரம். பித்தை - பித்தம்.

(விளக்கம்) ஈண்டுக் கூறப்படும் முறைகள் நடைமுறையில் செய்தற்குக் கடினமான இருப்பினும், இம் முறைப்படி சேரின் நல்ல பிள்ளைப் பேற்றைப் பெறலாம். நீண்ட நாட்கள் நோய் நொடி இன்றி இருக்கலாம். ஆயுளையும் பெருக்கலாம்.

ஐம்பெரும் பூதங்களால் அமைந்ததே உடம்பு

***289.* உரம்அடி மேதினி உந்தியில் அப்பாம்**
விரவிய தன்முலை மேவியகீழ் அங்கி
கருமுலை மீமிசை கைக்கீழில் காலாம்
விரவிய கந்தரம் மேல்வெளி ஆமே.

(இ - ள்) உடம்பைத் தாங்கும் பாதங்கள் மண் ஆகும். பாதம் முதல் கொப்பூழ் வரை நீர் ஆகும். கொப்பூழிலிருந்து மார்பு வரை பொருந்தியது தீயாகும். மார்பிலிருந்து தோள்வரை காற்றாகும். கழுத்துக்கு மேலே ஆகாயமாம்.

(அ - சொ) உரம் - வன்மை. மேதினி - நிலம்; மண். உந்தி - கொப்பூழ், தொப்புள். முலை - மார்பு. அங்கி - நெருப்பு. மிசை - மேலே. கால் - காற்று. சுந்தரம் - கழுத்து, விரவிய - உடம்பில் கலந்துள்ள. வெளி - ஆகாயம்.

(விளக்கம்) உலகம் மண், நீர், தீ, காற்று, ஆகாயம் ஆகிய ஐந்து பொருள்களால் ஆனது. அதுபோல உடலங்களும் ஐம்பெரும் பூதங்களால் ஆனவை. முலை, ஈண்டு மார்பை உணர்த்தி நிற்கின்றது.

சீவனின் நுண்மை

***290.* மேவிய சீவன் வடிவது சொல்லிடில்**
கோவின் மயிர்ஒன்று நூறுடன் கூறிட்டு
மேவிய கூறது ஆயிரம் ஆயினால்
ஆவயின் கூறுநூ றாயிரத் தொன்றே.

(இ - ள்) உடலில் பொருந்தியுள்ள சீவனின் வடிவைச் சொல்லப்போனால், பசுவின் மயிர் ஒன்றை எடுத்து, அதனை நூறு கூறுபடுத்தி, அக் கூற்றை ஆயிரம் கூறுபடுத்தி, அக் கூற்றையும் அந்த இடத்தில் இலட்சங் கூறாகச் செய்தால் எவ்வளவு அணுவாக இருக்குமோ, அவ்வணுவின் வடிவம் ஆகும்.

(அ - சொ) மேவிய - உடலில் பொருந்திய. கோ - பசு. ஆவயின் - அவ்விடத்தில்.

(விளக்கம்) உயிர் நம் கண்ணுக்கு தெரிவதில்லை என்றாலும் வடிவுடையதே. அவ்வளவு மிகமிக நுண்ணியது என்பது நம் முன்னோர் கண்ட முடிவு. அதுவே இம்மந்திரத்தில் கூறப்பட்டுள்ளது.

சீவன் சிவன் வேறல்லர்

291. சீவன் எனச் சிவன் என்ன வேறில்லை
சீவ னார்சிவ னாரை அறிகிலர்
சீவ னார்சிவ னாரை அறிந்தபின்
சீவ னார்சிவ னாயிட் டிருப்பரே.

(இ - ள்) ஆன்மா என்றோ ஆண்டவன் என்றோ வேறு வேறு பொருள் இல்லை. அப்படி வேறின்றி இருந்தும் சீவன் சிவனை அறியாமல் உழல்கிறது. சீவன் சிவத்தை அறிந்த பிறகு சீவன் சிவனாகவே விளங்கும்.

(அ - சொ) சீவனார் - ஆன்மா

(விளக்கம்) சிவன் ஈண்டு ஆர் விகுதி சேர்க்கப்பட்டுச் சீவனார் எனப்பட்டது. ஆன்மா பரமான்மா ஒன்று என்பதை இம்மந்திரம் கூறுகிறது.

இறைவனை அடைய வழி

292. அஞ்சுள சிங்கம் அடவியில் வாழ்வன
அஞ்சும்போய் மேய்ந்ததும் அஞ்சக மேபுகும்
அஞ்சின் உகிரும் எயிறும் அறுத்திட்டால்
எஞ்சா திறைவனை எய்தலும் ஆமே.

(இ-ள்) காட்டில் வாழும் சிங்கங்கள் ஐந்து உள்ளன. இவ்வைந்து சிங்கங்களும் மேயப் போய்ப் பின் தம்மிடமே வந்து சேரும். அந்த ஐந்து சிங்கங்களின் நகங்களையும்

பற்களையும் அறுத்து எறிந்துவிட்டால், சிறிதும் தடை ஏதும் இல்லாமல் இறைவனை அடைய முடியும்.

(அ - சொ) அடவி - காடு. அஞ்சு - ஐந்து. அகம் - இருப்பிடம். உகிர் - நகம். எயிறு -பல். எஞ்சாது - தடை இல்லாமல். எய்தல் - அடைதல். ஆம் - ஆகும்.

(விளக்கம்) ஐந்து சிங்கங்கள் என்பன; மெய், வாய், சுண், மூக்கு, காது ஆகிய ஐந்து பொறிகள். அடவி என்பது உடம்பு. மேய்தலாவது உலக விஷயத்தில் ஈடுபடுதல். நகம் ஈண்டு உலக இன்பத்தில் செல்லல். பல் உலக இன்பத்தைப் பற்றி நடத்தல். நகங்களையும் பற்களையும் அறுத்தலாவது உலக இன்பத்தில் செல்லாமலும் உலகப்பற்றில் ஈடுபடாமலும் இருத்தலாகும். அதாவது பஞ்ச இந்திரியங்களை அடக்குவதாகும். அவற்றை அடக்கினால் இறைவன் அடியில் இன்புறலாம், மோட்ச இன்பத்தில் திளைக்கலாம்.

சற்குரு எனச் சாற்ற ஒண்ணாதவர்

***293.* உணர்வொன் றிலாமூடன் உண்மை ஓராதோன்**
கணுவின்றி வேதா கமநெறி காணான்
பணிவொன் றிலாதோன் பரநிந்தை செய்வோன்
அணுவின் குணதோன் அசற்குரு வாமே.

(இ - ள்) உணர்ச்சியில்லாத மூடனும், சத்தியத்தை அறியாதவனும், குருவினிடம் உபதேசம் பெறாதவனும், வேதம் ஆகமம் இவற்றின் உண்மை வழிகளை உணராதவனும், அடக்கம் இல்லாதவனும், பரம்பொருளை நிந்தனை செய்பவனும், பாசத்தோடு கூடியவனும் நல்ல குருவாக மாட்டான்.

(அ - சொ) ஓராதோன் - ஆராயாதவன். கணு - குருஉபதேசம். நெறி - வழி. பரம் - பரம்பொருள். அணு -பாசத்தோடு கூடிய ஆன்மா. அசற் குரு -சற்குரு அல்லாதவன்.

(விளக்கம்) குருவாக வருபவன் உண்மைப் பொருளை அறிந்தவனாய், குரு உபதேசம் பெற்றவனாய் அடக்கமுடையனாய் இருக்க வேண்டும்.

சற்குரு ஆகாதவர்

***294.* மந்திர தந்திர மாயோக ஞானமும்**
பந்தமும் வீடும் தரிசித்துப் பார்ப்பவர்
சிந்தனை செய்யாத் தெளிவியா தூண்பொருட்டு
அந்தகர் ஆவோர் அசற்குரு ஆமே.

(இ - ள்) சற்குருவாய் அமைபவர் வேத மந்திரங்களையும் ஆகம விதிகளையும் மகா யோகங்களையும் பிரம்ம ஞானத்தையும் பாசபந்தங்களையும் மோட்ச நிலையையும் தாம் பெற்ற ஞானாசாரியன் வழி உணர்ந்து, அவற்றைப் பற்றி ஆராய்ந்து பார்ப்பவர் ஆவார். இவ்வாறு குருவின் உபதேச நெறிகளைச் சிந்தனை செய்யாமல், தெளிவு பெறாமல், உடம்பை உணவின் பொருட்டு வருந்திக் காத்து அஞ்ஞானக் குருடராய் வாழ்பவர் அசத்குருவாவார்.

(அ - சொ) தந்திரம் - ஆகம நெறி. மா - சிறந்த. பந்தம் - உலகப் பாசபந்தம். வீடு - மோட்சம். தரிசித்து - ஞானக்கண்ணால் கண்டு; ஊன்பொருட்டு - உணவுக்காகவே. அந்தகர் - குருடர். அசத் -சத்து இல்லாத.

(விளக்கம்) நல் ஆசாரியன் எவ்வெவற்றை அறிய வேண்டும் என்பதை இம் மந்திரம் கூறுகிறது. ஞானக்கண் இல்லாமையால் அந்தகர் எனப்பட்டனர்.

நற்குருவாக அமையாதவர்

***295.* ஆமா றறியாதோன் மூடன் அதிமூடன்**
காமாதி நீங்காக் கலதி கலதிகட்கு
ஆமா றசத்தறி விப்போன் அறிவிலோன்
கோமான் அலன்அசத் தாகும் குரவனே.

(இ-ள்) மக்கள் நல்நெறி ஒழுகுதற்கான முறைகளை அறியாதவனும், அறிவில்லாதவனும், மற்றும் கீழான மகா மூடனும், காமம் கோபம் முதலான தீய குணங்களை நீக்காதவனும், மகாபாவியும், பாவிகட்குப் பொய்யான விடயங்களை அறிவிப்பவனும் சிறந்தவன் ஆகான்; அவன் சத்தில்லாத குரு ஆவான்.

(அ - சொ) ஆதி - முதலிய. கலதி - பாவி. கோமான் - தலைவன். அலன் - ஆகாதவன். குரவன் - ஆசாரியன்.

(விளக்கம்) இது தீது இது நன்று என்று அறிந்தும் ஒழுகாதவனை மூடன் என்றும், ஒன்றும் அறியாதவனை அதிமூடன் என்றும் ஈண்டுக் குறிப்பிட்டனர்.

ஞானக் குருவின் தன்மை

**296. பாசத்தை நீக்கிப் பரனோடு தன்னையும்
நேசத்து நாடி மலம்அற நீக்குவோர்
ஆசற்ற சற்குரு ஆவோர் அறிவற்றுப்
பூசற் கிரங்குவோர் போதக் குருஅன்றே.**

(இ-ள்) ஆன்மாவின் அழுக்கை நீக்கி, பரமான்மா வோடு தன்னை அன்புடன் இணைக்க வழிதேடி, மும்மலங்கள் ஒழிய நீக்குவோர் குற்றமற்ற சற்குரு ஆவார். பாச ஞானம் அற்று கலகம் ஏற்படும்போது அதன் பொருட்டு மனம் நெகிழ்பவர் ஞானகுரு ஆவார்.

(அ - சொ) பாசம் - உலக ஆசை. பரன் - பரமான்மா. மலம் - அழுக்கு. ஆசு - குற்றம். அறிவு - பாசஞானம்; உலக அறிவு. பூசல் - கலகம். போதம் -ஞானம்.

(விளக்கம்) தன் பாசத்தையும், தன்னை அடைந்தவர் பாசத்தையும் ஒழித்து, இறைவனை நாடி மலம் அகற்றியவர்களே சற்குரு ஆவார்.

குருவின் பரிசத்தால் ஏற்படும் பயன்

297. பரிசன வேதி பரிசித்த தெல்லாம்
வரிசை தரும்பொன் வகையாகும்
மாபோல் குருபரி சித்த குவலயம் எல்லாம்
திரிமலம் தீர்ந்து சிவகதி ஆமே.

(இ - ள்) உலோகங்களைப் பொன்னாக்கும் மருந்து கலக்கப்பட்ட எல்லாம் முதன்மையான பொன்னாக மாறுவது போல, நல்ல குருவானவர் தீண்டிய உலகங்கள் யாவும் மும்மலங்களையும் ஒழித்து மங்கலமான முத்தி இன்பம் அடையும்.

(அ - சொ) பரிசனவேதி - இரும்பு, செம்பு, ஈயம், முதலானவற்றைப் பொன்னாக்கும் மருந்து. பரிசித்த - தீண்டிய; கலந்த. வரிசை - முதன்மை. குவலயம் - உலகங்கள். திரிமலம் - மூன்று அழுக்குகள் (ஆணவம், கன்மம், மாயை.) சிவகதி - மோட்ச இன்பம்.

(விளக்கம்) குருபரிசித்தல், திருவடிதீட்சை, சட்சுதீட்சை, அஸ்தமத்தக தீட்சை முதலான செய்தல். அதாவது சத்குரு தமது திருவடியை மாணவன் தலையில் வைத்து அருள் உபதேசம் செய்தல். கண்ணால் பார்த்தும், தம் கையைச் சிரசில் வைத்தலும் ஆகும். குவலயம் என்பது குவலயத்தில் உள்ள நல் மாணவர்.

மானிடப் பிறவியின் அருமை

298. பெறுதற் கரிய பிறவியைப் பெற்றும்
பெறுதற் கரிய பிரான்அடி பேணார்
பெறுதற் கரிய பிராணிகள் எல்லாம்
பெறுதற் கரியதோர் பேறிழந் தாரே.

(இ-ள்) மக்கள் பிறப்புப் பெறுதற்கு அருமையான பிறப்பு. அதைப் பெற்றும் அடைதற்கரிய இறைவன் திருவடிகளைப்

போற்றாமல் மக்கள் பொழுதை வீணாகக் கழிக்கிறார்களே, இதனால் அடைதற்கரிய பேற்றை இழந்தவர்களே ஆவார்,

(அ - சொ) பிரான் - இறைவன். பேறு - பாக்கியம். பேணார் - போற்றார்.

(விளக்கம்) ஈ, எறும்பு முதல் எண்பத்து நான்கு லட்ச யோனி பேதப் பிறப்புக்களில் மானிடப் பிறப்புச் சிறந்தது, அதைப் பெற்றும் இறைவன் திருவடிகளைப் போற்றாமல் அப் பிறவியினை வீணாக்குவது பெருந் தவறாகும்.

அரிய உபதேச மொழிகள்

299. செல்லும் அளவில் செலுத்துமின் சிந்தையை
வல்ல பரிசால் உரைமின்கள் வாய்மையை
இல்லை எனினும் பெரிதுளன் எம்இறை
நல்ல அரன்நெறி நாடுமின் நீவிரே.

(இ - ள்) மக்களே! உங்கள் மனதைக் கூடிய மட்டும் நல்ல வழிகளிலே செலுத்துங்கள்: இயன்ற அளவு உண்மையையே பேசுங்கள்! இறைவன் ஒருவன் இல்லை என்று நாஸ்திகர்கள் சொல்லுவர். அப்படிக் கூறுபவர்கள் அறியாதவர்கள். அவ்விறைவன் உறுதியாக இருக்கிறான். ஆகவே நீங்கள் நன்மைதரும் இறைவன் கூறிய வேத ஆகம வழிகளை உணர்ந்து நடவுங்கள்.

(அ - சொ) செல்லும் அளவு - கூடிய மட்டும். வல்ல பரிசு - இயன்ற அளவு. வாய்மை - உண்மை. அரன் - சிவபெருமான். இறை - இறைவன். நெறி - வேத ஆகம நல்நெறிகள். நாடுமின் - தேடுங்கள்.

(விளக்கம்) இறைவன் இல்லாத பொருள் அல்லன்; அவன் என்றும் இருப்பவன். அவன் வழி செல்வதே மக்களின் கடமை. சத்தியம் தவறக் கூடாது. மனத்தை நல்வழியில் செலுத்தவேண்டும்.

உணர வேண்டியவை

300. ஒன்றே குலமும் ஒருவனே தேவனும்
நன்றே நினைமின் நமன்இல்லை நாணாமே
சென்றே புகுங்கதி இல்லைநும் சித்தத்து
நின்றே நிலைபெற நீர்நினைந் துய்மினே.

(இ - ள்) குலம் பல இல்லை; ஒன்றே. தெய்வங்களும் பல இல்லை; ஒன்றே ஆகும். என்றும் நல்லனவற்றையே கூசாமல் எண்ணுங்கள். இயமன் அணுகான். அவ்வாறு நல்லனவற்றைச் சிந்தித்தலாகிய அதைத் தவிர்த்து வேறு சிந்திப்பதற்கு உங்கள் உள்ளத்தில் இல்லை.

உங்கள் பூத உடல் மறைந்தாலும் புகழ் உடல் என்றும் நிலைத்து இருக்க இறைவனை நினைந்து, நல்லனவற்றை நினைந்து ஈடேறுங்கள்.

(அ - சொ) நமன் - இயமன். நாணாமே - கூசாமல். சித்தம் - உள்ளம்.

(விளக்கம்) பிறப்பால் எல்லாம் ஒன்றே; வேறு இன்று. அவ்வாறே தெய்வங்கள் பல இல்லை; ஒன்றே! ஆகவே நல்லனவற்றைச் சிந்தித்து, இறைவனையும் உள்ளத்தில் கொண்டு உய்ய வேண்டும். நமன் இல்லை என்பதன் குறிப்பு, எம்வாதை ஏற்படாது என்பதாம். நம்மை அழைத்துச் செல்ல இறைவனே வருவன் என்பதுமாம்.

நல்ல உபதேசங்கள்

301. இக்காயம் நீங்கி இனிஒரு காயத்தில்
புக்குப் பிறவாமல் போம்வழி நாடுமின்
எக்காலத் திவ்வுடல் வந்தெமக் கானதென்று
அக்காலம் உன்ன அருள்பெற லாமே.

(இ - ள்) மக்களே! இந்த உடம்பை ஒழித்து இனிமேல் ஒரு சரீரத்தில் புகுந்து பிறவாமல் மோட்ச உலகிற்குச் செல்லும் நல்

வழியைத் தேடுங்கள். நாம் எடுத்துள்ள சரீரம், எந்தக் காலம் தொட்டு வந்து கொண்டிருக்கிறதோ என்று, அக்காலத்தைப் பற்றி நினைத்தால், இறைவன் திரு வருளைப் பெறலாம்.

(அ - சொ) காயம் - உடம்பு. போம்வழி - முத்தி அடையும் நல்வழி. நாடுமின் - தேடுங்கள். உன்ன - எண்ண.

(விளக்கம்) பிறவியை எடுக்க எடுக்கப் பெருந்துன்பமே. ஆகவே அதை ஒழித்து பிறவா நிலையாகிய மோட்சம் அடைய எப்போது வந்தது முயலவேண்டும். நமக்கு இந்த உடல் என்ற விசாரணை வந்தபோதே, இறைவன் திருவருளை அடைய வழி உண்டாகும்.

அருள் உபதேசங்கள்

302. போகின்ற வாறே புகுகின்ற அப்பொருள்
ஆகின்ற போதும் அரன்அறி வான்உளன்
சாகின்ற போதும் தலைவனை நாடுமின்
ஆகின்ற அப்பொருள் அக்கரை ஆகுமே.

(இ - ள்) அவர் அவர் செய்த பாவ புண்ணியங்கட்கு ஏற்பச் சீவான்மா போய்க் கொண்டிருக்கும். அவ்வான்மா பாவ புண்ணியங்களை அநுபவிக்கும்போதும், இறைவன் அதனை அறிந்து கொண்டே இருக்கின்றனன். ஆகவே, இறக்கின்ற போதும்கூட இறைவனை நாடுங்கள். அவ்வாறு நாடுகின்ற அந்தச் சீவான்மா மோட்சமாகிய அந்தக் கரையை அடையும்.

(உ- சொ) அப்பொருள் - அந்த சீவான்மா. அரன் - சிவபெருமான். கரை - மோட்சமாகிய எல்லை.

(விளக்கம்) சீவான்மா பாவ புண்ணியங்களுக்கு ஏற்பப் பயனைத் துய்க்கும். ஆகவே, இறக்கும்போதும் இறைவன் நினைவாகவே இறக்கவேண்டும். அப்படி இறந்தால், பிறவா நிலையை அடையலாம். அதாவது மோட்ச இன்பம் பெறலாம்.

இறைவனை அடைந்தவர் இன்பம் பெறுவர்

***303.* சார்ந்தவர்க் கின்பம் கொடுக்கும் தழல்வண்ணன்**
பேர்ந்தவர்க் கின்னாப் பிறவி கொடுத்திடும்
கூர்ந்தவர்க் கங்கே குரைகழல் காட்டிடும்
சேர்ந்தவர் தேவரைச் சென்றுணர் வாரே.

(இ - ள்) நெருப்பு நிற வண்ணனான இறைவன் தன்னை அடைந்தவர்கட்கு இன்பம் தருவன். தன்னை அடையாது விலகி நிற்பவர்கட்குத் துன்பம் தரும் பிறவியைக் கொடுப்பன். இறைவனை அடைய வேண்டும் என்னும் கூரிய ஞானம் படைத்தவர்கட்கு இறைவன் தனது ஓசை மிக்க திருவடி ஞானத்தைக் காட்டியருள்வான். அங்ஙனம் கூர்ந்த மதியுடையவர் இறைவனையடைந்து அவ்வித இன்பத்தை நன்கு அனுபவிப்பர்.

(அ - சொ) தழல் வண்ணன் - நெருப்புப் போலும் நிற முடைய இறைவன். பேர்ந்தவர் - நீங்கினவர்கள். இன்னா - துன்பம் தரும். கூர்ந்தவர் - நுட்பமான ஞானம் பெற்றவர்கள். சூரை - ஒலிக்கும். கழல் - வீரத்தண்டை அணிந்த பாதம். தேவர் - இறைவர்.

(விளக்கம்) திருவடி ஞானம் பெறுதற்குக் கூரிய ஞானம் இருத்தல் வேண்டும். இறைவன் உலகம் உய்யத் திருநடம் புரிபவன். அதனால் அவன் திருவடிகளில் சிலம்பு உண்டு; அஃது ஒலிக்கும் தன்மையது; ஆகவே அதனைக் குரைகழல் என்றனர்.

குரு வழிபாடே சிறந்த வழிபாடு

***304.* இறைவனை வழிபட்டார் எண்ணிலாத் தேவர்**
அவனை வழிபட்டங் காமாறொன் றில்லை
அவனை வழிபட்டங் காமாறு காட்டும்
குருவை வழிபடின் கூடலும் ஆமே.

(இ-ள்) சிவபெருமானைப் பல தேவர்கள் வழி பட்டனர். அப்பெருமானை மட்டும் வழிபட்டால் போதாது. அப்பெருமானை வழிபட்டுப் பலன்பெற வேண்டுமானால் குருவையும் வழிபடுதல் வேண்டும். அப்போது தான் எல்லா நன்மைகளும் கைகூடும்.

(அ - சொ) ஆம் ஆறு -ஆகும் பயன்கள்.

(விளக்கம்) இறைவனை வழிபட்டால் ஒரு பயனும் ஏற்படாது என்றதன் கருத்து, இறைவனால் ஒன்றும் தர இயலாது என்பதன்று. அவன் திருவருளைப் பெறுவதற்குக் குருவின் திருவருளும் வேண்டும் என்பதாம். இதனை வற்புறுத்தவே அவ்வாறு கூறப்பட்டது.

உடம்பின் நிலை

305. இரதம் உதிரம் இறைச்சிதோல் மேதை
மருவிய அத்தி வழும்பொடு மச்சை
பரவிய சுக்கிலம் பாழாம் உபாதி
உருவம்அ லால்உடல் ஒன்றெனல் ஆமே.

(இ-ள்) சோற்றின் சத்து, இரத்தம், மாமிசம், தோல், கொழுப்பு, பொருந்திய எலும்பு, நிணம், மூளை, பரவிய இந்திரியம் ஆகிய இவற்றின் காரியத்தினால் அமைந்தது. உடம்பின் உருவம் இவற்றைத் தவிர்த்து வேறு என்று கூறமுடியுமோ? முடியாது.

(அ - சொ) இரதம் - உணவின் சத்து. உதிரம் - இரத்தம். இறைச்சி - மாமிசம். மேதை - நரம்பு, நிணம். அத்தி - எலும்பு. மருவிய - கலந்த. வழும்பு- நிணம். வெழு மச்சை - எலும்புக்குள் இருக்கும் பொருள். சுக்கிலம் - இந்திரியம். உபாதி - காரியமாம்.

விளக்கம் - உடம்பு இரத்தம் எலும்பு முதலியவற்றால், அமைந்ததே அன்றி வேறு அன்று.

ஆணவ மலத்தால் அடைந்துள்ள நிலை

306. மலக்கலப் பாலே மறைந்தது சத்தி
மலக்கலப் பாலே மறைந்தது ஞானம்
மலக்கலப் பாலே மறைந்தனன் தாணு
மலக்கலப் பற்றால் மதிஒளி ஆமே.

(இ - ள்) ஆணவமலம் ஆன்மாவோடு கலந்திருப்பதால் உடலின் ஆற்றல் ஒடுங்கி விடுகிறது. மெய்ஞ்ஞானமும் மறைந்துவிடுகிறது. இறைவனும் மறைந்து விடுகின்றனன். ஆகவே இந்த ஆணவமலக் கலப்பு நீங்கினால் அறிவு ஒளி உண்டாகும்.

(அ - சொ) மலம் - அழுக்கு. சக்தி - வன்மை. ஞானம் - பிரம்மஞானம். தாணு - இறைவன். மதி - அறிவு.

(விளக்கம்) ஆணவத்திற்கு உயிரை அடக்கியாளும் தன்மை உண்டு. அதனால் ஆன்மாவின் சத்தியும் அறிவும் மங்கிப் போகும். இறைவனது காட்சியைப் பெறுவதற்குத் தடை ஏற்படுகிறது. அவ் வாணவமலம் ஒழிந்தால் ஆன்மாவின் அறிவு ஒளியுடன் தெளிவுடன் விளங்கும். மலம் என்பது அழுக்கு; அவ்வழுக்கு ஆணவமல அழக்கு; ஞானம் என்பது இறைவனை அறியும் பிரம்ம ஞானம்.

நன்மை தீமைகட்கு நாமே காரணர்

307. தானே தனக்குப் பகைவனும் நட்டானும்
தானே தனக்கு மறுமையும் இம்மையும் தானே
தான்செய்த வினைப்பயன் துய்ப்பானும்
தானே தனக்குத் தலைவனும் ஆமே.

(இ - ள்) நாம்தாம் பகைமைக்கும், நட்புக்கும் காரணர் ; மறுமை இன்பங்களையும், இம்மைத் துன்பங்களை யும் அனுபவிப்பதற்குக் காரணர்; நாம் தாம் நாம் செய்த நல்வினைப்பயன் தீவினைப் பயன் அனுபவிப்பதற்குக் காரணர்; நம் தலைமை நிலைபெறுதற்கும் நாமே காரணர்,

(அ - சொ) நாட்டன் - சினேகிதன். மறுமை -அடுத்த பிறவியின் நிலை. இம்மை - இப்பிறவியின் நிலை. துய்ப்பான் - அனுபவிப்பவன்.

(விளக்கம்) பிறரால்தாம் நன்மையும் தீமையும் ஏற்படுகின்றன என்று கருதுதல் தவறு; நன்மை தீமைகட்கும் புண்ணிய பாவங்கட்கும் நாம்தான் காரணர் ஆவோம்.

ஆன்மா மலத்தோடு பொருந்தும் நிலை

***308.* ஆணவம் ஆகும் விஞ்ஞான கலருக்குப்**
பேணிய மாயை பிரளயா கலருக்கே ஆணவ
மாயையும் கன்மம் மூன்றுமே
காணும் சகலர்க்குக் காட்டும் மலங்களே.

(இ - ள்) ஆணவமலம் ஒன்றே உடையவர். விஞ்ஞான கலர். ஆணவ மலத்துடன் மாயா மலமும் உடையவர் பிரளயாகலர் எனப்படுவர். ஆணவம், கன்மம், மாயை என்னும் மூன்று மலங்களையும் உடையவர் சகலர் எனப் படுவார்.

(அ - சொ) பேணிய – விரும்பிய.

(விளக்கம்) மலங்கள் மூன்று. அவை : ஆணவம், கன்மம், மாயை எனப்படும். இம்மூன்று மலங்களும், ஒருங்கே ஆன்மாவுடன் பொருந்தி இருத்தலும் உண்டு. அஃது ஆன்மாவின் தீவிர ஆன்ம உணர்ச்சியைப் பொருத்தது. ஆகவே, ஒரு மலம் இருமலம் மும்மலமும் உடைய ஆன்மாக்கள் இன்ன என்பதை இம்மந்திரத்தால் ஆசிரியர் உணர்த்தினார். ஆணவ மலம் ஒன்றேயுடைய விஞ்ஞானகலர் கட்கு இறைவன் அவர்கள் அறிவில் தன்மை மாத்திரையாய் நின்று திருவருளை உண்டாக்கி மலத்தைப் போக்கி இரட்சிப்பான்.

பிரளயாகலர்க்கு இறைவன் மான், மழு, நான்கு கைகள், திருநீலகண்டம், முக்கண்களுடன் அருள் திருமேனிகொண்டு

எழுந்தருளி, முன்னிலை மாத்திரையாய் நின்று மலத்தைப் போக்கித் திருவருள் புரிவன்.

சகலர்கட்கு இறைவன் மானிட வடிவில் குருவாக வந்து தீட்சைகள் செய்து மலத்தைப் போக்கித் திருவருள் புரிவன்.

ஒன்றை உன்னும்போது ஒன்று மறையும்

309. மரத்தை மறைத்தது மாமத யானை
மரத்தில் மறைந்தது மாமத யானை
பரத்தை மறைத்தது பார்முதல் பூதம்
பரத்தில் மறைந்தது பார்முதல் பூதமே.

(இ-ள்) பெரிய மதமுடைய யானை மரத்தை மறைத்தது. அந்த யானையே மரத்தில் ஒடுங்கியது; மண், நீர், நெருப்பு, காற்று, ஆகாயம், ஆகிய பஞ்ச பூதங்கள். பரனை மறைத்தன. அப் பூதங்கள் அப்பரத்தில்தான் மறைந்தன.

(அ - சொ) மா - பெரிய. பரம் - பரம்பொருள். பார் - பூமி.

(விளக்கம்) நாம் மரத்தால் செய்யப்பட்ட யானையின் உருவைக் காண்கின்றோம். யானையைப் பற்றிய எண்ணத்தோடு அம்மர யானையை உற்று உற்று நோக்கும்போது, யானையின் வடிவமே பன்னிப் பன்னி வருமே அன்றி, அது மரத்தால் செய்யப் பட்டது என்ற எண்ணமே தோன்றாது. யானையின் உருவத்தை விடுத்து, அம்மரத்தின் உயர்வு தாழ்வு இவைகளைப் பற்றி எண்ணும்போது, யானையின் வடிவம் போலவே அடியோடு மறைந்து போகும். அது நாம் காண்கின்ற மண், நீர், தீ, காற்று, ஆகாயம் ஆகிய இந்த ஐந்து பூதங்களின் நினைவு எழுகின்ற போது, இவற்றிற்குக் காரணன் இறைவன் அல்லனோ என்ற நினைவு வருதல் இல்லை. அந்நினைவு பஞ்சபூத எண்ணத்தினால் பரமனை நினைக்கும் நிலையில் அமைவதில்லை. ஆகவே பஞ்சபூதத்தில் பரம் மறை கிறது. அவ்வாறே பரத்தைப் பற்றிய நினைவு தடித்தபோது

பஞ்சபூதங்கள் மறைந்தொழிகின்றன. ஆகவே உண்மையைக் காணும் முயற்சியில் நாம் முந்துதல் வேண்டும்,

அகங்காரம் ஒழிய வழி

***310.* வெல்லும் அளவில் விடுமின் வெகுளியைச்**
செல்லும் அளவும் செலுத்துமின் சிந்தையை
அல்லும் பகலும் அருளுடன் தூங்கினால்
கல்லும் பிளந்து கடுவெளி ஆமே.

(இ-ள்) உங்களால் எதையும் சாதிக்கும் நிலையிலும் கோபத்தை விட்டு ஒழியுங்கள். எந்த அளவுக்கு மனத்தை நல்வழியில் செலுத்த முடியுமோ அந்த அளவுக்கு மனத்தைச் செலுத்துங்கள். இரவும், பகலும் கருணையான நினைவுடன் யோகநிலையில் இருந்து வந்தால். ஆணவமாகிய கல்லும் விலகி இறைவடிவான பரவெளி தென்படும்.

(அ - சொ) வெகுளி - கோபம். அல் - இரவு. தூங்கினால் யோக நிலையில் இருந்தால். கல் - ஆணவம். வெளி - பரவெளி.

(விளக்கம்) கோபம் பிறரைக் கெடுப்பதோடு இன்றித் தன்னையும் கெடுத்தலின் அதனை விடுதல் வேண்டும். மனம் பலவழியில் சிதறுண்டு போகும்; அதனை நல்வழியில் நிறுத்துதல் இன்றியமையாதது. அருள் என்றும் மாறா திருத்தல் வேண்டும் என்பார், அல்லும் பகலும் அருளுடன் தூங்கினால் என்றனர். ஆணவம், தடிப்பும் வன்மையும் பெற்றது ஆதலின், அதனைக் கல் எனக் குறிப்பிட்டனர்.

தன்னை அறிவதே பேரறிவாகும்

***311.* முன்னைப் பிறவியில் செய்த முதுதவம்**
பின்னைப் பிறவியில் பெற்றால் அறியலாம்
தன்னை அறிவ தறிவாம் அஃதன்றிப்
பின்னை அறிவது பேய்அறி வாகுமே.

(இ - ள்) நாம் முற்பிறப்பில் செய்த பெருந்தவத்தின் பயனை அடுத்த பிறவியைப் பெற்று அனுபவிக்கின்றதைக் கொண்டு இன்ப துன்பங்களை அறிந்து கொள்ளலாம்.

அதோடு, நாம் யார் என்பதை உணர்வதுவே பேரறி வாகும். இதனை அறியாது அறியும் அறிவு, பேய் அறிவாகும்.

(அ - சொ) முதுதவம் - பெருந்தவம்.

(விளக்கம்) நம் இப்பிறவிபில் நன்மையையோ தீமையையோ அனுபவிக்கின்றோம் என்றால், அவற்றிற்குக் காரணம் முன்பிறவியில் செய்த புண்ணிய பாவமே ஆகும். அக்குறிப்பே இம்மந்திரத்தில் விளக்கப்பட்டுள்ளது.

பின்னை என்பது தன்னை அல்லாத பிறவற்றை ஆகும்.

தன்னை அறிந்தவன் கேடு அடையான்

312. தன்னை அறியத் தனக்கொரு கேடில்லை
தன்னை அறியாமல் தானே கெடுகின்றான்
தன்னை அறியும் அறிவை அறிந்தபின்
தன்னையே அர்ச்சிக்கத் தான் இருந் தானே.

(இ - ள்) எவன் ஒருவன் தன்னை அறிகின்றானோ, அவனுக்கு அழிவு இல்லை. இவ்வாறு தன்னை அறியாத காரணத்தால்தான் அவன் அழிகின்றான். தன்னை அறியும் அறிவை அறிந்தபின் தன்னைப் பிறர் பூசிக்கும் பேறு பெற்றுத் திகழ்பவன் ஆவான்.

(அ - சொ) அர்ச்சிக்க - பூசிக்க.

(விளக்கம்) தன்னை அறிதலாவது, தான் யார்? தான் வந்த விதம் என்ன? என்று ஆராய்தல் இங்ஙனம் ஆராய ஆராயப் பிரம்மஞானம் உணர நேரிடும். பிரம்மஞானத்தை உணர்ந்தவன், பிரம்மஞானி. அவன் பிறரால் போற்றப் படுதல் உண்மை.

சீவன் அறிவு வடிவாகும்

***313.* அறிவு வடிவென் றறியாத என்னை**
அறிவு வடிவென் றருள்செய்தான் நந்தி
அறிவு வடிவென் றருளால் அறிந்தே
அறிவு வடிவென் றறிந்திருந் தேனே.

(இ - ள்) நான் அறிவு வடிவாய் இருக்கிறேன் என்பதை உணராமல், பல நாள் இருந்தேன். அப்படி இருந்த என்னை, எனது குருநாதன், "நீ அறிவாய் இருக்கிறாய்" என்று அருள் உபதேசம் செய்தபின், நான் அருள் வடிவென்று அக் குருநாதன் அருளால் அறிந்தேன். அறிந்து அறிவாகவே விளங்குகின்றேன்.

(அ - சொ) நந்தி - குருநாதன்.

(விளக்கம்) சுடர் விளக்காயினும் தூண்டுகோல் வேண்டும். ஆகவே, நாம் எவ்வளவு உணர்ச்சியுடையவர் களாயினும், நம்மைத் தெளிவிக்க வேண்டியவர் ஒருவர் தேவை. அவரே குருநாதர். அக் குருவருளால் நம்மை நாம் உணரலாம் என்பதை விளக்குவது இம்மந்திரம்.

அறிவின் மாண்பு

***314.* அறிவுக் கழிவில்லை ஆக்கமும் இல்லை**
அறிவிக் கறிவல்ல தாதாரம் இல்லை
அறிவே அறிவை அறிகின்ற தென்றிட்டு
அறைகின் றனமறை ஈறுகள் தாமே.

(இ-ள்) அறிவுக்கு அழிவு கிடையாது. அதற்குத் தோற்றமும் இல்லை. அறிவுக்கு அறிவுதான் ஆதாரம். அறிவே அறிவை அறியும் என்று வேத உபநிஷ தங்கள் கூறு கின்றன.

(அ - சொ) ஆக்கம் - தோற்றம். ஆதாரம் - சார்பு. மறை ஈறுகள் - வேதத்தின் முடிவுகள், உபநிடதங்கள். அறைகின்றன - கூறுகின்றன.

(விளக்கம்) அறிவு, பரம்பொருள். அதற்குத் தோற்றம் முடிவு இல்லை. அந்த அறிவுதான் எல்லாவற்றையும் உணர்ந்து செயல் படுத்துகின்றது. இதுவே வேத உபநிடதங்களின் முடிபு. மறை ஈறு என்பது ஆகமத்தையும் உணர்த்தும். ஆகமங்களின் முடிபும், 'அறிவாகிய பரம்பொருளே அனைத்தை யும் செயல்படுத்துகின்றன என்பது' என்பர்.

அறிவுடையார் நெஞ்சம் ஆண்டவன் இருப்பிடம்

315. **அறிவுடை யார்நெஞ் சகல் இடம் ஆவ**
தறிவுடை யார்நெஞ் சருந்தவம் ஆவ
தறிவுடை யார்நெஞ்சொ டாதிப் பிரானும்
அறிவுடை யார்நெஞ்சத் தங்குநின் றானே.

(இ-ள்) அறிவுடையவர்களின் மனமே அகன்ற இடமுடைய மனம். அருந்தவம் அமைந்த இடம். அவ்விடம் தான் ஆதியாகிய பரமன் அமர்ந்திருக்கும் இடம்.

(அ- சொ) ஆதி - முதன்மை.

(விளக்கம்) அறிவுதான் இறைவன். ஆகவே, அவ்விடம் தவத்தானமாகவும், இறைவனுக்கு இருப்பிடமாகவும் இருப்பது.

சித்தாந்தமும் வேதாந்தமும் சிவனைக் காட்டும்

316. **சித்தாந்தத் தேசீவன் முத்திசிந் தித்த லால்**
சிந்தாந்தத் தேநிற்போர் முத்திசித் தித்தவர்
சித்தாந்த வேதாந்தம் செம்பொருள் ஆதலால்
சித்தாந்த வேதாந்தம் காட்டும் சிவனையே.

(இ - ள்) சைவ சித்தாந்த சமயத்தில் பசுத்தன்மை நீங்கிப் பரத்துவம் உணரும் வாய்ப்பு இருத்தலால், முத்தி இன்பத்தை அடைய நினைப்பவர்கள் சித்தாந்த நெறியைக் கடைப்பிடிப்பர். சித்தாந்தத்துடன் இணைந்த வேதாந்தமும்

உண்மைப் பொருளை உணர்த்தலின் அந்தச் சித்தாந்த வேதாந்தம் இறைவனைக் காட்டும்.

(அ - சொ) சீவன் முத்தி - பாசம் நீங்கி விளங்கும் நிலை. முத்தி - மோட்சம். சிந்தித்தவர் - நினைப்பவர்.

(விளக்கம்) முத்தி எய்த சித்தாந்த நெறி சிறந்தது. இதனால் வேதாந்த நெறி சிறப்பற்றது என்பதன்று, அதுவும் செம்பொருளைக் காட்ட வல்லது.

வேதமும் ஆகமும் வேறு அல்ல

***317.* வேதமோ டாகமம் மெய்யாம் இறைவன் நூல்**
ஓதும் பொதுவும் சிறப்பும்என் றுள்ளவை
நாதன் உரைஅவை நாடில் இரண்டந்தம்
பேதம்அஃ தென்பர் பெரியோர்க் கபேதமே.

(இ-ள்) வேதமும் ஆகமும் உண்மையை எடுத் துரைக்கும் நூல்கள் ஆகும். இவை இரண்டும் இறைவனால் அருளிச் செய்யப்பட்டவை. இவற்றுள் வேதம் பொது நூல் என்றும், ஆகமம் சிறப்புநூல் என்றும் கருதப்படும். இவ்வாறே வேதாந்தம் சித்தாந்தம் என்னும் இரண்டு அந்தங்களும் இறைவனது மொழிகளே. சிலர் இவ்விரண் டும் ஒன்றுக்கு ஒன்று வேறுபட்டவை என்று கூறுவர். இவற்றின் உண்மைக் கருத்தை அறிந்த பெரியோர்களுக்கு இவ்விரண்டும் பேதம் அற்றவை ஆகும்.

(அ - சொ) நூல் - புத்தகம். நாதன் - இறைவன். இரண்டு அந்தம் - வேதாந்தம், சித்தாந்தம் என்னும் இரண்டு அந்தங்கள். அபேதம் - வேறுபாடு இல்லாதவை.

(விளக்கம்) வேத ஆகமங்களும், வேதாந்த சித்தாந்தங்களும் இறைவனது மெய்ம்மொழிகளைக் கொண்டனவே. வேதம் எல்லாச் சமயத்தவர்களும் ஏற்றுக்கொள்ளக்கூடிய பொதுக் கருத்துக்களைக் கொண்டது. ஆனால் ஆகமம் அந்தந்தச் சமயத்தவர்கள் சிறப்பாக மேற்கொள்ள வேண்டிய விதிகளை

எடுத்து மொழிவது. மந்திரம் ஓதுக என்று வேதம் கூறினால், சைவ ஆகமம், பஞ்சாட்சர மந்திரம் ஓதுக என்றும், வைணவ ஆகமம், அஷ்டாட்சர மந்திரம் ஒதுக என்றும் கூறும். ஆகவே வேதம், ஆகமம் முறையே பொது சிறப்பு எனப்பட்டன. வேதாந்தம் ஜீவான்மா பரமான்மா ஒன்று என்ற கருத்தில் நாமே பிரம்மம் என்று கூறும். ஆனால் சித்தாந்தம், பதிவேறு, பசுவேறு என்று கூறும். இரண்டும் இவ்வாறு கருத்தில் வேறுபட்டாலும் இரண்டும் முத்தி இன்பமே கூறுதலின் பெரியோர்கட்கு அவை அபேதம் ஆயின.

கோயில் அமைப்பு

318. ஆய பதிதான் அருட்சிவ லிங்கமாம்
ஆய பசுவும் அடல் ஏறென நிற்கும்
ஆய பலிபீடம் ஆகும்நற் பாசமாம்
ஆய அரன்நிலை ஆய்ந்துகொள் வார்க்கே.

(இ - ள்) அருளே திருமேனியாகக் கொண்ட சிவ லிங்கம்தான் ஆதியாய பதியாகும். வீரமுடைய எருதாகச் சிவலிங்கத்தின் முன்னே அச் சிவலிங்கத்தைப் பார்த்துக் கொண்டு படுத்திருப்பது அநாதியாகிய சீவான்மா ஆகும். அந்த ஏற்றிற்குப் பின்னால் அமைத்திருக்கும் பலிபீடம் பாசபந்தமாகும். இவை தாம் இறைவன் கோயில் அமைப்பு என்பதை ஆராய்ச்சி அறிவுடையவர்கள் அறிந்து கொள்வார்கள்.

(அ - சொ) ஆய - அநாதியே ஆகிய. பதி - கடவுள். பசு - ஆன்மா, அடல் - வீரம். ஏறு - மாடு. பாசம்- ஆணவம், கன்மம், மாயை ஆகிய பாசபந்தங்கள். அரன் - இறைவ னுடைய. நிலை- கோயில்.

(விளக்கம்) கோயிலுக்கு நாம் செல்லுகிறோம். மூலட்டானத்தில் சிவலிங்கம் இருப்பதைக் காண்கிறோம். அந்தச் சிவலிங்கத்திற்கு எதிரே மாடு ஒன்று சிவலிங்கத்தை நோக்கிய வண்ணம் படுத்துக்கொண்டிருப்பதை அறிகிறோம். அதற்குப் பின் வட்டமான கல் வடிவத்தையும்

பார்க்கின்றோம். இம் மூன்றும் இவ்வாறு அமைந்திருப்பதன் கருத்து பதி, பசு, பாச விளக்கத்தை உணர்த்துவதாகும். ஆகவே, கோயில் அமைப்பே முப்பொருள் உண்மையை அறிவிப்பதாகும். மேலும், சிவன் கோவில்களில் சிவலிங்கத்திற்கு முன்பு ஒரு நந்தியும், அந்த நந்திக்குப் பின் சிறிது தூரத்தில் ஒரு நந்தியும் இருப்பதைக் காண்கின்றோம். பின்னுள்ள நந்தியின் பின் பக்கத்தில் தான் பலிபீடம் அமைந்திருக்கும். இவ்வாறு அமைந்திருப்பதன் கருத்து, பசுவாகிய ஆன்மா பாசத்தோடு இருக்கின்ற வரையில் பாசம் இணைந்தே இருக்கும் என்பதும், அப்படிப் பாசம் நிறைந்திருந்தால், இறைவன் தூரத்தே தான் இருப்பான் என்பதும், பாசம் நீங்கினால் இறைவனை அணுகலாம் என்பதும் ஆகும்.

முத்திக்கும் பத்திக்கும் வழி

***319.* முத்திக்கு வித்து முதல்வன்தன் ஞானமே**
பத்திக்கு வித்துப் பணிந்துற்றுப் பற்றலே
சித்திக்கு வித்துச் சிவபரம்தான் ஆதல்
சத்திக்கு வித்துத் தனதுப சாந்தமே.

(இ-ள்) மோட்சத்தைப் பெறுவதற்குக் காரணமாக இருப்பது இறைவன் திருவடி ஞானத்தை அறிதலாகும். பக்திக்குக் காரணமாக இருப்பது அவனைப் பணிந்து அவனது திருவடிகளைச் சரணடைதலாகும். சித்தியைப் பெறுவதற்குக் காரணமாவது, சிவபரம்பொருளை விட்டு நீங்கா திருத்தல் ஆகும். சக்தி பெறுதற்குக் காரணமாய் இருப்பது ஐம்பொறிகளை அடக்கி ஆளுதல் ஆகும்.

(அ - சொ) முத்தி - மோட்சம். முதல்வன் - இறைவன். ஞானம் - திருவடி ஞானம். பற்றல் - எண்ணுதல். உற்று - அடைந்து. சிவபரம்தானாதல் - இறைவனை விட்டு நீங்காதிருத் தல். உபசாந்தம் - ஐம்புலன்களை அடக்கல். வித்து - காரணம்.

(விளக்கம்) ஞானம் ஈண்டுத் திருவடிகளை உணர்த்துகிறது. தனது+உபசாந்தமே என்று பிரிக்கவும்.

ஈசன் இருக்கும் இடம்

***320.* நாசி நுனியினின் நான்குமூழ்விரலிடை**
ஈசன் இருப்பிடம் யாரும் அறிகிலர்
பேசி இருக்கும் பெருமறை அம்மறை
கூசி இருக்கும் குணம்அது ஆமே.

(இ-ள்) மூக்கின் நுனியிலிருந்து வெளிப்படும் பன்னிரண்டு அங்குல உயிர்ப்பினில் இறைவன் இருப்பிடமாகக் கொண்டு விளங்குவன். இந்த உண்மையினை யாரும் உணரவில்லை. பெரிய வேதங்கள் இவ்வாறுதான் பேசிக்கொண்டிருக்கும். ஆனால் அவைகள் வெளிப்படை யாகச் சொல்லுதற்கு நாணம் கொள்கின்றன. அவற்றின் இயல்பு அவ்வாறு இருக்கிறது.

(அ - சொ) நாசி - மூக்கு. நான்குமூ - பன்னிரண்டு. விர லிடை - விரல் அளவு. மறை - வேதம். கூசி - வெட்கி.

(விளக்கம்) நமது மூக்குத் துவாரத்தின் வழியே வரும் உயிர்ப்பு நமது கை விரல்களை ஒன்றன் மேல் ஒன்றாகப் பன்னிரண்டு என எண்ணும் அளவுக்கு அடுக்கினால் எவ்வளவு நீளம் இருக்குமோ, அவ்வளவு நீளம் வெளியே செல்லும். அப்படிச் செல்லும் பிராணவாயுவின் கடைசியில் விளங்குபவன் இறைவன். அவ்வாறு இருக்கிறான் என்பதை யாரும் அறியவில்லையே என்று இரக்கப்படுகிறார் ஆசிரியர். யாரும் அறியார் என்பது உலகமக்களைக் குறிக்கும். யோகியர் இதனை நன்கு அறிவர். இதன் கருத்துப் பிராணவாயுவை வீணே கழிக்காது உள் அடக்கி இறைவனைக் காண்க என்பதாம்.

தீட்டு இல்லாதவர்கள்

***321.* ஆசூசம் இல்லை அருநிய மத்தருக்கு**
ஆசூசம் இல்லை அரனை அர்ச் சிப்பவர்க்கு
ஆசூசம் இல்லையாம் அங்கி வளர்ப்பவர்க்கு
ஆசூசம் இல்லை அருமறை ஞானிக்கே.

(இ - ள்) அரிய மெய்ம்மையினை அறிந்தவர்கட்குத் தீண்டாமை என்பது இல்லை; இறைவனை வழிபடுபவர் கட்கும் தீண்டாமை இல்லை; யாகாதி காரியம் செய்பவர் கட்கும் தீட்டு இல்லை; அரிய வேதங்களை உணர்ந்த ஞானிகட்கும் தீட்டுக் கிடையாது.

(அ - சொ) ஆசூசம் - தீட்டு. நியமத்தார்- ஒழுக்கம் மேற் கொண்டவர்கள். அரன் - இறைவன். அர்ச்சிப்பவர் - வழி படுவோர். அங்கி வளர்ப்பவர் - யாகாதி காரியம் செய்பவர்கள்.

(விளக்கம்) தீட்டுத் தீட்டு என்று விலக்குதல் கூடாது என்பதை விளக்கவே இந்த மந்திரம் எழுந்தது. மக்கட்கு நன்மை செய்வதற்கே நியமத்தவர்களும் இறைவனைப் பூசிப்பவர்களும், யாகாதி காரியங்களைச் செய்பவர்களும். ஞானிகளும் இருத்தலின், அவர்கள் தீண்டாமையினை மேற்கொண்டால், மக்கள் எங்ஙனம் ஈடேற முடியும்?

ஞானிகளின் செயல்

322. தன்னை அறிந்திடும் தத்துவ ஞானிகள்
முன்னை வினையின் முடிச்சை அவிழ்ப்பார்கள்
பின்னை வினையைப் பிடித்துப் பிசைவார்கள்
சென்னியில் வைத்த சிவன்அரு ளாலே.

(இ-ள்) தன்னை உணர்ந்த மெய்ஞ்ஞானிகள் முன் வினையாகிய சஞ்சித வினையினை விட்டொழிப்பார்கள். இனி வரக்கடவதாகிய ஆகாமிய வினைகளை வர ஓட்டாமல் நசுக்கி விடுவார்கள். இவ்வளவுக்கும் காரணம், இறைவனது திருவடிகளை வந்தித்து வாழ்த்தித் தம் தலையில் சூட்டிக் கொண்டதுதான்.

(அ - சொ) தத்துவம் - உண்மை. முன்னைவினை - முற் பிறப்பு வினை. முடிச்சு - முற்பிறவியில் தேடிய புண்ணிய பாவமாகிய மூட்டையின் முடிச்சு.

(விளக்கம்) தத்துவ ஞானிகள் இறைவனை இடையறாது பூசித்து, அவனுடைய திருவடிகளைத் தம்சென்னியில் சூடியுள்ள காரணத்தால், முற்பிறப்பில் செய்தவினைகளை விலக்குவதோடு எடுத்த பிறவியில் வந்துசேரும் வினைகளையும் போக்குவர்.

அறிவை அறிவதுவே பொருள்

323. எல்லாம் அறியும் அறிவு தனைவிட்டு
எல்லாம் அறிந்தும் இலாபம்அங் கில்லை
எல்லாம் அறிந்த அறிவினை நான்என்னில்
எல்லாம் அறிந்த இறைஎனல் ஆகுமே.

(இ - ள்) எல்லாவற்றையும் அறிகின்ற அறிவை வெளியில் ஆராய விடுத்து, எல்லாவற்றையும் உணர்ந்தும் பயன் இல்லை. எல்லாவற்றையும் அறியும் அறிவு நான் தான் என்ற உணர்ச்சி பெறுவோமானால் அந்த அறிவே இறை அறிவாகும்.

(அ - சொ) விட்டு - ஆகாய வெளியே செலுத்தி. இலாபம் - பயன். நான் என்னில் - நானாகிய பிரம்மம் என்றால்.

(விளக்கம்) அறிவால் எதனையும் அறியலாம்; அந்த அறிவு எஃது என்பதை உணர்தல் நன்று; அந்த அறிவுதான் பிரம்ம ஞானம் எனப்படும். அதையே ஈண்டு, "எல்லாம் அறிந்த அறிவினை நான் என்னில்" என்றனர்.

ஈசன் இருப்பிடத்தை அறிய வழி

324. வாசியும் மூசியும் பேசி வகையினால்
பேசி இருந்து பிதற்றிப் பயன் இல்லை
ஆசையும் அன்பும் அறுமின் அறுத்தபின்
ஈசன் இருந்த இடம்எளி தாகுமே.

(இ - ள்) பிராணவாயு, சுழுமுனை என்றெல்லாம் வாயினால் பேசிப் பயனில்லை. இப் பேச்சின் மூலம் இறைவன்

இருப்பிடத்தைக் காண முடியாது. ஆசை, அன்பு இவற்றை ஒழிக்க வேண்டும். அப்படி இவற்றை நீக்கினால், இறைவன் இருக்கும் இடத்தை எளிதாக உணரலாம்.

(அ - சொ) வாசி - பிராணவாயு. மூசி - சுழி முனை.

(விளக்கம்) 'பிராண வாயுவை அடக்கி ஒடுக்கப் பழகினால் இறைவனை அடையலாம்' என்று வேதாந்தம் பேசிக் கொண்டு உலகப் பற்றில் ஈடுபட்டு இருந்தால், இறைவனை அடைய முடியாது. ஆகவே ஆசை, அன்பு இவற்றை ஒழிக்க வேண்டும் என்று இம்மந்திரம் கூறுகிறது. ஆசை என்பது உலக இன்பங் களில் கொள்ளும் பற்று; அன்பு என்பது மனைவி மக்களிடத்தில் காட்டும் பற்று.

ஆசையை ஒழித்தால் ஆனந்தம் உண்டாகும்

325. ஆசை அறுமின்கள் ஆசை அறுமின்கள்
ஈசனோ டாயினும் ஆசை அறுமின்கள்
ஆசை படப்பட ஆய்வரும் துன்பங்கள்
ஆசை விடவிட ஆனந்தம் ஆகுமே.

(இ-ள்) ஆசையை அடியோடு விட்டு ஒழியுங்கள். அவ்வாசை, இறைவனிடத்துக் கொண்ட ஆசையே ஆயினும் விட்டொழியுங்கள். ஆசை ஏற்பட ஏற்படத் துன்பங்கள் தாம் வந்து சேரும். ஆசையை ஒழித்தால் இன்பம் மேல் ஓங்கும்.

(அ - சொ) அறுமின்கள் - நீக்குங்கள். ஆய் - உண்டாகி.

(விளக்கம்) ஆசை இருந்தால் துன்பமும், ஆசை அழிந்தால் இன்பமும் ஏற்படும். எப்பொருளிடத்தும் ஆசையை விட்டொழிப்பதை வற்புறுத்தவே ஈசனோடாயினும் ஆசை வேண்டா என்றனர். ஈசனோடு ஏன் ஆசை கொள் கின்றோம்? நாம் ஒன்றைப் பெற அவனிடம் ஆசை கொள்கின்றோம். நமக்கு வேண்டியதை நாம் இறைவனிடம் கேட்க வேண்டியதில்லை. நமது உள்ளக் குறிப்பை அறிந்து அவனே கொடுப்பான். ஆகவே அவனிடம் ஆசை வைக்க வேண்டும்

என்ற நியதி இல்லை. 'வேண்டத் தக்கது அறிவோய் நீ வேண்ட முழுதும் தருவோய் நீ' என்பது அனுபவ ஞானிகள் வாக்கு.

இறைவன் விளங்கும் நிலை

***326.* காலினில் ஊறும் கரும்பினில் கட்டியும்**
பாலினுள் நெய்யும் பழத்துள் இரத்தமும்
பூவினுள் நாற்றமும் போல்உளன் எம்இறை
காவலன் எங்கும் கலந்துநின் றான்அன்றே.

(இ-ள்) காற்றில் உணர்ச்சியாகவும், . கரும்பில் வெல்லக் கட்டியாகவும், பாலில் நெய்யாகவும் பழத்துள் சுவையாகவும், மலரில் மணமாகவும் இறைவன் உளன். இவ்வாறு ஆன்மாக்களைக் காக்கும் இறைவன் எல்லாப் பொருள்களிடத்தும், எல்லா இடங்களிலும் கலந்து விளங்குகின்றான்.

(அ - சொ) கால் - காற்று. ஊறு - உணர்ச்சி. கட்டி - வெல்லம். இரதம் - சுவை. நாற்றம் - வாசனை.

(விளக்கம்) இறைவன் பொருள்கள் எல்லாவற்றிலும் கலந்து மக்கட்கு இன்பம் தரும் இயல்பினனாய் உள்ளான் என்பது கருத்து.

குருவை என்றும் உள்ளத்தில் கொண்டால் மும்மலம் நீங்கும்

***327.* கருடன் உருவம் கருதும் அளவில்**
பருவிடம் தீர்ந்து பயம்கெடு மாபோல்
குருவின் உருவம் குறித்தஅப் பொழுதே
திரிமலம் தீர்ந்து சிவன் அவன் ஆமே.

(இ-ள்) கருடன் வடிவை எண்ணிய மாத்திரத்தில், தலைக்கேறிய பெருவிடமானாலும் இறங்கும்; அச்சம் நீங்கிவிடும். அதுபோல, ஆசாரியனது வடிவைத் தியானம் செய்தபோது மும்மலங்களும் ஒழியும்; தானே பிரம்மமும் ஆகலாம்.

(அ - சொ) திரிமலம் - மூன்று அழுக்குகள்.

(விளக்கம்) பாம்புக்கும் கருடனுக்கும் எப்போதும் பகை. பாம்பு கீழே ஊர்ந்து செல்லும்போது, மேலே கருடன் பறந்து போகையில், அதன் நிழல் பாம்பின் மீது பட்ட அளவிலும் இறந்துவிடும். ஆகவே, பாம்பால் கடியுண்டவர்களை மாந்திரீகன் கருடபாவனை மந்திரத்தை உச்சரித்துக் கருட பாவனையுடன் பார்த்தால், கடியுண்டவர்களின் உடம்பில் ஏறிய விடம் நீங்கி அச்சமும் ஒழியும். திரிமலங்களாவன, ஆன்மாவைப் பற்றி இருக்கின்ற ஆணவம், கன்மம், மாயை என்பன. இந்த விடங்கள் குருவாகிய கருடனைத் தியானம் செய்த அளவில் நீங்கிப்போகும். இறைவன் மலம் அற்றவன்: ஆன்மாவும் மலம் அற்றபோது இறைவனைப் போன்றுதானே ஆகும்!

ஓங்காரத்தின் மாண்பு

328. ஓங்காரத் துள்ளே உதித்தஐம் பூதங்கள்
ஓங்காரத் துள்ளே உதித்த சராசரம்
ஓங்கார தீதத் துயிர்மூன்றும் உற்றன
ஓங்கார சீவ பரசிவ ரூபமே.

(இ - ள்) ஐந்து பருப்பொருள்களும் அவ் ஓங்காரத்தி லிருந்துதான் வெளிவருகின்றன. அசையும் பொருள்களும் அவ் ஓங்காரத்திலிருந்துதான் வெளிவந்தன. அவ் ஓங்கார தீதத்தில் மூன்று உயிர்களும் பொருந்தி உள்ளன. அந்த ஓங்காரமே,சீவரூபம், பரசிவரூபமாகவும் விளங்குவது.

(அ - சொ) ஓங்காரம் - ஓம் என்னும் பிரணவ எழுத்து. பூதங்கள் - பருப் பொருள்கள். ஐம்பூதங்கள் - மண், நீர், தீ, காற்று, காற்று, ஆகாயம். சரம் - அசையும் பொருள்கள். அசரம் - அசையாப் பொருள்கள். ஓங்காரதீதம் - மகாகாரணப் பிரணவம். உயிர்மூன்று - விஞ்ஞான கலர், பிரளயாகலர், சகலர் என்னும் மூன்று உயிர்கள். சீவரூபம் - ஆருயிர். பரசிவரூபம் - அருள்வடிவம்; அருளுடைய இறைவன் வடிவம்.

(விளக்கம்) ஓங்காரம் என்பது ஓர் எழுத்து மந்திரம்; இது தூய தமிழ்ச்சொல்; ஓம் என்னும் மொழி ஈர் எழுத்துக்களால் ஆனது அன்று; ஓர் எழுத்து மொழியே ஆகும். ஓம் என்னும் சொல் ஓம்புதல் என்பதன் முதல்நிலைத் தொழிற் பெயர். இதன் பொருள் காத்தல் என்பது; ஓம் என்பது, காரம் என்னும் சாரியை பெற்றுள்ளது; ஆகாரம், ஊகாரம் என்பன போல் என்க. சரம் அசரம் என்பன சேர்ந்து சராசரம் என்று ஆயின. விஞ்ஞான கலர் உயிர் ஆவது ஆணவமலம் மட்டும் இயைந்தது. பிரளயாகலர் என்னும் ஆன்மா ஆணவம், கன்மம் என்னும் இருமலங்களையுடையது. சகலர் என்பது ஆணவம், கன்மம், மாயை ஆகிய மும்மலங்களை யுடையது: ரூபம் என்னும் சொல்லைச் சீவனோடும், பரசிவ என்னும் சொல்லோடும் இணைக்கவும்.

நமச்சிவாயக் கனி

329. ஒன்றுகண் டேன்இவ் உலகுக் கொருகனி
நன்றுகண் டாய்அது நமச்சிவா யக்கனி
மென்றுகண் டால்அது மெத்தென் றிருக்கும்
தின்றுகண் டால்அது தித்திக்கும் தான் அன்றே.

(இ-ள்) இவ்வுலகுக் கெல்லாம் ஒப்பற்ற பழமாகிய ஒன்றைக்கண்டு கொண்டனன். அக்கனி தான் நமச்சிவாயக் கனி. அது மிக நல்ல கனி. அதனை மென்று சுவைத்தால், அது மெத்தென்று இருக்கும். அதனைத் தின்று பார்த்தால் அஃது இனிக்கும்.

(அ - சொ) ஒன்று - ஒப்பற்ற ஒன்றை.

(விளக்கம்) கனியை மெல்லுதல் இயல்பு. ஆனால் இங்குக் குறிப்பிடப்பட்ட கனி நமச்சிவாய என்னும் மந்திரமாகிய கனி. இதனை மெல்லுதலாவது உணர்வில் தியானித்தல். தின்று காணுதலாவது சதா எண்ணுதல்.

சிவசிவ என்னச் சிவகதி கிடைக்கும்

330. சிவசிவ என்கிலர் தீவினை யாளர்
சிவசிவ என்றிடத் தீவினை மாளும்
சிவசிவ என்றிடத் தேவரும் ஆவர்
சிவசிவ என்னச் சிவகதி தானே.

(இ-ள்) கொடிய பாவத்தையுடையவர்கள் சிவசிவ என்று கூறாமல் இருக்கின்றனரே! சிவசிவ என்று கூறினால், கொடிய பாவங்கள் ஒழியுமே. சிவசிவ என்று கூறி வந்தால் தேவர்களாக ஆகலாமே. சிவசிவ என்று கூறச் சிவகதியையும் அடையலாம்.

(அ - சொ) தீவினை - கொடிய பாவம். சிவகதி - சிவலோக இன்பம்,

(விளக்கம்) சிவ என்னும் மந்திரம் இறைவனையும் இறைவியையும் குறிக்கும். சி, இறைவன், வ, இறைவி. ஆகவே இம் மகா மந்திரத்தை ஓத அம்மை அப்பனை நினைத்த தாகும். அவர்கள் அருளையும் பெறலாம்.

உலகுக்கு ஓரே தெய்வம்

331. ஒன்றுகண் டீர்உல குக்கொரு தெய்வமும்
ஒன்றுகண் டீர்உல குக்குயிர் ஆவதும்
நன்றுகண் டீர்இனி நமச்சி வாயப்பழம்
தின்றுகண் டேற்கிது தித்தித்த வாறே.

(இ-ள்) உலகுக்கெல்லாம் ஒப்பற்ற ஒரு தெய்வத்தைத் தேடிக் கண்டு கொள்ளுங்கள். அதுவே உலகுக்கு உயிராய் இருப்பது என்பதையும் தெரிந்து கொள்ளுங்கள். அது மிக நல்ல பொருள் என்பதையும் கண்டு கொள்ளுங்கள். அப்பொருள் தான் நமச்சிவாயக் கனியாகிய இனிய பொருள். அதனை நன்கு தின்று கண்ட போது இனித்தது.

(அ - சொ) தித்தித்த ஆறு - இனித்த விதம்.

(விளக்கம்) தெய்வம் பல இல்லை; ஒன்றே ஆகும். ஒன்றே குலமும் ஒருவனே தேவனும் என்பது உண்மைக் கருத்து. அவ் ஒரு தெய்வம் எல்லா உடலிலும் உயிருக்குயிராய் இருப்பது. அவ்வுயிர் நமச்சிவாய உயிர்; அஃது ஈண்டுக் கனியாக உருவகப் படுத்தப்பட்டது. நமச்சிவாய மந்திரம் இறைவன் வடிவாகவும் மக்கள் வடிவாகவும் இருப்பது. ஆகவே, அதனை உலகுக்குயிர் என்றனர். தின்று கண்டீர் என்றது நமச்சிவாய மந்திரத்தை சதா உச்சரித்துக் கொண்டிருங்கள் என்பது.

ஞானிகளின் மன உறுதி

***332.* நமன்வரின் ஞானவாள் கொண்டே எறிவன்**
சிவன்வரின் நான்உடன் போவது திண்ணம்
பவம்வரும் வல்வினை பண்டே அறுத்தேன்
தவம்வரும் சிந்தைக்குத் தான்எதிர் ஆரே.

(இ-ள்) இயமன் என்னை அழைத்துச் செல்லவரின் ஞானவாளை அவன் மீது வீசுவன். சிவன்வரின் அவன் பின் போவது உறுதி. பிறவிக்குக் காரணமான வினைகளை முன்பே போக்கியுள்ளேன். ஆகையினால் தவம் கைவரப் பெற்ற மனமுடையவர்கட்கு யார் எதிர்? எவரும் இலர்.

(அ - சொ) நமன் - இயமன். எறிவன் - வீசுவன். பவம் - பிறப்பு. பண்டே - முன்னே.

(விளக்கம்) ஞானவாள் என்பது ஐந்தெழுத்து மந்திர மாகிய சிவாயநம எனும் மந்திரம்.

உருவ வழிப்பாட்டின் உயர்வு

***333.* திருமேனி தானே திருவருள் ஆகும்**
திருமேனி தானே திருஞானம் ஆகும்
திருமேனி தானே சிவநேயம் ஆகும்
திருமேனி தானே தெளிந்தார்க்குச் சித்தே.

(இ-ள்) இறைவனது திருவுருவம் அவனது திருவருள் ஆகும்; திருமெய்ஞ்ஞானமும் ஆகும். சிவமாகிய அவனி டம் அன்பை உண்டாக்குவதாகும். இந்த உண்மைகளைத் தெரிந்தவர்களுக்குப் பல சித்துக்களும் உண்டாகும்.

(அ - சொ) திரு - அழகிய; முத்தித்திரு. நேயம் - அன்பு. சித்து - எல்லாம் செய்ய வல்ல வல்லமை.

(விளக்கம்) சைவசமயம் ஒன்றே இறைவனது நிலையை உருவம், அருவம், அருஉருவம் என்று கூறவல்லது. அவற்றுள் உருவத் திருமேனியின் சிறப்பு இம்மந்திரத்தில் கூறப் பட்டுள்ளது. இறைவனுக்கு உருவம் இல்லை என்பார்க்கு அறிவு கொளுத்தும் முறையில் இம்மந்திரம் அமைந்துள்ளது.

நடன தரிசனம் ஆனந்தம் உண்டாக்கும்

334. புளிக்கண் டவர்க்குப் புனல்ஊறு மாபோல்
களிக்கும் திருக்கூத்துக் கண்டவர்க் கெல்லாம்
துளிக்கும் அருட்கண்ணீர் சோர்நெஞ் சுருக்கும்
ஒளிக்குள் ஆனந்தத் தமுதூறும் உள்ளத்தே.

(இ - ள்) புளியைப் பார்த்தவர்க்கு வாயில் நீர் சுரக்கும். அதுபோல நடராசப் பெருமானது திருநடனத்தைக்கண்ட அளவில் ஆனந்தம் தோன்றும். அருள் கண்ணீர் துளிக்கும். மனம் உருகும். மனத்துள் அமுதம் ஊற்றெடுக்கும்.

(அ - சொ) புனல் - நீர்.

(விளக்கம்) நடராசப் பெருமானது நடனம், அருள் நடனம், ஆனந்த நடனம். அதைக் கண்டதும் மனம் உருகும்; ஆனந்தக் கண்ணீர் பெருகும்.

நடராசர் வடிவம் நமசிவாய மந்திரமே

***335.* திருந்துநல் சீஎன் றுதரிய கையும்**
அருந்தவர் வாஎன் றணைத்த மலர்க்கையும்
பொருந்தில் இமைப்பிலி யவ்என்ற பொற்கையும்
திருந்தத்தீ ஆகும் திருநிலை மவ்வே.

(இ-ள்) திரிந்திய நல்ல சீ என்னும் எழுத்தைக் குறிப்பது உதறிய கையாகும். அரிய தவத்தரை வா என்று அழைப்பது அணைத்த மலர் போன்ற கை ஆகும். பொருந்தும் முறையில் இமையாத கண்ணுடைய இறை வனது அழகிய கை ய ஆகும். தீ ஏந்திய கை திரு ஆகும். நிலையாக ஊன்றிய திருவடி ஆகும்.

(அ-சொ) இமைப்பிலி - இமை கொட்டாத கண்களை யுடைய நடராசப்பெருமான். பொன் - அழகிய.

(விளக்கம்) உதறிய கை என்றது உடுக்கை ஏந்திய கை. அது சிகர எழுத்தைக் குறிக்கும், மலர்க்கை ஈண்டு வா எழுத்தைக் குறிக்கும், இது நடராசரின் இடக்கையைக் குறிக்கும். அபய அஸ்தமாக விளங்குவது யகர எழுத்தாகும். திரு ஈண்டு ந என்னும் எழுத்தைக் குறித்து நிற்கிறது. நிலையாக முயலகனை ஊன்றி இருக்கும் பாதம் மகர எழுத்தைக் குறிக்கும். ஆக, நடராசர் வடிவம் நமசிவாய வடிவம் என்பதை உணர்க. சி என்பது சீ என நீட்டல் விகாரம் பெற்றது.

பஞ்சாட்சர வடிவமே கூத்தப்பிரான் வடிவம்

***336.* மருவும் துடியுடன் மன்னிய வீச்சு**
மருவிய அப்பும் அனலுடன் கையும்
கருவின் மிதித்த கமலப் பதமும்
உருவில் சிவாய நமஎன ஓதே.

(இ - ள்) உடுக்கையுடன் பொருந்திய கையும், நிலை பெற்ற வீசுகரமும், நீர் பொருந்திய சிரசும், மழுவேந்திய கையும், ஆணவமாம் கருவாகிய முயலகனை மிதித்த தாமரைப்

பாதமும், சிவாய நம என்னும் மந்திரமாக நடராசப் பெருமானின் வடிவில் பொருந்தியுள்ளன என்று கூறுக.

(அ - சொ) துடி - உடுக்கை. மருவும் - பொருந்தும். மன்னிய - நிலைபெற்ற. அப்பு - நீர். அனல் - மழு. கரு - முயலகனாம் ஆணவம். கமலம்- தாமரை.

(விளக்கம்) முன் சொன்ன குறிப்பே இம்மந்திரத்திலும் உளது. நடராசர் வடிவம் சிவாயநம என்னும் பஞ்சாட்சர மந்திர வடிவம் என்பதை வற்புறுத்துவனவே, முன் மந்திரமும், இம்மந்திரமும். அதாவது, உடுக்கை ஏந்திய கை சி யையும், வீசிநிற்கும் கை வா வையும், சடைமுடி ய வையும், மழுவேந்திய கை, ந வையும், முயலகனை மிதித்துள்ள திருவடி ம வ்வையும் குறிக்கும் என்பதாம் நடராசர் திருவடியில் ஒரு பூதம் படுத்திருப்பதைக் காணலாம். அப்பூதமே முயலகன் என்பது. அஃது ஈண்டு ஆணவமலக் குறியாகக் குறிக்கப்பட்டுள்ளது.

நடராசரே ஐந்து தொழிற்கும் காரணர்

337. அரன்துடி தோற்றம் அமைத்தல் திதியாம்
அரன்அங்கி தன்னில் அறையில்சங் காரம்
அரன்உற் றணைப்பில் அமரும் திரோதாயி
அரன்அடி என்றும் அனுக்கிர கம்மே.

(இ-ள்) சிவபெருமானது உடுக்கை படைத்தலையும், அமைத்த கை காத்தலையும், ஏந்தியுள்ள மழு அழித்தலை யும், ஊன்றியுள்ள பாதம் மறைத்தலையும், தூக்கிய திருவடி அருளுதலையும் உணர்த்தும்.

(அ - சொ) அரன் - சிவபெருமான். துடி - உடுக்கை தோற்றம் - படைத்தல். அமைத்தல் - அபயம் காட்டும் கை. திதி - காத்தல். அங்கி - மழு. அறையில் - சொன்னால். சங்காரம் - அழித்தல். உற்று - ஊன்றி. அணைப்பில் - அழுத்திய திருவடியில். திரோதம்- மறைத்தல். அமரும் - பொருந்தி இருக்கும். அடி - குஞ்சிதபாதம்; தூக்கிய திருவடி. அனுக் கிரகம் - அருளுதல்.

(விளக்கம்) படைத்தல், காத்தல், அழித்தல், மறைத்தல், அருளல் இவ்வைந்தும் இறைவன் உயிர்களின் பொருட்டுச் செய்யும் ஐந்து தொழில்கள் ஆகும். இவற்றைப் பஞ்ச கிருத்தியம் என்பர். ஐந்தொழிற்கும் கருத்தர் நடராசரே என்பது இம்மந்திரக் கருத்து.

அகக் கண்ணால் பார்ப்பதே ஆனந்தம்

***333.* முகத்தில் கண்கொண்டு பார்க்கின்ற மூடர்காள்**
அகத்தில் கண்கொண்டு காண்பதே ஆநந்தம்
மகட்குத் தாய்தன் மணாளனோ டாடிய
சுகத்தைச் சொல்என்றால் சொல்லுமா றெங்ஙனே.

(இ-ள்) முகத்தில் அமைந்த கண்களைக் கொண்டு பார்க்கின்ற மூடர்களே! அப்பார்வையால் யோகக் காட்சி தென்படாது. மனக் கண்ணால் பார்க்கிறபோதுதான் யோகக் காட்சியின் இன்பம் தோன்றும். தாய் தன் கணவனோடு கலந்து இன்புற்ற இன்பத்தைப் பற்றிக் கன்னியாக உள்ள தன்மகட்குக் கூற முடியுமா? முடியாதன்றோ?

(அ - சொ) அகம் - மனம்.

(விளக்கம்) அகக்கண் என்பது ஞானக்கண். கலியாணம் ஆகாமல் மணப்பருவம் உற்ற ஒரு பெண் தன் தாயை நோக்கி "அம்மா நேற்று இரவு நீயும் அப்பாவும் அறையில் என்ன செய்தீர்கள்" என்று கேட்க நேர்ந்தால், அப்பெண்ணிற்குத் தாய் தன் கணவனுடன் கூடி இன்புற்றதைச் சொன்னால் அக்கன்னி புரிந்து கொள்வாளோ? புரிந்து கொள்ள மாட்டாள். அக்கன்னிப்பெண் மணந்து தன் கணவனுடன் இன்புற்ற போது தான் தானாக அந்த இன்பத்தை அறிந்து கொள்ள முடியும். இக்கருத்தே அகத்தில் கண்கொண்டு காண்பதே ஆனந்தம் எனப்பட்டது. ஈண்டு ஒரு சந்தேகம் எழலாம். அதாவது திருமூலர் மணம் முடித்து மனையாட்டியுடன் சேர்ந்து இன்புற்றிருக்க வேண்டும். அதனால்தான் "மகட்குத்தாய் தன் மணாளனோடு ஆடிய சுகத்தைச் சொல் என்றால் சொல்லுமா றெங்ஙனே" என்ற உவமையைக்

கூறியுள்ளர் என்பது. திருமூலர் யோகி; யோகக்காட்சியினால் அனைத்தும் அறியும் ஆற்றல் பெற்றவர். ஆதலின், இவ்வுவமை கூறினார் என்க. அவர் நித்திய பிரம்மச்சாரி.

இறைவனை உள்ளத்தில் பதியவைத்தோர் தன்மை

339. மலம்இல்லை மாசுஇல்லை மானாபி மானம்
குலம்இல்லை கொள்ளும் குணங்களும் இல்லை
நலம்இல்லை நந்தியை ஞானத்தி னாலே
பலமன்னி அன்பினால் பதித்துவைப் பார்க்கே.

(இ-ள்) குருநாதனாம் நந்தியம் பெருமானை ஞான உணர்ச்சியினால் பலமாக நிலைத்திருக்க அன்பினால் உள்ளத்தில் பதிய வைத்திருப்பவர்க்கு மலவாதனை கிடையாது. எந்தவிதமான குற்றமும் ஏற்படாது. மானம், அபிமானம், குலம் முதலானவை இல்லை. நலமும் இல்லை.

(அ-சொ) பலம் - வன்மையோடு. மாசு - குற்றம். அபிமானம் - ஆசை.

(விளக்கம்) இறைவனை உள்ளத்துள் கொள்ளும் ஞானி இறைவன் ஆகின்றான். இதனால் இறைவனுக்கு உள்ள குணங்கள் ஞானியிடம் பதிகின்றது. ஆகவே, மலம் மாசு முதலியன இல்லாமல் போகின்றன. மலம், ஆணவம், கன்மம், மாயை என்பன. மாசு, உடல் அழுக்கு. ஞானிக்கு சாதி வேறுபாடு இன்மையின் குலம் இல்லை எனப்பட்டது. சாத்வீக குணமே இருந்தபின் ராஜச தாமச குணங்களுக்கு வழி இல்லை. நிழல் ஒன்று இருந்தால்தான் வெயிலின் கொடுமை தெரியவரும். அதுபோலத் தீமை என்பது ஒன்று இருந்தால்தானே நன்மை என ஒன்று இருக்கும்; ஞானிக்கு இரண்டும் இன்மையின் நலம் இல்லை என்றனர்.

இறைவன் திருவடி மாண்பு

***340.* விரும்பில் அவன்அடி வீர சுவர்க்கம்**
பொருந்தில் அவன்அடி புண்ணிய லோகம்
திருந்தில் அவன் அடி தீர்த்தமும் ஆகும்
வருந்தி அவன் அடி வாழ்த்தவல் லார்க்கே.

(இ - ள்) பல தொல்லைகளில் உழன்று வருந்திப் பின் உணர்ச்சி வரப்பெற்று இறைவனது திருவடிகளை வாழ்த்த வல்லவர்கள், இறைவனது திருவடிகளை விரும்பினால் அவ் விருப்பம் வீர சுவர்க்கத்தை அடைவிக்கும். அவனது திரு வடிகளில் உள்ளத்தைப் பொருந்த வைத்தால் அப் பொருத்தம் புண்ணிய உலகில் சேர்ப்பிக்கும். அவனது திருவடிகளில் மனம் பொருந்த வேண்டும் என்ற எண்ணம் ஏனைய எண்ணங்களை விடுத்துத் திருந்தினால் புண்ணிய தீர்த்தங்களில் மூழ்கிய பலனை அளிக்கும்.

(அ - சொ) சுவர்க்கம் - மோட்சம்.

(விளக்கம்) இம்மந்திரம் இறைவனது திருவடி மாண்பை உணர்த்துகிறது.

தாய் வயிற்றில் கரு வளரும் முறை

***341.* நீங்கிட நீங்கிட நிமிர்ந்து வளர்ந்தோங்கும்**
ஓங்கிட ஓங்கிட உறுதியாம் வாயுவு
வாங்கிட வாங்கிட வன்னி தலைக்கொளும்
பாங்கிடப் பாங்கிடப் பத்தாகும் திங்களே.

(இ - ள்) தாய்க் கருவில் உள்ள பிண்டம் உடல் உறுப் புக்கள் உண்டாக நிமிர்ந்து வளர்ந்து விருத்தியாகும். விருத்தி ஆக ஆக, உறுதியான பிராண வாயுவும் விருத்தி அடையும். பின் வெம்மை தலைக்கு ஏறும். எல்லா உறுப் புக்களும் பக்குவம் அடையப் பத்து மாதம் ஆகும்.

(அ - சொ) வன்னி - தீ. பாங்கிட - பக்குவம் அடைய. திங்கள் - மாதங்கள்.

(விளக்கம்) இம் மந்திரம் தாய்க் கருவில் பிண்டம் வளரும் முறை கூறுகிறது. இந்த மந்திரத்தின் விளக்கத்தை யூகி முனிவர் வைத்திய சிந்தாமணி வாயிலாகத்தான் புரிந்து கொள்ள முடியும். அச் சிந்தாமணியில் இரண்டாம் மாதம் தலை, முதுகும்; மூன்றாம் மாதத்தில் அரை, விரல், கை, கால் களும்; நான்காம் மாதத்தில், பாதம், மூக்கும்; ஐந்தாம் மாதத்தில் காது, நாக்கு, கண்களும்; ஆறாவது மாதத்தில் நகங்களும்; ஏழாவது மாதத்தில் தாய் உண்ட சாரம் தலையின் மூலம் செல்லுதலும், பேச்சு உண்டாதலும்; ஒன்பதாவது மாதத்தில் அறிவு தோன்றி இறைவனை நினைந்து கும்பிட்டு அருள் தா என்று தியானித்துப் பத்தாவது மாதத்தில் குரு பார்வை ஏற்பட்டுக் கீழ்நோக்கிக் குழந்தை பூமியில் வந்து பிறக்கும் என்று சொல்லப் படுகிறது. இதில் முதல் மாதம் என்னிலையில் இருக்கும் என்பது சொல்லப் படாததை அறியவும். அம் மாதத்தில் பிண்டமாக மட்டும் இருக்கும்போலும்.

மூவகை நாடிகளை அறியும் விதம்

342. குறியாம் வலக்கரம் குவிந்த பெருவிரல்
மறியா அதன்கீழ் வைத்திடும் மூவிரல்
பிறிவாய் மேல்ஏறிப் பிலத்தது வாதம்ஆம்
அறிவாய் நடுவிரல் அமர்ந்தது பித்தமே.

(இ-ள்) வலக்கரத்தில் குவிந்த பெரு விரலைக் கீழே வைத்து, ஆள் காட்டி விரல், நடுவிரல், மோதிர விரல் மூன்றையும் வலக்கரத்தின் மணிக்கட்டின் மேல் வைத்துக் கவனிக்கும் போது, பலமாக மேலே செல்லும் நாடியை வாத நாடியாகவும், நடுவிரலில் செல்வதைப் பித்த நாடியாகவும் அறிந்து கொள்க.

(அ - சொ) பிலத்தது - பலத்தோடு அடித்துக்கொள்வது.

(விளக்கம்) வலக்கரம் என்பது ஆண்களது வலக் கரத்தை என்க. நாடி பார்க்கும்போது மணிக்கட்டில் விரல்களை வைத்துத் தான் பார்க்க வேண்டும். நாடியைப் பார்க்கும்போது சித்திரை வைகாசி மாதங்களில் சூரியோதயத்தில் பார்க்க வேண்டும். ஆனி, ஆடி, ஐப்பசி, கார்த்திகை மாதங்களில் மத்தியானத்தில் பார்க்க வேண்டும். மார்கழி, தை, மாசி மாதங்களில் மாலையில் பார்க்க வேண்டும். ஆவணி, புரட்டாசி, பங்குனி மாதங்களில் பாதி இரவில் பார்க்க வேண்டும். இப்படிப் பார்த்து நமக்குள்ள வாத பித்த சிலேத்துமங்களை அறிந்து கொள்ளலாம். தலையில் எண்ணெய் இருக்கும்போதும், ஈரத்தோடு இருக்கும்போதும், நல்ல உணவு உண்டபோதும், பசியாய் இருக்கும் போதும், நடக்கும் போதும், சிற்றின்ப உணர்ச்சி உண்டான போதும் நாடி பரிசோதனை செய்தால் நாடியின் உண்மை நிலைமை அறிய முடியாது. பெண்களின் நாடியினைப் பார்க்க அவர்களின் இடக்கையைப் பிடித்துப் பார்க்க வேண்டும். நாடி பார்ப்பதற்கு முன்பு விரலில் நெட்டை ஒடித்து விட்டுப் பார்க்க வேண்டும். மூன்று விரல்களில் பவுத்திர விரலால் அறியப் படுவது சிலேத்தும நாடியாகும், அதாவது கப நாடி.

நாடியின்மூலம் நோய் இல்லாமை அறிதல்

***343.* வழங்கிய வாதம் மாத்திரை ஒன்றாகில்**
தழங்கிய பித்தம் தன்னில் அரைவாசி
அழுங்கும் கபம்தான் அடங்கியே கால் ஓடில்
புழுங்கிய சீவர்க்குப் பிசகொன்றும் இல்லையே.

(இ - ள்) ஒரு முறை கண் இமைக்கிற நேர அளவுக்கு வாதம் நடக்குமானால், கண் இமைப்பு நேரத்தில் பாதி அளவுக்குப் பித்த நாடி நடக்குமானால், கண் இமைக்கிற நேரத்தில் கால் பங்கு கப நாடி நடக்குமானால், உயிர்க்கு ஆபத்து இல்லை.

(அ - சொ) மாத்திரை -கண் இமைக்கும் நேரம். அழங்கும் - ஒலிக்கும். கபம் - சளி. தழங்கிய – விளங்கிய. புழுங்கிய - வெம்பிய.

(விளக்கம்) மூன்று விரல்களை மணிக்கட்டில் வைத்துப் பார்க்கும் போது, அந்த நாடிகளின் துடிப்பின் வேகம் இந்திந்த அளவுக்கு இருக்க வேண்டுமென இம்மந்திரம் குறிப்பிடுகிறது. கபம் மிக்கபோது கிர் கிர் என்ற ஓசை வருதலின் அழுங்கும் என்றனர்.

நாடிகளின் நடை

***344.* இல்லையே வாதம் எழில்நடைக் கோழியாம்**
எல்லையே பித்தம் எழும்பும் தவளைபோல்
ஒல்லையே ஐயம் ஊர்ந்திடும் பாம்புபோல்
அல்லை யேகண் டறிந்தவர் சித்தரே.

(இ-ள்) வாதத்தின் அழகிய நடையானது மயில் நடை போலும், கோழி நடைபோலும் இருக்கும். பித்தத்தின் நடை அட்டையின் நடைபோலும், தவளை நடை போலும் இருக்கும். கபத்தின் நடை விரைவாக ஊர்ந்து செல்லும் பாம்பின் நடைபோல இருக்கும். இந்த நுட்பத்தை விஷம் உண்டு இருண்ட கண்டத்தையுடைய நீலகண்ட மூர்த்தியை அறிந்தவர்களாம் சித்தர்களே உணரவல்லவர் ஆவர்.

(அ - சொ) இல்லை - மயில். எழில் - அழகு. எல்லை - அட்டை. ஒல்லை - வேகம். அல் - இருள்.

(விளக்கம்) அல் என்பதன் பொருள் இருள். ஈண்டு இருள் என்பது இருண்ட விஷத்தை உணர்த்தி நிற்கிறது. அல்லையே கண்டறிந்தவர் என்றதனால், அல் போலும் நிறமுடைய விஷத்தைக் கண்டத்தில் அடக்கிய இறைவனை உணர்த்துகிறது. இம் மந்திரம் நாடிகளின் நடைகளைக் கொண்டு உணரலாம் என்பதை விளக்குகிறது. நடை என்பது ஈண்டு நாடிகளின் துடிப்பு.

வாத நோயால் வரும் துன்பங்கள்

***345.* அறிய இம் மூன்றின தாண்மை சொன்னார் என் நந்தி**
எரிஅனல் வாதம் எரிக்கும் குணம்கேளு
குறிஎனக் கைகால் குளைச்சு விலாச்சந்து
பறிஎன நொந்துடல் பச்சைப்புண் ஆகுமே.

(இ-ள்) எனது குருநாதனாம் நந்தியம் பெருமான் வாதபித்த சிலேத்துமம் செய்யும் ஆண்மையினை எனக்கு எடுத்துச் சொல்லியுள்ளார். அவற்றுள் வாதம் தனது கோபத்தால் செய்யும் செயல்களைக் கேட்பாயாக. அஃது உடம்பில் எரிச்சலை உண்டாக்கும். கை கால், விலாச் சந்து, இடுப்புச் சந்து முதலியவற்றில் அதிக வலியை உண்டு பண்ணும்.

(அ - சொ) மூன்று - வாத, பித்த, சிலேத்துமம். ஆண்மை - வீரமான செயல். அனல் எரிக்கும் - நெருப்புப் போல உடம்பை எரிக்கும். குளைச்சு - குடைச்சல், நோதல்.

(விளக்கம்) உடம்பு முழுதும் நோய் உண்டாதலின் பச்சைப் புண் ஆகுமே என்றனர்.

வாதநோய் சேட்டை

***346.* புண்ணாய் வலிக்கும் பொருமும் குடல்ஓடித்**
தண்ணா மலம்அதனைத் தம்பிக்கும் போக்காது
ஒண்ணான ஆசனம் உறவே சுருக்கிடும்
பண்ணார் குளிர்சீதம் பகுத்திடும் வாதமே.

(இ - ள்) புண்ணின் வலிபோல உடம்பு முழுதும் வலி எடுக்கும். வயிற்று வலி, குடல் இரைச்சல் ஏற்படும். மலம் கட்டிவிடும். மலம் வரும் வழி சுருங்கிப் போகும். உடல் குளிர்ந்து விடும்.

(அ - சொ) பொருமும் - இரைக்கும். தம்பிக்கும் - கட்டி விடும். ஆசனம் - மலம் வரும் வழி. தண்ணம் - குளிர்ச்சி ஆம். ஒண்ணான - ஒன்றான.

(விளக்கம்) மலம் வருவதற்கு ஆசனம் ஒன்றே வழி ஆகவே அதனை ஒண்ணான ஆசனம் என்றனர். ஒன்றான என்பது மருவு வழக்குப்படி ஒண்ணான என்று ஆயது.

பித்த மிகுதியால் வரும் துன்பங்கள்

347. பகுத்திடும் பித்தம் பலபல சிந்தையாம்
வகுத்திடும் வாந்தியும் வாய்நீர் மிகஊறும்
மகுத்திடும் மேனியில் மாட்டிஎரிப் பேறும்
மிகுத்துத் தவனிக்கும் மிகவிடம் கைக்குமே.

(இ - ள்) மூன்றில் ஒன்றாக வகுக்கப்பட்ட பித்தம் பலப்பல சிந்தனைகளை உண்டாக்கும். வாந்தி வெளிப்படும். வாயில் நீர் சுரக்கும். உடலில் எரிச்சல் ஏற்படும். நீர் வேட்கை மிகுதியாகும். விடம்போல் நா கசக்கும்.

(அ - சொ) வகுத்திடும் - வெளிப்படும். மேனி - உடம்பு. மகுத்திடும் - பொருந்திடும். எரிப்பு - எரிச்சல். தவனிக்கும் - நீர் வேட்கை உண்டாகும்.

(விளக்கம்) பித்தம் மிகுதியும் ஏறப் பெற்றவர் வாய் விட்டுப் பேசுதலை நாம் காண்கிறோம். அதனால் தான் பலப் பல சிந்தையாம் என்றனர்.

கபத்தினால் வரும் நோய்கள்

348. விடங்கிய ஐயம் மேல்இரைப் புற்றிடும்
தடங்கி இருமிடும் தனிவிலா இரண்டும் நோம்
அடங்கில் சுரம்காயும் அளவற்ற கோழைநீர்
இடங்கி உடல்வற்றி இரத்தமும் கக்குமே.

(இ - ள்) விடத்தைப் போன்ற கபமானது மேல்மூச்சை உண்டுபண்ணும். இருமலை உண்டு பண்ணும். இருவிலா எலும்புகளை நோகச் செய்யும். சுரத்தை உண்டாக்கும். வாயில் கோழை தோன்றச் செய்யும். இதனால் உடல் இளைக்கும்; இரத்தம் கக்க நேரிடும்.

(அ - சொ) விடங்கிய - விஷத்தன்மை வாய்ந்த. ஐயம் - கபம். மேல் இரைப்பு - மேல் மூச்சு. தடங்கி - சுவாசப் பையில் தடைப்பட்டு . தனி - ஒப்பற்ற. இடங்கி - மெலிவித்து.

(விளக்கம்) கபத்தின் கொடுமையை விளக்க விடங்கிய கபம் என்றனர். கைப்பு வெறுக்கத் தக்கது ஆதலின் விடத்தை உவமை காட்டினர். ஐ என்பதே கபம். இதனை அம் என்னும் சாரியை சேர்த்து ஐயம் என்றனர். இரத்தமும் கக்கும் என்று உம்மை சேர்த்துக் கூறியதால் கபத்தின் கொடுமையினை நன்கு உணரலாம்.

சாகும் குறியை அறியும் விதம்

***349.* உரைத்தது நாசிக் குறுதிக் குறிகேள்**
விரைத்திடப் பிங்கலை விடாதோடின் மூன்றுநாள்
இரைத்த சடம்ஆண்டில் எய்திடும் ஆகாசம்
பரத்தில் இரண்டுநாள் பாயில்ஈர் ஆண்டெண்ணே.

(இ-ள்) நாசியின் வழியாக வரும் கலைகளின் அடை யாளங்களைக் கேட்பீராக. வலப்பக்க நாசி வழியே வரும் பிங்கலைச் சுவாசம் இடைவிடாமல் மூன்று நாட்கள் தொடர்ந்து வலப்பக்கமே இயங்கிக் கொண்டிருந்தால், ஓர் ஆண்டில் அச்சரீரத்துக்கு மரணம் ஏற்படும் என்று அறிக. அதே பிங்கலைச் சுவாசம் இரண்டு நாள் தொடர்ந்து ஓடினால், இரண்டு வருடத்தில் மரணம் ஏற்படும் என்று அறிக.

(அ - சொ) உரைத்தது -சொன்னது. விரைத்திட - வேகமாக. பிங்கலை - வலப்பக்க நாசித் துவார வழிவரும் சுவாசம். இரைத்து - விட்ட. சடம் - உடல். ஆகாசம் - மரணம். பரத்தில் - உடம்பில். பாயில் - சுவாசம் வருமானால்.

(விளக்கம்) சுவாசம் இடப்பக்க நாசியிலும் வலப்பக்க நாசி யிலும் மாறிமாறி வந்துகொண்டிருக்கும். வலப்பக்க நாசியில் வரின் அது பிங்கலை எனப்படும். இடப்பக்க நாசி வழியே வரின் இடகலை எனப்படும். இவ்வாறு மாறிமாறி வராது. வலப்பக்க மாகத் தொடர்ந்து மூன்று நாட்களோ, இரண்டு

நாட்களோ வரின், முறையே ஓர் ஆண்டிலும் ஈர் ஆண்டிலும் அவ்வுடலுக்கு இறப்பு வரும். இந்த உண்மையை அறிவிப்பது இந்த மந்திரம்.

மரணக் குறியை அறியும் விதம்

***350.* எண்ணி ஒருநாள் இயங்கிடில் பிங்கலை**
தண்ணிய மூவாண்டில் தப்பாது மரணம்
ஒண்ணிய உபாயத்தில் ஓடிடில் பத்துநாள்
மண்ணில் மதிஆறில் மரிப்பான் குறிஇதே.

(இ-ள்) பிங்கலை ஒருநாள் முழுதும் இயங்குமானால் வரும் என்பது உறுதி. மூன்று ஆண்டுகளில் மரணம் இடகலை பிங்கலை ஆகிய இருகலைகளும், இரு நாசிகளின் துவாரங்களில் ஒன்றாச் சேர்ந்து பத்து நாட்கள் இடை விடாது நடந்தால், ஆறு மாதத்தில் இறப்பு ஏற்படும். இவையே இறப்புக்குரிய குறிகளை அறியும் விதமாம்.

(அ - சொ) இயங்கிடில் - நடக்குமானால். உபயத்தில். மண் - பூமி. இரண்டும் ஒன்று சேர்ந்து. மதி - மாதம். மரிப்பான் - இறப்பான். ஒண்ணிய - ஒழுங்கான.

(விளக்கம்) ஒரே பக்கம் சுவாசம் ஓடுதலும், இரண்டு பக்கமும் ஒரே சமயம் ஓடுதலும் உண்டு என்பது இம்மந்திரத் தின் மூலம் அறிகிறோம்.

சுவாசம் வாய்வழியே வரின் மரணக் குறியாம்

***351.* குறிகேளு மூக்கன்றிக் குலவிவாய் வழி ஓடில்**
மறிகேளும் மூன்றாம்நாள் மரித்திடுவன் தப்பாது
தெரிகேளும் மும்மலமும் திரண்டுமிகக் குறைந்துவரில்
பரிவாகும் பட்சத்தில் பார்உயிர்தான் தப்பாதே.

(இ-ள்) இன்னமும் சாகும் குறி இன்னதெனக் கேட்பாயாக. சுவாசம் மூக்கு வழியே ஓடாது வாய்வழியே ஓடினால், மூன்றாம் நாளில் தவறாது இறப்பன். மலம், மூத்திரம், விந்து

குறைந்து வரின், துன்பம்தான். பதினைந்து நாட்களில் உயிர் போதல் தவறாது.

(அ - சொ) குலவி - விளங்கி. மும்மலம் - மூன்று மலங்கள். *(அவை: மலம், சிறுநீர், இந்திரியம்,)* பரிவு - துன்பம். பட்சம் - பதினைந்து நாட்கள்.

(விளக்கம்) நாசிவழியே சுவாசம் வருதல் முறை. இம்முறை மாறி வாய்வழி வருதல் தவறு. மீண்டும் கேட்க என்பார் மறிகேளும் என்றனர். இத்துடன் இன்றி இன்னமும் தெரிந்து கேட்க என்பார் தெரிகேளும் என்றனர்.

உதடு, பல், நா முதலியன கருப்பு ஏறில் மரணம்

***352.* கொண்டிடும் தோடக்குறி சொன்னார் என்நந்தி**
தண்டும் உதடும் தனிப்பல்லும் நாக்கொன்றாம்
மண்டிடும் தாது வளமாய்க் கருப்பேறில்
ஒண்டிடும் ஆறா நாள் உறுதியாய்ச் சாவனே.

(இ - ள்) எனது குருநாதனாம் நந்தியம் பெருமான் மரணக்குறி பற்றி மேலும் கூறினார். அதாவது ஒன்றோ டொன்று சேரும் உதடும், பல்லும், நாக்கும் கருப்பு நிறமாக மாறிவரின், தாதுக்கள் வளம் ஓடுங்கி, ஆறு நாட்களில் நிச்சயமாய் இறந்து படுவான் என்பதாம்.

(அ - சொ) நந்தி - குருநாதன். தண்டும் - ஒன்றோடொன்று தட்டுப்படுகிற. தனி - ஒப்பற்ற. மண்டிடும் - நெருங்கி இருக்கும். ஒண்டிடும் - ஒடுங்கி.

(விளக்கம்) தாதுக்கள் என்பன, ஏழு தாதுக்களாகும். அவை, அன்னரசம், இரத்தம், தசை, கொழுப்பு, எலும்பு மூளை, சுக்கிலம் என்பாரும் உளர். பல் போனால் சொல் போகும். ஆதலின் அதன் பெருமை தோன்றத் தனிப் பல் என்றனர்.

சாகாக் குறி

353. சீவக் கலையால் சிறந்திடும் நாடிதான்
ஆவக் கரம்வைத் தழுத்திடில் மேல்ஏறும்
தாஒத்து மேல்நோக்கில் சாகான் ஒருநாளும்
பாஒத்துக் கீழ்நோக்கில் பதையாமல் சாவானே.

(இ-ள்) சீவக்கலையால் பெருமை பெற்றிடும் வாத பித்த, சிலேத்தும நாடிகளின்மேல் கை வைத்து அவற்றின் துடிப்பை அறிகின்றபோது, வாத நாடி மேல் நோக்கி நடக்குமானால், இறப்பினை அணுகான். ஆனால் அவ்வாத நாடி பாகுபோல் கரைந்து கீழ் நோக்கி நடந்தால் துன்பம் இன்றி இறப்பன்,

(அ - சொ) பா-வெல்லப் பாகு. ஆ - வியப்புக்குறி.

(விளக்கம்) நாடி அறிதலில் நன்கு கைதேர்ந்து பழகிய பழக்கத்தைக் கொண்டுதான் வாதநாடி மேல் நோக்கி நடக்கிறது என்பதையும் பாகு போலக் கரைந்து கீழ் நோக்கி நடக்கிறது என்பதையும் உணர முடியும். நாடிக்குச் சீவக் கலை சிறப்புத் தருதலின் சீவக் கலையால் சிறந்திடும் என்றனர். அ என்ற சுட்டு ஆ என நீண்டது.

நாடிகளை அறிந்து நடத்தல்

354. பித்தம் அடங்கினால் பேசாதே போய்விடு
எத்திய ஐயம் எழும்பிடில் கிட்டாதே
பொத்திய வாதம் பொருமின் மருந்துசெய்
எத்தி இம் மூன்றின் இயல்பை அறிந்திடே.

(இ-ள்) பித்தம் அடங்கி விட்டால் வைத்தியம் ஒன்றும் செய்யாதே போய்விடு. வாதம், பித்தம் குறைந்து கபம் மேலிட்டால் நோயாளியை அணுகாதே. குறைந்த வாதம் மீண்டும் எழும்பினால் மருந்து கொடு. இவ்வாறு இந்த வாத பித்த சிலேத்தும நாடிகளை அறிந்து நட.

(அ - சொ) எத்திய - வஞ்சமாம். ஐயம் - கபம், சிலேத்துமம். பொருமின் - எழும்பினால். பொத்திய - குறைந்த. எத்தி - உனது யூகையினால்,

(விளக்கம்) போய்விடு என்பதன் கருத்து மருந்து கொடுத்தும் பயன் இல்லை என்பதை அறிவித்தலாகும். ஐ என் பதே சொல். அதுவே கபம். ஈண்டு அஃது அம் என்னும் சாரியை கொடுத்துப் பேசப்பட்டது. கிட்டாதே என்ற தன் நோக்கம், கபம் கட்டி மேல்மூச்சு விடுவதைப் பார்க்கச் சகிக்க முடியாது ஆதலின் என்க,

உமிழ்நீர் மூலம் அறியும் குறி

355. உண்மைகேள் இன்னம் உமிழ்ந்திட நோய் உள்ளோன்
தன்மையாய்த் தூரம்போய்த் தாக்கிடில் சாவில்லை
கண்மையாய் வாயில் கழன்றிடில் கிட்டிடும்
வண்மையாய்ப் பார்க்க வகுத்தனர் நந்தியே.

(இ - ள்) இன்னமும் சாகும் குறி சாகாக் குறிகளைக் கேள். நோய்வாய்ப் பட்டவன் எச்சிலை உமிழும்போது, அஃது ஒரே நிலையில் சிறிதும் சிதறாமல் தூரத்தில் சென்று விழுமானால், அவனுக்கு விரைவில் சாவு ஏற்படாது. அந்நோயாளி எச்சிலை உமிழும் போது அது தூரம் விழாமல் வாயின் வழியே ஒழுகினால் விரைவில் அவனுக்கு மரணம் உண்டாகும். இவ்வாறு எனது குருநாதராம் நந்தி கூறினர். இதனை அறிந்து கொள்.

(அ - சொ) கிட்டிடும் - மரணம் வந்து அணுகும். வண்மை - வளம். கண்மை - கண்முன்.

(விளக்கம்) திருமூலர் தாம் சொல்வதிலும் குருநாதர் கூறினார் என்று அறிவித்தல், மக்கள் நன்கு உணர்வர் என்ற கருத்தில் 'நந்தி வகுத்தனர்' என்றனர்.

மந்தம் வருவதற்குக் காரணம்

***356. காணுமே மந்தம் கவளிக்கும் அன்னத்தால்
காணுமே மந்தம் கடுமா மிசம்மீறில்
காணுமே மந்தம் கலந்தமாப் பண்டத்தால்
காணுமே மந்தம் கருமேதிப் பாலுக்கே.***

(இ - ள்) நாம் உண்ணும் சோறு மிகுதிப் பட்டாலும், மிதமிஞ்சிய மாமிச உணவாலும், மாவினால் செய்த பண்டங்களை உண்டலாலும், எருமைப் பாலைப் பருகுவதாலும் மந்தம் உண்டாகும்.

(அ - சொ) மந்தம் - சீரணம் இல்லாமை. கவளிக்கும் - உண்ணும். மேதி - எருமை.

(விளக்கம்) இங்குச் சோறு, மாமிசம், மாப்பண்டம் - எருமைப்பால் முதவியவற்றை உண்ணக் கூடாது, பருகக் கூடாது என்பது கருத்தன்று. அளவுக்கு மீறி இவற்றைப் பயன்படுத்தக் கூடாது என்பதே ஆகும். திருமூலர் மாமிசம் உண்ணுதலையும் உடன் வைத்துக் கூறியிருப்பது கொண்டு புலால் உண்ணலை இவர் ஆதரிக்கிறார் என்று எண்ணுதல் கூடாது. ஈண்டு அஜீரணம் உண்டாதற்குரிய காரணங்களைக் கூற வந்தனர். ஆதலின், அந்த அஜீரணத்துக்குரிய புலால் உண்ணலையும் ஈண்டுக் கூறினார் என்க.

மேகநோய் வரக் காரணம்

***357. மேகம் பிறந்தவிதம் சொன்னார் என்நந்தி
ஆகும் இளந்தைப் பருவம் அதில் மோகித்து
போகம் தினம்செய்யின் புகல்மந்தத் தேகூடில்
வாகப் பசியால் வழங்கும்சை யோகமே.***

(இ-ள்) இளமைப் பருவத்தில் மாதர் மீது காதல் மிகுந்து, தினம் தினம் புணர்ச்சி செய்து வந்தாலும், உணவு சீரணம் ஆகாமல் மந்தமாக இருக்கும் போது புணர்ந்தாலும், மிகுந்த பசியாக

இருக்கும் போது கூடினாலும், மேக ரோகம் ஏற்படும் என்று நந்தியம் பெருமான் கூறியுள்ளனர்.

(அ - சொ) ஆகம் - உடம்பு. புகல் - சொல்லப்படும். சையோகம் - புணர்ச்சி. வழங்கும் - மேக நோயைத் தரும். வாகப் பசி - மிக்க பசி

(விளக்கம்) மேக நோய் வாராமல் தடைசெய்ய வேண்டு மானால், அதிகமாக மாதர் போகத்தில் ஈடுபடாமல் இருக்க வேண்டும். பசியுள்ள போது, வயிறு மந்தமாக இருக்கும் போது, சம்போகம் செய்யக்கூடாது.

சன்னி வரக் காரணம்

353. பதமாம் சுகசன்னி பாயும்விதம் கேளு
நிதமாக மூழ்கி நிறையவே சாப்பிட்டுக்
குதமாக மந்தத்தில் கூடிடில் வாயுவால்
அதமாம் அநுபோகம் அணைந்திடில் சன்னியே.

(இ - ள்) பக்குவமாகச் சுகசன்னி உண்டாகும் விதத்தைக் கேள். தினம் தினம் குளத்தில் குளித்து, நிறைய உண்டு, சீரணம் ஆகாத நிலையில் மாதரைப் புணர்ந்தாலும் உடம்பில் வாய்வு மிகுந்திருந்தாலும் சுகசன்னி உண்டாகும்.

(அ - சொ) பாயும் - உடம்பில் பரவும். நிதமாக - தினம் தினம். அநுபோகம் - மாதர் கலப்பு. அணைந்திடில் - சேரில். குதமாக - அமிதமாக. அதமாம் - அழிவாம்.

(விளக்கம்) குளித்துவிட்டு, உண்டு, உடனே மாதர் போகம் செய்யக் கூடாது. சீரணம் ஆகாத போது மாதர் போகம் கூடாது. உடம்பில் வாய்வு நிறைந்திருக்கும் போதும் போகம் கூடாது. போகம் செய்தால் சன்னி ரோகம் வந்தே தீரும்.

மூலநோய் வரக் காரணம்

***359.* காயத்தில் மூலம் கண்டவிதம் கேளு**
பாயொத்த தீபனம் பரிந்தே அடக்கினும்
மாயை மயக்க மலத்தை அடக்கினும்
ஓயுற்ற குண்டலிக் குள்புகும் வாயுவே.

(இ - ள்) உடம்பில் மூல நோய்வரும் விதத்தைச் சொல்லுகின்றேன் கேள்: பாய்ச்சலை போன்ற அதிதீவிரமான பசியை அடக்குவதாலும், மாதர் மயக்கில் ஈடுபட்டு மலசலம் இவற்றை அடக்குவதாலும், அயர்ந்திருக்கின்ற குண்டலிச் சக்தியுள் வாயு புகுவதாலும், மூலநோய் உண்டாகும்.

(அ - சொ) காயம் - உடம்பு. பாய் - பாய்தல். தீபனம் - தீவிரமான பசி. பரிந்து - தாங்கிக்கொண்டு. மாயை - பெண் மோகம். ஓய் உற்ற - அமைதியாக உள்ள.

(விளக்கம்) பசி எடுத்தபோது உண்டும், மலசலத்தை அடக்காமல் வெளி ஏறச் செய்தும் வந்தால் மூலநோய் வராது. குண்டலிச் சக்தியில் வாயு புகாமலும் பார்த்துக் கொள்ள வேண்டும். இன்றேல் மூல நோய் வரும். குண்டலியாவது மூலாதாரம். பாம்பின் வடிவாய் உள்ள ஒரு சக்தி. இச் சக்தி மலவாய், ஆண்குறி ஆகிய இவ்இரண்டின் இடையே இருப்பது.

மூலநோயால் வரும் கேடுகள்

***360.* மூலம் எழுந்திடில் முன்னே பசிபோகும்**
மூலம் எழுந்திடில் முளைவிந்து நாசம்ஆம்
மூலம் எழுந்திடில் முழங்கும் இரைச்சல்தான்
மூலம் எழுந்திடில் முகியாக் கழிச்சலே.

(இ - ள்) மூலநோய் வந்துற்றால் முதலில் பசி எடுத்தல் மறையும். இந்திரிய விருத்தி ஆகாமல் கெடும். வயிற்றில் இரைச்சல் உண்டாகும். பேதியும் ஆகும்.

(அ - சொ) விந்து - இந்திரியம். முழங்கும் - குமுறும். இரைச்சல் - சத்தம். முகியா - கடைசியாக. கழிச்சல் - மலப் போக்கு.

(விளக்கம்) மூலநோய், மலத்தைப் பற்றியது. மலசலப் போக்கு இருந்தால்தான் உடல் நோய்நொடி இன்றி இருக்கும். அம்மலம் இயற்கையாகக் கழிய வேண்டியது. இன்றி, மிகு கழிச்சல் ஏற்படின் துன்பந்தான். மூலநோய் உஷ்ணத்தால் இந்திரியம் நீர்த்து விடுகிறது. பசியும் குறைகிறது.

மலடு ஆதற்குக் காரணம்

***361.* வரையான கர்ப்பத்தில் மலட்டுப் புழுவிருந்து**
விரையாம் சுக்கிலத்தை விரைந்து உண்டிடும்
கரையா மலடியாம் காண் அதைப் போக்கிடில்
துரையான பிள்ளை சுகமாய்ச் செனிக்குமே.

(இ - ள்) சொல்லப்படும் மாதர்களின் கர்ப்பத்தில் மலட்டுப் புழு இருந்து கொண்டு, விதையாகிய இந்திரியத்தை உண்டுவிடும். அதனால் மாதர் மலடாகின்றனர். அப்புழுவை மருந்து கொண்டு அகற்றி விட்டால், துரை போன்ற பிள்ளை சுகமாகப் பிறக்கும்.

(அ - சொ) வரையான - சொல்லப்படுகின்ற. விரை - வித்து. சுக்கிலம் - ஆணின் இந்திரியம். கரையா - முடிவிலா.

(விளக்கம்) கரு தரித்திற்குச் சுக்கிலம் விதை ஆதலின் அதனை விரை என்றனர். மலட்டுப் புழு நீங்கும் அளவுக்கு மலடியாகவே இருத்தலின் கரையா மலடி என்றனர். துரை என்பது நல்ல தமிழ்ச்சொல்.

கர்ப்ப சன்னி வரக் காரணம்

***362.* பாருமே பெண்தான் பச்சுடம் பாம்காலம்**
தாரும் அனுபோகம் தனிக்காடி உண்ணுதல்
ஆருக்கும் மாப்பண்டம் ஆகாது மாங்கனி
கோருமே கொண்டிடில் கொண்டிடும் சன்னியே.

(இ-ள்) மாதர் குழந்தையைப் பெற்றெடுத்துச் சின்னாட்கள் வரை பச்சை உடம்பாக இருக்கும் நிலையில், கணவனுடன் புணர்ச்சி செய்தல் கூடாது. கூடினால் சன்னி நோய் வந்து சேரும். புளிப்பான நீர் குடித்தல், மாவினால் ஆன பண்டங்களை உண்ணுதல், மாம்பழம் புசித்தல் ஆகிய இவற்றை மேற்கொண்டாலும், கர்ப்ப சன்னி உண்டாகும்.

(அ - சொ) அநுபோகம் - சுகபோகம். காடி - புளித்த நீர் - தனி - ஒப்பற்ற

(விளக்கம்) பச்சுடம்பு என்றது சீதளம் பொருந்தி இருக்கும் உடம்பு. அதாவது குழந்தை பெற்ற காரணத்தால் வலுக்குன்றிச் சோர்வுற்றிருத்தல். மாப்பண்டம் அஜீரணத்தை உண்டாக்கி நோயை உண்டு பண்ணும். ஆதலின் கரு உயிர்த்தவளுக்கே அன்றி எல்லார்க்கும் தீங்கு விளைத்தலின் ஆர்க்கும் என்றனர்.

மேகரோகம் தீர வழி

363. பார்த்திடும் மேகம் பகர்இரு பத்தொன்றும்
போற்றிடும் அப்பிரகம் பொலிவான சிந்தூரம்
சேர்த்திடும் சீந்தில் செவ்வாம் சருக்கரை மாற்றிடு
வெண்ணெயில் மாமேகம் போகுமே.

(இ - ள்) மேகநோய் இருபத்தொன்று: அந்நோய் சிறப்பித்துக் கூறப்படும் அபிரேகமாம் செந்தூரத்தில் சீந்தில் சருக்கரையையும், நல்ல அன்று கடைந்தெடுத்த வெண்ணெயையும் சேர்த்து உண்டு வந்தால், நீங்கிப் போகும்.

(அ- சொ) பகர் - சொல்லப்படுகின்ற. சிந்தூரம் - செம்மையான பொடி. பொலிவான - நன்கு விளக்கமான.

(விளக்கம்) அபிரேகம் விரைவில் செந்தூரமாவது கடினம். அப்படி அது செந்தூரத் தூளாகிவிட்டால் அதனால் மேகநோய் நீங்கல் உறுதி. ஆகவே, அதனைப் போற்றிடும் அபிரகம் என்றனர். அதனால் ஆன செந்தூரத்தைப் பொலிவான

சிந்தூரம் என்றனர். அபிரேகம் நன்கு பொடியாகி யுள்ளது என்பதை அறிய, அப் பொடியில் சிறிது எடுத்து உள்ளங்கையில் தடவிச் சூரிய வெளிச்சத்தில் காட்ட வேண்டும். அதுபோது அப் பொடியில் அபிரேக ஒளி இன்றெனில் அது நல்ல அபிரேக பஸ்பம் எனக்கொண்டு உண்ண வேண்டும். இன்றேல் உண்ணக்கூடாது. தீமையை விலக்கி நன்மையைத் தருதலின் மாற்றிடும் வெண்ணெய் என்றனர்.

குன்மம், குஷ்டம், கிராணி, மூலம் தீர வழி

***364.* போகுமே குன்மம் புகட்டத் திராவகம்**
போகுமே குட்டம் புகச் செயகெந்தி
போகுமே கிராணி புகட்டநற் பூநாகம்
போகுமே மூலம் புகழ்சங்கைச் செம்புக்கே.

(இ - ள்) குன்மநோய் மகா திராவகத்தாலும், குஷ்ட நோய் கந்தக பஸ்பத்தாலும், கிராணிநோய் பூநாகப் பஸ்பத்தாலும், மூலநோய் தாம்பர பஸ்பத்தாலும் நீங்கும்.

(அ - சொ) புகட்ட - உண்ண. சங்கை - அளவு. செய - வெற்றிதரும்.

(விளக்கம்) குன்மம் என்பது வயிற்றுக்குள் கட்டியாகித் துன்புறுத்தும் நோய். கிராணி என்பது ஓயாத மலக்கழிச்சல். எதுவும் அளவோடு இருக்க வேண்டுதலின் சங்கை என்றனர்.

எல்லா நோய்களும் நீங்க மருந்து

***365.* பொடியா நோய்போகப் புகன்றிட்டார் என்நந்தி**
மடிவான சூதம் மகத்தான தங்கம்
பிடிவான கெந்தி பேரான சத்து
குடியாய்ச்சிந் தூரித்துக் கூட்டியே தின்றிடே.

(இ-ள்) நீங்காத நோய்களும் நீங்க எனது குரு நாதனாம் நந்தி சொல்லியுள்ளார். அதாவது நன்கு சுத்தம் செய்யப்பட்ட ரசம்,

பெருமை மிக்க தங்கம், பெருமை மிக்க அதன் சத்து ஆகிய இந்த நான்கையும் செந்தூரம் செய்து சாப்பிட்டால் எல்லா நோய்களும் நீங்கும் என்பதாம்.

(அ - சொ) பொடியா - நீங்கா. புகன்றிட்டார் - சொன்னார். மடிவான - சுத்தமான. சூதம் - ரசம்.

(விளக்கம்) பல மருந்துகளைச் சாப்பிட்டும் நீங்காத நோய்களும் உண்டு. ஆதலின் பொடியாத நோய் என்றனர். இந்தக் கூட்டு பஸ்பம் ஒழுங்கான முறையில் இருக்க வேண்டும். அதுபோதுதான் நோய் நீங்கும். இவற்றை எல்லாம் உட்கொண்டே போற்றிடும் அபிரேகம், பொலிவான சிந்தூரம் என்றனர்.

வாழ்த்து

வாழ்கவே வாழ்களன் நந்தி திருவடி
வாழ்கவே வாழ்க மலம்அறுத் தான்பதம்
வாழ்கவே வாழ்கமெய்ஞ் ஞானத் தவன்தாள்
வாழ்கவே வாழ்க மலம்இலான் பாதமே.

திருச்சிற்றம்பலம்

தமிழ் மந்திர உரை முற்றிற்று.

★★★

www.ingramcontent.com/pod-product-compliance
Lightning Source LLC
LaVergne TN
LVHW021742071126
851857LV00039B/591
* 9 7 8 8 1 6 8 9 2 3 1 7 1 *